കനി

മലയാളത്തിലെ 'ഗേ' കഥകൾ

പുരുഷ സ്വവർഗ്ഗ പ്രണയകഥകളുടെ
സമാഹരണവും പഠനവും

kani
malayalathile 'gay' kadhakal
queer politics/stories
•
editors
dr. resmi g, anilkumar k s
•
first edition
february 2020
•
typesetting & published
chintha publishers, thiruvananthapuram
•

•
cover
vinod mangoes
•

Distribution

DESHABHIMANI BOOK HOUSE
H O Thiruvananthapuram 695035
phone: 0471-2303026, 6063026
Email: chinthapublishers@gmail.com
Website: www.chinthapublishers.com

Branch

Head Office Kunnukuzhi • Statue Thiruvananthapuram • KSRTC Bus Station Alappuzha • KSRTC Bus Station Ernakulam • Machingal Lane Thrissur • IG Road Kozhikode • Mavoor Road Kozhikode • NGO Union Building Kannur • Central Bus Terminal Complex Thavakkara Kannur

CO - 2915 / 5211
ISBN - 978-93-89410-73-0

കനി
മലയാളത്തിലെ 'ഗേ' കഥകൾ

പുരുഷ സ്വവർഗ്ഗ പ്രണയകഥകളുടെ സമാഹരണവും പഠനവും

ക്വീയർ പൊളിറ്റിക്സ്

എഡിറ്റേഴ്സ്

ഡോ. രശ്മി ജി
അനിൽകുമാർ കെ എസ്

ചിന്ത പബ്ലിഷേഴ്സ്
തിരുവനന്തപുരം-695 035

ഡോ. രശ്മി ജി

തിരുവനന്തപുരം നേമത്ത് വിജയ കുമാരൻ നായരുടെയും ഗിരിജ കുമാരിയുടെയും മകൾ. സ്വാമി വിവേകാനന്ദ സെൻട്രൽ സ്കൂൾ, ഗവൺമെന്റ് ഗേൾസ് ഹയർ സെക്കന്ററി സ്കൂൾ കരമന എന്നിവിടങ്ങളിൽ സ്കൂൾ, വിദ്യാഭ്യാസം. കരമന എൻ എസ് എസ് വിമൻസ് കോളേജിൽനിന്നും മലയാളത്തിൽ ബിരുദം. കാര്യവട്ടം മലയാള വിഭാഗത്തിൽ നിന്ന് എം എ, എം ഫിൽ ബിരുദങ്ങൾ. കേരള സർവ്വകലാശാലയിൽ നിന്നും ഡോ. വത്സലാ ബേബിയുടെ മേൽനോട്ടത്തിൽ ഡോക്ടറേറ്റ്.

അനിൽകുമാർ കെ എസ്

കോട്ടയം കറുകച്ചാലിൽ കെ ആർ സുകുമാരന്റെയും പൊന്നമ്മയുടെയും മകൻ. എൻ എസ് എസ് ഹൈസ്കൂൾ പരിപ്പ്, ഗവൺമെന്റ് മോഡൽ ഹയർ സെക്കന്ററി സ്കൂൾ, കോട്ടയം, ഗവൺമെന്റ് കോളേജ്, നാട്ടകം, എൻ എസ് എസ് ഹിന്ദു കോളേജ്, ചങ്ങനാശ്ശേരി, കാര്യവട്ടം കാമ്പസ്, ശ്രീനാരായണ കോളേജ് ഓഫ് എഡ്യൂക്കേഷൻ, മൂവാറ്റുപുഴ, എം ജി സർവ്വകലാശാല, കേരളസർവ്വകലാശാല എന്നിവിടങ്ങളിൽ വിദ്യാഭ്യാസം.

പുരസ്കാരങ്ങൾ:

2014 ലെ മികച്ച ചലച്ചിത്രലേഖനത്തിനുള്ള ഫിലിം ക്രിറ്റിക്സ് അവാർഡ്, 2017 ലെ മികച്ച ചലച്ചിത്രലേഖനത്തിനുള്ള സംസ്ഥാന അവാർഡ് (സ്പെഷ്യൽ ജൂറി), ചലച്ചിത്രഅക്കാദമി നവതി ഫെലോഷിപ്പ്.

കൃതികൾ: *മലയാളം റാങ്ക്ഫയൽ, കഥയുടെ കാലാന്തരങ്ങൾ, ചെറുകഥയുടെ രാഷ്ട്രീയം. നിഴലും വെളിച്ചവും- സാറാ തോമസിന്റെ ഓർമ്മക്കുറിപ്പുകൾ, കഥകൾ, പഠനങ്ങൾ* (എഡി)

ചലച്ചിത്ര പഠനഗ്രന്ഥങ്ങൾ: *ജനകീയ സിനിമ, തിരക്കാഴ്ചകളുടെ സൗന്ദര്യദർശനങ്ങൾ – ലെനിൻ രാജേന്ദ്രന്റെ ചലച്ചിത്രം, ജീവിതം, രാഷ്ട്രീയം (എഡി), സുവർണ്ണ ചലച്ചിത്രങ്ങൾ, തിരവെളിച്ചം – കാലം ജീവിതം സമൂഹം, വെള്ളിത്തിരയുടെ രാഷ്ട്രീയം.*

ക്വീയർപൊളിറ്റിക്സ് ഗ്രന്ഥപരമ്പര: *വിമതലൈംഗികത: ചരിത്രം സിദ്ധാന്തം രാഷ്ട്രീയം, ട്രാൻസ്ജന്റർ: ചരിത്രം സംസ്കാരം പ്രതിനിധാനം, ലെസ്ബോസ് – മലയാളത്തിലെ ലെസ്ബിയൻ കഥകൾ* (എഡി.)

വിലാസം : വിജയഗിരി, കൊടുവാറ,
ഇടയ്ക്കോട്, നേമം പി ഒ
തിരുവനന്തപുരം 695020

ഫോൺ : 9605421086,9645600692

email/fb : resmianil2009@gmail.com

ഉള്ളടക്കം

ആമുഖം 8

ഭാഗം ഒന്ന്
ക്വീയർ പൊളിറ്റിക്സ്

സാങ്കേതിക പദങ്ങൾ 11

മഴവിൽ ലൈംഗികത ചരിത്രം വഴിമാറുമ്പോൾ 18

ഭാഗം– രണ്ട്
മലയാളത്തിലെ പുരുഷ സ്വവർഗ്ഗാനുരാഗ (ഗേ) കഥകൾ

സാഹോദര്യം 37
തകഴി

ചന്ദ്രരശ്മികൾ 44
മാധവിക്കുട്ടി

രാജവീഥികൾ 46
മാധവിക്കുട്ടി

കഥ, കഥാപാത്രം, കഥാകൃത്ത് 60
കെ പി രാമനുണ്ണി

എഡ്വിൻ പോൾ 70
സി വി ബാലകൃഷ്ണൻ

ഉറങ്ങാതിരിക്കുക! കള്ളനെപ്പിടിക്കാം! 78
ജി ആർ ഇന്ദുഗോപൻ

കനി 83
സി എസ് ചന്ദ്രിക

സപുംസകരുടെ പത്ത് പടവുകൾ 97
പ്രമോദ് രാമൻ
രതിമാതാവിന്റെ പുത്രൻ 112
പ്രമോദ് രാമൻ
ഒരു ബ്രാക്കറ്റിൽ എത്ര പേർക്കു ജീവിക്കാം 122
പ്രമോദ് രാമൻ
വിനോദിന്റെയും അരവിന്ദന്റെയും മകൾ 129
കെ ദിലീപ്കുമാർ
ഒരു സ്വവർഗ്ഗാനുരാഗിയോട് ചെയ്തു കൂടാത്തത് 137
മിനി പി സി
പരിണാമം 149
നിഷ അനിൽകുമാർ
പെണ്ണടയാളങ്ങൾ 156
നിഷ അനിൽകുമാർ
കുണ്ടൻ 164
ഷാഹിന ഇ കെ
ഒരു മുല്ലപ്പൂ യാത്ര 169
ഷാഹിന ഇ.കെ

ഭാഗം മൂന്ന്
പഠനം

വിമതലൈംഗികതയുടെ രാഷ്ട്രീയ ഭൂപടങ്ങൾ 177
മാധവിക്കുട്ടിയുടെ സ്വവർഗ്ഗാനുരാഗികൾ 189
കിഷോർ കുമാർ ഇ

അനുബന്ധം

"Why I am A Gay
ഞാൻ എന്തുകൊണ്ട് ഒരു പുരുഷ സ്വവർഗ്ഗാനുരാഗി ആയി" 204
പ്രജിത്ത് പി കെ,/ഡോ. രശ്മി ജി, അനിൽകുമാർ കെ. എസ്
ആനന്ദം 'ആണനുരാഗം' 212
കേരളത്തിലെ ആദ്യ ഗേ വിവാഹിതരെന്നു പ്രഖ്യാപിച്ച
നികേഷിന്റെയും സോനുവിന്റെയും ജീവിതം

പ്രസാധകക്കുറിപ്പ്

ക്വീയർ പൊളിറ്റിക്സിന്റെ രംഗപ്രവേശം പ്രണയത്തിന്റെ ഒറ്റയടിപ്പാതകളെയപ്പാടെ നിരാകരിക്കുകയുണ്ടായി. സ്ത്രീയും സ്ത്രീയും തമ്മിലുള്ള പ്രണയവും പുരുഷനും പുരുഷനും തമ്മിലുള്ള പ്രണയവും സ്ത്രീ പുരുഷ പ്രണയം പോലെതന്നെ സുസാദ്ധ്യവും സ്വാഭാവികവുമാണെന്ന തിരിച്ചറിവിലേക്ക് മലയാളിയുടെ മനസ്സ് ഉണർന്നത് അടുത്ത കാലത്തു മാത്രമാണ്. എന്നാൽ തകഴിയെപ്പോലെയും മാധവിക്കുട്ടിയെപ്പോലെയുമുള്ള മലയാള സാഹിത്യലോകത്തെ ലെജൻഡുകൾ ഇത്തരം കഥകൾ എഴുതിയിരുന്നു എന്ന കാര്യം അവ രചിക്കപ്പെട്ട കാലയളവിൽ സവിശേഷ ശ്രദ്ധയാകർഷിച്ചിരുന്നില്ല. എന്നാൽ ക്വീയർ പൊളിറ്റിക്സ് നാമിതുവരെ അംഗീകരിക്കാൻ വിസമ്മതിച്ച പ്രണയത്തിന്റെ ഭിന്നവഴികളെപ്പറ്റി സൂക്ഷ്മതയോടെ നിരീക്ഷിക്കാൻ നമ്മെ പ്രാപ്തരാക്കി. നാം അത്രയും കൂടി ജീവിതസത്യത്തിലേക്കടുത്തു. ഇങ്ങനെയൊക്കെയാണ് ജീവിതം അതിന്റെ അപാര തുറസ്സുകളിലേക്കു കടക്കുന്നത്. ക്വീയർ പൊളിറ്റിക്സിനെപ്പറ്റി നിരന്തരം എഴുതിക്കൊണ്ടിരിക്കുന്ന ഡോ. രശ്മിയും കെ എസ് അനിൽകുമാറും മലയാളത്തിൽ എഴുതപ്പെട്ടിട്ടുള്ള ശ്രദ്ധേയ ഗേ കഥകളെ ഇവിടെ സമാഹരിക്കുകയാണ്. പുരുഷ സ്വവർഗ്ഗ പ്രണയത്തിന്റെ തീക്ഷ്ണഭാവങ്ങൾ പ്രകടമാക്കുന്ന അത്യപൂർവ്വമായ കഥകൾ ഉൾക്കൊള്ളുന്ന സമാഹാരമാണിത്. ഈ രീതിയിലുള്ള ആദ്യ സംരംഭമായി ഇതിനെ കണക്കാക്കാം.

ചിന്ത പബ്ലിഷേഴ്സ്

ക്വീയർ പൊളിറ്റിക്സ്

'ക്വീയർ പൊളിറ്റിക്സ്' എന്ന മേഖലയെ കേന്ദ്രീകരിച്ചുള്ള ഞങ്ങളുടെ നാലാമത്തെ ഗ്രന്ഥമാണ് *കനി*. മലയാളത്തിലെ 'ഗേ' കഥകളുടെ സമാഹരണവും പഠനവുമാണ് ഈ ഗ്രന്ഥത്തിലുള്ളത്. *വിമതലൈംഗികത ചരിത്രം സിദ്ധാന്തം രാഷ്ട്രീയം* (ഗേ/ലെസ്ബിയനുകളുടെ ചരിത്രം, രാഷ്ട്രീയം, കലാസാഹിത്യാദി മേഖലകളിലെ സാന്നിധ്യങ്ങൾ എന്നിവയെ വിശകലനവിധേയമാക്കുന്ന പഠനഗ്രന്ഥം) *ട്രാൻസ്ജന്റർ ചരിത്രം സംസ്കാരം പ്രതിനിധാനം* (ജന്റർ ന്യൂനപക്ഷങ്ങളായ ട്രാൻസ്ജന്റർ/ട്രാൻസ്മെൻ/ട്രാൻസ്വുമൺ/ട്രാൻസ് സെക്ഷ്വൽസ്, ഇന്റർസെക്ഷ്വൽസ് എന്നിവരുടെ ജീവിതവും സംസ്കാരവും രാഷ്ട്രീയവുമെല്ലാം പഠനവിധേയമാക്കുന്ന ഗ്രന്ഥം) *ലെസ്ബോസ് മലയാളത്തിലെ ലെസ്ബിയൻ കഥകൾ* (സ്ത്രീ സ്വവർഗ്ഗാനുരാഗത്തിന്റെ തീവ്രതലങ്ങളെ ആവിഷ്കരിച്ച കഥകളുടെ സമാഹരണവും പഠനവും) എന്നിവയാണ് ആദ്യത്തെ മൂന്ന് ഗ്രന്ഥങ്ങൾ.

ഇന്ത്യൻ സമൂഹത്തിൽ സ്വവർഗ്ഗലൈംഗികത ക്രിമിനൽ കുറ്റമായി പരിഗണിക്കപ്പെട്ടിരുന്ന കാലയളവിലാണ് *വിമതലൈംഗികത, ട്രാൻസ്ജന്റർ, ലെസ്ബോസ്* എന്നീ ഗ്രന്ഥങ്ങൾ പ്രസിദ്ധീകരിക്കപ്പെടുന്നത്. പൊതുസദാചാര വരേണ്യ ഭാവനകളെ പിളർത്തുന്ന ഇത്തരം ഗ്രന്ഥങ്ങൾ എഴുതിയതിന്റെ പേരിൽ ആക്ഷേപങ്ങൾ കേൾക്കേണ്ടി വന്നെങ്കിലും കേരളത്തിലെ അക്കാദമിക് അക്കാദമികേതര സമൂഹത്തിൽ ഗൗരവതരമായി ആഴത്തിൽ പഠനവിധേയമാക്കപ്പെടാതിരുന്ന ക്വീയർ പൊളിറ്റിക്സിനെ സംബന്ധിച്ച ഒരു ഇടപെടൽ നടത്തുവാൻ കഴിഞ്ഞതിൽ ഞങ്ങൾക്ക് അഭിമാനമുണ്ട്. *ലെസ്ബോസ്*, മലയാളത്തിലെ ലെസ്ബിയൻ കഥകളുടെ പ്രഥമ സമാഹാരമാണ്. അതുപോലെ *കനി* മലയാളത്തിലെ ഗേ കഥകളുടെ പ്രഥമ സമാഹാരമാണ്

*ലെസ്ബോസിൽ*നിന്നും *കനി*യിലേക്ക് എത്തുമ്പോൾ സ്വവർഗ്ഗ ലൈംഗികതയെ സംബന്ധിച്ച ഇന്ത്യൻ കാഴ്ചപ്പാടിൽ ചെറിയ പരിണാമങ്ങൾ സാദ്ധ്യമായി എന്നു വ്യക്തമാണ്. 2018 സെപ്തംബർ 6 നു സുപ്രീം കോടതി ഉഭയസമ്മത പ്രകാരമുള്ള സ്വവർഗ്ഗ ലൈംഗികത ക്രിമിനൽ കുറ്റമല്ലെന്നു വിധിച്ചു. ഐ പി സി 377-ാം വകുപ്പ് ഭാഗികമായി റദ്ദു ചെയ്ത കോടതിവിധി ലൈംഗിക ന്യൂനപക്ഷങ്ങളെ സംബന്ധിച്ചിടത്തോളം ഏറെ ആഹ്ലാദകരമായിരുന്നു. അതേസമയം ലൈംഗികന്യൂനപക്ഷങ്ങളുടെ വിവാഹം, ദത്തെടുക്കൽ തുടങ്ങിയവയെ സംബന്ധിച്ചുള്ള തീരുമാനങ്ങൾ ഇനിയും വരേണ്ടതുണ്ട്. അതിനായി ക്വീയർ ഗ്രൂപ്പുകൾ അവരുടെ പ്രവർത്തനങ്ങൾ നടത്തിവരുന്നു. അതിനു ബദലായി വരേണ്യ യാഥാസ്ഥിതികരുടെ സദാചാര പ്രക്ഷോഭങ്ങളും നടന്നുവരുന്നു. ഇത്തരമൊരു സാഹചര്യത്തിൽ സ്വവർഗ്ഗാനുരാഗത്തിന്റെ രാഷ്ട്രീയം അതിവിപുലമായ രീതിയിൽ ചർച്ച ചെയ്യപ്പെടേണ്ടതുണ്ട്. സ്വവർഗ്ഗാനുരാഗത്തെ അടിസ്ഥാനമാക്കി രചിക്കപ്പെട്ട കഥകൾ, നോവലുകൾ, കവിതകൾ, ചലച്ചിത്രങ്ങൾ എന്നിവയെല്ലാം അതിനുള്ള അവസരങ്ങൾ സൃഷ്ടിക്കുന്നവയാണ്.

സ്വവർഗ്ഗലൈംഗികതയെക്കുറിച്ചു തുറന്ന ചർച്ചകൾ രൂപപ്പെട്ടിട്ടില്ലാത്ത കാലത്ത് രചിക്കപ്പെട്ട ആൺ - ആൺ പ്രണയ കഥകളും, സ്വവർഗ്ഗ ലൈംഗികത ക്രിമിനൽ കുറ്റമായിരുന്ന കാലത്തു ബദൽ രാഷ്ട്രീയത്തെ ഉയർത്തിയ ആൺ - ആൺ പ്രണയ കഥകളും *കനി* യെന്ന ഈ സമാഹാരത്തിലുണ്ട്. ഇതോടൊപ്പം സ്വവർഗ്ഗാനുരാഗിയായ കിഷോർകുമാറിന്റെ പഠനവും ക്വീയർ ആക്ടിവിസ്റ്റും സ്വവർഗ്ഗാനുരാഗിയുമായ പ്രിജിത്തിന്റെ അഭിമുഖവും, കേരളത്തിലെ ആദ്യ ഗേ വിവാഹിതരെന്നു പ്രഖ്യാപിച്ച സോനുവിന്റെയും നികേഷിന്റെയും ജീവിതവും കനിയിലുണ്ട്. പ്രണയ കാമനകളുടെ രാഷ്ട്രീയത്തെ അടയാളപ്പെടുത്തുന്ന ഈ ഗ്രന്ഥത്തെ വായനക്കാർക്കു മുമ്പിൽ സമർപ്പിക്കുന്നു. ഒപ്പം ഇതിലേക്കായി കഥകൾ അനുവദിച്ചുതന്ന എഴുത്തുകാർക്ക് നന്ദി രേഖപ്പെടുത്തുന്നു.

ഡോ. രശ്മി ജി, അനിൽകുമാർ കെ എസ്

ഭാഗം ഒന്ന്

ക്വീയർ പൊളിറ്റിക്സ്

സാങ്കേതിക പദങ്ങൾ

Sexuality – ലൈംഗികത

ഒരു വ്യക്തിക്ക് മറ്റൊരു വ്യക്തിയോടുണ്ടാകുന്ന വൈകാരികത നിറഞ്ഞ ലൈംഗിക ആകർഷണമാണ് ലൈംഗികചോദന. ലൈംഗിക ആകർഷണം എതിർലിംഗത്തിൽപ്പെട്ടവർ തമ്മിലും സ്വവർഗ്ഗത്തിൽപ്പെട്ട വർക്കിടയിലും ഉണ്ടാകാറുണ്ട്. എതിർലിംഗത്തിൽപ്പെട്ടവർ തമ്മിലുണ്ടാ കുന്ന ബന്ധം ഭിന്നവർഗ്ഗലൈംഗികത (Heterosexuality) യെന്നും ഒരേ ലിംഗവർഗ്ഗത്തിൽപ്പെട്ടവർ തമ്മിലുണ്ടാകുന്ന ബന്ധം സ്വവർഗ്ഗലൈംഗികത (Homosexuality) യെന്നും അറിയപ്പെടുന്നു.

Sexual Orientation – ലൈംഗിക ആഭിമുഖ്യം

ലിംഗഭേദത്തിന്റെ അടിസ്ഥാനത്തിൽ ഒരു വ്യക്തിക്ക് മറ്റൊരാളോട് ശാരീരികവും വൈകാരികവുമായി ആകർഷണമുണ്ടാകുന്നതെങ്ങിനെ യാണോ അതാണ് അയാളുടെ ലൈംഗിക ആഭിമുഖ്യം നിർണ്ണയിക്കുന്നത്. ഓരോ വ്യക്തിയുടെയും ലൈംഗികാഭിമുഖ്യം ഒന്നിനൊന്നു വ്യത്യസ്ത മായിരിക്കും. ചിലർക്ക് ഭിന്നവർഗ്ഗത്തിൽപ്പെട്ടവരോടായിരിക്കും താല്പര്യ മെങ്കിൽ മറ്റു ചിലർക്ക് സ്വവർഗ്ഗത്തിൽ ഉൾപ്പെടുന്നവരോടായിരിക്കും താല്പര്യം. സ്വവർഗ്ഗത്തിൽ ഉൾപ്പെടുന്നവരോടും ഭിന്നവർഗ്ഗത്തിൽ ഉൾപ്പെ ടുന്നവരോടും ആകർഷണമുണ്ടാകുന്ന (Bisexual) ആളുകളുമുണ്ട്.

Gender – ലിംഗഭേദം

ജന്റർ ഒരു സ്വത്വബോധമാണ്. ലൈംഗികതയിൽ നിന്നു വിഭിന്നമായി ശരീരവുമായി ബന്ധപ്പെട്ടിരിക്കുന്ന മനസ്സിന്റെ അവസ്ഥ കൂടിയാണത്. ലിംഗസ്വത്വബോധം (Gender Identity) ഒരാൾക്ക് സ്വയം തീരുമാനിച്ച്

പ്രഖ്യാപിക്കുവാൻ കഴിയുന്നതല്ല. അത് ഒരു സാമൂഹ്യനിർമ്മിതി കൂടിയാണ്. ലിംഗ സ്വത്വബോധത്തെ 'ദ്വന്ദ്വ'മായി വർഗ്ഗീകരിക്കുന്ന പ്രവണത മനുഷ്യവർഗ്ഗത്തിൽ നിലനില്ക്കുന്നു. ആൺ പെൺ വർഗ്ഗീകരണങ്ങൾക്കപ്പുറത്ത് ട്രാൻസ്ജന്റർ സ്വത്വബോധവും വർത്തമാനകാലത്ത് അംഗീകരിക്കപ്പെടുന്നു.

Gender Expression– ലിംഗസ്വത്വാവിഷ്കരാം

ഒരു വ്യക്തി ഞാൻ ഒരു സ്ത്രീ/പുരുഷൻ/ട്രാൻസ്ജന്റർ എന്നു പ്രഖ്യാപിക്കുമ്പോൾ അയാളുടെ സ്വത്വബോധത്തെയാണ് പ്രകടിപ്പിക്കുന്നത്. ആണത്തം/പൗരുഷം, പെണ്ണത്തം/സ്ത്രൈണത എന്നിവയെ സംബന്ധിച്ച് സമൂഹത്തിൽ നിർമ്മിതമായ പൊതുബോധങ്ങളുണ്ട്. വ്യക്തിയുടെ ശരീരഭാഷ, പെരുമാറ്റരീതികൾ, വസ്ത്രധാരണം, സംഭാഷണരീതികൾ എന്നിവയെയെല്ലാം അടിസ്ഥാനപ്പെടുത്തിയാണ് ലിംഗസ്വത്വാവിഷ്കാരം രൂപപ്പെടുന്നത്.

Gender Minorities – ജന്റർ ന്യൂനപക്ഷങ്ങൾ

ജന്ററിൽ ന്യൂനപക്ഷമായ വിഭാഗങ്ങളെക്കുറിക്കുന്ന പദമാണിത്. ട്രാൻസ്ജന്റർ, ട്രാൻസെക്ഷ്വൽസ്, ട്രാൻസ്മെൻ, ട്രാൻസ് വുമൺ, ഇന്റർസെക്ഷ്വൽസ് തുടങ്ങിയവരാണ് ജന്റർന്യൂനപക്ഷങ്ങളായി അറിയപ്പെടുന്നത്. മുഖ്യധാരാ സമൂഹത്തിൽനിന്നും ഇക്കൂട്ടർ കടുത്ത വിവേചനങ്ങൾ നേരിടുന്നു.

Sexual minorities – ലൈംഗിക ന്യൂനപക്ഷങ്ങൾ

ഭിന്നവർഗ്ഗ ലൈംഗികതയിൽ നിന്നു വിഭിന്നമായി സ്വവർഗ്ഗ ലൈംഗികതാല്പര്യങ്ങൾ പുലർത്തുന്നവരെയാണ് സെക്ഷ്വൽ മൈനോറിറ്റി എന്നു വിളിച്ചുവരുന്നത്. ഗേ, ലെസ്ബിയൻ തുടങ്ങിയവരാണ് പൊതുവിൽ ലൈംഗിക ന്യൂനപക്ഷങ്ങളായി അറിയപ്പെടുന്നത്. ഇക്കൂട്ടർ മുഖ്യധാരാ സമൂഹത്തിൽനിന്നും വിവേചനങ്ങൾ നേരിടുന്നവരാണ്. ഐ പി സി 377–ാം വകുപ്പ് പ്രകാരം സ്വവർഗ്ഗാനുരാഗികൾ ക്രിമിനൽ കുറ്റവാളികളാണ്. 2018 സെപ്തംബർ 6 ന് സുപ്രീംകോടതി ഉഭയ സമ്മതപ്രകാരമുള്ള സ്വവർഗ്ഗരതിയെ ക്രിമിനൽ കുറ്റത്തിന്റെ പരിധിയിൽനിന്ന് ഒഴിവാക്കി.

Hetero sexuality – ഭിന്നവർഗ്ഗ ലൈംഗികത

മനുഷ്യരുൾപ്പെടെയുള്ള ജന്തുജീവജാലങ്ങളിലെ ആണും പെണ്ണും തമ്മിലുള്ള ലൈംഗികബന്ധത്തെയാണ് ഭിന്നവർഗ്ഗലൈംഗികതയെന്ന് സൂചിപ്പിക്കുന്നത്. കുടുംബ സാമൂഹ്യ ബന്ധങ്ങൾ ഭിന്നവർഗ്ഗ ലൈംഗികതയുടെ അടിസ്ഥാനത്തിലാണ് നിർമ്മിക്കപ്പെട്ടിരിക്കുന്നത്. പ്രത്യുല്പാദനം അടിസ്ഥാനമാക്കിയുള്ള സ്ത്രീ–പുരുഷ ബന്ധങ്ങളെ ജാതി– മത സ്ഥാപനങ്ങൾ സ്വാഭാവികമായി പ്രതിഷ്ഠിക്കുന്നു.

Homo sexuality- സ്വവർഗ്ഗ ലൈംഗികത

ഒരേ ലിംഗവർഗ്ഗത്തിൽപ്പെട്ടവർ തമ്മിലുണ്ടാകുന്ന വൈകാരികമായ ബന്ധത്തെയാണ് സ്വവർഗ്ഗലൈംഗികത എന്നതുകൊണ്ട് വിവക്ഷിക്കുന്നത്. സ്വവർഗ്ഗരതി/സ്വവർഗ്ഗാനുരാഗം എന്നീ പദങ്ങളും ഇതിനെ സൂചിപ്പിക്കുന്നതിനായി പൊതുവേ ഉപയോഗിച്ചുവരാറുണ്ട്. ഭിന്നവർഗ്ഗ ലൈംഗികതയുടെ പ്രയോക്താക്കളുടെ മുഖ്യശത്രുവാണ് സ്വവർഗ്ഗലൈംഗികത. മനുഷ്യരുൾപ്പെടെയുള്ള ജന്തുമൃഗാദികളിൽ സ്വവർഗ്ഗരതി സ്വാഭാവികമായി നിലനില്ക്കുന്നു. ലിംഗാടിസ്ഥാനത്തിൽ സ്വവർഗ്ഗരതി വെവ്വേറെ നാമധേയങ്ങളിൽ അറിയപ്പെടുന്നു.

Gay-ഗേ -പുരുഷ സ്വവർഗ്ഗാനുരാഗി

പുരുഷൻമാർ തമ്മിലുണ്ടാകുന്ന മാനസികവും ശാരീരികവുമായ അടുപ്പത്തെയാണ് പുരുഷ സ്വവർഗ്ഗാനുരാഗം/പുരുഷ സ്വവർഗ്ഗലൈംഗികത എന്നു ക്രമപ്പെടുത്തിയിരിക്കുന്നത്. സ്വവർഗ്ഗരതിയിൽ താല്പര്യം പ്രകടിപ്പിക്കുന്ന പുരുഷൻ ഗേ, പുരുഷസ്വവർഗ്ഗാനുരാഗി എന്നീ സംജ്ഞകളിൽ അറിയപ്പെടുന്നു. കേരളീയ സമൂഹത്തിൽ പ്രാദേശികമായി കുണ്ടൻ എന്ന പദമാണ് പുരുഷ സ്വവർഗ്ഗാനുരാഗികളെ സൂചിപ്പിക്കുന്നത്. ഇത് മ്ലേച്ഛവും പുരുഷ സ്വവർഗ്ഗാനുരാഗികളെ അവഹേളിക്കുന്നതുമാണ്.

Lesbian- ലെസ്ബിയൻ- സ്ത്രീ സ്വവർഗ്ഗാനുരാഗി

സ്ത്രീകൾ തമ്മിലുള്ള ശാരീരികവും വൈകാരികവുമായ അടുപ്പത്തെയാണ് ലെസ്ബിയനിസം അഥവാ സ്ത്രീ സ്വവർഗ്ഗരതിയെന്നതുകൊണ്ട് അർത്ഥമാക്കുന്നത്. സ്വവർഗ്ഗരതിയിലേർപ്പെടുന്ന സ്ത്രീയെക്കുറിക്കുന്ന പദമാണ് ലെസ്ബിയൻ. ലെസ്ബോസ് എന്ന ദ്വീപിൽ നിന്നാണ് ലെസ്ബിയൻ എന്ന പദം ആവിർഭവിച്ചത്. കേരളീയസമൂഹത്തിൽ ലെസ്ബിയനുകൾ അദൃശ്യരാണ്.

Transgenders- ട്രാൻസ്ജെന്റേഴ്സ്

ഒരു ലിംഗവിഭാഗത്തിൽ ജനിക്കുകയും അപരലിംഗവിഭാഗത്തിന്റെ താല്പര്യങ്ങളും ചേഷ്ടകളും പ്രകടിപ്പിക്കുകയും ചെയ്യുന്ന വ്യക്തികളെയാണ് ട്രാൻസ്ജെന്റർ എന്നു പറയുന്നത്. പുരുഷ രൂപത്തിനുള്ളിലെ സ്ത്രൈണത, സ്ത്രീരൂപത്തിനുള്ളിലെ പൗരുഷം എന്നിവയുടെ പ്രകടനപരതകൾ ട്രാൻസ്ജെന്ററുകളെ പൊതുസമൂഹത്തിൽ അതിവേഗം ദൃശ്യരാക്കുന്നു. ട്രാൻസ്ജെന്ററുകളിൽ ഒരു വിഭാഗം വ്യക്തികൾ ലിംഗമാറ്റ ശസ്ത്രക്രിയ നടത്തുവാൻ താല്പര്യമുള്ളവരായിരിക്കും.

LGBTQI- Lesbian, Gay, Bisexual, Transgender, Queer, Intersex

ലെസ്ബിയൻ, ഗേ, ബൈസെക്ഷ്വൽ, ട്രാൻസ്ജെന്ററുകൾ ഉൾപ്പെടെയുള്ളവരെ ഒറ്റ ഗ്രൂപ്പായി വിശേഷിപ്പിക്കുന്നതാണ് എൽ ജി ബി റ്റി കമ്യൂണിറ്റി. ലിംഗ ലൈംഗികതാ വ്യവഹാരങ്ങളിൽനിന്നും അസ്പൃശ്യരായി മാറ്റി നിർത്തപ്പെട്ട വിമതലൈംഗിക വ്യക്തിത്വങ്ങളുടെ സാമൂഹ്യ പദവിയെക്കുറിച്ചുള്ള അന്വേഷണങ്ങൾ എൽ ജി ബി റ്റി കമ്യൂണിറ്റി നടത്തിവരുന്നു. ക്യൂർ ലൈംഗികത/ജന്ററിൽ വിമതവല്ക്കരിക്കപ്പെട്ട ആളുകളെ പൊതുവിൽ അഭിസംബോധന ചെയ്യുന്ന പദമാണ്.

S R T/S R S (Sex reassignment-Therapy/Sex Reassignment Surgery) ലിംഗമാറ്റ ശസ്ത്രക്രിയ

ജന്റർന്യൂനപക്ഷങ്ങളിലൊന്നായ ട്രാൻസ്ജെന്റേഴ്സിൽ പലരും അപരലിംഗവ്യക്തിത്വം സ്വീകരിക്കുവാനാഗ്രഹിച്ചു ചെയ്യുന്ന ശസ്ത്രക്രിയയാണ് ലിംഗമാറ്റ ശസ്ത്രക്രിയ. ഏതു ലിംഗവിഭാഗത്തിലേക്കാണോ മാറുവാനുദ്ദേശിക്കുന്നത് ആ വ്യക്തിയെ കൗൺസിലിങ്ങിനു വിധേയമാക്കിയതിനു ശേഷം ലഭിക്കുന്ന പോസിറ്റീവ് റിസൾട്ട് അനുസരിച്ചാണ് ഹോർമോൺ ചികിത്സ നടത്തുന്നത്. ഹോർമോൺ ചികിത്സയ്ക്കു ശേഷം പുരുഷനായിട്ടുള്ള വ്യക്തിയുടെ ലൈംഗികാവയവങ്ങളെ നീക്കം ചെയ്ത് സ്ത്രീ ലൈംഗികാവയവങ്ങളും സ്ത്രീയായിട്ടുള്ള വ്യക്തിയുടെ ലൈംഗികാവയവങ്ങളെ നീക്കം ചെയ്ത് പുരുഷ ലൈംഗികാവയവങ്ങളെയും പകരം വയ്ക്കുന്നു. നിരവധി ഘട്ടങ്ങളിലായാണ് ലിംഗമാറ്റ ശസ്ത്രക്രിയ നിർവ്വഹിക്കപ്പെടുന്നത്. സങ്കീർണ്ണവും സാമ്പത്തിക ചെലവേറിയതുമാണ് ലിംഗമാറ്റ ശസ്ത്രക്രിയ.

Transmen- ട്രാൻസ്മെൻ

ട്രാൻസ്ജെന്റേഴ്സ് ലിംഗമാറ്റ ശസ്ത്രക്രിയ നടത്തി സ്ത്രീ/ പുരുഷനായി മാറാറുണ്ട്. ശാരീരികമായി സ്ത്രീയായ വ്യക്തി ലിംഗമാറ്റ ശസ്ത്രക്രിയ നടത്തി പുരുഷനായി മാറുമ്പോൾ ആ വ്യക്തിയെക്കുറിക്കുവാനുപയോഗിക്കുന്ന പദമാണ് ട്രാൻസ്മെൻ. ഇവരിൽ സ്ത്രീലൈംഗികാവയവങ്ങൾക്കു പകരം പുരുഷ ലൈംഗികാവയവങ്ങൾ സർജ്ജറിയിലൂടെ കൃത്രിമമായി പകരം വയ്ച്ചിട്ടുണ്ടാകും.

F T M/ F2M/ F to M - Female to male

സ്ത്രീ രൂപത്തിൽനിന്നും പുരുഷനായി മാറുക. പുരുഷനായി മാറിക്കഴിയുമ്പോൾ ട്രാൻസ്മെൻ എന്നറിയപ്പെടും

Transwomen– ട്രാൻസ്വുമൺ

ലിംഗമാറ്റശസ്ത്രക്രിയ നടത്തി പുരുഷൻ സ്ത്രീയായി മാറാറുണ്ട്.

അത്തരം വ്യക്തികളെക്കുറിക്കുന്ന പദമാണ് ട്രാൻസ് വുമൺ. ഇവരിലും പുരുഷ ലൈംഗികാവയവങ്ങൾ നീക്കം ചെയ്ത് സ്ത്രീ ലൈംഗികാവയവങ്ങളെ ചേർത്തിട്ടുണ്ടാകും. ട്രാൻസ്ജെന്ററുകൾ ശസ്ത്രക്രിയയിലൂടെ ട്രാൻസ്മെൻ/ ട്രാൻസ്വുമൺ ആയി മാറുമ്പോൾ അവരെ സ്ത്രീ/ പുരുഷൻ മാത്രമായിട്ടാണ് പലരും പരിഗണിക്കുക. യഥാർത്ഥ സ്ത്രീ/പുരുഷന്റെ പ്രത്യുല്പാദനപ്രക്രിയകൾ നിർവ്വഹിക്കുവാൻ ട്രാൻസ്മെൻ/ ട്രാൻസ്വുമണിനു കഴിയുകയില്ല.

M T F / M2F - Male to Female

പുരുഷനിൽനിന്നും സ്ത്രീയായി മാറുക. സ്ത്രീയായിക്കഴിയുമ്പോൾ ട്രാൻസ്വുമൺ എന്നറിയപ്പെടും

Bisexual- ബൈസെക്ഷ്വൽ – ദ്വിലൈംഗികർ

സ്ത്രീയോടും പുരുഷനോടും വൈകാരികവും ശാരീരികവുമായ ആകർഷണം തോന്നുന്ന വ്യക്തിയാണ് ബൈസെക്ഷ്വൽ. ഈ ഗണത്തിൽപ്പെടുന്ന വ്യക്തികൾക്ക് സ്ത്രീകളോടും പുരുഷന്മാരോടും തോന്നുന്ന താല്പര്യത്തിൽ സാഹചര്യമനുസരിച്ചുള്ള ഏറ്റക്കുറച്ചിലുകൾ ഉണ്ടാകാറുണ്ട്. ബൈസെക്ഷ്വൽസിൽ ചിലർ കുടുംബ ബന്ധത്തിനുള്ളിൽ സുരക്ഷിതരായി കഴിയുന്നവരുണ്ട്.

Intersex- ഇന്റർ സെക്സ്

ഭൂമിയിലെ വൈവിദ്ധ്യങ്ങളിലൊന്നാണ് ഇന്റർസെക്സ്. ഒരു വ്യക്തിയിൽത്തന്നെ സ്ത്രീയുടെ ആന്തരിക ഗ്രന്ഥിയായ ഓവറി (Ovary)യും പുരുഷന്റെ ടെസ്റ്റിസും (Testes) ഉള്ളവരാണ് ഇന്റർ സെക്സ്. നാലു ലക്ഷം പേരിൽ ഒരാൾ എന്ന നിലയിലാണ് ഇവരെ കണ്ടുവരുന്നത്. സാമൂഹ്യ സാഹചര്യങ്ങൾമൂലം ഈ വിഭാഗത്തിലുൾപ്പെട്ടവരിൽ ചിലർ ലിംഗമാറ്റ ശസ്ത്രക്രിയയ്ക്കു താല്പര്യപ്പെടാറുണ്ട്. കേരളത്തിൽ അങ്കമാലി സ്വദേശി ചിഞ്ചു അശ്വതി ഇന്റർസെക്സ് ഐഡന്റിറ്റിയിലുള്ള വ്യക്തിയാണ്.

kothies- കോത്തി

പുരുഷ സ്വവർഗ്ഗാനുരാഗക്കാരിലെ സ്ത്രൈണ സ്വഭാവം കൂടിയവരെ കുറിക്കുന്ന പദമാണ് കോത്തി. ഇവർ ലൈംഗിക പ്രക്രിയയിൽ പാസീവ് റോൾ കൈകാര്യം ചെയ്യുന്നു. കോത്തികളെ ഗാണ്ടു, ചക്ക, കോജാ, ഒമ്പത്, കട്ടവണ്ടി എന്നിങ്ങനെ പൊതുസമൂഹം അധിക്ഷേപിക്കുന്നു. വൈവിദ്ധ്യങ്ങളെ അംഗീകരിക്കുന്ന കാലത്ത് കോത്തികളും അംഗീകരിക്കപ്പെടും.

Panthis –പാന്തിസ്

സ്വവർഗ്ഗാനുരാഗക്കാരിൽ ലൈംഗിക പ്രക്രിയയിൽ ആക്ടീവ് റോൾ കൈകാര്യം ചെയ്യുന്നു. സെക്സിൽ മാസ്കുലിൻ പവ്വർ ഇക്കൂട്ടർ പ്രകടിപ്പിക്കുകയും ചെയ്യും.

Double Deckers - ഡബിൾ ഡക്കേഴ്സ്

ലൈംഗിക പ്രക്രിയയിൽ പാസീവ് റോളും ആക്ടീവ് റോളും കൈകാര്യം ചെയ്യുന്നവരാണ് ഡബിൾ ഡക്കേഴ്സ്. ചില സമയം മാസ്കുലിൻ പവ്വർകാട്ടുകയും മറ്റുചില സമയം ഫെമിനിറ്റി കാട്ടുകയും ചെയ്യുന്നു. ലൈംഗികതയിൽ പരസ്പരം കൊടുക്കൽ വാങ്ങലുകൾ നടത്തുന്ന കൂട്ടരാണ് ഡബിൾ ഡക്കേഴ്സ്. ബൈസെക്ഷ്വൽസിൽ ഭൂരിപക്ഷവും ഡബിൾഡക്കേഴ്സിൽ ഉൾപ്പെടുന്നു.

Asexuals- നിർലൈംഗികർ

യാതൊരുവിധ ലൈംഗിക ചോദനകളുമില്ലാത്ത വ്യക്തികളെയാണ് നിർലൈംഗികർ എന്നു വിളിച്ചുവരുന്നത്.

Homophobia - ഹോമോഫോബിയ– സ്വവർഗ്ഗഭീതി

സ്വവർഗ്ഗാനുരാഗികളുടെ യഥാർത്ഥ അവസ്ഥകൾ മനസ്സിലാക്കാതെ മുൻവിധികളോടെ അവരെ സമീപിക്കുമ്പോഴുള്ള ഭയമാണ് ഹോമോഫോബിയ (സ്വവർഗ്ഗഭീതി). സ്വവർഗ്ഗാനുരാഗികളുടെ ജീവിതരീതികൾ, ലൈംഗിക പ്രക്രിയകൾ, ശാരീരിക ശുചിത്വം എന്നിവയെ സംബന്ധിച്ചുള്ള മിഥ്യാധാരണകളാണ് സ്വവർഗ്ഗഭീതിയുടെ അടിസ്ഥാനം. സാഹിത്യ– ചലച്ചിത്രമാധ്യമങ്ങൾ ഇന്ത്യൻ സമൂഹത്തിൽ സ്വവർഗ്ഗഭീതി വളർത്തുകയാണ് ചെയ്യുന്നത്.

Transphobia - ട്രാൻസ്ജന്റർ ഭീതി

ട്രാൻസ്ജന്ററുകളോടുള്ള ഭീതിയാണ് ട്രാൻസ്ഫോബിയ. ട്രാൻസ്ജന്ററുകളുടെ രൂപം, വസ്ത്രധാരണരീതി, ശരീരഭാഷ എന്നിവയോടു വ്യക്തികൾ പുലർത്തുന്ന അകൽച്ചയുടെ അടിസ്ഥാനം ട്രാൻസ്ഫോബിയയാണ്.

Coming out- വെളിപ്പെടുത്തൽ

വിമതലൈംഗിക വിഭാഗത്തിൽപ്പെട്ട ഗേ/ ലെസ്ബിയനുകൾ ലൈംഗികാകർഷണദിശ തിരിച്ചറിഞ്ഞ് തന്റെ ലൈംഗിക സ്വത്വം പൊതുസമൂഹത്തിനു മുമ്പിൽ തുറന്നു പറയുന്നതിനെയാണ് വെളിപ്പെടുത്തൽ എന്നു പറയുന്നത്. കേരളീയ സമൂഹത്തിൽ വെളിപ്പെടുത്തലുകൾ നടത്തിയ സ്വവർഗ്ഗാനുരാഗികൾ വളരെ ചെറിയൊരു ശതമാനമേയുള്ളൂ. ഭിന്നവർഗ്ഗ ലൈംഗികതയുടെ സാമൂഹ്യ അധികാരസ്ഥാപനങ്ങൾ നിറഞ്ഞുനില്ക്കുന്ന സമൂഹത്തിൽ സ്വവർഗ്ഗാനുരാഗിയുടെ വെളിപ്പെടുത്തൽ അങ്ങേയറ്റം അപകടകരമാണ്.

Sexual migrations- ലൈംഗിക കുടിയേറ്റങ്ങൾ

ഭിന്നവർഗ്ഗ ലൈംഗികതയുടെ അധികാരസ്ഥാപനങ്ങൾ അവയ്ക്കു ബദലാകുമെന്നു വിശ്വസിക്കുന്ന ലിംഗസ്വത്വങ്ങളെ സാമൂഹ്യ ഇടപെടലു

കളിൽനിന്നും ബോധപൂർവ്വം തിരസ്കരിക്കുന്നു. വർദ്ധിച്ചുവരുന്ന സാമൂഹ്യാതിക്രമങ്ങളിൽനിന്നും രക്ഷനേടുന്നതിനായി ലൈംഗിക ന്യൂനപക്ഷങ്ങൾ തങ്ങൾക്കനുകൂലമായ സാഹചര്യങ്ങളുള്ള നാടുകളിലേക്കു മാറിത്താമസിക്കുന്നു. ഇതിനെയാണ് ലൈംഗികകുടിയേറ്റമെന്ന് പറയുന്നത്.

Queer theory -ക്യൂർ സിദ്ധാന്തം

വിമത ലൈംഗിക വിഭാഗങ്ങളെക്കുറിച്ചുള്ള പഠനങ്ങൾ എല്ലാം തന്നെ ക്യൂർ സിദ്ധാന്തത്തിന്റെ പരിധിയിൽ ഉൾപ്പെടുന്നു. 1991 ൽ തെരേസ ഡി ലോറേറ്റിസ് എന്ന ചിന്തകയാണ് 'ക്യൂർ' (Queer theory)എന്ന വാക്ക് ആദ്യമായി ഉപയോഗിച്ചത്. അധികാര സംവിധാനങ്ങൾക്കു പുറത്ത് നില്ക്കുന്നത് എന്ന അർത്ഥത്തിൽ പ്രയോഗിക്കപ്പെട്ട ക്യൂർ അധികാര ഘടനകളോടുള്ള പ്രതിഷേധത്തെക്കുറിക്കുവാനായി ഉപയോഗിക്കുന്നു. ജൂഡിത് ബട്ട്ലർ, ലിയോ ബർസാനി, ആൻഡ്രിയൻ റിച്ച് തുടങ്ങിയവർ 'ക്യൂർ'നെ സംബന്ധിച്ചുള്ള നിലപാടുകൾ വിപുലമാക്കുകയും അവ സജീവമായ ചർച്ചകൾക്കായി അവതരിപ്പിക്കുകയും ചെയ്തു. ലൈംഗികതയിലെ അധികാര സങ്കല്പങ്ങളെ ചോദ്യം ചെയ്യുന്ന ക്യൂർ തിയറി ലിംഗസ്വത്വത്തെ സംബന്ധിച്ചുള്ള പരമ്പരാഗതധാരണകളെ പൊളിച്ചെഴുതുന്നുണ്ട്.

മഴവിൽ ലൈംഗികത ചരിത്രം വഴിമാറുമ്പോൾ

ഒരേ ലിംഗത്തിൽപ്പെട്ടവരോട് വൈകാരികാകർഷണവും ലൈംഗികാഭിമുഖ്യവും തോന്നുന്നതിനെയാണ് സ്വവർഗ്ഗരതി എന്നു പറയുന്നത്. "ഒരേ വർഗ്ഗത്തിൽപ്പെട്ടവർ (അതായത്, പുരുഷനും പുരുഷനും; അല്ലെങ്കിൽ സ്ത്രീയും സ്ത്രീയും) തമ്മിലുള്ള ലൈംഗികബന്ധത്തെ സ്വവർഗ്ഗസംഭോഗം" എന്നു *വിശ്വവിജ്ഞാനകോശം* നിർവ്വചിക്കുന്നു. വർഗ്ഗം എന്നാൽ ലൈംഗികവർഗ്ഗമെന്നാണർത്ഥം. 'Homosexuality' എന്ന പദമാണ് ഇംഗ്ലീഷിൽ ഇതിനുപയോഗിക്കുന്നത്. മനുഷ്യൻ എന്നയർത്ഥത്തിലല്ല പകരം same എന്നയർത്ഥത്തിൽ ഉപയോഗിക്കുന്ന പ്രാചീന ഗ്രീക്ക് പദമായ Homo, sex എന്നർത്ഥമുള്ള ലാറ്റിൻ പദമായ sexus എന്നിവ ചേർന്നാണ് Homosexuality എന്ന വാക്കുണ്ടായത്.

ഹോമോസെക്ഷ്വൽ എന്ന പദം സ്വവർഗ്ഗലൈംഗികതയെ കുറിക്കാൻ ആദ്യമായി ഉപയോഗിച്ചത് 1869 ൽ ജർമ്മൻകാരനായ Karl Maria Kertbeny ആണ്. എന്നാൽ സമൂഹത്തിൽ സ്വവർഗ്ഗാനുരാഗത്തെ കുറിക്കാൻ ഈ പദം ഉപയോഗിച്ചു തുടങ്ങിയത് 1886-ൽ Richard von Krafft Ebing തന്റെ *Psychopathiya Sexualis* എന്ന ഗ്രന്ഥത്തിന്റെ പ്രസിദ്ധീകരണത്തോടു കൂടിയാണ്. സ്വവർഗ്ഗാനുരാഗികളുടെ അവകാശങ്ങളെക്കുറിച്ചു ന്യൂമാൻടിയസ് എന്ന തൂലികാനാമത്തിൽ എഴുതിയിരുന്ന ഉൾറിച്ചസ് സ്വവർഗ്ഗരതിക്കാരെ യുർനിംഗ്/യുറേനിയൻ (uranian) എന്ന് വിളിച്ചിരുന്നു. Homosocial, Homophillia തുടങ്ങിയ പദങ്ങളും ഇതേ അർത്ഥത്തിൽ ഉപയോഗിച്ചിരുന്നു.

സ്ത്രീകൾ തമ്മിലുള്ള വൈകാരികവും ശാരീരികവുമായ ബന്ധത്തെ സ്ത്രീസ്വവർഗ്ഗരതി (ലെസ്ബിയനിസം) എന്നും പുരുഷന്മാർ തമ്മിലുള്ള വൈകാരികവും ശാരീരികവുമായ ബന്ധത്തെ പുരുഷസ്വവർഗ്ഗരതി (ഗേയി

സം) എന്നും വിളിക്കുന്നു. ലെസ്ബിയനിസം സ്ത്രീസ്വവർഗ്ഗരതിയെ കുറിക്കുമ്പോൾ അതിലെ പങ്കാളികളെ വ്യക്തിപരമായി വിശേഷിപ്പിക്കാൻ ലെസ്ബിയൻ (lesbian) എന്ന പദവും പുരുഷസ്വവർഗ്ഗരതിയിലെ പങ്കാളിക്ക് ഗേ (Gay) യെന്ന പദവുമാണ് പൊതുവേ ഉപയോഗിക്കുക.

സ്വവർഗ്ഗരതിക്കാരെക്കുറിച്ചുള്ള വിശകലനം സമൂഹത്തിന് ആവശ്യമാണ്. സ്വവർഗ്ഗരതിയിലെ പങ്കാളികൾ ലൈംഗിക ന്യൂനപക്ഷമാണ്. അതായത് ലൈംഗികമായി വ്യത്യസ്തത പുലർത്തുന്ന ലെസ്ബിയൻ, ഗേ തുടങ്ങിയ വിഭാഗക്കാർ ലൈംഗികന്യൂനപക്ഷ (Sexual Minorities) ങ്ങളാണ്. അതേസമയം ട്രാൻസ്ജന്ററുകൾ, ഇന്റർസെക്സ് തുടങ്ങിയ വിഭാഗക്കാർ ജന്റർ ന്യൂനപക്ഷങ്ങൾ (Gender Minorities) എന്ന വിഭാഗത്തിലാണ് ഉൾപ്പെടുന്നത്. ഗേ, ലെസ്ബിയൻ തുടങ്ങിയ വ്യക്തിസ്വത്വങ്ങളെക്കുറിച്ച് വ്യക്തമായ ധാരണകളില്ലാത്ത കേരളീയസമൂഹം ട്രാൻസ്ജന്ററുകളെയും സ്വവർഗ്ഗരതിക്കാരായി കണക്കാക്കുന്നു. തന്റെ ശാരീരിക വ്യക്തിത്വത്തിൽ നിന്നു വിഭിന്നമായ മാനസികവ്യക്തിത്വം ഉള്ളവരാണ് ട്രാൻസ്ജന്ററുകൾ. പുരുഷ ശരീരത്തിനുള്ളിൽ സ്ത്രീയെയും സ്ത്രീ ശരീരത്തിനുള്ളിൽ പുരുഷനെയും വഹിക്കുന്നവരാണ് അവർ. അവരുടെ ശരീരഭാഷയിലൂടെ അതു വെളിപ്പെടുന്നതുകാരണം സമൂഹത്തിന് അവരെ അതിവേഗം തിരിച്ചറിയാൻ കഴിയും. ബാഹ്യരൂപത്തിൽ പുരുഷനായ ട്രാൻസ്ജന്ററിന്റെ തലച്ചോറിനുള്ളിൽ സ്ത്രീയുടെ ലൈംഗികാഭിലാഷങ്ങൾ നിലനിൽക്കുന്നതുകൊണ്ട് ആ വ്യക്തിയുടെ താത്പര്യം പുരുഷനോടായിരിക്കും. പ്രത്യക്ഷതലത്തിൽ രണ്ടു പുരുഷന്മാരെന്നു തോന്നിപ്പിക്കുന്ന ബന്ധം ആയതിനാലാണ് സ്വവർഗ്ഗരതിയായി ഈ ബന്ധങ്ങളെയും സമൂഹം കാണുന്നത്. ഇത് സ്ത്രീരൂപത്തിലുള്ള ട്രാൻസ്ജന്ററിന്റെ കാര്യത്തിലും സംഭവിക്കുന്നു. ഇവയെ എൽ ജി ബി റ്റി കമ്മ്യൂണിറ്റിയെന്ന (LGBT- lesbian, gay, bisexual, transgender) വിഭാഗമായി പരിഗണിക്കാം. ഭിന്നവർഗ്ഗ ലൈംഗികതയുടെ അധികാരതന്ത്രങ്ങളെ പ്രതിരോധിക്കുന്ന ലൈംഗിക ന്യൂനപക്ഷങ്ങളെയാണ് വിമതം എന്ന് അർത്ഥമാക്കുന്ന ക്യൂർ സൂചിപ്പിക്കുന്നത്. ക്യൂർ (Queer) എന്നതിനെ ക്യൂ എന്ന അക്ഷരംകൊണ്ട് വിവക്ഷിക്കുന്നു. സമകാലിക ലോകത്ത് എൽ ജി ബി റ്റി കൂടാതെ ഇന്റർസെക്സ് ആയ വ്യക്തികൾ വെളിപ്പെടുത്തലുകൾ നടത്തി ഈ കമ്മ്യൂണിറ്റിയുടെ ഭാഗമാകുന്നുണ്ട്. ഇവരെ കുറിക്കുന്നതിനായി ഐ എന്ന അക്ഷരം ഉപയോഗിക്കുന്നു. അതോടുകൂടി എൽ ജി ബി റ്റി ക്യൂ ഐ എന്ന് കമ്മ്യൂണിറ്റി വികസിക്കുകയുണ്ടായി.

സ്വവർഗ്ഗരതി പ്രാചീന സംസ്കാരത്തിൽ

ഭൂമിയിൽ മനുഷ്യൻ ഉൾപ്പെടെയുള്ള എല്ലാ ജീവജാലങ്ങളിലും സ്വവർഗ്ഗരതി നിലനിന്നിരുന്നു. ചരിത്രം എഴുതപ്പെടുന്ന കാലത്തിനുമുമ്പേ നിലനിന്നിരുന്ന സ്വവർഗ്ഗരതിയെ ആദിമകാലങ്ങളിൽ ആരും ഒരു പ്രത്യേക കാര്യമായി പരിഗണിച്ചിരുന്നില്ല. പ്രാചീന ഗ്രീസ്, റോം, സ്പെയിൻ, ഇറ്റലി,

ഇന്ത്യ എന്നിവിടങ്ങളിലെ സംസ്കാരങ്ങളിൽ സ്വവർഗ്ഗരതി ബന്ധങ്ങൾ കാണാൻ കഴിയും. പ്രാചീന സംസ്കാരങ്ങളിൽ സ്വവർഗ്ഗരതി സ്വാഭാവിക രതിയായിരുന്നു. ലൈംഗികതയിലെ ശുദ്ധി/അശുദ്ധി, സദാചാര/ദുരാചാര സങ്കൽപ്പങ്ങൾ കടന്നുവന്ന കാലഘട്ടത്തിലാണ് സ്വവർഗ്ഗരതി അസ്വാഭാവി കമായും മ്ലേച്ഛമായും പ്രകൃതിവിരുദ്ധമായും മാറിയത്.

ഗ്രീക്ക് സാഹിത്യം പരിശോധിച്ചാൽ, യവന നാടകകൃത്തുക്കളായ സോഫോക്ലിസ്, യൂറിപ്പിഡീസ്, അരിസ്റ്റോഫനീസ് തുടങ്ങിയവർ സ്വവർ ഗ്ഗരതിയാഭിമുഖ്യം പ്രകടിപ്പിച്ചിരുന്നതായി മനസിലാക്കാം. ബി സി 800–ൽ രചിക്കപ്പെട്ട *ഇലിയഡിൽ* പുരുഷസ്വവർഗ്ഗരതി പ്രതിപാദിക്കുന്നുണ്ട്. വീര ന്മാരായ അക്കിലസും പെട്രോക്ലസും തമ്മിലുള്ള ബന്ധം ഒരുദാഹരണ മാണ്. അക്കാലത്ത് പൗരുഷത്തിന്റെ പ്രതീകമായി സ്വവർഗ്ഗരതിയെ കണ്ടി രുന്നു. പ്ലേറ്റോ, അരിസ്റ്റോട്ടിൽ എന്നിവരുടെ കാലഘട്ടത്തിലെത്തുമ്പോ ഴേക്കും സ്വവർഗ്ഗരതിയുടെ വിശകലനങ്ങൾ ആരംഭിച്ചിരുന്നു. സ്വത്തിന്റെ പിൻതുടർച്ചാവകാശം സ്വവർഗ്ഗാനുരാഗികൾക്ക് കൈമാറുന്ന രീതിയും നിലനിന്നിരുന്നു. പ്ലേറ്റോയുടെ അക്കാദമിയുടെ പിൻതുടർച്ചാവകാശം സ്വവർഗ്ഗാനുരാഗികൾക്കായിരുന്നു നൽകിയിരുന്നത്. അരിസ്റ്റോട്ടിൽ തന്റെ *പൊളിറ്റിക്സ്* എന്ന ഗ്രന്ഥത്തിൽ ജനപ്പെരുപ്പം കുറയ്ക്കാനുള്ള ഉപാധി എന്ന് സ്വവർഗ്ഗരതിയെ ക്കുറിച്ച് അഭിപ്രായപ്പെടുന്നു.

ബി സി 2400–നു മുമ്പേ ഈജിപ്റ്റിൽ സ്വവർഗ്ഗദമ്പതികൾ ഉണ്ടായിരുന്നുവെന്ന് ചരിത്രം പറയുന്നു. പല ചിത്രശില്പങ്ങളിലും മോഡ ലുകളായി അവർ നിന്നിരുന്നതായി കണ്ടെത്തിയിട്ടുണ്ട്. ബി സി 600 മുതലുള്ള ചൈനീസ് സാഹിത്യത്തിൽ സ്വവർഗ്ഗരതിയുടെ സൂചനകളുണ്ട്. *Dream of Red Chamber* എന്ന ക്ലാസിക് നോവലിൽ സ്വവർഗ്ഗലൈംഗി കതയെപ്പറ്റി പറയുന്നു. കൂടാതെ മൂന്നാം നൂറ്റാണ്ടുമുതൽ ഭിന്നവർഗ്ഗ ലൈംഗികതയ്ക്ക് സമാന്തരമായി സ്വവർഗ്ഗലൈംഗിക ബന്ധങ്ങളും സമൂ ഹത്തിൽ ഉണ്ടായിരുന്നതായി ചൈനീസ് ചരിത്രകാരന്മാർ രേഖ പ്പെടുത്തുന്നു. പ്രാചീന ഗനിയക്കാരും സ്വവർഗ്ഗാനുരാഗത്തെ ജീവിത ത്തിന്റെ സ്വാഭാവികതയായി മാത്രമേ ചിന്തിച്ചിരുന്നുള്ളൂ.

ജൂതസംസ്കാരം പരിശോധിക്കുമ്പോൾ, പ്രത്യുത്പ്പാദനപരമല്ലാത്ത ലൈംഗികത തങ്ങളുടെ വംശത്തിന്റെ നാശത്തിനു കാരണമാകുമെന്ന് അവർ വിശ്വസിച്ചിരുന്നതായി കാണാം. അതുകൊണ്ടുതന്നെ ലൈംഗികാ രാജകത്വമായാണ് സ്വവർഗ്ഗരതിയെ അവർ കണ്ടിരുന്നത്. ബി സി 550–നടുത്തു രചിക്കപ്പെട്ട *ലെവിറ്റിക്കസിന്റെ പുസ്തക*ത്തിൽ സ്വവർഗ്ഗരതി പുറന്തള്ളേണ്ട മ്ലേച്ഛതയായി അവതരിപ്പിച്ചിരിക്കുന്നു. സ്വവർഗ്ഗരതി ഹീനമായ പ്രവൃത്തിയാണെന്നും അതിനു കഠിനമായ ശിക്ഷ നൽകണ മെന്നും പറയുന്ന ഈ ഗ്രന്ഥം ക്രിസ്തുമതത്തിന്റെ വ്യാപനത്തോടെ ലോക സംസ്കാരങ്ങളിൽ സ്വാധീനം ചെലുത്തിത്തുടങ്ങി. ഗ്രീക്ക് ജൂത സംസ്കാരങ്ങളെ അടിസ്ഥാനമാക്കി നോക്കുകയാണെങ്കിൽ അതിൽ നിന്നും വിഭിന്നമായ നിലപാടാണ് റോമൻ സംസ്കാരം പിന്തുടർന്നിരു

ന്നതെന്നുകാണാം. സ്വവർഗ്ഗബന്ധങ്ങൾ സാമൂഹിക യാഥാർത്ഥ്യമായി റോമൻജനത അംഗീകരിച്ചിരുന്നു.

ക്രിസ്തുമത പ്രചാരണത്തോടെയാണ് സ്വവർഗ്ഗരതി പൊതുസമൂഹത്തിൽ അടിച്ചമർത്താൻ ആരംഭിച്ചത്. സ്വവർഗ്ഗരതി നൂറ്റാണ്ടുകൾക്കു മുമ്പേ നിലവിലുണ്ടായിരുന്നു എന്നതിനു വ്യക്തമായ തെളിവുകൾ *ബൈബിൾ* നല്കുന്നുണ്ട്. *ബൈബിൾ പഴയനിയമ*ത്തിലെ ഉത്പത്തി, ലേവ്യർ എന്നീ പുസ്തകങ്ങൾ, *പുതിയനിയമ* ത്തിലെ കോറിന്തോസ് എന്നിവയിൽ സ്വവർഗ്ഗരതിയും അതിന്റെ ശിക്ഷാ വിധികളും പ്രതിപാദിക്കുന്നുണ്ട്. സ്വവർഗ്ഗരതിയെക്കുറിച്ച് അന്വേഷണങ്ങൾ നടത്തുമ്പോൾ ക്രൈസ്തവ പുരോഹിതന്മാർ ഉദാഹരണമായി കാണിക്കുന്നത് സോദോം പാപമാണ്. ഉത്പത്തി പുസ്തകത്തിൽ 18,19 അധ്യായങ്ങളിലായി സോദോം നഗരത്തിന്റെ ദുർനടപ്പുകളെയും ദൈവത്തിന്റെ നടപടികളെയും വിവരിക്കുന്നു. സ്വവർഗ്ഗരതിയെ പ്രകൃതിവിരുദ്ധമായി വിലയിരുത്തുന്ന ഇസ്ലാംമതം അതിനെ കർശനമായി വിലക്കുന്നു. ലൂത് നബി (അ)യുടെ പുത്രന്മാർ സ്വവർഗ്ഗരതിയുടെ ഉപാസകരായിരുന്നപ്പോൾ ലഭിച്ച ശിക്ഷകളെപ്പറ്റി *ഖുർ ആൻ* പരാമർശിക്കുന്നു. *ബൈബിൾ* പഴയ നിയമത്തിലെ സോദോം പാപത്തിന്റെ കഥയാണ് *ഖുർ ആൻ*-ലും പറയുന്നത്.

സ്വവർഗ്ഗബന്ധങ്ങൾ ജനസംഖ്യാവർദ്ധനവിനെ നിയന്ത്രിക്കുന്ന ഒന്നായിക്കണ്ടിരുന്ന യൂറോപ്യൻ സമൂഹം മൂന്നാം നൂറ്റാണ്ടുമുതൽ പുരുഷ സ്വവർഗ്ഗരതി വധശിക്ഷ കിട്ടേണ്ട ക്രിമിനൽക്കുറ്റമായി കണ്ടുതുടങ്ങി. ക്രിസ്തുമതത്തിന്റെ വ്യാപനമാണ് പ്രധാനമായും സ്വവർഗ്ഗരതിയെ പാപമായും കുറ്റകൃത്യമായും കാണാൻ സമൂഹത്തെ പ്രേരിപ്പിച്ചത്. ഹിറ്റ്ലറുടെ കാലഘട്ടത്തിൽ ജർമ്മനിയിലെ സ്വവർഗ്ഗാനുരാഗികളെ ലിംഗച്ഛേദനം നടത്തിരുന്നു. ഫ്രാൻസ്, സ്പെയിൻ, ഇറ്റലി തുടങ്ങിയ രാജ്യങ്ങളിൽ സ്വവർഗ്ഗരതിക്കാർ ആക്രമണവിധേയരാകുകയും മൃഗീയമായി കൊല്ലപ്പെടുകയും ചെയ്തു. ജൂതചിത്രകാരനായ സിമിയൽ സോളമനടക്കം പലരും നിയമപരമായ ശിക്ഷകൾക്കു വിധേയരായി. പത്തൊമ്പതാം നൂറ്റാണ്ടിന്റെ അവസാനഘട്ടങ്ങളിൽ സൈദ്ധാന്തികനായ ഓസ്കാർ വൈൽഡിനെ സ്വവർഗ്ഗരതിയുടെ പേരിൽ വിചാരണ ചെയ്യുകയും തടവിലാക്കുകയും ചെയ്തിട്ടുണ്ട്. പിൽക്കാലത്ത് സൗദി അറേബ്യ, ഇറാൻ തുടങ്ങിയ പല മുസ്ലീം രാഷ്ട്രങ്ങളും നൈജീരിയ, യമൻ, സുഡാൻ തുടങ്ങിയ രാജ്യങ്ങളും സ്വവർഗ്ഗാനുരാഗത്തിനു മരണശിക്ഷ വിധിച്ചിരുന്നു. 2007 ൽ കൊളമ്പിയ യൂണിവേഴ്സിറ്റിയിൽ നടന്ന ഒരു പ്രസംഗത്തിൽ ഇറാനിയൻ പ്രസിഡന്റ് മുഹമ്മദ് അഹ്മദിൻജാദ് സ്വവർഗ്ഗരതിക്കാർ ആരും തന്നെ ഇറാനിലില്ലെന്ന് അഭിപ്രായപ്പെട്ടു. എന്നാൽ ഇസ്ലാമിനു മുമ്പുള്ള ഇറാനിൽ പട്ടാളക്ക്യാമ്പുകളിലും സെമിനാരികളിലും സ്വവർഗ്ഗരതി സാധാരണമായിരുന്നു.

ലൈംഗികത പ്രകൃതി സഹജമാണെന്ന് കണ്ടിരുന്ന ഭാരതീയസംസ്കാരം സ്വവർഗ്ഗ ബന്ധത്തെ പാപമായോ കുറ്റകൃത്യമായോ കണക്കാക്കി

യിരുന്നില്ല എന്ന് *മഹാഭാരതം, രാമായണം* തുടങ്ങിയ പ്രാചീന കൃതികളിലൂടെ മനസിലാക്കാം. *എന്നാൽ മനുസ്മൃതിയിൽ* സ്വവർഗ്ഗരതി ബന്ധത്തിൽ ഏർപ്പെടുന്ന പുരുഷന്മാർക്ക് ഏറ്റവും ചെറിയ ശിക്ഷയായ സ്നാനവും ഒന്നാം പിഴയുമാണ് വിധിച്ചിരിക്കുന്നത്. അതേസമയം സ്ത്രീകൾ ആണെങ്കിൽ കഠിനശിക്ഷയാണ് നൽകുന്നത്. കന്യകൾ അല്ലാത്ത സ്ത്രീകൾ തമ്മിലുള്ള ലൈംഗികബന്ധത്തിന് ചെറിയ ശിക്ഷ. എന്നാൽ കന്യകയും മുതിർന്നസ്ത്രീയും തമ്മിൽ ബന്ധപ്പെടുകയോ ആ സ്വവർഗ്ഗരതി ബന്ധത്തിൽ കന്യകയുടെ കന്യകാത്വം നഷ്ടപ്പെടുകയോ ചെയ്താൽ കഠിനശിക്ഷ വിധിക്കപ്പെടും. കന്യകാത്വം നശിപ്പിക്കുന്ന സ്ത്രീയുടെ തല മുണ്ഡനം ചെയ്യുകയും വിരലുകൾ (ക്രിയയിൽ പങ്കാളി ആയതിനാൽ) ഛേദിക്കുകയും കഴുതപ്പുറത്തിരുത്തി സവാരി നടത്തിക്കുകയും ചെയ്യണം. അതുപോലെ കന്യകയുടെ വിവാഹത്തിന് ഇരട്ടി ധനം സ്ത്രീധനമായി നൽകാനും *മനുസ്മൃതി* വിധിക്കുന്നു.

സാമ്പത്തികശാസ്ത്രത്തെയും രാഷ്ട്രതന്ത്രത്തെയും സംബന്ധിച്ചുള്ള നിയമാവലികൾ പ്രതിപാദിക്കുന്ന *അർത്ഥശാസ്ത്ര*വും സ്വവർഗ്ഗരതിയുടെ ശിക്ഷാവിധികൾ പ്രതിപാദിക്കുന്നുണ്ട്. യോനിയിലൂടെയല്ലാതെയുള്ള (അയോനി) ലൈംഗികപ്രക്രിയകളെക്കുറിച്ച് വിശദമാക്കുന്നിടത്ത് സ്ത്രീസ്വവർഗ്ഗരതിക്കാർക്കും പുരുഷ സ്വവർഗ്ഗരതിക്കാർക്കുമുള്ള ശിക്ഷാവിധികൾ *അർത്ഥശാസ്ത്രം* വ്യക്തമാക്കുന്നു. അയോനി ബന്ധം സ്ത്രീകൾ തമ്മിലോ പുരുഷന്മാർ തമ്മിലോ ആണ് ഉണ്ടാകുന്നതെങ്കിൽ അവർക്കുള്ള ശിക്ഷ ഒന്നാം പിഴയാണ്. *അർത്ഥശാസ്ത്ര*ത്തിലും *മനുസ്മൃതി*യിലും പറയുന്ന ശിക്ഷകൾ സമാനമാണെങ്കിലും *അർത്ഥശാസ്ത്ര*ത്തിൽ സ്ത്രീകൾക്ക് ക്രൂരമായ ശിക്ഷ വിധിക്കുന്നില്ല. രതിശാസ്ത്രഗ്രന്ഥമായി വിലയിരുത്തപ്പെടുന്ന *കാമസൂത്ര*ത്തിൽ വാത്സ്യായനൻ സ്വാഭാവിക ലൈംഗികതയുടെ വൈവിധ്യങ്ങളിലൊന്നായി സ്വവർഗ്ഗരതിയെ കാണുകയും പ്രതിപാദിക്കുകയും ചെയ്യുന്നു. രതിജീവിതത്തിന്റെ സമസ്തതലങ്ങളെയും ശാസ്ത്രീയമായി പ്രതിപാദിക്കുന്ന *കാമസൂത്രം* രണ്ടാം അധികരണത്തിൽ (സാമ്പ്രയോഗികം) ഒമ്പതാം അധ്യായമായ ഔപരിഷ്ടക പ്രകരണത്തിലാണ് സ്വവർഗ്ഗരതി സൂചിപ്പിക്കുന്നത്.

പ്രാചീന വൈദ്യഗ്രന്ഥമായ *ചരകസംഹിത* സ്വവർഗ്ഗരതിബന്ധത്തിൽ ശിശുക്കൾ ഉണ്ടാകുമെന്ന് പറയുന്നു. പുംബീജവും സ്ത്രീബീജവും തമ്മിലുള്ള സംയോഗത്തിലൂടെ മാത്രമേ സ്ത്രീ ഗർഭിണി ആകുകയുള്ളൂയെന്ന യാഥാർത്ഥ്യത്തിനു മുമ്പിൽ *ചരകസംഹിത*യിലെ സ്വവർഗ്ഗഗർഭധാരണം തെറ്റാണെന്നു തെളിയുന്നു. *മനുസ്മൃതി*യിലും *അർത്ഥശാസ്ത്ര*ത്തിലും സ്വവർഗ്ഗരതി വിശകലനത്തിനുമപ്പുറത്ത് സ്വവർഗ്ഗരതിയിൽ പങ്കാളികളാകുന്ന സ്ത്രീകൾക്കും പുരുഷന്മാർക്കുമുള്ള ശിക്ഷയാണ് പ്രധാനമായും വിധിക്കപ്പെട്ടിരുന്നത്. ഈ ശിക്ഷാവിധികൾ മനസിലാക്കിയ സമൂഹം സ്വവർഗ്ഗരതി ശിക്ഷിക്കപ്പെടേണ്ട ഒന്നാണെന്ന് സ്ഥാപിച്ചെടുത്തു.

രാമായണത്തിലും മഹാഭാരതത്തിലും ട്രാൻസ്ജന്ററുകളെക്കുറിച്ച്

വിശദമാക്കുന്നിടത്ത് സ്വവർഗ്ഗരതിക്കാരെക്കുറിച്ച് സൂചനകളുണ്ട്. ശിവന്റെയും മോഹിനീരൂപമെടുത്ത വിഷ്ണുവിന്റെയും ബന്ധത്തിൽ നിന്നാണ് അയ്യപ്പന്റെ ജനനം എന്ന് *ശിവപുരാണം* പറയുന്നു. ഹരിഹരസുതൻ എന്ന വിശേഷണം ഹരി = വിഷ്ണു, ഹരൻ = ശിവൻ എന്നീ പുരുഷന്മാരുടെ പുത്രൻ എന്നാണർത്ഥം. അത് പുരുഷ സ്വവർഗ്ഗബന്ധമാണ് കാണിക്കുന്നത്. *രാമായണ*ത്തിൽ സ്ത്രീകളുടെ സ്വവർഗ്ഗബന്ധത്തിലാണ് ഭഗീരഥൻ ജനിച്ചതെന്ന ഒരു കഥയുണ്ട്. *സുശ്രുതസംഹിത*യിൽ സ്ത്രീകൾ തമ്മിലുള്ള ലൈംഗികബന്ധത്തിൽ ജനിക്കുന്ന ശിശുക്കൾക്ക് എല്ലുണ്ടാകില്ലെന്ന് പറയുന്നു. ഭഗീരഥന്റെ ജനനത്തിലും ഇത് പറയുന്നുണ്ട്.

സ്വവർഗ്ഗരതി – വിശദീകരണങ്ങൾ/വിശകലനങ്ങൾ

സ്വവർഗ്ഗരതിയെ മനഃശാസ്ത്രവും ജീവശാസ്ത്രവുമായ രീതിയിൽ അപഗ്രഥിക്കുന്ന പഠനങ്ങൾ വന്നിട്ടുണ്ട്. മനശാസ്ത്രപരമായ അപഗ്രഥനങ്ങളാണ് ആദ്യമുണ്ടായത്. സ്വവർഗ്ഗഭോഗികളെ താത്കാലികസ്വവർഗ്ഗഭോഗികൾ (Faculative Homosexuals), അന്തർലീനസ്വവർഗ്ഗഭോഗികൾ (Latent Homosexuals), ആർജിതസ്വവർഗ്ഗഭോഗികൾ (Acquired Homosexuals), സ്ഥിരസ്വവർഗ്ഗഭോഗികൾ (Fixed Homosexuals) എന്നിങ്ങനെ പ്രധാനമായും നാലുതരക്കാരായി മനശാസ്ത്ര വിദഗ്ദ്ധർ തിരിക്കുന്നു. ഹോസ്റ്റലുകളിലും പട്ടാളക്യാമ്പുകളിലും ജയിലുകളിലുമൊക്കെ കണ്ടുവരുന്ന സ്വവർഗ്ഗഭോഗികളെയാണ് താത്കാലികസ്വവർഗ്ഗഭോഗികൾ എന്നു പറയുന്നത്. തന്റെ സ്വവർഗ്ഗഭോഗചായ്‌വിനെക്കുറിച്ചു ബോധവാന്മാരല്ലാത്തവരാണ് അന്തർലീനസ്വവർഗ്ഗഭോഗികൾ. ആർജിതസ്വവർഗ്ഗഭോഗികൾ കൗമാരത്തിലോ യുവത്വത്തിലോ സംഭവിച്ച ഏതെങ്കിലും പ്രത്യേക സംഭവങ്ങളാൽ പ്രചോദിതരായി സ്വവർഗ്ഗസംഭോഗത്തിൽ ഏർപ്പെടുന്നവരാണ്. എന്നാൽ സ്ഥിരസ്വവർഗ്ഗഭോഗികളാവട്ടെ തന്റെ എതിർലിംഗത്തിൽപ്പെട്ടവരുമായുള്ള ലൈംഗികബന്ധം വെറുക്കുകയും സ്വവർഗ്ഗഭോഗം മാത്രം ഇഷ്ടപ്പെടുകയും ചെയ്യുന്നു

സ്വവർഗ്ഗാനുരാഗം ഒരു മനുഷ്യന്റെ വ്യതിരിക്തമായ ലൈംഗികാഭിരുചികളിൽ ഒന്നാണെന്ന് മനശാസ്ത്രജ്ഞന്മാർ അഭിപ്രായപ്പെടുന്നു. 19-ാം നൂറ്റാണ്ടിന്റെ അവസാനദശകങ്ങൾ വരെ യൂറോപ്യൻ സെക്സോളജിസ്റ്റുകൾ സ്വവർഗ്ഗാഭിമുഖ്യത്തെ രോഗാവസ്ഥയായി കണക്കാക്കിയിരുന്നു. സെക്സോളജിസ്റ്റ് ആയ Richard von Krafft Ebing 1886 ൽ രചിച്ച *Psychopathiya Sexualis* എന്ന ഗ്രന്ഥത്തിൽ ഇരുനൂറിലധികം കേസുകൾ വിശകലനം ചെയ്തുകൊണ്ട് സ്വവർഗ്ഗരതി ജന്മനായുള്ള സ്വഭാവ വൈവിധ്യമായി വിലയിരുത്തുന്നുണ്ട്. മനുഷ്യലൈംഗികതയുടെ ഒരു സാധാരണ വൈവിധ്യം തന്നെയാണ് സ്വവർഗ്ഗാഭിമുഖ്യം. അതുകൊണ്ടുതന്നെ ഇത് മനോരോഗമല്ല. ഓരോ വ്യക്തിയും വ്യത്യസ്തമായിരിക്കുന്നതുപോലെ തന്നെ അവരുടെ ലൈംഗികതയും വ്യത്യസ്തമായിരിക്കും. ആധുനിക മനഃശാസ്ത്രത്തിന്റെ പിതാവായ സിഗ്മണ്ട്ഫ്രോയിഡിന്റെ പഠനങ്ങൾ

സ്വവർഗ്ഗരതിയുടെ ഉള്ളറകളിലേയ്ക്ക് വെളിച്ചം വീശുന്നു. മനുഷ്യരുൾപ്പെടെയുള്ള ജന്തുക്കളുടെ ലൈംഗികാവശ്യത്തെ ലൈംഗികചോദന (Sexual Instinct)എന്നു ഫ്രോയിഡ് വിളിക്കുന്നു. ലൈംഗികചോദനയെ കുറിക്കാൻ ഫ്രോയിഡ് ഉപയോഗിക്കുന്ന പദം ലിബിഡോ (libido) എന്നാണ്. ലൈംഗികചോദന ആൺകുട്ടികളിലും പെൺകുട്ടികളിലും കൗമാരഘട്ടം മുതലാണ് പ്രകടമാകുന്നത്. ഇത്തരം ചോദനകൾ ലൈംഗികവേഴ്ചയിലേയ്ക്ക് നയിക്കും. ഈ അവസ്ഥയെ വിലയിരുത്തുന്നതിനായി ലൈംഗികോപാധി (Sexual object), ലൈംഗികോന്നം (Sexual aim) എന്നീ പദങ്ങൾ ഫ്രോയിഡ് ഉപയോഗിക്കുന്നുണ്ട്. ലൈംഗികാകർഷണത്തിനു വിധേയമാകുന്ന വ്യക്തിയെ ലൈംഗികോപാധിയെന്നു സൂചിപ്പിക്കുമ്പോൾ അതിലൂടെ ലക്ഷ്യം വയ്ക്കുന്ന ഇച്ഛാപൂരണത്തെ ലൈംഗികോന്നമെന്നും സൂചിപ്പിക്കുന്നു. ലൈംഗികോപാധിയിലുള്ള വ്യതിയാനമാണ് സ്വവർഗ്ഗരതിയെ സൃഷ്ടിക്കുന്നത്. ആണും പെണ്ണും തമ്മിലുള്ള ലൈംഗികാകർഷണം പ്രകൃതിസഹജമായ ഒരു പ്രക്രിയയാണ്. സമാനലിംഗക്കാർ തമ്മിലുള്ള ആകർഷണവും പ്രകൃതിയിലുണ്ട്. അവരുടെ എണ്ണം താരതമ്യേന കുറവാണെന്നുമാത്രം. അവരെ ഫ്രോയിഡ് സ്വവർഗ്ഗാനുരാഗികൾ എന്നു കണക്കാക്കി.

സ്വവർഗ്ഗരതിയെ ദ്വിലിംഗതാ സിദ്ധാന്തമുപയോഗിച്ച് നിർവ്വചിക്കാൻ മനഃശാസ്ത്രവിദഗ്ധന്മാർ ശ്രമിച്ചിരുന്നു. ആദ്യമായി അത്തരമൊരു സാധ്യത ഉപയോഗിച്ചത് ഇ. ഗ്ലേ ആണ്. 1884 ജനുവരിയിൽ പ്രസിദ്ധീകരിക്കപ്പെട്ട ഒരു പ്രബന്ധത്തിൽ ഗ്ലേ ഇത് സൂചിപ്പിക്കുന്നു. എന്നാൽ 1906-ൽ ദ്വിലിംഗതാവാദം തന്റേതാണെന്ന അവകാശവുമായി ഫ്ളെയ്സ് എന്ന ഗ്രന്ഥകാരൻ എത്തി. ഫ്ളെയ്സിന്റെ ലേഖനങ്ങളിൽ നിന്നാണ് ഫ്രോയിഡിന് ദ്വിലിംഗതയുടെ പ്രാധാന്യം വേർതിരിഞ്ഞു കിട്ടിയത്. പൊതുവേ മനുഷ്യരിൽ ആൺപെൺ വിഭാഗങ്ങളാണുള്ളത്. ചിലരിൽ ലിംഗനിർണ്ണയം വിഷമകരമാകാറുണ്ട്. ചില വ്യക്തികൾ ആണിന്റെയും പെണ്ണിന്റെയും ജനനേന്ദ്രിയങ്ങളുടെ സവിശേഷതകൾ ഉള്ളവരായിരിക്കും. അവരെയാണ് ദ്വിലിംഗികർ (Hermophrodites) എന്നു വിശേഷിപ്പിക്കുന്നത്. ഇത്തരക്കാരിൽ സ്വവർഗ്ഗലൈംഗികവാസന പ്രകടമാകുന്നു.

സ്വവർഗ്ഗാനുരാഗം ജന്മസിദ്ധമോ ആർജ്ജിതമോ എന്നുകണ്ടെത്താനുള്ള ശ്രമങ്ങൾ ഫ്രോയിഡിന്റെ പഠനങ്ങളിലുണ്ട്. അതിനുവ്യക്തമായൊരുത്തരം കണ്ടെത്തുന്നതിൽ പരാജിതനായ ഫ്രോയിഡ് ലൈംഗികത സ്വാഭാവികവും ജന്മസിദ്ധമാണെന്നും വിലയിരുത്തുന്നതിൽ വിജയിച്ചു. ഫ്രോയിഡിന്റെ പഠനങ്ങളുടെ പരിമിതികൾ ഫൂക്കോ ചൂണ്ടിക്കാണിക്കുന്നുണ്ട്. മൂന്ന് വാല്യങ്ങളിലായി ലൈംഗികതയുടെ ചരിത്രമെഴുതിയ ഫൂക്കോ *ദ ഹിസ്റ്ററി ഓഫ് സെക്ഷ്വാലിറ്റി* എന്ന ഗ്രന്ഥത്തിൽ ലൈംഗികതയെ സംബന്ധിച്ചുള്ള വിശകലനങ്ങൾക്കിടയിൽ സ്വവർഗ്ഗരതിയും വിശദമാക്കുന്നു. സ്ത്രീ പുരുഷ ലൈംഗികതയെ ഒരു ശരീരത്തിനുള്ളിൽത്തന്നെ ഏകോപിപ്പിക്കുവാനുള്ള ശ്രമമായിട്ടാണ് ഫൂക്കോ സ്വവർഗ്ഗലൈംഗിക

തയെ വിലയിരുത്തുന്നത്. ജന്തുവർഗ്ഗങ്ങളുടെ അടിസ്ഥാനസ്വഭാവമായി ഡെസ്മണ്ട് മോറിസ് തന്റെ *നഗ്നവാനരൻ, നഗ്നനാരി* തുടങ്ങിയ ഗ്രന്ഥങ്ങളിൽ സ്വവർഗ്ഗരതിയെ കണക്കാക്കുന്നു. എതിർലിംഗവുമായി ശരിയായ രീതിയിലുള്ള ലൈംഗികാഭിമുഖ്യം പുലർത്താൻ കഴിയാതെ വരുമ്പോഴാണ് സ്വവർഗ്ഗരതി താത്പര്യം ജനിക്കുന്നതെന്നു മോറിസ് അഭിപ്രായപ്പെടുന്നു. സ്വവർഗ്ഗരതി മനോരോഗമാണെന്ന കാഴ്ചപ്പാടുകൾക്ക് ആധുനിക സമൂഹത്തിൽ മാറ്റം വന്നിട്ടുണ്ട്. പ്രാചീനകാലത്ത് മനോരോഗാശുപത്രികളിൽ ഇവരെ ചികിത്സിച്ചിരുന്നു; തടവറകളിൽ അടച്ചായിരുന്നു ചികിത്സ. ഇരുപതാംനൂറ്റാണ്ടിന്റെ അവസാനകാലത്ത് മനഃശാസ്ത്ര മനോരോഗവിദഗ്ധന്മാർ പുതിയ പഠനങ്ങളിലൂടെ സ്വവർഗ്ഗരതിയെക്കുറിച്ച് നിലനിന്നിരുന്ന കാഴ്ചപ്പാടുകൾ മാറ്റിമറിച്ചു. മാനസികാരോഗ്യരംഗത്തു പ്രവർത്തിക്കുന്നവരുടെ അടിസ്ഥാന ഗ്രന്ഥമാണ് *ഡൈഗ്നോസ്റ്റിക് സ്റ്റാറ്റിസ്റ്റിക്സ് മാനുവൽ (DSM).* മാനസിക രോഗങ്ങളെയും പ്രശ്നങ്ങളെയും വിശകലനം ചെയ്ത് പുനഃപഠനങ്ങളും വിശകലനങ്ങളും DSM ൽ കൂട്ടിച്ചേർക്കാറുണ്ട്.

എഴുപതുകളുടെ ആരംഭത്തിൽ പ്രസിദ്ധീകരിച്ച ഡി എസ് എം തേർഡ് ക്ലാസിഫിക്കേഷനിൽ സ്വവർഗ്ഗ ലൈംഗികതയെ സെക്ഷ്വൽ വേരിയേഷൻ അഥവാ പ്രകൃതിവിരുദ്ധലൈംഗികത എന്നാണ് നിർവ്വചിച്ചിരിക്കുന്നത്. അതിൽ ചികിത്സിക്കേണ്ട മനോരോഗമായി സ്വവർഗ്ഗരതിയെ വിലയിരുത്തുന്നു. DSM4 എത്തുമ്പോൾ അതിനെ സംബന്ധിച്ചുള്ള കാഴ്ചപ്പാടിൽ മാറ്റം വരുന്നുണ്ട്. ലൈംഗിക വികലതയെന്നു പരിഗണിച്ച സ്വവർഗ്ഗരതിയെ മനോരോഗത്തിന്റെ പട്ടികയിൽ നിന്നും ഒഴിവാക്കി. പകരം മാനസിക പ്രശ്നങ്ങളുടെ പട്ടികയിലേയ്ക്ക് മാറ്റി. ഇത്തരമൊരു മാറ്റത്തിനു പിന്നിൽ ജീവശാസ്ത്രപരമായ മാറ്റങ്ങൾപോലെ തന്നെ ജീവിതസാഹചര്യങ്ങളും സ്വവർഗ്ഗരതിക്കു കാരണമാകുന്നുവെന്ന വിലയിരുത്തലുകളുണ്ട്. DSM5-ൽസ്വവർഗ്ഗ ലൈംഗികതയെ ആരോഗ്യകരമായ ലൈംഗികമാറ്റം എന്ന് അവതരിപ്പിക്കുന്നു. സ്വവർഗ്ഗലൈംഗികതയെക്കുറിച്ചു ലോകവ്യാപകമായി നടക്കുന്ന അന്വേഷണങ്ങളും പഠനങ്ങളും ഇതിനെ സംബന്ധിച്ചുള്ള മിഥ്യാധാരണകളെ തിരുത്തി. ലോകരാഷ്ട്രങ്ങൾ മനഃശാസ്ത്രപഠനങ്ങളിലൂടെ സ്വവർഗ്ഗരതിയുടെ വസ്തുതകളെ വിശകലനം ചെയ്ത് സ്വാഭാവികരതിയായി അംഗീകരിച്ചു. ഇന്ത്യ ഇപ്പോഴും സ്വവർഗ്ഗരതിയെ മനോരോഗമായാണ് കാണുന്നത്.

സ്വവർഗ്ഗരതിയെ ജീവശാസ്ത്രപരമായി വിശകലനം ചെയ്യാനുള്ള ശ്രമങ്ങൾ ആധുനിക വൈദ്യശാസ്ത്രത്തിന്റെ വികാസത്തോടുകൂടെത്തന്നെ ആരംഭിച്ചിരുന്നു. ജനിതകവും ജനിതകേതരവുമായ കാരണങ്ങൾ സ്വവർഗ്ഗരതിക്കു പിന്നിലുണ്ട്. സ്വവർഗ്ഗരതിക്കാരുടെ വെളിപ്പെടുത്തലുകൾ വർദ്ധിച്ചുവന്ന ഈ കാലഘട്ടത്തിലാണ് ജീവശാസ്ത്രപഠനങ്ങൾ കൂടുതലായി നിർവ്വഹിക്കപ്പെട്ടത്. സ്വവർഗ്ഗരതിയെ എതിർക്കുന്നതും അനുകൂലിക്കുന്നതുമായ പഠന റിപ്പോർട്ടുകളുണ്ട്. എന്നാൽ ഏറ്റവും കൂടുതൽ

ചർച്ചയായത് സാമൂഹിക പരിതസ്ഥിതികൾ മൂലം അഭ്യസിച്ചെടുക്കുന്ന ശീലമാണ് സ്വവർഗ്ഗരതിയെന്ന പഠനമാണ്. ഡോ. താഹിർ ഇജാസ് വ്യത്യസ്തമായ സമീപനങ്ങൾ, ജീവിതരീതികൾ, സംസ്കാരസങ്കലനങ്ങൾ എന്നിവകൊണ്ട് മനുഷ്യൻ അഭ്യസിച്ചെടുക്കുന്ന ശീലങ്ങളിലൊന്നായി സ്വവർഗ്ഗരതിയെ വിലയിരുത്തുന്നു. ലൈംഗികസാഹസികതകൾ ഇഷ്ടപ്പെടുന്നവരും സാമൂഹ്യക്രമങ്ങളെ നിഷേധിക്കുന്നവരും സ്വവർഗ്ഗരതിയിലേയ്ക്ക് തിരിയുന്നു. ആത്യന്തികമായി ലൈംഗികാഭിരുചികളിലെ വ്യതിയാനങ്ങളാണ് സ്വവർഗ്ഗരതിയുടെ അടിസ്ഥാനം. സമൂഹത്തിന്റെ അടിത്തറയായ കുടുംബവ്യവസ്ഥിതിയുടെ തകർച്ചയാണ് ലൈംഗിക വ്യതിയാനങ്ങൾക്ക് കാരണമെന്ന് ഡോ. താഹിർ വാദിക്കുന്നു.

ക്രോമസോമിന്റെ ഒരു സൂക്ഷ്മഭാഗവും ആൺ സ്വവർഗ്ഗ ലൈംഗികതയും തമ്മിൽ ബന്ധമുണ്ടെന്ന് 1993-ൽ ഡീൻ ഹാമർ എന്ന ജനിതകശാസ്ത്രജ്ഞൻ കണ്ടുപിടിച്ചു. സ്വവർഗ്ഗരതി സാമൂഹ്യപ്രവർത്തനങ്ങളുടെ ഫലമല്ല, പകരം തലച്ചോറിന്റെ പ്രവർത്തനഫലമാണെന്ന പഠനം ആദ്യമായി അവതരിപ്പിച്ചത് ലിവോ എന്ന ശാസ്ത്രജ്ഞനാണ്. 1991 ൽ സയൻസ് ജേർണലിൽ പ്രസിദ്ധീകരിച്ച പഠനത്തിൽ ഹൈപ്പോതലാമസിലെ ലൈംഗികാഭിമുഖ്യം നിയന്ത്രിക്കുന്ന ഹോർമോണുകൾ വ്യത്യസ്തമാകുന്നതെങ്ങനെ എന്ന നിരീക്ഷമാണ് അദ്ദേഹം നടത്തുന്നത്. ഈ പഠനത്തിനുശേഷം തലച്ചോറിനെ കേന്ദ്രീകരിച്ചു നിരവധി പഠനങ്ങൾ നടന്നു. അതിന്റെ അടിസ്ഥാനത്തിലാണ് സ്വവർഗ്ഗാഭിമുഖ്യം ഭ്രൂണാവസ്ഥയിലേ ഉണ്ടാകുന്ന ഒന്നായി തെളിഞ്ഞത്. എന്നാൽ ഒന്നോ രണ്ടോ ജീനുകൾ വഴി ഒരാളിൽ സ്വവർഗ്ഗരത്യാഭിമുഖ്യം ഉണ്ടാകില്ലെന്ന് വാദിച്ച ശാസ്ത്രലോകം തലച്ചോറിന്റെ രൂപീകരണത്തിൽ ക്രോമസോമുകൾ പങ്ക് വഹിക്കുന്നുണ്ടെന്ന വാദത്തെ അംഗീകരിക്കുന്നുണ്ട്. അമേരിക്കൻ സൊസൈറ്റി ഓഫ് ഹ്യൂമൻ ജനറ്റിക്സും X, Y ക്രോമസോമുകളുടെ സൂക്ഷ്മഭാഗം സ്വവർഗ്ഗരതിയെ സ്വാധീനിക്കുന്നുവെന്ന പഠനം അംഗീകരിച്ചു.

സ്വവർഗ്ഗലൈംഗികതയ്ക്ക് കാരണം ജനിതകേതരമായി (Epigenetics) ലഭിക്കുന്ന പരിണാമം ആണെന്നുള്ള പഠനങ്ങൾ സമകാലിക ലോകത്ത് ശക്തമാണ്. സാഹചര്യപരമോ പാരിസ്ഥിതികമോ ആയുള്ള സ്വാധീനങ്ങളാൽ ഡി എൻ എയിൽ വരുന്ന മാറ്റങ്ങൾ ഒരു വ്യക്തി പിൻതുടരാൻ സാധ്യതകളുണ്ടെന്നതാണ് ഈ പഠനത്തിന്റെ അടിസ്ഥാനം. ഡി എൻ എ യിൽ വരുന്ന സൂക്ഷ്മമായ മാറ്റങ്ങൾ സ്വവർഗ്ഗലൈംഗികതയ്ക്ക് സാധ്യതയേറ്റുന്നുവെന്ന നിഗമനം അതിന്റെ ജനിതക സ്വാധീനമാണ് സൂചിപ്പിക്കുന്നത്. നാഷണൽ ജിയോഗ്രാഫിയുടെ Explains the Biology of Homosexuality Epigenetics എന്ന വീഡിയോ ഇതിന്റെ ലളിതവിവരണം നൽകുന്നുണ്ട്. സ്വവർഗ്ഗരതി മുൻപറഞ്ഞ രണ്ടുകാരണങ്ങൾ കൊണ്ടുണ്ടാകുന്നതാണെന്ന പഠനങ്ങൾ ശക്തമായതോടു കൂടി അതൊരു സ്വഭാവദൂഷ്യമായി വിലയിരുത്താൻ കഴിയുകയില്ലെന്ന സ്ഥിതി വന്നു.

കമിംഗ് ഔട്ട് (ലൈംഗികസ്വത്വം വെളിപ്പെടുത്തൽ)

സ്വവർഗ്ഗരതിക്കാരുടെ ലൈംഗികവ്യക്തിത്വം അവരുടെ വെളിപ്പെടുത്തൽ കൂടാതെ ശാരീരിക ലക്ഷണങ്ങളാൽ സമൂഹത്തിനു തിരിച്ചറിയാൻ കഴിയുകയില്ല. അങ്ങനെ തന്റെ ലൈംഗിക സ്വത്വം ഒരു വ്യക്തി വെളിപ്പെടുത്തുന്നതിനെ കമിംഗ് ഔട്ട് (Coming Out- ബഹിർഗമനം) എന്നു പറയുന്നു. ഇത്തരം വെളിപ്പെടുത്തൽ നടത്തേണ്ടി വരുന്നത് സാമൂഹ്യ സമ്മർദ്ദങ്ങളുടെ ഫലമായിട്ടാണ്. പ്രധാനമായും മൂന്ന് ഘട്ടങ്ങളാണ് കമിംഗ് ഔട്ടിനുള്ളത്. തന്റെ സ്വവർഗ്ഗലൈംഗികാഭിമുഖ്യം ഒരു വ്യക്തി സ്വയം തിരിച്ചറിയുകയെന്ന ആദ്യത്തെ ഘട്ടം. രണ്ടാമത്തേതാണ് തന്റെ ഈ സ്വത്വബോധം അടുപ്പമുള്ള സുഹൃത്തുക്കൾ, കുടുംബാംഗങ്ങൾ തുടങ്ങിയവരോട് തുറന്നു പറയുക എന്നത്. മൂന്നാമത്തെ ഘട്ടം തന്റെ ലൈംഗികസ്വത്വത്തെ പൊതുസമൂഹത്തിനു മുമ്പിൽ പരസ്യപ്പെടുത്തുകയെന്നതാണ്. കവിയും സാമൂഹ്യപ്രവർത്തകനുമായ Edward Carpenter 1916 ൽ പ്രസിദ്ധീകരിച്ച *My Days and Dreams* എന്ന ഗ്രന്ഥത്തിലാണ് സ്വവർഗ്ഗാനുരാഗം പൊതുസമൂഹത്തിൽ തുറന്നുപറയുന്നത് സൂചിപ്പിക്കുന്നതിന് Come Out എന്ന പദം ആദ്യമായി ഉപയോഗിക്കുന്നത്.

ഓരോ വ്യക്തിയുടെയും തുറന്നുപറച്ചിൽ അവരുടെ സമൂഹത്തിലെ ന്യൂനപക്ഷത്തിനെങ്കിലും പ്രചോദനവും പ്രേരകവും ആകും. പ്രമുഖ ജേർണലിസ്റ്റ് ആയ Julie Bindel ലൈംഗികത ഒരു വ്യക്തിയുടെ തിരഞ്ഞെടുപ്പ് ആയതുകൊണ്ട് അതിനൊരു രാഷ്ട്രീയ പ്രാധാന്യമുണ്ടെന്ന് അഭിപ്രായപ്പെടുന്നു. എന്നാൽ ലൈംഗികത ജനിതകമായ ഒരു സ്വഭാവ വിശേഷമായതിനാൽ ഒരു വ്യക്തിക്ക് സ്വയം തിരഞ്ഞെടുക്കൽ സാധ്യമല്ല. 2010 മുതൽ 2016 വരെ Houston മേയറായിരുന്ന Annise Parker താനൊരു സ്വവർഗ്ഗാനുരാഗിയാണെന്ന് തുറന്നു പറഞ്ഞ വ്യക്തിയാണ്. നവമാധ്യമങ്ങളുടെ കാലത്ത് ഫെയ്സ്ബുക്ക്, വാട്സ് ആപ്പ് മുതലായവ വലിയൊരു ഇടം ഇവർക്കായി ഒരുക്കിക്കൊടുക്കുന്നു. കേരളീയസമൂഹം യാഥാസ്ഥിതികവും സദാചാരനിഷ്ഠവുമായ സമ്പ്രദായങ്ങളെ പിൻതുടരുന്നതിനാൽ 2000–മാണ്ടുവരെയുള്ള കാലഘട്ടത്തിൽ 99% സ്വവർഗ്ഗാനുരാഗികളും വെളിപ്പെടുത്തലുകൾ നടത്തിയിരുന്നില്ല. വർത്തമാനകാല കേരളീയാവസ്ഥയിലും പൊതുസമൂഹത്തിന്റെ ആക്ഷേപം, ആക്രമണം, അവഗണന എന്നിവ ഭയക്കുന്ന സ്വവർഗ്ഗാനുരാഗികൾ വെളിപ്പെടുത്തൽ നടത്താതെ അദൃശ്യരായി നിൽക്കുന്നു. 2000 ൽ കോഴിക്കോട് സ്വദേശിയായ കിഷോർ കുമാർ താൻ സ്വവർഗ്ഗാനുരാഗിയാണെന്ന് പൊതുസമൂഹത്തിൽ വെളിപ്പെടുത്തി. ഈ വെളിപ്പെടുത്തൽ ഗേ കമ്യൂണിറ്റിക്ക് ധൈര്യം പകരുകയും സംഘടിക്കാൻ പ്രചോദനമാവുകയും ചെയ്തു.

പുരുഷസ്വവർഗ്ഗരതിക്കാരിൽ ഒരു ന്യൂനപക്ഷം സമൂഹത്തിൽ വെളിപ്പെടുത്തൽ നടത്തിയെങ്കിൽ സ്ത്രീസ്വവർഗ്ഗരതിക്കാരിൽ ഒരു ശതമാനം പോലും കേരളീയസമൂഹത്തിൽ വെളിപ്പെടുത്തൽ നടത്തുന്നില്ല. ഇവരുടെ ആത്മഹത്യയുടെയും പലായനങ്ങളുടെയും കാരണങ്ങൾ അന്വേഷിച്ച്

ചെല്ലുമ്പോൾ മാത്രമാണ് പൊതുസമൂഹം അവരുടെ ലൈംഗികസ്വത്വം തിരിച്ചറിയുന്നത്. പുരുഷാധിപത്യ സമൂഹത്തിൽ സാധാരണ സ്ത്രീകൾ തന്നെ ശാരീരികമായും മാനസികമായും അടിച്ചമർത്തൽ അനുഭവിക്കുന്നു എന്നിരിക്കേ തങ്ങളുടെ ലൈംഗികസ്വത്വം തിരിച്ചറിഞ്ഞാൽ സമൂഹം കൂടുതൽ ആക്രമിക്കുമെന്ന് ലെസ്ബിയനുകൾ ഭയപ്പെടുന്നു. അതിനാൽ ലെസ്ബിയൻ സ്വത്വം വെളിപ്പെടുത്താതെ ജീവിക്കാൻ അവർ നിർബന്ധിതരാകുന്നു.

സ്വവർഗ്ഗാനുരാഗം – പാശ്ചാത്യ/ഇന്ത്യൻ സമൂഹത്തിന്റെ നിലപാടുകൾ

സ്വവർഗ്ഗരതിയെ സംബന്ധിച്ചിടത്തോളം തികച്ചും വിഭിന്നമായ നിലപാടുകളാണ് പാശ്ചാത്യ സമൂഹത്തിലും ഇന്ത്യൻ സമൂഹത്തിലുമുള്ളത്. ജീവശാസ്ത്രപരമായ പ്രത്യേകതകളെ, വൈവിദ്ധ്യങ്ങളെ പുരോഗമനാത്മകമായി ഉൾക്കൊള്ളുവാൻ പാശ്ചാത്യ സമൂഹങ്ങൾക്കു കഴിയുമ്പോൾ യാഥാർത്ഥ്യങ്ങളെ പുറന്തള്ളി സദാചാര വ്യവസ്ഥിതികളുടേയും മതവിശ്വാസങ്ങളുടേയും യാഥാസ്ഥിതികമായ വഴി പിൻതുടരുകയാണ് ഇന്ത്യൻ സമൂഹം. ഹിറ്റ്ലറുടെ കാലഘട്ടത്തിൽ ജർമ്മനിയിലെ സ്വവർഗ്ഗാനുരാഗികളെ ശിക്ഷാവിധികൾക്ക് വിധേയരാക്കുകയും ലിംഗച്ഛേദനം നടത്തുകയും ചെയ്തിരുന്നു. ഇറാൻ ഭരണകൂടത്തിന്റെ നടപടികൾ ഇത്തരം പഴയ ചരിത്രങ്ങളെ ഓർമ്മപ്പെടുത്തുന്നു. എന്നാൽ, സ്വവർഗ്ഗലൈംഗികതയ്ക്ക് അംഗീകാരം നല്കിയ നൂറ്റിപ്പതിനഞ്ച് രാജ്യങ്ങൾ പാശ്ചാത്യലോകത്തുണ്ട്. പാശ്ചാത്യലോകത്തിന്റെ പ്രാചീന ചരിത്രം പരിശോധിച്ചാൽ സ്വവർഗ്ഗരതിക്കാരെ എപ്രകാരമാണ് സമൂഹം സ്വീകരിച്ചിരുന്നതെന്നുള്ള വസ്തുതകൾ വെളിപ്പെടും. സീയൂസ്, ഹെർക്കുലീസ്, പെസിഡോൺ, അക്കിലസ് തുടങ്ങിയ യവന ദേവന്മാർ സ്വവർഗ്ഗാനുരാഗികളായിരുന്നു. ഹോമറിന്റെ വിഖ്യാതഗ്രന്ഥമായ *ഇലിയഡിൽ* അക്കില്ലസും പെട്രോക്ലസും തമ്മിലുള്ള സ്വവർഗ്ഗബന്ധം അവതരിപ്പിച്ചിട്ടുണ്ട്. കലാസാഹിത്യാദി വിഷയങ്ങളിൽ സ്വവർഗ്ഗരതിയെ പ്രമേയപരമായി പരാമർശിക്കുവാൻ ഗ്രീക്ക് സാഹിത്യം തയ്യാറായിരുന്നു. അതിനുള്ള കാരണം സ്വവർഗ്ഗരതിക്കാരായ ഗ്രീക്ക് ദേവന്മാർക്ക് സമൂഹത്തിൽ പൊതുസ്വീകാര്യത ലഭിച്ചിരുന്നതാണ്. ഗ്രീസിലേതുപോലെ റോമൻ സമൂഹവും സ്വവർഗ്ഗരതി അംഗീകരിച്ചിരുന്നു. ക്രിസ്തുമതത്തിന്റെ കടന്നുവരവോടുകൂടി സ്വവർഗ്ഗരതി ഒരു സാമൂഹ്യ പ്രശ്നമായി മാറുകയും മതാധിഷ്ഠിത കാഴ്ചപ്പാടുകളിലൂടെ അവയെ പുറന്തള്ളി പ്രശ്നപരിഹാരം നടത്തിയെടുക്കുകയും ചെയ്തു. ക്രിസ്തുമതത്തിന്റെ വളർച്ച വർദ്ധിക്കുംതോറും മതം ക്രൂരമായ രീതിയിൽ സ്വവർഗ്ഗരതിയെ അടിച്ചമർത്തുകയും അങ്ങനെ ചെയ്യേണ്ടതിന്റെ ആവശ്യകത സമൂഹത്തെ ബോദ്ധ്യപ്പെടുത്തുകയും ചെയ്തിരുന്നു. രാജ്യഭരണ കാലത്ത് ഭടൻമാർക്കിടയിലും അടിമകൾക്കിടയിലും സ്വവർഗ്ഗരതി നിലനിന്നിരുന്നു. മനുഷ്യനുണ്ടായ കാലം മുതൽക്കേ സ്വവർഗ്ഗരതി പ്രകടമായിരുന്നുവെങ്കിലും അത്

ശിക്ഷിക്കപ്പെടേണ്ടുന്ന തെറ്റായി പരിഗണിക്കുവാൻ തുടങ്ങുന്നത് പത്താം നൂറ്റാണ്ടു മുതൽക്കാണ്. ഫ്രാൻസ്, സ്പെയിൻ, ഇറ്റലി തുടങ്ങിയ രാജ്യങ്ങളിൽ സ്വവർഗ്ഗരതിക്കാർ ആക്രമണങ്ങളേല്ക്കുകയും മൃഗീയമായി കൊലചെയ്യപ്പെടുകയും ചെയ്തിട്ടുണ്ട്.

പത്താം നൂറ്റാണ്ടിൽനിന്നും ഇരുപതാം നൂറ്റാണ്ടിലേക്ക് എത്തുമ്പോൾ ഫ്രാൻസ്, ഇറ്റലി ഉൾപ്പെടെയുള്ള രാജ്യങ്ങൾ സ്വവർഗ്ഗരതി സംബന്ധമായ വിഷയത്തിൽ നിയമനിർമ്മാണം നടത്തുകയും സ്വവർഗ്ഗവിവാഹങ്ങൾ അംഗീകരിക്കുകയും ചെയ്തു. സ്വവർഗ്ഗാനുരാഗികളുടെ വിവാഹത്തെ നിയമാനുസൃതമാക്കിയ ആദ്യത്തെ ലാറ്റിൻ അമേരിക്കൻ രാജ്യം അർജന്റീനയാണ്. ബ്രസീൽ, കാനഡ, ഡെൻമാർക്ക്, ഫ്രാൻസ്, ഐസ്ലാൻഡ്, ലെക്സംബർഗ്, നെതർലാൻഡ്, ന്യൂസിലാൻഡ്, നോർവേ, പോർച്ചുഗൽ, സ്പെയിൻ, സ്വീഡൻ, സൗത്ത് ആഫ്രിക്ക തുടങ്ങിയ രാജ്യങ്ങൾ സ്വവർഗ്ഗവിവാഹത്തെ നിയമപരമായി അംഗീകരിച്ചിട്ടുണ്ട്. 1994 ൽ ഇസ്രയേലിൽ സ്ത്രീ-പുരുഷ ദമ്പതികൾക്കുള്ള അവകാശങ്ങളെല്ലാം സ്വവർഗ്ഗദമ്പതികൾക്കുമായി അനുവദിക്കപ്പെട്ടു. ഫ്രാൻസും കാലിഫോർണിയയും സ്വവർഗ്ഗദമ്പതികളെ അംഗീകരിച്ചു തുടങ്ങി. ഇസ്രയേലിന്റെ ഈ നിലപാട് ഒമ്പതുവർഷത്തിനുശേഷം ജർമ്മനി അംഗീകരിക്കുകയുണ്ടായി. സ്വവർഗ്ഗദമ്പതികൾക്ക് അർഹമായ പരിഗണനകൾ ലഭിക്കുന്നതിലേക്കായി ജർമ്മൻ സുപ്രീംകോടതി പൗരാവകാശങ്ങളിൽ ഭേദഗതി വരുത്തി. ലോകത്തിലാദ്യമായി ജനകീയ വോട്ടുവഴി സ്വവർഗ്ഗവിവാഹത്തിനുള്ള നിയമപരമായ അവകാശം നേടിയെടുത്ത രാജ്യം അയർലന്റ് ആണ്. യാഥാസ്ഥിതിക വിശ്വാസങ്ങൾ പുലർത്തിയിരുന്ന അയർലന്റിൽ പതിനേഴുവയസ്സിനു മുകളിലുള്ളവരുടെ സ്വവർഗ്ഗ വിവാഹത്തെ നിയമവിധേയമാക്കുവാൻ ഗവൺമെന്റ് നടത്തിയ ഹിതപരിശോധനയിൽ ജനങ്ങൾ അനുകൂലമായി പ്രതികരിച്ചു. മൂന്നുകോടിയിലധികം വരുന്ന ജനങ്ങളിൽ എഴുപതു ശതമാനവും സ്വവർഗ്ഗവിവാഹത്തെ അംഗീകരിക്കുന്നതായി വോട്ടുചെയ്തു. 1993 ൽ സ്വവർഗ്ഗ വിവാഹബന്ധത്തെ നിയമപരമാക്കുന്നതിന് ന്യൂനപക്ഷം മാത്രമേ തയ്യാറുണ്ടായിരുന്നുവെങ്കിൽ 2015 ൽ അത് എഴുപതു ശതമാനത്തോളമായി മാറിയെന്നത് അയർലന്റിലെ ജനസമൂഹം യാഥാസ്ഥിതികതയിൽനിന്നും യാഥാർത്ഥ്യങ്ങളിലേക്കു മാറിയതിന്റെ തെളിവാണ്. അയർലന്റ് സർക്കാർ 67% ഭൂരിപക്ഷത്തോടെ സ്വവർഗ്ഗാനുരാഗത്തെ അംഗീകരിച്ചുകൊണ്ടുള്ള ബിൽ 2015 ൽ പാസാക്കി. സമത്വത്തിന്റെ വിജയമെന്ന് സ്പാനിഷ് പ്രധാനമന്ത്രി ഇതിനെക്കുറിച്ച് അഭിപ്രായപ്പെട്ടു (2015 മെയ് 23).

2015 ജൂണിൽ യു എസ് രാഷ്ട്രം ലോകചരിത്രത്തിന്റെ പുതിയ വഴിയിലേക്കു കടന്നു കയറി. സ്വവർഗ്ഗവിവാഹം നിയമവിധേയമാക്കി യുഎസ് സുപ്രീംകോടതി പുറപ്പെടുവിച്ച വിധി യു എസ് ജനത ചരിത്രാഘോഷമാക്കി മാറ്റി. പ്രസിഡന്റ് ബറാക് ഒബാമയുടെ ഔദ്യോഗിക വസതിയായ വൈറ്റ് ഹൗസ് മഴവിൽ വർണ്ണങ്ങളാൽ അലങ്കരിച്ചു. കോടതിവിധി രാജ്യ

ത്തിന്റെ ഐക്യം കൂടുതൽ പൂർണ്ണമാക്കിയെന്നു ബറാക് ഒബാമയും യു എസിലെ മനുഷ്യാവകാശ മുന്നേറ്റമാണ് വിധിയെന്നു ഐക്യരാഷ്ട്ര സംഘടനാ സെക്രട്ടറി ബാൻ കി മൂണും അഭിപ്രായപ്പെട്ടു. യു എസ് സുപ്രീംകോടതി വിധി ഒട്ടനവധി ലോകരാഷ്ട്രങ്ങൾ ആഹ്ലാദത്തോടെ സ്വീകരിച്ചു. സെലിബ്രേറ്റ് പ്രൈഡ് എന്ന കാമ്പയിനുമായി ഫെയ്സ് ബുക്കും യു എസിലെ ഈ വിധി ആഘോഷിച്ചു.

ക്രിമിനൽ കുറ്റകൃത്യങ്ങളുടെ പട്ടികയിൽനിന്ന് ഒഴിവാക്കി സ്വവർഗ്ഗ രതിയെ അംഗീകരിച്ച ഇംഗ്ലണ്ട് പില്ക്കാലത്ത് മറ്റുരാജ്യങ്ങളിൽ നിന്നുള്ള സ്വവർഗ്ഗദമ്പതികൾക്ക് ഇംഗ്ലണ്ടിൽ താമസിക്കുന്നതിനുള്ള സൗകര്യങ്ങ ളിൽ ഇളവുകൾ അനുവദിച്ചു. ഇസ്രയേൽ ഗവൺമെന്റും സ്വവർഗ്ഗദമ്പതി കളുടെ കുടിയേറ്റ നിയമങ്ങളിൽ വിട്ടുവീഴ്ചകൾ വരുത്തുകയുണ്ടായി. സൗത്ത് ആഫ്രിക്ക സ്വവർഗ്ഗരതിക്കാർക്ക് ഭരണഘടനാപരമായ അവകാ ശങ്ങൾ അംഗീകരിച്ച് കൊടുക്കുന്നുണ്ട്. ഇന്ത്യയുടെ അയൽരാജ്യമായ നേപ്പാളിൽ സ്വവർഗ്ഗലൈംഗികത, സ്വവർഗ്ഗവിവാഹം എന്നിവയെ നിയമ വല്ക്കരിച്ചിട്ടുണ്ട്. സ്വവർഗ്ഗപ്രണയിയായ സുനിൽബാബു പന്ത് എന്ന പാർലമെന്റ് നേതാവിന്റെ നേതൃത്വത്തിലാണ് നേപ്പാളിൽ സ്വവർഗ്ഗലൈംഗി കത നിയമവല്ക്കരിക്കപ്പെട്ടത്. അമേരിക്കയെ സംബന്ധിച്ചിടത്തോളം 1973 ൽ അമേരിക്കൻ സൈക്യാട്രിക് അസോസിയേഷൻ സ്വവർഗ്ഗലൈംഗിക തയെ ഡയഗ്നോസ്റ്റിക് ആൻഡ് സ്റ്റാറ്റിക്കൽ മാനുവൽ ഓഫ് മെന്റൽ ഡിസോർഡേഴ്സിൽ (DSM-3) നിന്നും എടുത്തുകളഞ്ഞു. സ്വവർഗ്ഗ ലൈംഗികത മനോരോഗമല്ലാത്തതിനാൽ അതു പരിഹരിക്കുന്നതിനുള്ള കൺവെൻഷൻ തെറാപ്പികൾ നടത്തേണ്ടതില്ലായെന്ന അഭിപ്രായ പ്രകട നങ്ങളും നടത്തി. അമേരിക്കൻ സൈക്യാട്രിക് അസോസിയേഷന്റെ നില പാടുകൾക്കു വിരുദ്ധമായ നിലപാടുകളാണ് ഇന്ത്യൻ സൈക്യാട്രിക് അസോസിയേഷൻ വച്ചുപുലർത്തുന്നത്. ലോകാരോഗ്യ സംഘടനയുടെ ICD-10 വർഗ്ഗീകരണ പ്രകാരം സ്വവർഗ്ഗരതിയെ ഈഗോ സിന്റോണിക്, ഈഗോ ഡിസ്റ്റോണിക് എന്നിങ്ങനെ വേർതിരിച്ചിരിക്കുന്നു. ഈഗോ ഡിസ്റ്റോണിക് പ്രകാരം സ്വവർഗ്ഗരതി മനോവൈകല്യമാണ്. പ്രസ്തുത വർഗ്ഗീകരണത്തെയാണ് ഇന്ത്യ പിന്തുടരുന്നത്. നിരവധി ലോകരാജ്യങ്ങൾ സ്വവർഗ്ഗരതിയെ മാനസികരോഗങ്ങളുടെ പട്ടികയിൽനിന്ന് ഒഴിവാക്കുമ്പോ ഴാണ് ഇന്ത്യ അത്തരം തീരുമാനത്തിൽനിന്ന് പുറംതിരിഞ്ഞുനില്ക്കുന്നത്.

സ്വവർഗ്ഗരതിയെ പാശ്ചാത്യസമൂഹം അംഗീകരിക്കുന്നുവെന്നു പൊതുവേ പറയുമ്പോഴും അതിനു വിരുദ്ധമായ നിലപാടുകൾ പുലർ ത്തുന്ന രാജ്യങ്ങളുമുണ്ട്. യെമൻ, സൗദിഅറേബ്യ, സുഡാൻ തുടങ്ങിയ രാജ്യങ്ങളിൽ കഠിന ശിക്ഷ ലഭിക്കാവുന്ന ക്രിമിനൽ കുറ്റമായി ഇത് പരി ഗണിക്കപ്പെടുന്നു. റഷ്യ, നൈജീരിയ, ഉഗാണ്ട തുടങ്ങിയ രാജ്യങ്ങളും അറബ് രാഷ്ട്രങ്ങളെപ്പോലെ കഠിനമായ ശിക്ഷാരീതികളാണ് സ്വവർഗ്ഗ രതി വിഷയത്തിൽ സ്വീകരിച്ചിരിക്കുന്നത്. 2012 ൽ വർദ്ധിച്ചുവരുന്ന സ്വവർഗ്ഗ ലൈംഗികതയ്ക്കെതിരായി ശിക്ഷാവിധികൾ നിശ്ചയിച്ചുകൊണ്ട് ഉഗാ

ണ്ടൻ പാർലമെന്റ് തയ്യാറാക്കിയ ആന്റി ഹോമോസെക്ഷ്വാലിറ്റി ബില്ല് 2013 ഡിസംബർ 17 ന് പാർലമെന്റും 2014 ഫെബ്രുവരി 25 ന് പ്രസിഡന്റും പാസാക്കി. ഈ ബില്ലിലൂടെ സ്വവർഗ്ഗരതിക്കാർക്ക് ജീവപര്യന്തം തടവുശിക്ഷയാണ് ലഭിക്കുന്നത്. നൈജീരിയയിൽ സ്വവർഗ്ഗരതി ശിക്ഷാർഹമാക്കിക്കൊണ്ടുള്ള ഉത്തരവിൽ നൈജീരിയൻ പ്രസിഡന്റ് ഗുഡ്‌ലക്ക് ജോനാതൻ 2014 ജനുവരി 23 ന് ഒപ്പുവെച്ചു. ഇന്ത്യയിൽ സ്വവർഗ്ഗരതി ക്രിമിനൽ കുറ്റമാണെന്ന് സുപ്രീം കോടതിവിധിക്കുന്നത് 2013 ഡിസംബർ 11–നാണ്. ബ്രിട്ടീഷുകാർ ഇന്ത്യ വിട്ടുപോയിട്ട് അറുപത്തിയെട്ടുവർഷം കഴിഞ്ഞിട്ടും ഇന്ത്യൻ ഭരണകൂടം ഇതുവരെ 377–ാം വകുപ്പ് നീക്കം ചെയ്യാത്തത് അത്ഭുതകരമാണ്. അമേരിക്കയടക്കമുള്ള പാശ്ചാത്യരാജ്യങ്ങളിൽ ഉഭയസമ്മത പ്രകാരമുള്ള സ്വവർഗ്ഗരതി കുറ്റകരമല്ലായെന്നതാണ് ഇതിന്റെ മറുവശം.

കോടതിവിധിയുടെ നാൾവഴികൾ

സ്വവർഗ്ഗാനുരാഗികളോടുള്ള സമീപനത്തിൽ മനുഷ്യത്വപരമായ നിലപാടുകൾ സ്വീകരിച്ച ലോകരാഷ്ട്രങ്ങളുടെ മാറ്റത്തിൽ പ്രചോദിതരായ നാസ് ഫൗണ്ടേഷൻ 2001 ൽ ഉഭയ സമ്മതപ്രകാരമുള്ള സ്വവർഗ്ഗരതി കുറ്റകൃത്യമല്ലാതാക്കുവാൻ ഡൽഹി ഹൈക്കോടതിയിൽ പൊതുതാല്പര്യ ഹർജി ഫയൽ ചെയ്തു. ട്രാൻസ്ജന്ററുകളുടെയും സ്വവർഗ്ഗരതിക്കാരുടെയും അവകാശങ്ങൾക്കായി പോരാടുന്ന ഡൽഹി ആസ്ഥാനമായി പ്രവർത്തിക്കുന്ന സംഘടനയാണ് നാസ് ഫൗണ്ടേഷൻ. 2004 സെപ്തംബറിൽ നാസ് ഫൗണ്ടേഷന്റെ ഹർജി ഡൽഹി ഹൈക്കോടതി തള്ളിക്കളഞ്ഞപ്പോൾ സംഘടന റിവ്യൂഹർജി സമർപ്പിച്ചു. റിവ്യൂഹർജിയും തള്ളപ്പെട്ടതിനെത്തുടർന്ന് നാസ്ഫൗണ്ടേഷൻ 2004 ഡിസംബറിൽ സുപ്രീംകോടതിയെ സമീപിച്ചു. 2006 ഏപ്രിലിൽ സുപ്രീം കോടതി ഹർജി പുനഃപരിശോധിക്കുവാൻ ഡൽഹി ഹൈക്കോടതിയോട് ആവശ്യപ്പെട്ടു. 2008 സെപ്തംബറിൽ കേസിന്റെ വിചാരണ ഹൈക്കോടതിയിൽ നടക്കുന്ന സന്ദർഭത്തിൽ ആഭ്യന്തരവകുപ്പും ആരോഗ്യവകുപ്പും സ്വവർഗ്ഗരതി കുറ്റകൃത്യമല്ലാതാക്കുന്നതിനെ സംബന്ധിച്ച് പരസ്പരവിരുദ്ധമായ നിലപാടുകൾ സ്വീകരിക്കുകവഴി കോടതിയുടെ ശകാരത്തിനു വിധേയമായി. മൗലികാവകാശമായ സ്വവർഗ്ഗരതിയെ സദാചാര സംഹിതകളുടെ പേരിൽ കുറ്റകൃത്യമായി വ്യാഖ്യാനിക്കാൻ കേന്ദ്രസർക്കാരിന് അവകാശമില്ല എന്ന വാദത്തെ നാസ് ഫൗണ്ടേഷൻ ഉയർത്തിയപ്പോൾ സ്വവർഗ്ഗരതി സദാചാരവിരുദ്ധവും വൈകൃതവുമാണെന്ന നിലപാടു കേന്ദ്രം സ്വീകരിച്ചു. സ്വവർഗ്ഗരതിയെ എതിർക്കുന്ന കേന്ദ്ര സർക്കാരിനോട് ശാസ്ത്രീയ റിപ്പോർട്ടുകളുടെ അടിസ്ഥാനത്തിൽ സ്വവർഗ്ഗരതിക്കുമേലുള്ള നിരോധനം വ്യക്തമാക്കുവാൻ ഡൽഹി ഹൈക്കോടതി ആവശ്യപ്പെട്ടു. 2009 ജൂലൈ രണ്ടിനു നാസ് ഫൗണ്ടേഷന്റെ വാദം അംഗീകരിച്ച ഡൽഹി ഹൈക്കോടതി ഉഭയസമ്മത പ്രകാരമുള്ള സ്വവർഗ്ഗരതിക്ക് നിയമസാധുത നല്കി, ഇന്ത്യൻ

ഭരണഘടനയിലെ അനുച്ഛേദം 14 പൗരന്മാർക്ക് നിയമത്തിനു മുമ്പിലെ സമത്വം ഉറപ്പുനല്കുന്നുണ്ട്. 2009 ജൂലൈ 29 ലെ വിധി പ്രസ്താവിച്ച ചീഫ് ജസ്റ്റിസ് അജിത് പ്രകാശഷായും ജസ്റ്റിസ് എസ് മുരളീധരനുമട ങ്ങുന്ന ബെഞ്ച് ഇന്ത്യൻ ശിക്ഷാ നിയമത്തിലെ 377-ാം വകുപ്പ് ഭരണഘ ടനയിലെ അനുച്ഛേദം പതിനാലിന്റെ ലംഘനമാണെന്നു വ്യക്തമാക്കി.

1861 ൽ ബ്രിട്ടീഷുകാർ വിക്ടോറിയൻ സദാചാരഭാവനയുടെ അടി സ്ഥാനത്തിൽ നിർമ്മിച്ചെടുത്തതാണ് 377-ാം വകുപ്പ്. പ്രകൃതിവിരുദ്ധമായ ലൈംഗിക ബന്ധങ്ങളെ നിയന്ത്രിക്കുന്നതിനു വേണ്ടിയാണ് ബ്രിട്ടീഷുകാർ ഇത്തരമൊരു വകുപ്പ് ഒരുക്കിയെടുത്തത്. ഈ വകുപ്പ് പ്രകാരം പ്രകൃതി യുടെ താല്പര്യങ്ങൾക്കു വിരുദ്ധമായി സ്ത്രീയോടോ പുരുഷനോടോ മൃഗത്തോടോ ലൈംഗികമായി ബന്ധപ്പെടുന്ന ഏതൊരു വ്യക്തിയും ശിക്ഷിക്കപ്പെടും. ഉഭയസമ്മതപ്രകാരമുള്ള സ്ത്രീ- പുരുഷബന്ധങ്ങളിലെ പല ലൈംഗിക പ്രവൃത്തികളേയും ഈ നിയമം കുറ്റകരമായി വിലയിരു ത്തുന്നു. ബാലപീഡനം, സ്വവർഗ്ഗ ബലാൽസംഗം, മൃഗരതി എന്നിവ കുറ്റ കൃത്യമായി പരിഗണിച്ച ബ്രിട്ടീഷ് ഗവൺമെന്റ് വ്യക്തിയുടെ മൗലിക അവകാശങ്ങൾ, ലൈംഗിക സ്വാതന്ത്ര്യം എന്നിവ പരിഗണിച്ചിരുന്നില്ല. 377-ാം വകുപ്പിനെ പിന്തുടർന്ന ഇന്ത്യൻ ഭരണകൂടം പ്രായപൂർത്തിയായ, ഉഭയസമ്മതപ്രകാരമുള്ള രണ്ടുവ്യക്തികളുടെ സ്വവർഗ്ഗരതിയെ ക്രിമി നൽകുറ്റമായി പരിഗണിക്കുകയാണുണ്ടായത്. പ്രസ്തുത നിലപാടിനെ യാണ് ഡൽഹി ഹൈക്കോടതി തള്ളിക്കളഞ്ഞത്.

ഡൽഹി ഹൈക്കോടതിവിധിയിൽ ലൈംഗികന്യൂനപക്ഷങ്ങൾ ആഹ്ലാദിച്ചപ്പോൾ അസ്വസ്ഥരായ ഇന്ത്യൻ യാഥാസ്ഥിതിക വാദികൾ വിധി ക്കെതിരായി സുപ്രീംകോടതിയിൽ ഹർജി ഫയൽ ചെയ്തു. ശിവസേന, കാത്തലിക് ചർച്ച്, ആര്യസമാജ്, ഉത്കൽ ക്രിസ്റ്റ്യൻ കൗൺസിൽ, ജമാ അത്തെ ഇസ്ലാമി, പേഴ്സണൽ ലോ ബോർഡ്, ഓൾ ഇന്ത്യ മുസ്ലീം, തമിഴ്നാട് മുസ്ലീം മുന്നേറ്റ ഘടകം തുടങ്ങിയ ജാതി - മത സംഘടന കൾ ഡൽഹി ഹൈക്കോടതിവിധിയിൽ പ്രതിഷേധമുള്ളവരും സ്വവർഗ്ഗര തിയെ പ്രകൃതിവിരുദ്ധമായി വിലയിരുത്തി അടിച്ചമർത്തുവാൻ താല്പ ര്യപ്പെടുന്നവരുമായിരുന്നു. സ്വവർഗ്ഗാനുരാഗത്തിനു പിന്നിൽ ജീവശാസ്ത്ര പരമായ കാരണങ്ങളുണ്ടെന്നു ആധുനിക ശാസ്ത്രഗവേഷണങ്ങൾ വ്യക്തമാക്കുമ്പോൾ ഇന്ത്യൻ സമൂഹത്തിലെ മതസംഘടനാ പ്രതിനിധി കൾ പ്രകൃതിവിരുദ്ധമായ സ്വവർഗ്ഗാനുരാഗം ഗുരുതരമായ രോഗങ്ങൾക്കു കാരണമായിത്തീരുമെന്നു വാദിക്കുന്നു. 2012 ഫെബ്രുവരി 23 ന് അഡീ ഷണൽ സോളിസിറ്റർ ജനറൽ പി പി മൽഹോത്ര സ്വവർഗ്ഗ ലൈംഗിക തയെ വിമർശിക്കുകയും അത്തരം ബന്ധങ്ങളെ അനാശാസ്യമായി മാത്രമേ കാണുവാൻ കഴിയുകയുള്ളൂ എന്നഭിപ്രായപ്പെട്ടു. മതസംഘടനകളുടെ നിലപാടുകളെ പിന്തുണയ്ക്കുന്ന തരത്തിൽ സോളിസിറ്റർ ജനറൽ മാറി യതിനു പിന്നിൽനിന്നും അവരുടെ സ്വാധീനം വ്യക്തമാണ്. 2012 ഫെബ്രു വരിയിൽ സുപ്രീംകോടതി വിചാരണ തുടങ്ങി മാർച്ചിൽ പൂർത്തീകരിച്ച്

കേസ് വിധി പറയുന്നതിനായി മാറ്റിവച്ചു. 2013 ഡിസംബർ പതിനൊന്നിന് ജസ്റ്റിസ് ജി എസ് സിംഘ്വി, എസ് ജെ മുഖോപാധ്യായ എന്നിവരടങ്ങിയ ബെഞ്ച് ഡൽഹി ഹൈക്കോടതി വിധിയെ പുറന്തള്ളി സ്വവർഗ്ഗരതി ക്രിമിനൽ കുറ്റമാണെന്നു വിധിച്ചു. ജസ്റ്റിസ് ജി എസ് സിംഘ്വിയുടെ ഔദ്യോഗിക ജീവിതത്തിലെ അവസാനത്തെ വിധിയായിരുന്നു സ്വവർഗ്ഗ ലൈംഗികതയെ സംബന്ധിച്ച വിധി.

ഇന്ത്യൻ ശിക്ഷാനിയമത്തിലെ 377-ാം വകുപ്പ് നിലനില്ക്കുന്നിടത്തോളംകാലം സ്വവർഗ്ഗരതി ക്രിമിനൽ കുറ്റമാണെന്നു വിധിച്ച സുപ്രീം കോടതി ആ വകുപ്പിൽ മാറ്റം വരുത്തണമെങ്കിൽ അറ്റോർണി ജനറലിന്റെ നിർദ്ദേശം സ്വീകരിച്ച് അതു ചെയ്യേണ്ടതു പാർലമെന്റ് ആണെന്നു നിർദ്ദേശിച്ചു. നിലവിൽ 377-ാം വകുപ്പനുസരിച്ച് പ്രകൃതിവിരുദ്ധ ലൈംഗിക ബന്ധത്തിനു പരമാവധി ജീവപര്യന്തം ശിക്ഷവരെ ലഭിക്കാവുന്നതാണ്. ഇന്ത്യൻ സുപ്രീംകോടതിയുടെ നടപടി അന്താരാഷ്ട്ര നിയമങ്ങളുടെ ലംഘനമാണെന്നു കുറ്റപ്പെടുത്തിയ ഐക്യരാഷ്ട്രസഭ മൗലികവും രാഷ്ട്രീയവുമായ അവകാശങ്ങളുടെ ലംഘനമാണ് ഈ വിധിയെന്നും ആരോപിച്ചു. സുപ്രീംകോടതിയുടെ വിധിയിൽ സാമൂഹ്യസാംസ്കാരിക രംഗത്തെ വ്യക്തികളെല്ലാവരുംതന്നെ നിരാശയും പ്രതിഷേധവും രേഖപ്പെടുത്തി. കോടതിവിധി മനുഷ്യാവകാശ ലംഘനമാണെന്നു മൻമോഹൻസിങ് മന്ത്രിസഭയിൽ കേന്ദ്രമന്ത്രിയായിരുന്ന ചിദംബരം, ബോളിവുഡ് നടൻ അമീർഖാൻ, സി പി എം പോളിറ്റ് ബ്യൂറോ അംഗം ബൃന്ദാകാരാട്ട് തുടങ്ങിയവർ അഭിപ്രായപ്പെട്ടു. കോൺഗ്രസ് അദ്ധ്യക്ഷ സോണിയാഗാന്ധി, ഉപാദ്ധ്യക്ഷൻ രാഹുൽഗാന്ധി എന്നിവർ സ്വവർഗ്ഗാനുരാഗികളുടെ അവകാശങ്ങൾക്കുവേണ്ടി രംഗത്തുവന്നപ്പോൾ കേന്ദ്രസർക്കാർ കോടതിവിധിയെ സ്വാഗതം ചെയ്ത നിലപാടിനെ മാറ്റിമറിച്ചുകൊണ്ട് കൂടുതൽ ഉദാരമായ നിലപാടുവേണമെന്ന കാഴ്ചപ്പാട് സ്വീകരിക്കുകയുണ്ടായി.

ചരിത്രം മാപ്പുചോദിക്കുമ്പോൾ

2013 ഡിസംബർ 11നു ഡൽഹി ഹൈക്കോടതിയുടെ 2009 ലെ ഉത്തരവു റദ്ദു ചെയ്ത സുപ്രീംകോടതി 377 നിലനില്ക്കുന്നതാണെന്നു പ്രഖ്യാപിച്ചു. ഡിസംബർ 20 നു വിധി പുനഃപരിശോധിക്കണമെന്നാവശ്യപ്പെട്ട് കേന്ദ്രം സുപ്രീംകോടതിയിൽ ഹർജി നല്കി. 2013 ലെ തീരുമാനം പുനഃപരിശോധിക്കാമെന്ന് 2018 ജനുവരി എട്ടിനു പ്രസ്താവിച്ചു. 377-ാം വകുപ്പിനെ സംബന്ധിച്ച് ഒരു നിലപാടില്ലെന്നു കേന്ദ്രഗവൺമെന്റ് അറിയിച്ചതിനെത്തുടർന്ന് ഭരണഘടനാ ബെഞ്ച് തീരുമാനമെടുക്കുകയായിരുന്നു. അത്തരമൊരു തീരുമാനമാണ് 2018 സെപ്റ്റംബർ ആറിനു, പരസ്പര സമ്മത പ്രകാരമുള്ള സ്വവർഗ്ഗരതി ക്രിമിനൽ കുറ്റമല്ലായെന്ന ചരിത്രവിധിയായി പ്രസ്താവിക്കപ്പെട്ടത്. 495 പേജുകളുള്ള ചരിത്രവിധിയിൽ ചീഫ് ജസ്റ്റിസ് ദീപക്മിശ്രയും ജസ്റ്റിസ് ഖാൻവിൽക്കറും ചേർന്ന് ഒരു വിധിയും ജസ്റ്റിസുമാരായ ആർ എഫ് നരിമാൻ, ഡി വൈ ചന്ദ്രചൂഢ്,

ഇന്ദുമൽഹോത്ര എന്നിവരുടെ വിധികളും ആണ് ഉൾപ്പെടുന്നത്. ഇത്തര മൊരു വിധിക്കുവേണ്ടി നവജേത് സിങ്ങ്, കേശവ് സൂരി, റിതുഡാൽമിയ തുടങ്ങിയവരാണ് പോരാട്ടങ്ങൾ നടത്തിയത്. ഇവരുടെ ഇടപെടലിനെത്തുടർന്നാണ് ഹർജി അഞ്ചംഗ ഭരണഘടനാ ബെഞ്ചിലേയ്ക്ക് എത്തുന്നത്. ഉഭയ സമ്മതപ്രകാരമുള്ള സ്വവർഗ്ഗരതിക്ക് നിയമ സാധുത നല്കിയ ഭരണഘടനാ ബെഞ്ച് 377–ാം വകുപ്പ് ഭരണഘടനാ വിരുദ്ധമാണെന്നു അഭിപ്രായപ്പെട്ടു. ലൈംഗികത, സ്വാതന്ത്ര്യം എന്നിവയിൽ അങ്ങേയറ്റം യാഥാസ്ഥിതികമായ ഇന്ത്യൻ ജനസമൂഹത്തിൽ ലൈംഗിക ന്യൂനപക്ഷങ്ങൾ ഭയന്നു കഴിയേണ്ടതില്ലെന്ന ധീരമായ നിലപാടാണ് ഭരണഘടനാ ബെഞ്ച് പങ്കുവയ്ക്കുന്നത്. അഞ്ചംഗ ഭരണഘടനാ ബെഞ്ചിലെ ഏക സ്ത്രീ സാന്നിദ്ധ്യമായ ഇന്ദുമൽഹോത്രയുടെ വിധി പ്രസ്താവം ഏറെ ശ്രദ്ധേയമായിരുന്നു. "രാജ്യത്തു നാമമാത്രമാണ് എൽ ജി ബി ടി വ്യക്തികളെന്നതു ഭരണഘടന ഉറപ്പു നല്കുന്ന മൗലികാവകാശങ്ങൾ അവർക്കു നിഷേധിക്കുന്നതിനു കാരണമാക്കാനാവില്ല. എൽ ജി ബി ടി ലൈംഗിക ന്യൂനപക്ഷമാണെങ്കിലും, ഈ രാജ്യത്തെ പൗരന്മാർ തന്നെയാണ്, ഭരണഘടനയുടെ 14, 15, 19, 21 വകുപ്പുകൾ ഉറപ്പുനല്കുന്ന മൗലികാവകാശങ്ങൾ നടപ്പാക്കിക്കിട്ടാൻ അവർക്കു തുല്യമായ അവകാശമുണ്ട്. നൂറ്റാണ്ടുകളായി അനുഭവിച്ച മാനഹാനിക്കും അയിത്തത്തിനും പരിഹാരമുണ്ടാക്കുന്നതിലെ കാലതാമസത്തിന് എൽ ജി ബി ടി സമൂഹത്തോടും അവരുടെ കുടുംബാംഗങ്ങളോടും ചരിത്രം മാപ്പു ചോദിക്കണം. അടിച്ചമർത്തലിന്റെയും പീഡനത്തിന്റെയും ഭീതിനിറഞ്ഞതായിരുന്നു ഈ വിഭാഗത്തിന്റെ ജീവിതം."

സ്വവർഗ്ഗാനുരാഗികളെ സംബന്ധിച്ചിടത്തോളം പോരാട്ടങ്ങൾക്കു ലഭിച്ച അംഗീകാരമാണ് സുപ്രീംകോടതിവിധി. മുമ്പോട്ടുള്ള പ്രയാണത്തിന് വിധി കരുത്തു പകരുമെന്ന് ക്വീയർ ഗ്രൂപ്പുകളിൽ ഉൾപ്പെട്ടവർ സാക്ഷ്യപ്പെടുത്തുന്നുണ്ട്. സമൂഹത്തിന്റെ ഇരുണ്ടയിടങ്ങളിൽ കഴിയാൻ വിധിക്കപ്പെട്ട സ്വവർഗ്ഗാനുരാഗികൾക്ക് വിധി ചരിത്ര നേട്ടമാകുമ്പോൾ തന്നെ ഇന്ത്യൻ ജനതയുടെ യാഥാസ്ഥിതിക പൊതുബോധത്തെ എത്രത്തോളം അട്ടിമറിക്കുവാൻ കഴിയുമെന്ന് ചോദ്യം ഉയർന്നുവരുന്നു. ഉഭയ സമ്മത പ്രകാരമുള്ള സ്വവർഗ്ഗരതി ബന്ധങ്ങളെ മാത്രമേ സുപ്രീംകോടതി 377 ൽ നിന്നും ഒഴിവാക്കിയിട്ടുള്ളു. ജാതി മത സമുദായ ബോധങ്ങളിൽ അടിത്തറ ഉറപ്പിച്ചു നില്ക്കുന്ന ഇന്ത്യൻ ജനസമൂഹത്തിന്റെ മത ബോധങ്ങളെ മറികടക്കാൻ സുപ്രീംകോടതി വിധിക്കു കഴിയണമെന്നില്ല. അതിതീവ്രമായ സാമുദായിക ബോധങ്ങളിലും അചാരാനുഷ്ഠാനങ്ങളിലും അടിയുറച്ചു നില്ക്കുന്ന ഭൂരിപക്ഷ സമൂഹത്തിന്റെ യാഥാസ്ഥിതിക നിലപാടുകളേയും അട്ടിമറിക്കുവാനും കഴിയണമെന്നില്ല.

ഉഭയസമ്മതപ്രകാരമുള്ള സ്വവർഗ്ഗലൈംഗികതയെ മാത്രമേ 377 ൽ നിന്നും കോടതി നീക്കം ചെയ്തുള്ളൂ. അതേസമയം നിർബന്ധിത സ്വവർഗ്ഗലൈംഗികതയടക്കമുള്ളവ കുറ്റകൃത്യമായി നിലനില്ക്കുകയും

ചെയ്യും. സ്വവർഗ്ഗാനുരാഗികളുടെ ബന്ധത്തെ മാത്രമാണ് സുപ്രീംകോടതി പരിഗണിച്ചത്. സ്വവർഗ്ഗാനുരാഗികൾ ആഗ്രഹിച്ചതുപോലെ അത് നിയമപരമായി അംഗീകരിച്ചു കിട്ടുകയും ചെയ്തു. അതേസമയം സ്വവർഗ്ഗാനുരാഗികൾ തമ്മിലുള്ള വിവാഹം കുഞ്ഞുങ്ങളെ ദത്തെടുത്തു വളർത്തുന്നതിനുള്ള അവകാശം, പിന്തുടർച്ചാവകാശം തുടങ്ങിയവയെ സംബന്ധിച്ചുള്ള തീരുമാനങ്ങൾ ഉണ്ടാകേണ്ടതുണ്ട്. സ്വവർഗ്ഗാനുരാഗികളുടെ ലൈംഗികത എന്ന മേഖലയിൽ മാത്രം കേന്ദ്രീകരിച്ചുകൊണ്ടാണ് കോടതിവിധി പുറപ്പെടുവിച്ചതെങ്കിലും നിലവിലുള്ള വിധിയുടെ അടിസ്ഥാനത്തിൽ സിവിൽ അവകാശങ്ങൾക്കായി സ്വവർഗ്ഗലൈംഗികർക്കു നിയമ പോരാട്ടങ്ങൾ നടത്തുവാൻ കഴിയുന്നതാണ്.

സ്വതന്ത്ര ഇന്ത്യയിൽ നിലനിന്നിരുന്ന കിരാത നിയമത്തിനെ നിരാകരിച്ചുകൊണ്ട് സുപ്രീംകോടതി പുറപ്പെടുവിച്ച വിധി, ഭ്രഷ്ട് കല്പിച്ച് തീണ്ടാപ്പാടകലെ നിർത്തിയിരുന്ന ലൈംഗിക ന്യൂനപക്ഷങ്ങൾക്ക് ആത്മവിശ്വാസം പകരുകയാണുണ്ടായത്. പ്രകൃതിവിരുദ്ധമെന്നു മുദ്ര കുത്തിയ സ്വവർഗ്ഗ പ്രണയത്തിന്റെ പേരിൽ, പ്രണയം കുറ്റകൃത്യമാക്കിയതിനാൽ ആത്മഹത്യ ചെയ്ത നിരവധി ഗേ/ലെസ്ബിയനുകളുണ്ട്. സ്വവർഗ്ഗലൈംഗികത കുറ്റകൃത്യമല്ലാതാകുന്നതോടെ 'മാന്യതയോടെ' 'മര്യാദയോടെ' 'അഭിമാനത്തോടെ' നിലകൊള്ളുവാൻ ലൈംഗിക ന്യൂനപക്ഷങ്ങൾക്കു കഴിയും. ഭൂതകാലത്തിന്റെ ഇരുണ്ടയിടങ്ങളിൽനിന്നും വെളിച്ചത്തിന്റെ തുറസുകളിലേക്ക് സജീവമായി ഇടപെടുന്നതിനുള്ള അവസരങ്ങൾ സാധ്യമാക്കുന്ന വിധി എന്ന നിലയിൽ സുപ്രീംകോടതിയുടെ വിധി ചരിത്രപരമാകുന്നു. അപരവല്ക്കരിക്കപ്പെട്ട, ഭ്രഷ്ടു കല്പിക്കപ്പെട്ട ലൈംഗിക ന്യൂനപക്ഷങ്ങളുടെ അതിജീവനത്തിന്റെ ചരിത്രപാതകളിലേയ്ക്കുള്ള പ്രയാണത്തെ ആ വിധി ത്വരിതവല്ക്കരിക്കുക തന്നെ ചെയ്യും.

ഭാഗം- രണ്ട്

മലയാളത്തിലെ പുരുഷ സ്വവർഗ്ഗാനുരാഗ (ഗേ) കഥകൾ

സാഹോദര്യം

തകഴി

അവർ ഇരുവരും ജീവപര്യന്തം തടവുശിക്ഷയ്ക്കു ശിക്ഷിക്കപ്പെട്ട വരായിരുന്നു. ഒരുപക്ഷേ, ഒരേ വകുപ്പു പ്രകാരമായിരിക്കാം; അല്ലെങ്കിൽ കുറ്റം ചെയ്ത പരിസ്ഥിതികൾ ഒന്നായിരിക്കാം.

അവർ ഇരുവരും ആരെയോ ഒരാളെ; അല്ലെങ്കിൽ ഒന്നിനെ, വെറു ത്തിരുന്നതുപോലെ തോന്നി. അവരുടെ താല്പര്യങ്ങൾ എല്ലാം ഒന്നായി രുന്നു: ഒരു പടനിലത്തിൽ ഒരേ സൈന്യത്തിൽപ്പെട്ട രണ്ടു പടയാളികൾ, തോല്വിയിലും ജയത്തിലും മണലാരണ്യത്തിലോ മലയിടുക്കിലോ വെള്ളംപോലും കിട്ടാതെ പൊരിയുമ്പോഴും സുദീർഘമായ സൈനിക യാത്രയിൽ തളരുമ്പോഴും മരണത്തെ മുഖത്തോടുമുഖം കാണുമ്പോഴു മെല്ലാം കൂട്ടുകാർ, പരസ്പരം ആശ്വസിപ്പിക്കുന്നവർ, ദുരിതാനുഭവങ്ങ ളിൽ പരസ്പരം നോക്കിക്കരയുന്നവർ!

ആ ഇരുളടഞ്ഞ കൂട്ടിൽ അവർ ഒരുമിച്ചു കഴിച്ചു കൂട്ടിപ്പോന്നു. ഒരേ സൂക്ഷിപ്പുകാരനെ പേടിച്ച് ഉപ്പും മുളകും പുളിയുമേറിയ പുളിങ്കറി ഇരു വരുടേയും വായ് മരവിപ്പിച്ചു. ആ ജയിലിൽ, അതേ, അവരുടെ ഉൽക്ക ണ്ഠകളും ആശങ്കകളുമെല്ലാം ഒന്നുതന്നെയായിരുന്നു.

ഓടിന്റെ പൊട്ടലിനിടയിലൂടെ ഈശ്വരകാരുണ്യംപോലെ അക ത്തേക്ക് ഒരു പ്രകാശക്കൂർച്ചമുണ്ടാകാറുണ്ട്. അങ്ങനെ തറയിൽ വൃത്താ കൃതിയിൽ വിരചിതമാകുന്ന ആ തേജസ്സു മുറിയുടെ പടിഞ്ഞാറെ അറ്റ ത്തുദിച്ചു ക്രമേണ സഞ്ചരിച്ചു കിഴക്കു ചെന്ന് അസ്തമിക്കുന്ന സമയമാ യിരുന്നു അവരിൽ പകൽ. ആ ഇരുമ്പഴികൾക്കിടയിലൂടെ നോക്കിയാൽ ജയിലിലെ ഉന്നതമായ മതിലിനപ്പുറത്ത് അങ്ങൊരു മൊട്ടക്കുന്നിന്റെ ഊഷ രമായ ശിരസ്സു കാണാം. പ്രഭാതത്തിൽ മൂടൽമഞ്ഞിൽ മറഞ്ഞും മദ്ധ്യാ ഹ്നത്തിൽ വിശാലനീലമായ ഒരു പശ്ചാത്തലത്തിൽ, സൂര്യപ്രകാശത്തിൽ

ആറാടിയും അസ്തമയത്തിൽ കുങ്കുമാഭമായും അതു പ്രത്യക്ഷപ്പെടും. ഒന്നാം തീയതികളും ആണ്ടുപിറപ്പുകളും അങ്ങനെ ഇഴഞ്ഞുകൊണ്ടിരുന്നു.

ചിലപ്പോൾ കാല്പെരുമാറ്റം ആ മുറിക്കകത്ത് എന്തോ ജീവനുള്ളതുണ്ടെന്നു തെളിയിച്ചു. ആ കൂട്ടിലെ അന്ധകാരത്തിൽ നാലു കണ്ണുകൾ തിളങ്ങുന്നതു കാണാം. ഒരുവൻ മറ്റൊരുവന്റെ സത്തപോലും അറിയുന്നില്ലെന്നു തോന്നും. രണ്ടു സിംഹങ്ങൾ പരസ്പരം ഗൗനിക്കാതെ, അറിയാതെ, രണ്ടു മൂലകളിൽ കിടക്കുന്ന ഒരു കൂടുപോലെയായിരുന്നു ആ മുറി.

അവിടെ ചിന്തയില്ല, ഹൃദയമില്ല. ശ്വാസോച്ഛ്വാസം മാത്രംകൊണ്ടു മനുഷ്യശരീരം എന്ന രണ്ടു വിചിത്രയന്ത്രങ്ങൾ അവിടെ വർത്തിച്ചുപോന്നു.

പക്ഷേ, അവർക്കു പരസ്പരം മനസ്സിലാക്കുവാൻ കഴിഞ്ഞിരുന്നു. സുദീർഘവും നിശ്ശബ്ദവുമായ ആ ജീവിതത്തിൽ അവർ അന്യോന്യം അറിഞ്ഞു കഴിഞ്ഞിരുന്നു. അവർക്കു രഹസ്യമായി ഒന്നുമില്ല, അന്യോന്യം ഒന്നും പറയുവാനില്ല, അന്യോന്യം ഒന്നും കേൾക്കുവാനില്ല, മനസ്സിലാക്കുവാനുമില്ല. അങ്ങനെ അഗാധമായ ആ സ്നേഹബന്ധം കയംപോലെ നിശ്ശബ്ദമായിരുന്നു.

ആറു കെട്ടുകളുള്ള ആ ജയിൽ ഒരു ലോകമായിരുന്നു. അവിടെ കണ്ണീരും ചിരിയുമുണ്ട് - ചൂടുപിടിച്ച കണ്ണീരും, ആ ഇടുങ്ങിയ ഭിത്തിക്കുള്ളിൽ പ്രതിധ്വനിച്ചു പൈശാചികമാകുന്ന ചിരിയും! അവിടെ ജീവിതമത്സരത്തിലെ കുശുമ്പും കുന്നായ്മയുമുണ്ട്. അവിടെയും മനുഷ്യർ പാർക്കുന്നു! സ്നേഹിക്കപ്പെടുവാനും അവിടെയും കരൾത്തേക്കമുണ്ട്. മൃദുലമായ വികാരങ്ങൾ അവിടെയും ഉണരുന്നു.

നിശ്ശബ്ദതയും കൂരിരുട്ടും പരസ്പരം ലയിച്ച് അഗാധമായ ഒരു രാത്രി; മരണമെന്ന പെരുംരഹസ്യത്തിൽ പരസഹസ്രം ആത്മാക്കളിൽ ഒന്നിനെപ്പോലെ, ആദിയും അന്തവുമില്ലാത്ത ആ നിരാകാരത്തിന്റെ തണുത്ത ഉത്സംഗത്തിൽ ചേർന്ന് ആ ജയിൽ കണ്ണുകളടച്ചു. അതിനുള്ളിൽ അനേക ശതം ആത്മാക്കൾ ചുരുണ്ടുകൂടി കൃമികളെപ്പോലെ കിടക്കുന്നുണ്ട്. അടിച്ചമർത്തപ്പെട്ട അമർഷത്തിന്റെ ശക്തി! കൃത്യഷണ്ഡമായ കാലുഷ്യത്തിന്റെ നിശ്ശബ്ദത!

ഒരു കാവല്ക്കാരൻ അങ്ങോട്ടുമിങ്ങോട്ടും വരാന്തയിൽ നടന്നുകൊണ്ടിരുന്നു. ആ തണുത്ത കരങ്ങൾ അയാളുടെ കണ്ണുകളെയും തിരുമ്മി. അയാൾ തൂണുചാരിനിന്ന് ഒന്നു മയങ്ങി.

അതിദീനമായ, ദുർബ്ബലമായ ഒരു തേങ്ങൽ! അത് ആ അന്ധകാരപ്പെരുമയുടെ ദൂരസ്ഥമായ ഏതോ ചുരുളുകളിൽനിന്നെന്നപോലെ പുറപ്പെട്ട് ആ നിശ്ശബ്ദതയുടെ ആഴം അളന്നു.

"കുട്ടാ!"

"എ-എന്തേ."

വീണ്ടും ശാശ്വതമായ നിറഞ്ഞ നിശ്ശബ്ദത!

തൂണു ചാരിനിന്ന കാവല്ക്കാരൻ ഞെട്ടിയുണർന്നു.

അയാൾ ഇമവെട്ടി മിഴിതുറന്നു നാലുപാടും നോക്കി. ഒന്നു കനപ്പിച്ചിട്ടു മീശ പിരിച്ച് അയാൾ വരാന്തയിൽ അങ്ങോട്ടുമിങ്ങോട്ടും നടന്നു തുടങ്ങി.

ആ അന്ധകാരപടലത്തിനിടയിൽ തന്റെ കണ്ണിനുമുമ്പിൽ എന്തൊക്കെയോ അജ്ഞാതമായ സംഗതികൾ നടക്കുന്നുണ്ടെന്ന് അയാൾക്കു തോന്നി. കണ്ണീർ നിറഞ്ഞ, വാത്സല്യം വഴിയുന്ന, ഹൃദയംഗമമായ ഒരു വിളി; അനുസരണപൂർവ്വകമായ, നിരാശ്രയത്വം നിഴലാടുന്ന, ആശ്വാസ നിശ്വാസം പോലെയുള്ള, വിക്കിവിക്കിയ ഒരു വിളികേൾക്കൽ. അല്ല, എന്തൊക്കെയോ മൃദുലമായ വികാരങ്ങൾ നിറഞ്ഞ വിളിയും, അങ്ങനെ തന്നെയുള്ള വിളികേൾക്കലും. ആ പാവം കാവല്ക്കാരന് അത് അപഗ്രഥിക്കാവതല്ല. ആ ശബ്ദങ്ങൾ കൂരിരുട്ടിൽ മാഞ്ഞുപോയി. പക്ഷേ, ആ ദുരന്തം അവശേഷിക്കുന്നു. അവിടെ എന്തോ നടക്കുന്നു. ആ നിശ്ശബ്ദതയുടെ കയത്തിലേക്ക് അയാൾ താണുപോയി. ആ പദങ്ങളെന്ത്? ചെവി വഞ്ചിച്ചു; ആരോ കൊടിയ ദുഃഖഭാരം കൈമാറി; ആരോ ആരുടെയോ കണ്ണുനീർ സ്വയം കണ്ണീർകൊണ്ടു കഴുകിക്കളയുന്നു; ആരൊക്കെയോ സ്നേഹിക്കുന്നു; വിങ്ങിവിങ്ങി കരയുന്ന ഇഷ്ടജനം, ആ കരച്ചിൽ കാണാൻ കഴിവില്ലാതെ ഹൃദയം പൊട്ടി അരുമയായുള്ള 'ഓമനേ!' വിളി. ആശ്വാസത്തോടുകൂടിയ നെടുവീർപ്പ്; അല്ല, അതൊന്നുമല്ല, അവിടെ നടന്നത്. അതെല്ലാം അതീതമായ ഒരു ജീവിതത്തിലെ ശ്ലോകാത്മകങ്ങളായ രംഗങ്ങളാണ്. പണ്ടെങ്ങോ കണ്ട ഒരു സ്വപ്നത്തിന്റെ അവ്യക്തമായ സ്മരണകൾ. അത്രമാത്രം. അവരിൽ ഒരുവൻ മറ്റവനെ തെല്ലൊന്നു താലോലിച്ചു. നരിച്ചീർ എന്തൊക്കെയോ പുലമ്പി.

ആ തടവുകാരിൽ ഒരുവൻ മദ്ധ്യവയസ്കനായിരുന്നു; മറ്റവൻ ഒരു യുവാവും.

"കുട്ടാ, എനിക്കിത്രയും വേണ്ട."

അയാൾ കുറേ ചോറുവാരി കുട്ടന്റെ പാത്രത്തിലേക്കിട്ടു. വീണ്ടും വാരിക്കൊണ്ടു ചെന്നപ്പോൾ കുട്ടൻ അവന്റെ പാത്രം എടുത്തു മാറ്റി.

"എനിക്കു വേണ്ടാഞ്ഞാ കുട്ടാ!"

ശാസനാപരമായ സ്വരത്തിൽ കുട്ടൻ പറഞ്ഞു: "ഇപ്പോൾ അതുണ്ണണം."

മദ്ധ്യവയസ്കൻ ആ ശാസന അനുസരിച്ചു. അയാൾ വേണം വേണ്ടാ എന്ന മട്ടിൽ കുറേ വാരിത്തിന്നു:

"എനിക്കു മതി കുഞ്ഞേ!"

"അയ്യോ, ഒരുപിടി ചോറുണ്ടില്ലേ!" അയാൾ കുറച്ചുകൂടി വാരിത്തിന്നു.

വീട്ടിൽനിന്നും നാട്ടിൽനിന്നും പരിചിതങ്ങളായ സകലതിൽനിന്നും അകന്നുപോയ അവർ ഹൃദയത്തിലെ മാർദ്ദവമുള്ള വശങ്ങൾ പരസ്പരം കടം കൊടുത്തുപോന്നു. സ്നേഹിച്ചു, സ്നേഹിക്കപ്പെട്ടു. സഹതപിച്ചു,

സഹതപിക്കപ്പെട്ടു! അവർ അങ്ങനെ എന്തൊക്കെയോ സ്വാതന്ത്ര്യമുള്ള, നമുക്കാർക്കും വില നിർണ്ണയിക്കാൻ വയ്യാത്ത ചിലതെല്ലാം, കൈമാറ്റം ചെയ്തു പോന്നു.

"അണ്ണനിങ്ങനെ ഉണ്ണാതിരുന്നാലോ?"

"ഓ! ഞാൻ അങ്ങു മരിക്കും."

"പിന്നെ ഞാനോ?"

"നീ ചെറുപ്പമാണ്."

"അണ്ണനു വേണ്ടെങ്കിൽ എനിക്കും വേണ്ട."

അത്രയും വാക്കുകളുടെ ദിവ്യശക്തിയിൽ, ആ തടവുമുറിയിലെ നിശ്ശബ്ദത അവർക്കു സഹിക്കാമായിരുന്നു. ഭയങ്കരമായ സ്വപ്നം കണ്ടു തേങ്ങിത്തേങ്ങി കരഞ്ഞപ്പോൾ കുട്ടൻ, ദയാപൂർണ്ണമായ ഒരു വിളിയിൽ ആശ്വസിച്ചു. അന്നം വെറുത്തപ്പോൾ ആ മദ്ധ്യവയസ്കന്റെ ജീവിതത്തെക്കുറിച്ച് ഒരു ഹൃദയം ഉൽക്കണ്ഠാകുലമായി.

ഇതിൽ ആ ബന്ധം അവസാനിച്ചിരുന്നില്ല. അമ്മയുടെ വാത്സല്യത്തിലും, ഭാര്യയുടെ പരിലാളനത്തിലും, കുഞ്ഞുങ്ങളുടെ കളിക്കൊഞ്ചലിലും – ഈ ഭാഗധേയം നുകർന്നു. വിശാലമായ, ഭോഗലാലസമായ, സ്വാതന്ത്ര്യത്തിൽ ഒഴുകിക്കഴിയുന്നവർക്ക് ആ സാഹോദര്യത്തിന്റെ നാനാവശങ്ങളും അറിയുവാൻ കഴിവില്ല. ദയ, സ്നേഹം, വാത്സല്യം – ഇങ്ങനെ നമുക്കു പരിചിതങ്ങളായ മൃദുലവികാരങ്ങൾ വിരലിൽ എണ്ണിത്തീർന്നു കഴിഞ്ഞുപോകും. ആ വീണയ്ക്ക് ഇനിയും അജ്ഞാതമായ കമ്പികൾ വളരെയുണ്ട്. ഒരു ശാസ്ത്രജ്ഞനും ഒരു കവിയും ഒരു മതാചാര്യനും കണ്ടുപിടിക്കാത്ത കമ്പികൾ! അവയ്ക്കു പേരില്ല. അവയാണ് ആ ഇടുങ്ങിയ മുറിയിൽ മീട്ടിപ്പോന്നത്.

മരംകോച്ചുന്ന മഞ്ഞ്. ആ രാത്രിയിൽ മദ്ധ്യവയസ്കൻ കിടുകിടാ വിറച്ചു.

"അണ്ണാ!"

"ങേ!"

"എന്റെ മുണ്ടു തരാം."

അണ്ണനെ കുട്ടൻ തന്റെ മുണ്ടുരിഞ്ഞു പുതപ്പിച്ചു. ആ ത്യാഗം ലോകം അറിഞ്ഞില്ല.

"കുഞ്ഞേ, നിനക്കു തണുപ്പില്ലേ?"

"ഓ, ഇല്ലണ്ണാ!"

"നീ എന്റെ അടുത്തു വന്നു കിടന്നോ" പരസ്പരം ചൂടുപിടിച്ച് ഒരു പുതപ്പിനു താഴെ അവർ കിടന്നു. കുട്ടൻ ആ മദ്ധ്യവയസ്കന്റെ ബാഹുക്കൾക്കു താഴെ സുഖനിദ്രയിൽ ലയിച്ചു. അവിടെ സ്വപ്നമില്ലാ, തണുപ്പില്ലാ, ഒന്നുമില്ല.

മലർന്നു കിടന്നുറങ്ങുന്ന അവന്റെ മുഖത്ത് ആ കൂരിരുട്ടിൽ മദ്ധ്യവയസ്കൻ സൂക്ഷിച്ചു നോക്കിക്കൊണ്ടിരിക്കും. അയാളുടെ കണ്ണുകൾ നിറയും. ക്ലേശമേതും നിഴലിക്കാതെ ശാന്തി നിറഞ്ഞ ആ മുഖം അയാ

ളുടെ കരളിനെ കുളിർപ്പിക്കും. അവന് ആരുണ്ട് ഒരു രക്ഷ! ജീവിതാശ പേറി തൂക്കുമരക്കിണറ്റിൽനിന്നു പ്രേതങ്ങൾ അവിടെയെല്ലാം അലയുന്നുണ്ട്.

ആ കാരാഗൃഹത്തിലെ അന്ധകാരത്തിൽക്കിടന്നു നുളയ്ക്കുന്ന ആ കൃമികൾക്കും ഒരഭിമാനമുണ്ട്. "എനിക്കൊരു കൂട്ടുകാരനുണ്ട്, സ്നേഹിക്കുന്ന അദ്ദേഹം എന്റെ രക്ഷിതാവാണ്." എന്നൊരുവനും, "ഞാൻ ഒരുവനെ സ്നേഹിക്കുന്നു" എന്ന് അപരനും അഭിമാനിച്ചുപോന്നു. താൻ വിരൂപനാകുമ്പോഴും വൃദ്ധനാകുമ്പോഴും തനിക്കു ശിരസ്സു ചേർത്തു നെടുവീർപ്പിടുവാൻ ഒരു വിശാലമായ വക്ഷസ്സുണ്ടെന്ന ഭാര്യയുടേയും; ലോകം നിന്ദിക്കുമ്പോഴും തെണ്ടിയാകുമ്പോഴും തന്റെ ക്ലേശങ്ങൾ സമർപ്പിക്കുവാൻ ഒരിടമുണ്ടെന്നും തന്നെക്കുറിച്ചു ദയനിറഞ്ഞ് ഉൽക്കണ്ഠാകുലമായ ഒരു മൃദുല ഹൃദയമുണ്ടെന്നുമുള്ള ഭർത്താവിന്റെയും ബോധംകൊണ്ടു കർക്കശമായ ജീവിതഭാരത്തെ ഗാർഹസ്ഥ്യബന്ധം ചുമക്കുന്നു.

ചിലപ്പോൾ കുട്ടൻ പിണക്കം നടിച്ചു കുട്ടിയെപ്പോലെ അകന്നുപോകും. അവൻ കവിൾ വീർപ്പിച്ചുകൊണ്ടു മാറിനില്ക്കും. മദ്ധ്യവയസ്കൻ വായ്മൂലകൾക്കപ്പുറം പോകാത്ത ശോകാത്മകമായ ചിരിയോടെ അടുത്തുചെന്ന് അവനെ കിക്കിളിയാക്കും.

"ഓ, ഈ അണ്ണനു കളി മാറിയില്ലേ?"

എന്നാൽ അവൻ ഒരിക്കലും ഈ സ്നേഹപ്രകടനം തടഞ്ഞിട്ടില്ല. മദ്ധ്യവയ്സകന്റെ മടിയിൽ തലവെച്ചുകൊണ്ടു കുട്ടൻ കിടക്കും.

"അണ്ണാ, തൊട നോവുകയില്ലേ?"

"ഇല്ല കുഞ്ഞേ, നീ കിടന്നോ."

വിസ്മൃതമായ ചില ഓമനപ്പേരുകൾ വീണ്ടും മദ്ധ്യവയസ്കന്റെ ഓർമ്മയിൽ വന്നു.

"എന്റെ കൊച്ചുകള്ളാ!"

വാത്സല്യമേറിയ അവരുടെ മുഖങ്ങൾ യോജിച്ചു. ഒരിക്കൽ ചുകന്ന്, ഇന്നു വിളറിയിരിക്കുന്ന അവന്റെ ചുണ്ടുകളിൽ ഒരു പുഞ്ചിരി കളിയാടി. അവന്റെ മുഖം കുനിഞ്ഞു. അവൻ മദ്ധ്യവയസ്കന്റെ മുഖത്തു നോക്കിയില്ല. ആ രോമാഞ്ചത്തിന്റെ അനുഭൂതിയിൽ ചില നിമിഷങ്ങൾ കഴിഞ്ഞ് അവൻ മിഴിചായ്ച്ച് ഒരു ക്ഷണം മദ്ധ്യവയസ്കനെ നോക്കി. കുനിഞ്ഞ ശിരസ്സോടും വിരലുകൾ കോർത്തുതാഴ്ത്തിയ കൈകളോടും കൂടിനിന്ന കുട്ടന്റെ കർണ്ണങ്ങളിൽ എന്തോ വികാരപരവശമായ ഒരു ഓമനപ്പേർ അയാൾ മന്ത്രിച്ചു.

ആ ബന്ധം അങ്ങനെ സഗൗരവമായ ഒന്നായിരുന്നു. അവിടെ പ്രണയകലഹങ്ങളുണ്ട്, പരിഭവങ്ങളുണ്ട്, മുള്ളുവാക്കുകളുണ്ട്, കരച്ചിലും പിഴിച്ചിലും ചിലപ്പോൾ ഉണ്ട്.

"വേണ്ട, വേണ്ട. എന്നോടൊന്നും പറയണ്ട," കുട്ടൻ കരഞ്ഞുകൊണ്ടു പറയും.

"ഞാൻ എന്തു ചെയ്തിട്ടാണിത്?"

മദ്ധ്യവയസ്കന്റെ സ്വരത്തിൽ മുഷിവും ദുഃഖവും നിഴലാടും.

"മതി, മതി. എന്നോടശേഷം സ്നേഹമില്ല."

"എനിക്കല്പം സൈ്വരം തരണം."

"അണ്ണന് ഇനി എത്ര കൊല്ലമുണ്ട്?" മദ്ധ്യവയസ്കന്റെ മടിയിൽ തല വെച്ചു കിടന്നുകൊണ്ടു കുട്ടൻ ചോദിച്ചു.

"ആ, എനിക്കറിഞ്ഞുകൂടാ."

"അണ്ണൻ പോയിക്കഴിഞ്ഞ് – അണ്ണൻ പിന്നീടെന്നെ ഓർക്കുമോ?"

അതിനൊന്നും ഉത്തരമുണ്ടായില്ല. കുറച്ചുനേരത്തേക്കു രണ്ടാളും ഒന്നും മിണ്ടിയില്ല.

"അണ്ണൻ പോയാൽ –" കുട്ടൻ അർദ്ധോക്തിയിൽ വിരമിച്ചു.

"കുട്ടാ!"

"എന്തോ!"

"നീ കരയാതെ."

മദ്ധ്യവയസ്കന്റെ കണ്ണിൽനിന്ന് ഒരു തുള്ളി കണ്ണീർ അടർന്നുവീണു.

"ഇല്ലണ്ണാ. പിന്നെ ഞാൻ ജീവിച്ചിരിക്കുകയില്ല."

വികാരം അടക്കാനെന്നോണം കുട്ടൻ കീഴ്ച്ചുണ്ടു കടിച്ചമർത്തി.

"ഞാൻ പോയാൽ തിരിച്ചുവരും. കുട്ടാ!"

"അതു വേണ്ടണ്ണാ! അണ്ണൻ വെളിയിലിറങ്ങി ജീവിക്കണം. ഈയുള്ളവൻ പ്രകാശം കാണുകയില്ല."

"ഹോ മഹാപാപി!" മദ്ധ്യവയസ്കൻ പല്ലുകടിച്ച്, വികാരം സഹിക്കാതെ പറഞ്ഞു. കുട്ടൻ മധുരമായി ചിരിച്ചുകൊണ്ടു ചോദിച്ചു:

"മഹാപാപിയാണെന്നു തോന്നിയോ?"

"നീ എങ്ങനെ എന്നെ തീ തീറ്റുന്നു." അയാൾ അവന്റെ കൈ പിടിച്ചു ഞെരിച്ചു.

കുട്ടൻ, തന്റെ നിത്യസഖാവിന്റെ ഹൃദയയാതന കണ്ടു. അവന്റെ മനമലിഞ്ഞു. "ഇല്ല ക്ഷമിക്കണം. ഞാൻ പറഞ്ഞതൊക്കെ ക്ഷമിക്കണം. അറിയാതെ പറഞ്ഞതാണ്."

ഒട്ടുനേരം കഴിഞ്ഞു കുട്ടൻ പറഞ്ഞു: "അണ്ണാ, ഞാൻ പറഞ്ഞതു മറന്നോ?" അവൻ അയാളുടെ മുഖത്തു സൂക്ഷിച്ചുനോക്കി. അവനെന്തോ വേണമായിരുന്നു.

അവൻ മിഴിയുയർത്തിപ്പറഞ്ഞു: "എന്നെ എന്നെന്നും സ്നേഹിച്ചാൽ മതി. ദയവായി ഇരുന്നാൽ മതി."

ഇങ്ങനെ ആ ഇടുങ്ങിയ ഭിത്തിക്കുള്ളിൽ കുട്ടന് ഈശ്വരഹൃദയം പോലെ സുരക്ഷിതവും മാതാവിന്റെ മടിത്തട്ടുപോലെ ആശ്വാസദായകവുമായ ഒരിടമുണ്ടായിരുന്നു. അറുകൊലകളിൽനിന്നും ഭീകരസ്വപ്നങ്ങളിൽനിന്നും ആ മദ്ധ്യവയസ്കൻ അവനെ രക്ഷിച്ചു.

ആ പ്രഭാതത്തിൽ – കുട്ടൻ അപ്പോഴും ഉണർന്നിരുന്നില്ല – ജയിലിലെ സൂപ്രണ്ട് ആ മുറി തുറന്നു. അദ്ദേഹം മദ്ധ്യവയസ്കനോടു പറഞ്ഞു: "തനിക്കിന്നു പോകാം."

തുറന്ന വാതിലിലൂടെ മദ്ധ്യവയസ്കൻ കുനിഞ്ഞു പുറത്തിറങ്ങി. ഒരു നിമിഷനേരത്തേക്ക് അയാൾക്കു യാതൊരു ബോധവുമില്ലായിരുന്നു. ഉണർന്നു നോക്കിയപ്പോൾ 'അണ്ണ'ന്റെ പിൻഭാഗം ആ ഇരുളടഞ്ഞ ഇട നാഴിയിൽ അപ്രത്യക്ഷമാകുന്നതു കുട്ടൻ കണ്ടു.

കൊല്ലം ഒന്നുരണ്ടു കഴിഞ്ഞു. മദ്ധ്യവയസ്കനെ വീണ്ടും ആ ജയി ലിലേക്കു തിരിച്ചു കൊണ്ടുവന്നു. അയാളെ ആ പ്രാവശ്യം ആറാംകെ ട്ടിൽ 2–ാം നമ്പർ മുറിയിലേക്കാണ് അയച്ചത്. നാലാംകെട്ടിൽ 27–ാം നമ്പർ മുറിയിലേക്ക് അയക്കണമെന്ന് അയാൾ കെഞ്ചി അപേക്ഷിച്ചു. പക്ഷേ, അതാരും കേട്ടില്ല. സൂക്ഷിപ്പുകാരനോട് നാലാം കെട്ടിൽ 27–ാം നമ്പർ മുറിയിൽ കിടന്നിരുന്ന കുട്ടനെക്കുറിച്ച് അയാൾ സൂത്രത്തിലന്വേഷിച്ചു. അങ്ങനെ ഒരുത്തനെക്കുറിച്ച് അയാൾക്കറിഞ്ഞുകൂടായിരുന്നു. വിവരം തിര ക്കിപ്പറയാൻ തന്റെ കൈയിൽ അവസാനമായി ശേഷിച്ചിരുന്ന നാലണ ആ പഴയ പുള്ളി സൂക്ഷിപ്പുകാരനു പൊലിച്ചു. സുമാർ ഒന്നരവർഷം മുമ്പ് ആറുമാസം നീണ്ടുനിന്ന ഒരു ഹൃദ്രോഗത്തിന്റെ ഫലമായി ആ ചെറു ക്കൻ ജയിലാശുപത്രിയിൽക്കിടന്നു മരിച്ചതായി സൂക്ഷിപ്പുകാരൻ അയാളെ അറിയിച്ചു. രണ്ടു വർഷത്തെ ജയിലിനു പുറത്തുള്ള ജീവിതത്തിനിടയിൽ ഉള്ള് ഉരുക്കായിത്തീർന്നിരുന്ന ആ മദ്ധ്യവയസ്കന്റെ സാമാന്യ ജിജ്ഞാ സയും ഇങ്ങനെ ശമിച്ചു.

ചന്ദ്രരശ്മികൾ

മാധവിക്കുട്ടി

ഇക്ബാൽ ഒരു ആത്മഹത്യാശ്രമത്തിനുശേഷം ആശുപത്രിയിൽ എത്തിച്ചേർന്നപ്പോൾ ഞാനും അയാളെ കാണുവാൻ ചെന്നു.

മുറിയിൽ അപ്പോൾ മറ്റാരുമുണ്ടായിരുന്നില്ല.

വിളർത്ത മുഖം മാത്രം വെളിപ്പെടുത്തിക്കൊണ്ട് ഒരു ചുവന്ന കമ്പിളിയുടെയിടയിൽ ഉറങ്ങിക്കിടക്കുകയായിരുന്നു ആ യുവാവ്.

ഞാൻ ഒരു കസാലയിൽ ഇരുന്നു. ഒരപരാധബോധം എന്നെ അലട്ടിക്കൊണ്ടിരുന്നു. ഇക്ബാലിന്റെ ദുഃഖത്തിന് ഉത്തരവാദി ഞാനായിരുന്നുവല്ലോ.

വിവാഹത്തിനുശേഷം ആദ്യമായി ഡൽഹിയിലെത്തിയപ്പോൾ സ്റ്റേഷനിൽ ഞങ്ങളെ എതിരേല്ക്കുവാൻ ഇക്ബാൽ മാത്രമേ ഉണ്ടായിരുന്നുള്ളൂ.

“ഇതാണ് ഇക്ബാൽ.” എന്റെ ഭർത്താവ് അയാളെ ആശ്ലേഷിച്ചുകൊണ്ടു പറഞ്ഞു: “എന്റെ ആത്മമിത്രവും ഉപദേഷ്ടാവുമായ ഇക്ബാൽ ഹുസ്സേൻ.”

ഉയരം കുറഞ്ഞ്, വെളുത്ത്, സ്ത്രീത്വം തോന്നിപ്പിക്കുന്ന ശരീരഘടനയോടു കൂടിയ ഒരു ചെറുപ്പക്കാരൻ.

അയാൾ അന്നുതന്നെ തന്റെ ഇരുമ്പുപെട്ടിയുമെടുത്ത് വൈ എം സി എയിലേക്കു മാറിത്താമസിച്ചു. ഞാനും എന്റെ ഭർത്താവും അയാളെ പല തവണ നിർബ്ബന്ധിച്ചുനോക്കി,

“ഇനി ഇവിടെ ഞാൻ താമസിക്കുകയില്ല.” ഇക്ബാൽ പറഞ്ഞു. ടാക്സിയിലേക്ക് അയാളുടെ പെട്ടി കയറ്റിവയ്ക്കുവാൻ എന്റെ ഭർത്താവും അയാളെ സഹായിച്ചു.

ടാക്സി ഓടിത്തുടങ്ങിയപ്പോൾ എന്റെ ഭർത്താവ് കൈ ഉയർത്തി. പക്ഷേ, ഇക്ബാൽ തിരിഞ്ഞുനോക്കിയതേയില്ല.

"അയാൾ എന്നെ വെറുക്കുന്നു." ഞാൻ പറഞ്ഞു: "ഞാനൊരു കുറ്റവും ചെയ്തിട്ടില്ലല്ലോ."

"നീ ഒരു കുറ്റവും ചെയ്തിട്ടില്ല." എന്റെ ഭർത്താവ് പറഞ്ഞു. അന്ന് രാത്രി കിടക്കയുടെ കീഴിൽനിന്ന് ഒരു കവിതാശകലം എഴുതിയ കടലാസു കഷണം എനിക്കു കിട്ടി.

'ഞാൻ ദരിദ്രനാണ്, നീ ധനികനും.'

ഞാൻ പറഞ്ഞു: 'ഞാൻ ദരിദ്രനാണ്.'

ചന്ദ്രരശ്മികൾ തിന്നുകൊണ്ടാണ് ഞാൻ വളർന്നത്.

ചന്ദ്രന് ഇപ്പോൾ രശ്മികളേയില്ല.

ഞാൻ ഇനി എങ്ങനെ ജീവിക്കും?'

"ഇത് ഇക്ബാൽ എഴുതിയതാണോ?"

ഞാൻ എന്റെ ഭർത്താവിനോടു ചോദിച്ചു.

"അതേ, ഇക്ബാൽ ഒരു വിചിത്രജീവിയാണ്. അവനെ മനസ്സിലാക്കുവാൻ സാധാരണ മനുഷ്യർക്ക് സാധിക്കുകയില്ല." എന്റെ ഭർത്താവ് പറഞ്ഞു.

"നിങ്ങൾക്ക് മനസ്സിലാവുമോ?" ഞാൻ ചോദിച്ചു.

"ഉവ്വ്. അകവും പുറവും ആത്മാവും ശരീരവും."

അന്ന് മുതൽ എന്റെ ഹൃദയം അസ്വസ്ഥമായി....

ഇക്ബാൽ കണ്ണുകൾ മിഴിച്ച് എന്നെ നോക്കി.

"രമേഷ് എവിടെ?" അയാൾ ചോദിച്ചു.

"ഊണു കഴിക്കുവാൻ പോയിരിക്കയാണ്."

അമ്മ പറഞ്ഞു.

അയാൾ കണ്ണുകൾ വീണ്ടും അടച്ചു.

"നിങ്ങളുടെ അസൂയയാണ് ഈ കൃത്യത്തിനു നിങ്ങളെ പ്രേരിപ്പിച്ചത്." ഞാൻ പറഞ്ഞു.

"അസൂയയോ? അതെന്തിന്? രമേഷ് എന്നെയും സ്നേഹിക്കുന്നുണ്ടല്ലോ." ഇക്ബാൽ പറഞ്ഞു.

"ഉവ്വ് പക്ഷേ, ഞാൻ ഗർഭം ധരിച്ചിരിക്കുന്നു. നിങ്ങൾക്ക് ആ കഴിവില്ലല്ലോ, അതുകൊണ്ടാണ് നിങ്ങൾ ആത്മഹത്യയ്ക്ക് ശ്രമിച്ചത്."

ഇക്ബാൽ കൈകൾകൊണ്ട് മുഖം മറച്ച് ഉറക്കെ തേങ്ങിക്കരഞ്ഞു.

"കടന്നുപോവൂ, പിശാചേ." തേങ്ങലുകൾക്കിടയിൽ അയാൾ പിറുപിറുത്തു.

വാതില്ക്കലേക്കു നടന്നപ്പോൾ ഞാൻ പൊട്ടിച്ചിരിച്ചു. അത് ഒരു പിശാചിന്റെ ചിരിയാണെന്ന് എനിക്കും തോന്നി.

രാജവീഥികൾ

മാധവിക്കുട്ടി

നാലുദിവസം മുമ്പു നടന്ന ആ ദാരുണ സംഭവത്തെപ്പറ്റി മനോരമയെ ചോദ്യം ചെയ്യുവാൻ പത്രപ്രതിനിധികൾ അവളെയും കാത്ത് സന്ധ്യമുതല്ക്കേ സാന്ത്രാക്രൂസ് വിമാനത്താവളത്തിൽ ഹാജരുണ്ടായിരുന്നു. പത്തരമണിക്ക് ശ്രീലങ്കയിൽനിന്ന് വന്നിറങ്ങിയ മനോരമ അവരുടെ ക്യാമറയ്ക്കു മുമ്പിൽ ചൂളി, തല തിരിച്ചു. ന്യായീകരണമില്ലാത്ത ഒരപരാധബോധവും മനസ്സിൽ ഒരാഴ്ചയോളം ഉച്ചസൂര്യനെപ്പോലെ കത്തിജ്വലിച്ചിരുന്ന ഭീതിയും നിമിത്തം അവൾ ക്ഷീണിതയായി കാണപ്പെട്ടു. സാധാരണയായി ഒരു ജപ്പാൻ പാവയെ വെല്ലുന്ന കടുംനിറങ്ങൾ മുഖത്ത് മിനുക്കി ചമഞ്ഞൊരുങ്ങാറുള്ള ആ സൗന്ദര്യറാണി അന്ന് ലിപ്സ്റ്റിക്പോലും ഉപയോഗിച്ചിരുന്നില്ല. ചുമലോളം വെച്ച് മുറിച്ച തലമുടി ഒരു റബ്ബർബാൻഡ് കൊണ്ടു കെട്ടി പിൻകഴുത്തിൽനിന്ന് നാലിഞ്ച് ദൂരത്തിൽ ഉയർത്തിവെച്ചിരുന്നു. കറുത്ത പുള്ളികളുള്ള ഒരു വെള്ളസാരിയായിരുന്നു അവളുടെ വേഷം. പത്രക്കാർ അമ്പരന്നു. ഈ ഇടത്തരക്കാരിയായ വീട്ടമ്മയോ, ലോക പ്രശസ്തയായ മോഡൽ മനോരമ ജെന്നിഫർ കെല്ലി? പാരീസിലെ ഏറ്റവും പ്രധാനപ്പെട്ട ഫാഷൻ ഹൗസിന്റെ വിലയേറിയ തുറുപ്പുശീട്ട്? ചന്ദനവർണ്ണമുള്ളവൾ? മന്ദഹസിക്കുമ്പോൾ ഇടത്തെ കവിളിൽ നുണക്കുഴി വിരിയിക്കുന്ന ഓമന? പാശ്ചാത്യവേഷത്തിൽ അണിഞ്ഞൊരുങ്ങി നില്ക്കുന്ന മനോരമയുടെ എത്രയെത്ര വർണ്ണചിത്രങ്ങൾ തങ്ങൾ അമേരിക്കൻ വാരികകളിൽ അഭിമാനത്തോടെ നോക്കി രസിച്ചിട്ടുണ്ട്! ആ ചടുലനേത്രങ്ങളുടെ താഡനം അനുഭവിച്ച് തരളിതനാവാത്ത ഒരൊറ്റ കോടീശ്വരനും യൂറോപ്പിലില്ല എന്നാണ് കേട്ടുകേൾവി. ഇന്ത്യയിലും അവൾക്ക് ആരാധകർ കുറവല്ല. വിവാഹമോചനം കഴിഞ്ഞ് ഏകാകിയും അസ്വസ്ഥനുമായി കഴിയുന്ന 'ബി' എന്ന രാജകുമാരൻ പാരീസിൽപ്പോയി മനോര

മയോട് വിവാഹാഭ്യർത്ഥന നടത്തിയെന്നത് എല്ലാ പത്രക്കാർക്കും അറിയാവുന്ന രഹസ്യമാണ്, എന്നിട്ടോ? അവൾ സ്വാഭാവികമായ അഹംഭാവത്തോടെ രാജകുമാരന്റെ അഭ്യർത്ഥന തള്ളിക്കളഞ്ഞു. ആ വിശ്വസുന്ദരിയാണെന്നോ ഇവൾ? ബോംബെയിൽ ജ്യേഷ്ഠന്റെയൊപ്പം ഒരാഴ്ച താമസിക്കാനായി പാരീസിലേക്കു മടങ്ങുംവഴി മനോരമ വരുന്നു എന്നുകേട്ട നിമിഷം മുതൽ അനുഭവപ്പെട്ടിരുന്ന ആവേശവും ഉന്മേഷവും ഞൊടിയിടയിൽ കെട്ടടങ്ങി. ഓഫീസുകൾ അടയ്ക്കുന്ന നേരം ചർച്ച് ഗേറ്റിൽ പോയി നിന്നാൽ കാണാമല്ലോ ഇവളേക്കാൾ സൗന്ദര്യമുള്ള നൂറു പെണ്ണുങ്ങളെ. നൈരാശ്യം ഒളിച്ചുവെച്ച്, ടേപ്പ്റിക്കോർഡറും ക്യാമറയും മറ്റുമായി അവർ അവളെ പിന്തുടർന്നു. അവരുടെ ചോദ്യങ്ങൾ വിഷലിപ്തങ്ങളായ ശരങ്ങളായി തോന്നി, പാവം മനോരമയ്ക്ക്. ശ്രീലങ്കയുടെ പത്രങ്ങൾ പ്രാധാന്യം കൊടുക്കാത്ത ആ അത്യാഹിതത്തിനു തന്റെ സ്വദേശത്തിലെ പത്രങ്ങൾ ഇത്രയധികം ഗൗരവം കല്പിക്കുന്നുവോ? ഈ വിവരം ഏതു വഴി ഇന്ത്യയിലേക്ക് ചോർന്നു? കഴിഞ്ഞ നാലു ദിവസങ്ങളായി ശ്രീലങ്കയിൽ താമസിക്കുന്നവർക്ക് ഇന്ത്യയുമായി ബന്ധപ്പെടുവാൻ യാതൊരു മാർഗ്ഗവുമുണ്ടായിരുന്നില്ലല്ലോ. ഫോണില്ല, കത്തുകളില്ല, ഈ കഴുകന്മാർ തന്റെ ഞരമ്പുകളെ കൊത്തി മുറിക്കുവാൻ? കൊല്ലപ്പെട്ട ജെറിയെന്ന തമിഴനുമായി മൈത്രിയിൽക്കവിഞ്ഞ് വല്ല വികാരബന്ധവും നിങ്ങൾക്കുണ്ടായിരുന്നുവോ? സ്റ്റീഫൻ ഫ്ളെച്ചർ രൂപീകരിക്കുന്ന സമ്പൂർണ്ണ വിപ്ലവത്തിനായി ഒരു പെട്ടി നിറയെ വിദേശീയ കറൻസിനോട്ടുകൾ നിങ്ങളാണ് അവിടെ എത്തിച്ചതെന്ന് കേൾക്കുന്നത് ശരിയാണോ?

പാരീസിൽ ഏറ്റവും സുഖലോലുപയായി ജീവിക്കുന്ന നിങ്ങൾക്ക് കമ്യൂണിസവുമായി എങ്ങനെ പൊരുത്തപ്പെടാം? ഇന്ത്യക്കാരോട് – തമിഴരല്ലാത്തവരോട് – സിംഹളക്കാരുടെ ഇപ്പോഴത്തെ നിലപാടെന്താണ്? ആ ചോദ്യങ്ങൾക്കൊന്നും ഉത്തരം പറയുവാൻ മനോരമ മിനക്കെട്ടില്ല. 'എനിക്ക് ക്ഷീണമാണ്. മാത്രമല്ല, ഉറക്കവും വരുന്നു. നാളെ വീട്ടിൽ വന്നു കാണുക.' അവളുടെ മനസ്സിലെ അന്ധകാരത്തിൽ ഒരു ഗുഹയിൽ വിഗ്രഹമെന്നപോലെ ജെറിയുടെ മുഖം മങ്ങിത്തിളങ്ങി. വെളുത്ത പനിനീർപ്പൂക്കളുടെ ഹൃദയാന്തർ ഭാഗത്ത് സൂക്ഷിച്ചു നോക്കിയാൽ മാത്രം കാണാൻ സാധിക്കുന്ന ഇളം ചുവപ്പായിരുന്നു നിറം. എത്ര നീണ്ടതായിരുന്നു ആ കണ്ണിമകൾ! എത്ര നിഷ്കളങ്കമായിരുന്നു ആ പുഞ്ചിരി. അതേ, അവന്റെ ആ അപൂർവ്വസൗന്ദര്യത്തിന്റെ ഘടകങ്ങളെപ്പറ്റിയല്ലാതെ മറ്റൊന്നിനെപ്പറ്റിയും ഓർമ്മിക്കുവാൻ, മനോരമ അശക്തയായിരുന്നു.

ബാഗേജ് കാത്തുകൊണ്ട് തളത്തിൽ നിന്നപ്പോഴാണ് മനോരമ തന്റെ ജ്യേഷ്ഠൻ വില്ലിയെ കണ്ടത്.

"വില്ലി."

"ഓ, ജെന്നീ, നിന്റെ രൂപമാകെ മാറിയിരിക്കുന്നു. കഴിഞ്ഞ നാലു ദിവസംകൊണ്ട് ഞാൻ വാർദ്ധക്യത്തെ കടംവാങ്ങി എന്റെ തലയിൽ വെച്ചു കഴിഞ്ഞു. എന്റെ മുടി നരച്ചിരിക്കണം."

"ഞാൻ പത്രങ്ങളിൽ വായിച്ചു. ഒരു തമിഴന്റെ കൊല നടന്ന വീട്ടിൽ നീ ഭക്ഷണം കഴിക്കാൻ പോയതും മറ്റും ഞങ്ങൾ അങ്ങനെയാണ് അറിഞ്ഞത്."

"ഇതൊക്കെ ഇന്ത്യയിൽ വലിയൊരു സംഭവമാണെന്നോ? മരിച്ച യുവാവിന് അച്ഛനമ്മമാരില്ല. ബന്ധുക്കളില്ല. അയാൾക്കെന്ത് പ്രാധാന്യം?"

"അയാൾ നിന്റെ സ്നേഹിതനായിരുന്നു."

"ക്ഷമിക്കണം മിസ് കെല്ലി," ഒരു കണ്ണടക്കാരി ഒരലക്കുകെട്ടോളം വലിപ്പമുള്ള പൊങ്ങച്ച സഞ്ചിയും പേറി കിതച്ചുകൊണ്ട് ഓടിയെത്തി. "ഞാൻ ഫെലീനയുടെ പ്രതിനിധിയാണ്. എനിക്ക് നിങ്ങളെ ഇന്റർവ്യൂ ചെയ്യേണ്ടിയിരിക്കുന്നു."

"നിങ്ങൾ ഒരു സ്ത്രീയാണ്. നിങ്ങളെങ്കിലും എന്റെ വിഷമം മനസ്സിലാക്കുമെന്ന് ഞാനാശിച്ചു. ആ കൊലപാതകത്തെപ്പറ്റി ചിന്തിക്കുമ്പോൾ ത്തന്നെ എനിക്ക് തലകറക്കം അനുഭവപ്പെടുന്നു. പിന്നെ അതിനെപ്പറ്റി സംസാരിക്കുന്നതെങ്ങനെ?"

"കൊലപാതകമോ? അതൊന്നും അറിയേണ്ട ആവശ്യം ഫെലീനയ്ക്കില്ല. ഞങ്ങളുടെ വായനക്കാർ ഇന്ത്യയിലെ പരിഷ്കൃത നഗരങ്ങളിൽ താമസിക്കുന്ന ധനികരും അഭ്യസ്തവിദ്യരുമായ സ്ത്രീകളാണ്. അവർക്കറിയേണ്ടത് വസ്ത്രങ്ങളുടെ പരിഷ്കാരങ്ങളെപ്പറ്റിയാണ്. അവർ പ്രബുദ്ധരാണ്. പുരുഷമേധാവിത്വത്തെ വീറോടെ ചെറുക്കുന്നവരാണ്. ഇനിയത്തെ വർഷത്തിന്റെ ഫാഷൻരംഗം എന്ന പേരോടെ ഒരു സപ്ലിമെന്റ് ഈ ഡിസംബറിൽ പുറത്തിറക്കാൻ ഞങ്ങൾ പ്ലാനിട്ടിരിക്കയാണ്. അതിനായി ആവശ്യമുള്ള നിർദ്ദേശങ്ങൾ നിങ്ങൾ തരുമെന്ന് ഞങ്ങൾ പ്രതീക്ഷിക്കുന്നു. നിങ്ങളെപ്പറ്റി സചിത്രലേഖനങ്ങൾ ഞങ്ങൾ പലതവണയും ഫെലീനയിൽ പ്രസിദ്ധപ്പെടുത്തിയിട്ടുണ്ട്. ഇന്ത്യയിൽ ജനിച്ചുവളർന്ന ഒരു പെൺകുട്ടി വിശ്വവിഖ്യാത ഒരു ഫാഷൻ മോഡലാവുക! ഹാ അതെത്ര അഭിമാനകരമായ ഒരു സംഗതിയാണ്!"

"നാളെ ജ്യേഷ്ഠന്റെ വീട്ടിലേക്ക് വരിക. ഇന്ന് എനിക്ക് ഉറക്കം വന്നു തുടങ്ങിയിരിക്കുന്നു."

"വളരെ നന്ദിയുണ്ട്, മിസ് കെല്ലി. ജ്യേഷ്ഠന്റെയൊപ്പം ഒരു ടാക്സിയിൽ കയറിയിരുന്ന ആ നിമിഷം മുതല്ക്കേ അവൾ വീണ്ടും ഒരു കുട്ടിയായി. തന്നേക്കാൾ പതിനഞ്ച് വയസ്സ് മൂപ്പുള്ള വില്ലി അവൾക്ക് ജ്യേഷ്ഠനും അച്ഛനും ഉപദേഷ്ടാവുമായിരുന്നു. ആദ്യമായി ഒരു സ്വർണ്ണ ച്ചെയിൻ വാങ്ങിത്തന്നത് വില്ലിയായിരുന്നു. ആദ്യമായി അവളെ ഒരു ക്രിസ്മസ് ഡാൻസിന് കൊണ്ടുപോയതും അയാൾത്തന്നെ."

"വില്ലീ, നിങ്ങൾ ക്ഷീണിച്ചിരിക്കുന്നു."

"ജോലിയെടുത്ത് ക്ഷീണിച്ചതാണ്, ജെന്നീ. എന്റെ പാർട്ട്ണറെ ഓർമ്മയുണ്ടോ? രമണൻ പട്ടേൽ? അയാൾ കഴിഞ്ഞ വർഷം മരിച്ചുപോയി. ഇപ്പോൾ സദാസമയവും ഞാൻ ഷോപ്പിൽത്തന്നെയാണ് ഇരിക്കുന്നത്. പണിക്കാരെ ഇക്കാലത്ത് വിശ്വസിച്ചുകൂടാ. രാവിലെ ഏഴിനുമുമ്പ്

ചെന്നാൽ മാത്രമേ പൂക്കൾക്ക് ഓർഡറുകൾ കിട്ടുകയുള്ളൂ. മരണം മിക്കവാറും അതിരാവിലെ നാല് മണിക്കായിരിക്കും. റീത്ത് വാങ്ങാൻ പലരും വരും. കമ്പനിക്കാരാണെങ്കിൽ ചോദിച്ച വിലതരും. റീത്തിനുവേണ്ടി പിശുക്കുന്നവർ കമ്മിയാണ്. രാത്രി വീട്ടിലെത്തുന്നത് ഒൻപതരയ്ക്കാണ്. ഭക്ഷണമൊക്കെ ഡെയ്സി ചെറുക്കന്റെ കൈവശം ഷോപ്പിലേക്ക് രണ്ട് നേരം കൊടുത്തയക്കും."

"ഐവി വളർന്നുവോ? അവൾക്ക് ഇപ്പോൾ പതിനെട്ട് വയസ്സ് തികഞ്ഞിരിക്കും. അവളെ ഞാൻ പാരീസിലേക്ക് കൊണ്ടുപോവട്ടെ? എന്നെപ്പോലെയാണ് അവളും കാഴ്ചയിൽ."

"കാഴ്ചയിൽ മാത്രമേ സാമ്യമുള്ളു."

അവൾ ഞെട്ടി ജ്യേഷ്ഠന്റെ നേർക്കു തിരിഞ്ഞു. തന്നെ വേദനപ്പെടുത്തുവാൻ തയ്യാറെടുക്കുകയാണോ വില്ലി? കാറിൽ ഇരുട്ടായതുകൊണ്ട് അയാളുടെ മുഖഭാവം അവൾക്ക് കാണാൻ കഴിഞ്ഞില്ല.

"വില്ലീ, നിങ്ങൾ ഇതുവരെ എനിക്ക് മാപ്പ് തന്നിട്ടില്ല? വിവേകമില്ലാത്ത പ്രായത്തിൽ ചെറിയൊരു തെറ്റ് എനിക്ക് പറ്റിപ്പോയി. അതിനുള്ള ശിക്ഷയും ഞാൻ അനുഭവിച്ചു. ഇനിയും അതെന്നെ ഓർമ്മപ്പെടുത്തുന്നത് ക്രൂരമാണ്."

അയാൾ പിന്നീടൊന്നും പറഞ്ഞില്ല. ചേരികൾക്കരികിലൂടെ ഓടിയിരുന്ന കാറിലും ബോംബെയുടെ സുപരിചിതമായ ശരീരഗന്ധം അവൾക്കനുഭവപ്പെട്ടു. ചേറിന്റെയും ചീഞ്ഞളിഞ്ഞ മത്സ്യത്തിന്റെയും മിശ്രിത ദുർഗ്ഗന്ധം പേറിക്കൊണ്ട് വന്ന കാറ്റ് അവളുടെ മുടിയിഴകളെ പറപ്പിച്ചു. അഞ്ചു വർഷങ്ങൾക്കുശേഷം താൻ വീണ്ടും ബോംബെ സന്ദർശിക്കുകയാണ്. പരിചിതങ്ങളായ പല മുഖങ്ങളും അവളുടെ സ്മരണയിൽ തെളിഞ്ഞു. ഡെയ്സി – തന്റെ ജ്യേഷ്ഠത്തിയമ്മ, ഐവി – തന്റെ മരുമകൾ, പ്രദീപ് – തന്റെ പൂർവ്വകാമുകൻ. താൻ ഗർഭിണിയായപ്പോൾ കുടുംബത്തിന്റെ യാഥാസ്ഥിതികത്വത്തിൽ കുറ്റം ചാരി, തന്നെ ഉപേക്ഷിച്ചുപോയ പ്രദീപ് ഇപ്പോൾ എന്തായിരിക്കും ചെയ്യുന്നത്? അയാൾ വിവാഹം ചെയ്തിരിക്കുമോ? തീർച്ചയായും അയാളോട് താൻ കടപ്പെട്ടവളാണ്. കാരണം അയാൾ ഉണ്ടാക്കിത്തീർത്ത അപമാനത്തിൽനിന്ന് രക്ഷപ്പെടാനാണല്ലോ താൻ ബോംബെ വിട്ടുപോന്നത്.

കുഞ്ഞിനെ നഷ്ടപ്പെട്ട് ആരോഗ്യവും ക്ഷയിച്ച് ഒരു തടവുപുള്ളിയെപ്പോലെ വീട്ടിൽ കഴിയുമ്പോഴാണ് *ടൈംസ് ഓഫ് ഇന്ത്യ*യിൽ ആ പരസ്യം പ്രത്യക്ഷപ്പെട്ടത്. പാരീസിലെ ഒരു പ്രധാനപ്പെട്ട ഫാഷൻ ഹൗസിന് മോഡലുകളായി പരിശീലിപ്പിച്ചെടുക്കുവാൻ ഉയരമുള്ള ഇന്ത്യൻ യുവതികളെ ആവശ്യമുണ്ട്. ടാജ്മഹൽ ഹോട്ടലിലെ ഡച്ച് സ്യൂട്ടിലായിരുന്നു ഇന്റർവ്യൂ. നിക്കലസ് തന്നെ ആ ആവശ്യത്തിനായി ഇന്ത്യയിലേക്ക് വന്നിരുന്നു. ടൂത്ത്ബ്രഷ് പോലുള്ള മീശയുള്ള നിക്കലസ്. തന്നെ കൂടാതെ പന്ത്രണ്ടുപേർ വന്നിരുന്നു. തന്നേക്കാൾ സൗന്ദര്യമുള്ളവർ. തന്നേക്കാൾ മോടിയോടെ വസ്ത്രധാരണം ചെയ്തവർ. എന്നിട്ടും പ്രഥമദൃഷ്ടിയിൽ

നിക്കലസിനു തന്നെ ബോധിച്ചു. നിന്റെ കണ്ണിൽ മഷിയില്ല, മസ്കാര[1]യില്ല. പക്ഷേ, ആത്മാർത്ഥതയുണ്ട്, അയാൾ പിന്നീട് പലപ്പോഴും തന്നോടു പറഞ്ഞു – ഒടുവിൽ ഒരിക്കൽ ചാരിത്ര്യം നഷ്ടപ്പെട്ടവളായതുകൊണ്ടു മാത്രം സങ്കോചമില്ലാതെ അയാളുടെ കാമുകിയായി. ഫിലിം നിർമ്മാതാക്കളെയും രാജാക്കന്മാരെയും രാഷ്ട്രീയത്തലവന്മാരെയും പ്രീതിപ്പെടുത്താനായി തന്നെ ഒരു കൂത്തുപാവയായി നിക്കലസ് ഉപയോഗിച്ചു. അയാളോട് എതിർക്കുവാൻ ഒരിക്കലും താൻ തുനിഞ്ഞതുമില്ല. അതുകൊണ്ടാവാം തന്നേക്കാൾ എത്രയോ അധികം സൗന്ദര്യമുള്ള കിക്കാൻമസാരി[2]യെപ്പോലെയുള്ളവർക്ക് ഈ ഓട്ടമത്സരത്തിൽ തന്നോടൊപ്പം എത്താൻ കഴിയാഞ്ഞത്. കിക്കാൻ ആറടി ഉയരം വരുന്നവളായിരുന്നു. മാലാഖമാരെ അനുസ്മരിപ്പിക്കുന്ന മുഖഭംഗിയും അവൾക്ക് ദൈവം അരുളിക്കൊടുത്തിരുന്നു. നൈർമ്മല്യമുള്ള ഒരു ഹൃദയവും. കുറച്ചുകാലം അവൾ സാൽവഡോർ ഡാലി[3]യുടെ മോഡലായിരുന്നു. അവളുടെ പൃഷ്ഠഭാഗത്തിന്റെ പതിപ്പുകൾ ഡാലി ഓട്ടിൽ വാർത്തെടുത്ത് പ്രദർശിപ്പിക്കാറുണ്ടായിരുന്നു. ചിറകു വിരുത്തുന്ന പാറ്റയുടെ ആകൃതിയിലുള്ള പൃഷ്ഠം. മഹാന്മാർ വാഴ്ത്തിയ ആ രൂപ സൗഭാഗ്യംകൊണ്ട് പാവം കിക്കാൻ എന്തു നേടിയെടുത്തു? ഒന്നുമില്ല. തന്റെ പതിനാലു വയസ്സു പ്രായമായ മകന്റെയൊപ്പം ഒരു ചെറിയ വാടകവീട്ടിൽ ആ വിധവ സദാചാരനിഷ്ഠയോടെ ജീവിക്കുന്നു. താനോ, വാക്വെറി[4]യിൽ നിക്കലസ് തനിക്ക് സമ്മാനിച്ച മണിമാളികയിൽ രാജ്ഞിയെപ്പോലെ വാഴുന്നു. വെയിലുള്ളപ്പോൾ സ്വന്തം നീന്തൽക്കുളത്തിൽ കണ്ണുകളുമടച്ച് സംതൃപ്തയായ ഒരു നീർനായയെപ്പോലെ വിഹരിക്കുന്നു! എല്ലാ രാത്രിയും സമ്പന്നരോടൊപ്പം വിരുന്നുകളിൽ പങ്കെടുക്കുന്നു. താൻ തെരഞ്ഞെടുത്ത പാതകൾ രാജവീഥികളായിരുന്നു. കിക്കാൻ മസാരയുടെ പാതയോ, പശു തൊഴുത്തിലേക്ക് സന്ധ്യക്ക് മടങ്ങിയെത്താൻ ഉപയോഗിക്കുന്ന ചരൽവഴി....

"വീടടുത്തു, ജെന്നീ."

തന്റെ കവിളത്ത് ചുംബിക്കുന്ന ആ ബന്ധുക്കൾ സ്വപ്നബിംബങ്ങൾപ്പോലെ അവ്യക്തങ്ങളായി തോന്നി മനോരമയ്ക്ക്. ഈ പുനസ്സമാഗമം എത്ര തവണ താൻ സങ്കല്പിച്ചിരിക്കുന്നു! അതുകൊണ്ടാവാം അവളുടെ ഓരോ വാക്കും ഓരോ ചലനവും സുപരിചിതമായി അവൾക്കു തോന്നിയത്. ഒടുവിൽ, വീട്ടിലെ ഏറ്റവും ചെറിയ മുറിയിൽ തന്റെ രോഗഗ്രസ്തയായ അമ്മയെത്തേടി മനോരമ എത്തിച്ചേർന്നു. മുണ്ഡനം ചെയ്ത ശിരസ്സുള്ള ഒരു പേക്കോലം. ഇവരുടെ സൗന്ദര്യമാണെന്നോ തനിക്ക് പൈതൃകമായി ലഭിച്ചത്?

---

1. Mascara – പുരികങ്ങൾക്കുള്ള ചായം
2. Kikkan Mascara – പാരീസിലെ ഒരു പ്രസിദ്ധ മോഡൽ
3. Salvadore Dali – പ്രസിദ്ധനായ കലാകാരൻ
4. Vacqueri – പാരീസിലെ ഒരു സ്ഥലം

"മമ്മി ഇത് ഞാനാണ് ജെന്നി."

"ജെന്നി... അപ്പോൾ ക്രിസ്മസ് വന്നുവോ?" അവർ എല്ലാ വർഷവും ക്രിസ്മസ് കാലത്ത് മകൾ വരുമെന്നു കരുതി മധുരപലഹാരങ്ങൾ ഉണ്ടാക്കിവെച്ചതും വാതില്ക്കൽ കണ്ണുനട്ടുകൊണ്ട് എത്രയോ നേരം കാത്തിരുന്നതും വില്ലി വിവരിച്ചു കൊടുത്തു.

മനോരമയുടെ കണ്ണുകൾ നിറഞ്ഞൊഴുകി. തനിക്ക് ജ്യേഷ്ഠന്റെ നേർക്ക് ഒരു സഹായം നീട്ടാമായിരുന്നു. എന്നാൽ അയാളെ അകാല വാർദ്ധക്യം ബാധിക്കില്ലായിരുന്നു. തന്റെ അമ്മ സ്ഥിരം രോഗിണിയായി ത്തീരില്ലായിരുന്നു.

"നിങ്ങളോടൊക്കെ പിണങ്ങിയാണല്ലോ ഞാൻ പോയത്. നിങ്ങൾക്കൊക്കെ അപമാനം വരുത്തിവെച്ചു. അതുകൊണ്ടാണ് ഞാൻ കത്തെഴുതാഞ്ഞത്. മാപ്പുതരാൻ ശ്രമിക്കുക."

"ഇപ്പോഴെങ്കിലും വന്നുവല്ലോ. ഞങ്ങൾ ആദ്യം നിന്റെ കത്ത് കണ്ടിട്ടും - വരുമെന്നു വിശ്വസിച്ചില്ല. നീ ലോകപ്രശസ്തയായിരിക്കുന്നു. ഞങ്ങൾ ബന്ധുക്കളാണെന്ന് മറ്റുള്ളവർ അറിയുന്നതുതന്നെ നിനക്ക് കുറച്ചിലായിരിക്കുമെന്നു ഞങ്ങൾ കരുതി."

"ഓ ഡെയ്സീ, നിങ്ങൾ എന്നെ ഇത്തരം വാക്കുകൾകൊണ്ട് വേദനിപ്പിക്കുന്നു."

"ക്ഷമിക്കണം ജെന്നീ."

തന്റെ കുടുംബാംഗങ്ങളോടൊപ്പം ഭക്ഷണം കഴിച്ചുകൊണ്ടിരിക്കുമ്പോൾ മനോരമ അസ്വസ്ഥയായി. ലളിതവും സ്വച്ഛവുമായ ഒരു ജീവിതം നയിക്കുന്ന ഈ പ്രിയപ്പെട്ടവരുടെ സ്നേഹം താൻ അർഹിക്കുന്നില്ല എന്ന് അവൾക്ക് തോന്നി. തന്റെ സ്നേഹവായ്പ് എത്ര ക്ഷണികമാണ്. പാരീസിലേക്ക് മടങ്ങിയാൽ അമ്മയും വില്ലിയും എല്ലാം കേവലമൊരു സ്വപ്നത്തിന്റെ അവ്യക്തരേഖകളായി രൂപാന്തരപ്പെടും. തന്റെ ഭൂതകാലത്തെ കാല്ക്കീഴിൽനിന്ന് ചവിട്ടിമാറ്റി മാത്രമേ അവൾക്ക് പരിഷ്കാരത്തിന്റെ ആത്മാവില്ലാത്ത ലോകത്തിൽ ചിരിക്കുവാൻ കഴിഞ്ഞുള്ളൂ. മോഡലുകൾ വെറും പാവകളാണ്. വസ്ത്രങ്ങളെ ഏറ്റവും ഭംഗിയായി പ്രദർശിപ്പിക്കാനുള്ള ചട്ടക്കൂടുകൾ മാത്രമാണ്. അവർക്ക് വികാരങ്ങൾ നിഷിദ്ധമാണ്. അവരുടെ കണ്ണുകളുടെ ശൂന്യത - പാവകളെ അനുസ്മരിപ്പിക്കുന്ന ആ ശൂന്യത വികാരത്തിന്റെ ഏറ്റവും നേർത്ത ഒരു തരംഗത്തിലും വികലപ്പെടും. ആ ശൂന്യതയായിരുന്നു അവളുടെ ശക്തി. അവളുടെ വിജയരഹസ്യവും. എന്നിട്ടും ജെറി എന്നു പേരുള്ള ഇരുപത്തഞ്ചു വയസ്സുകാരൻ അവളുടെ മനസ്സിന്റെ - ഉള്ളിൽ ഒരു നിഴൽപോലെ, ഒരു ബാധപോലെ തങ്ങിനിന്നു. വാസ്തവത്തിൽ അവന് എന്താണിത്ര പ്രത്യേകത? ഒരെഴുത്തുകാരന്റെ സെക്രട്ടറി. ചിത്രാലേൻ എന്ന ദരിദ്രത്തെരുവിൽ കറുത്ത തമിഴർക്ക് ജനിച്ച വെളുത്ത കുട്ടി. ബർഗർ* വംശത്തിലെ ഒരു ചെന്നായുടെ

* Burgher - ലങ്കയിലെ ഡച്ചുവംശജർ

രഹസ്യസന്തതി. അനാഥാലയത്തിൽ നിക്ഷേപിക്കപ്പെട്ടവൻ, സമ്പന്നന്റെ കളിപ്പാട്ടം. സ്വവർഗ്ഗ സംഭോഗിയുടെ കിടപ്പറയിലെ പ്രേമഭാജനം.... അവന്റെ മരണത്താൽ ആർക്കും കാര്യമായൊന്നും നഷ്ടപ്പെട്ടില്ല. എന്നിട്ടും തന്റെ ഹൃദയം നോവുന്നതെന്തിന്?

പശ്ചാത്തല പ്രതാപവും പേരും പ്രസിദ്ധിയും തീണ്ടിയിട്ടില്ലാത്ത ഒരു യുവാവുമായി മനോരമ ഒരു വൈകാരികബന്ധം തുടങ്ങുമെന്ന് അവളെ അടുത്തറിയുന്നവർക്കൊന്നും വിശ്വസിക്കാൻ കഴിയില്ല. കാരണം അവൾ പ്രശസ്തരുടെ ചിറകുകൾക്കു കീഴിൽ വിശ്രമം തേടുന്നവളായിരുന്നു. അതുകൊണ്ടാണല്ലോ അവൾ ഒരു കരിങ്കൽക്കോട്ടയായിരുന്ന ആ അപരിചിത വസതിയിലേക്ക് നിക്കലസ് തന്നയച്ച ബ്രീഫ്കേസുമായി കൂസലില്ലാതെ വന്നെത്തിയത്.

നിക്കലസ് പറഞ്ഞിരുന്നു – നീ വിശ്വസ്തയാണ്. അതുകൊണ്ടാണ് ഈ ജോലി നിന്നെ ഏല്പിക്കുന്നത്. ഇതിന്റെ താക്കോൽ ഫ്ളെച്ചറിന്റെ കൈവശമുണ്ടാവും. അയാൾ പാരീസിൽ വന്നപ്പോൾ മറന്നിട്ടുപോയ കടലാസുകളാണ്. ഇനിയത്തെ നോവലിന്റെ മാനുസ്ക്രിപ്റ്റ്. ആ പെട്ടിയുടെ ഘനത്തെപ്പറ്റിയോ അതിനാൽ വന്നുഭവിക്കുന്ന അസൗകര്യങ്ങളെക്കുറിച്ചോ താൻ ചിന്തിച്ചതുമില്ല. നിക്കലസ് പറഞ്ഞതെന്തും അനുസരിക്കാൻ അവൾ തയ്യാറായിരുന്നു. നിക്കലസാണ് അവൾക്കുവേണ്ടി ബാങ്കോക്കിലും സിങ്കപ്പൂരിലും ശ്രീലങ്കയിലും ഓരോ ഫാഷൻഷോ ഏർപ്പെടുത്തിയത്. പാരീസിലേക്ക് മടങ്ങുംവഴി ഒരാഴ്ച ഇന്ത്യയിൽ തങ്ങാനുള്ള അനുവാദവും അയാൾ അവൾക്കു നല്കി. കൊളംബോവിലെ പുരാതനമായ 'ഗാൾഫേസ്' ഹോട്ടലിലാണ് അവൾ താമസിച്ചത്. കടലിനെ അഭിമുഖീകരിക്കുന്ന റൂംനമ്പർ 224 ൽ. എല്ലാ രാവിലെയും ഫ്ളാനലിന്റെ ഒരു ഷിഫ്റ്റ്[1] മാത്രം ധരിച്ച് അവൾ കടൽക്കരയിൽ നടന്നു. ഫാഷൻഷോവെല്ലാം അവസാനിച്ച് പബ്ലിസിറ്റിയുടെ മനംമടുപ്പിക്കുന്ന മഴ തോർന്നപ്പോൾ മാത്രമേ അവൾ ഫ്ളെച്ചർ എന്ന എഴുത്തുകാരന്റെ പെട്ടിയെപ്പറ്റി ഓർമ്മിച്ചുള്ളൂ. ബുദ്ധമതക്കാരുടെ മന്ദിരങ്ങളും അനുരാധപുരവും പോലെ വിശിഷ്ടമായ ഒരു കാഴ്ചവസ്തുവാണ് ഫ്ളെച്ചർ എന്ന് മനോരമയ്ക്ക് തോന്നി. ലോകവിഖ്യാതിയും കോടിക്കണക്കിനുള്ള സമ്പത്തും തന്റെ കൃതികളിൽ അയാൾ നേടിക്കഴിഞ്ഞിരുന്നു. എല്ലാവർഷവും 'നീസി'ൽ താമസിക്കാൻ അയാൾ വരാറുണ്ടായിരുന്നു. അന്ന് അവിടെവെച്ചായിരിക്കണം നിക്കലസ് അയാളുടെ സുഹൃത്തായിത്തീർന്നത്.

കറുത്ത വാൽനട്ട്[2] മരംകൊണ്ടു നിർമ്മിക്കപ്പെട്ട പുറംവാതില്ക്കൽ അന്ന് മനോരമ ഒരു നിമിഷം സംശയിച്ചുനിന്നു. അകത്തും പുറത്തും നിശ്ശബ്ദത. മുറ്റത്തെ മരങ്ങൾ നിറയെ പൂക്കളുണ്ടായിരുന്നു. പക്ഷേ, വണ്ടുകളുടെ മന്ത്രാരവം അവൾ കേട്ടില്ല. പക്ഷികളുടെ കൂജനവും കേൾക്കാ

---

1. Shift – ഞൊറികളില്ലാത്ത ഒഴുക്കൻ കുപ്പായം
2. Walnut

നുണ്ടായിരുന്നില്ല. തന്റെ വയസ്സ് ഇരുപത്താറായതുകൊണ്ടും ഇളംനീല പട്ടുകുപ്പായവും വെളുത്ത ജീൻസും തന്റെ ശരീരഘടനയ്ക്ക് യോജിച്ച വേഷമായതുകൊണ്ടും അവൾക്ക് ഒരിക്കൽക്കൂടി ബെല്ലടിക്കുവാൻ ധൈര്യം കിട്ടി. അഴിച്ചിട്ട തലമുടിയിൽനിന്ന് ആപ്പിൾ ഷാംപൂവിന്റെ മണം കാറ്റിൽ പടർന്നു. വാതിൽ തുറക്കപ്പെടുന്നതിന്റെ മുമ്പുതന്നെ വശ്യമായ ഒരു മന്ദഹാസം തന്റെ ചുണ്ടുകളിൽ ഒതുക്കിനിർത്തി. പടിഞ്ഞാറുഭാഗത്ത് എങ്ങോ അദൃശ്യമായി സ്ഥിതിചെയ്യുന്ന സമുദ്രത്തിൽനിന്ന് തണുത്തൊരു കാറ്റ് സടകുടഞ്ഞെഴുന്നേറ്റു. അത് അവളുടെ ചുമലുകളെ ആശ്ലേഷിക്കുകയും തലമുടിയിഴകളെ ഉയർത്തിപ്പറപ്പിക്കുകയും ചെയ്തുകൊണ്ടിരുന്നു. ഒരു വിജയിയുടെ കൊടിക്കൂറ പോലെയാണ് തന്റെ മുടിയെന്ന് ഒരിക്കൽ നിക്കലസ് പറഞ്ഞത് മനോരമ ഓർമ്മിപ്പിച്ചു. താറുമാറായിക്കിടന്ന രണഭൂമിയെ അനുസ്മരിപ്പിക്കുന്ന ചുളിഞ്ഞ പട്ടുകിടക്കയിൽ കിടന്നുകൊണ്ട് തന്നെ നോക്കുകയായിരുന്നു അയാൾ. താനോ ജനൽവാതിലിനരികിൽനിന്ന് മുടി ചീകുകയും.

ഫ്ളെച്ചർക്ക് അറുപത് വയസ്സ് തികഞ്ഞിരിക്കുമോ? ഏതു രാജാവിനും കാഴ്ചവയ്ക്കുവാൻ പറ്റിയ അനർഘ പാരിതോഷികമായ തന്റെ ശരീരം അയാളെ ആകർഷിക്കുമോ? അയാളെ സന്തുഷ്ടിപ്പെടുത്തുവാനാണോ നിക്കലസ് തന്നെ പെട്ടിയുമായി ശ്രീലങ്കയിലേക്ക് അയച്ചിരുന്നത്? ഒരു പക്ഷേ, അയാളിൽനിന്നും വല്ലതും നേടുവാൻ നിക്കലസ് പ്ലാനിട്ടിരിക്കയാവാം.

വെളുത്ത യൂണിഫോം ധരിച്ച ഒരു പരിചാരകൻ വാതിൽ തുറന്നു.

"മിസ്റ്റർ ഫ്ളെച്ചർ ഇതേവരെ എഴുന്നേറ്റിട്ടില്ല."

"ഞാൻ കാത്തിരിക്കാം."

പച്ചപ്പരവതാനിയും വെളുത്ത ചൂരൽ ഫർണിച്ചറുമുള്ള ഒരു വരാന്തയിലേക്ക് അവൾ ആനയിക്കപ്പെട്ടു. ഒരു ചുവരിൽ കാട്ടുപോത്തിന്റെ രണ്ട് തലകൾ മരക്കൂട്ടിൽ ബന്ധിച്ച് തൂക്കിയിരുന്നു. സോഫമേൽ തലയുള്ള ഒരു പുലിത്തോൽ അശ്രദ്ധമായി വിരിച്ചിരുന്നു. പെട്ടെന്ന് പർദ്ദ വലിച്ചു നീക്കി പാശ്ചാത്യരീതിയിൽ വസ്ത്രധാരണം ചെയ്ത ഒരു യുവാവ് പ്രത്യക്ഷപ്പെട്ടു. മനോരമയ്ക്ക് അയാളിൽനിന്ന് തന്റെ കണ്ണുകളെ വലിച്ചെടുക്കുവാൻ പ്രയാസം തോന്നി.

ആ നിറവും ആ കണ്ണുകളും ബദാംകുരുവിന്റെ ആകൃതിയിലുള്ള കൈനഖങ്ങളും അവൾ ആ വീട്ടിൽ പ്രതീക്ഷിച്ചിരുന്നില്ല. വാർദ്ധക്യത്തിന്റെ മനംമടുപ്പിക്കുന്ന മധുരമണം ഉയർത്തുന്ന തലയോട്ടിൽ എലിവാൽപോലെ മിനുക്കിവെച്ച വെളുത്ത മുടിയുള്ള ഒരാളെയാണ് താൻ പ്രതീക്ഷിച്ചത്. ഇതാണോ നിക്കലസിന്റെ ചിരകാലസുഹൃത്ത് സ്റ്റീഫൻ ഫ്ളെച്ചർ?

"ഞാൻ കൈയൊപ്പിനു വന്നവളല്ല. പാരീസിൽനിന്ന് നിക്കലസ് കൂവെ മിസ്റ്റർ ഫ്ളെച്ചറിന് തന്നയച്ച ബ്രീഫ്കേസ് ഇവിടെ ഏല്പിച്ചു പോവാൻ മാത്രം വന്നതാണ് ഞാൻ."

"ക്ഷമിക്കണം. ഞാൻ തെറ്റിദ്ധരിച്ചു. അദ്ദേഹത്തിന് വയസ്സ് അറുപത്തഞ്ചായി. പണ്ടത്തെപ്പോലെ ആരോഗ്യമില്ലാതാനും. സന്ദർശകരുടെ സംഖ്യ ഞാൻ കരുതിക്കൂട്ടി നിയന്ത്രിക്കുകയാണ്. ഞാൻ വീണ്ടും മാപ്പു ചോദിക്കുന്നു. എന്റെ പേര് ജെറിയെന്നാണ്."

അയാൾ മനോരമയുടെ കൈയിൽനിന്ന് പെട്ടി വാങ്ങാനായി കൈ നീട്ടി.

"ഫ്ളച്ചറിന്റെ കൈവശം ഏല്പിക്കാനാണ് നിക്കലസ് എന്നെ നിർദ്ദേശിച്ചത്. എന്റെ പേര് മനോരമ ജെന്നിഫർ കെല്ലി എന്നാണ്. കഴിഞ്ഞ ആഴ്ച ഇവിടെ നടന്ന ഇന്റർനാഷണൽ ഫാഷൻ പരേഡിൽ പങ്കെടുക്കുവാൻ പാരീസിൽനിന്ന് വന്നതാണ് ഞാൻ."

"ഞാൻ വർത്തമാനക്കടലാസുകളിൽ വായിച്ചു, അതിനെപ്പറ്റി. ഫോട്ടോയും കണ്ടതായി ഒരോർമ്മയുണ്ട്."

"നിങ്ങളെയും മിസ്റ്റർ ഫ്ളെച്ചറെയും ആ ബാൻകൊറ്റിൽ* കണ്ടില്ല. കൊളംബോവിലെ പ്രധാനികളെല്ലാം സന്നിഹിതരായിരുന്നുവെന്ന് കാര്യദർശികൾ എന്നോടു പറഞ്ഞു."

"മിസ്റ്റർ ഫ്ളെച്ചർ സാധാരണയായി വിരുന്നുസല്ക്കാരങ്ങൾക്കൊന്നും പോവാറില്ല.... ഞാൻ പോയി അദ്ദേഹത്തെ ഇവിടെ വിളിച്ചു കൊണ്ടുവരാം, മിസ് കെല്ലി. നിങ്ങൾ സല്ക്കാരമുറിയിലേക്ക് മാറിയിരിക്കുക. വരാന്തയിൽ ചൂടായിരിക്കും."

ഏകദേശം നൂറടി വ്യാസമുള്ള ആ മുറിയുടെ ചുമരുകൾ സാറ്റിൻവുഡ്കൊണ്ട് നിർമ്മിച്ചവയായിരുന്നു. കൊത്തുപണികൾക്കിടയിൽ ദ്വാരങ്ങളുണ്ടെന്നും അവയിൽക്കൂടി പല നേത്രങ്ങളും തന്നെ നോക്കി പഠിക്കുകയാണെന്നും മനോരമയ്ക്കു തോന്നി. ഗാൾഫേസ് ഹോട്ടലിൽവെച്ച് ഒരു വ്യവസായി തന്നോട് ഫ്ളെച്ചറെപ്പറ്റി പറഞ്ഞ കാര്യങ്ങൾ വീണ്ടും ഓർമ്മ വന്നു. അയാൾ ഒരു വൻശക്തിയുടെ മുഖ്യചാരനാണെന്നും പുസ്തകങ്ങളുടെ റോയൽട്ടിയെന്നപേരിൽ കോടിക്കണക്കിന് വന്നുകൊണ്ടിരിക്കുന്ന പണം ഉയരാൻ ശ്രമിക്കുന്ന ചെറുരാജ്യങ്ങളിൽ ആഭ്യന്തര വിപ്ലവങ്ങൾ ജനിപ്പിച്ച് അവയെ ദുർബ്ബലപ്പെടുത്തുവാനാണ് അയാൾ ഉപയോഗിക്കുന്നതെന്നും, അങ്ങനെയാണ് അവൾ അറിഞ്ഞത്. അതൊക്കെ സത്യമായിരിക്കുമോ? എന്നാൽ അത്തരമൊരു വ്യക്തിയുമായി നിക്കലസ് എന്തിനായി അടുത്തു? നിക്കലസിന് രാഷ്ട്രീയമില്ലല്ലോ. സ്റ്റീഫൻ ഫ്ളെച്ചറിന്റെ അവിശ്വസനീയമായ ജീവിത വിജയത്തിന്റെ രഹസ്യം അയാളുടെ തൂലികയുടെ മിടുക്കല്ല എന്നുവരുമോ? അവൾ ഒരൊറ്റ പുസ്തകങ്ങളും വായിച്ചിരുന്നില്ല. പക്ഷേ, കിക്കാൻ മസാരയുടെ മകൻ ഫ്ളെച്ചറിന്റെ ഒരാരാധകനായിരുന്നു. മനുഷ്യരെപ്പറ്റിയല്ല അയാളുടെ കഥാപാത്രങ്ങൾ എന്ന് ആ കുട്ടി ഒരിക്കൽ തന്നോടു പറഞ്ഞതായി അവൾ ഓർത്തു. മറ്റേതോ ഗ്രഹത്തിൽനിന്ന് ഭൂമിയിൽ വന്നെത്തി, മനുഷ്യനെന്ന അഭിനയത്തോടെ ചാരപ്രവൃത്തി നടത്തുന്ന ഒരു വിചിത്രജീവിയാവുമോ ഫ്ളെച്ചർ?

* Banquet - അത്താഴവിരുന്ന്

"ഗുഡ്മോർണിങ്, മിസ് കെല്ലി, നിങ്ങൾ എനിക്കുവേണ്ടി വളരെ ബുദ്ധിമുട്ടി." സ്റ്റീഫൻ ഫ്ളെച്ചർ. വാതില്ക്കൽ ഒരു ഭീമാകാരം. ഏതോ ഭൂഖണ്ഡത്തിന്റെ വർണ്ണച്ഛായ പടംപോലെ വിസ്തീർണ്ണവും ചേതോഹരവുമായ മാർവിടം പ്രത്യക്ഷപ്പെടുത്തിക്കൊണ്ടു നില്ക്കുന്ന മനുഷ്യനെ നോക്കി മനോരമ ആശ്ചര്യഭരിതയായി. ഏകദേശം മുന്നൂറു റാത്തലെങ്കിലും അയാൾക്ക് തൂക്കം വരും. നീണ്ടു വെളുത്ത മുടി ഒരു മൃഗരാജന്റേതെന്നപോലെ ചുമലുകളിൽ ചിതറിക്കിടക്കുന്നു. ചുവന്ന ഷർട്ടിന്റെ കുടുക്കുകൾ അഴിഞ്ഞതിനാൽ കഴുത്തിൽ ധരിച്ച പ്ലാറ്റിനം ചങ്ങലയും അതിൽ തൂങ്ങുന്ന കുരിശും അവൾക്ക് കാണാമായിരുന്നു. കുരിശിന്റെ നടുവിൽ ഒരു രക്തത്തുള്ളിപോലെ ഒരു വിലപിടിച്ച റൂബി* തിളങ്ങിക്കൊണ്ടിരുന്നു.

"ഗുഡ്മോർണിങ് മിസ്റ്റർ ഫ്ളെച്ചർ. ഞാൻ ഇത് നിങ്ങളെ ഏല്പിക്കുവാൻ സമയം വൈകിച്ചു. എനിക്ക് തിരക്കായിരുന്നു. ഫാഷൻ പരേഡും മറ്റുമായി ശ്വാസം വലിക്കാൻ കൂടി സമയം കിട്ടിയിരുന്നില്ല, ഇന്നുവരെ."

"നിക്കലെസ് എനിക്ക് എഴുതിയിരുന്നില്ല മിസ് കെല്ലി. അല്ലെങ്കിൽ ഞാൻ ഉടനെതന്നെ നിങ്ങൾ താമസിക്കുന്ന ഹോട്ടലിലേക്ക് വരുമായിരുന്നു. ഇത്ര കനമുള്ള ഈ പെട്ടി നിങ്ങൾക്ക് തനിച്ചെടുക്കേണ്ടിവന്നുവല്ലോ. അതാലോചിക്കുമ്പോഴാണ് എനിക്ക് വ്യസനം."

പ്രാതൽ കഴിക്കുമ്പോഴാണ് ഫ്ളെച്ചർ മനോരമയോട് തന്റെ സെക്രട്ടറിയായ ജെറിയെപ്പറ്റി സംസാരിച്ചത്. അനാഥാലയം നടത്തിവരുന്ന ഒരു സ്കൂളിന്റെ വാർഷികോത്സവത്തിൽ പങ്കെടുക്കാൻചെന്ന തന്നെ ജെറി എതിരേറ്റതും പിന്നീട് അവിടെനിന്ന് ഓടിപ്പോയി തന്റെ താമസസ്ഥലത്ത് അഭയംപ്രാപിച്ചതും ഫ്ളെച്ചർ വിവരിച്ചു. "അന്ന് ജെറിക്ക് വെറും പതിനഞ്ച് വയസ്സ്. ഇപ്പോൾ ഇരുപത്തഞ്ച്. ഈ ലോകത്തിൽവെച്ച് മിടുക്കനായ സെക്രട്ടറി ജെറിയാണെന്ന് ഞാൻ ഉറപ്പിച്ചു പറയാം."

മനോരമയെ ഹോട്ടലിൽ കാറിൽ കൊണ്ടുപോയാക്കാൻ ഫ്ളെച്ചർ കല്പിച്ചപ്പോൾ ജെറി സസന്തോഷം അതിന് തയ്യാറായി. വളരെ പതുക്കെയാണ് അയാൾ കാറോടിച്ചത്. ഏറ്റവും സുഖകരമായ ഒരു പ്രവൃത്തിയായതുകൊണ്ട് അതിന്റെ സമയം ദീർഘിപ്പിക്കുകയാണ് അയാൾ എന്ന് മനോരമയ്ക്കു തോന്നി. അവൾ ചോദിച്ചു:

"നിങ്ങളുടെ ഒഴിവുസമയം എപ്പോഴാണ്? ഇന്ന് രാത്രിയും ഗാൾഫേസ് ഹോട്ടലിൽവെച്ച് ഒരു ഡിന്നർപാർട്ടി നടക്കുന്നുണ്ട്. ഡാൻസുമുണ്ടാവും. ഒരു കൂട്ടുകാരനെ കൊണ്ടുവരാനുള്ള അധികാരം എനിക്കുണ്ട്. വരുന്നോ?"

"നിങ്ങൾ എത്ര ദയവോടെ സംസാരിക്കുന്നു. മിസ് കെല്ലി! എനിക്ക് ഒഴിവു സമയം എന്നൊരു ലക്ഷ്വറി ജീവിതത്തിലല്ല. രാവിലെ അഞ്ചരയ്ക്ക് ഉണർന്നാൽ പിന്നെ ഫ്ളെച്ചർ ഒരുമണിക്ക് വായനകഴിഞ്ഞ് കിടക്കുന്നതുവരെയും ഞാൻ അദ്ദേഹത്തിന്റെ സെക്രട്ടറിയായി ജോലി നോക്കുന്നു.

* Rubi – റൂബി

എനിക്ക് വരാൻ സാധിക്കില്ല, മിസ് കെല്ലി. ഞാൻ സ്വതന്ത്രനല്ല."

സ്റ്റിയറിങ് വീലിന്മേൽ വെച്ചിരുന്ന കൈവിരലുകളുടെ പേശികൾ മുറുകി. അയാൾ അവളുടെ മുഖത്തേക്കുനോക്കാൻ തുനിഞ്ഞില്ല. ഹോട്ടലിലെത്തിയപ്പോൾ അവൾ ചോദിച്ചു:

"ജെറീ, എന്റെയൊപ്പം ഒരു കപ്പ് കാപ്പി കുടിക്കൂ. ഇല്ലെങ്കിൽ ഫ്ളെച്ചറിനു ഞാൻ ഈ ജന്മം മാപ്പ് കൊടുക്കുകയില്ല.'

ജെറി അവളെ അനുഗമിച്ചു. ഗാൾഫേസ് ഹോട്ടലിൽ, പടിഞ്ഞാറുവശത്തെ വരാന്തയിൽ ആ നേരത്ത് അതിഥികളാരുംതന്നെ ഉണ്ടായിരുന്നില്ല. വെളുത്ത ചൂരൽക്കസേരകൾ ഒഴിഞ്ഞുകിടന്നു. കടൽത്തീരത്ത് വരിവരിയായി കിടന്നിരുന്ന വെള്ളച്ചൂരൽക്കട്ടിലുകളൊന്നിൽ തലേന്നാൾ ആരോ മറന്നിട്ടുപോയ ഒരു ചുവന്ന ടർക്കിടവ്വൽ കിടന്നിരുന്നു. ഞണ്ട്, ലോബ്സ്റ്റർ മുതലായ സമുദ്രോല്പന്നങ്ങൾ വിളമ്പാറുള്ള സീഫുഡ് റെസ്റ്റോറന്റിൽ അതിന്റെ മേൽനോട്ടം വഹിക്കുന്ന ക്യാപ്റ്റൻ ചാൾസ് നാവികന്റെ വേഷം ധരിച്ചു വിഷണ്ണനായി നിന്നിരുന്നു. കടൽ വെളുത്ത ചാട്ടവാറുകൾപ്പോലെ ഇരമ്പിക്കൊണ്ട് തൂണുകളെ അവിശ്രമം പ്രഹരിച്ചുകൊണ്ടിരുന്നു.

"ഇതെത്ര മനോഹരമായ കാഴ്ചയാണ്!"

"ഏത്?"

"ഈ കടൽ. ഈ പുല്ത്തകിടി. എന്റെ മേശയ്ക്കപ്പുറത്ത്, കൈനീട്ടിയാൽ തൊടാവുന്ന ദൂരത്ത് നിങ്ങളും."

"ജെറീ, നിങ്ങൾ ഒരു കുട്ടിയെപ്പോലെ സംസാരിക്കുന്നു."

എത്രയോ കാലംമുമ്പ് പരിചയപ്പെട്ടവരെപ്പോലെ അവർ കടൽക്കരയിൽ കൈകോർത്തു നടന്നു. തൂണിന്റെ ചുറ്റും സിംഹളവേഷം ധരിച്ചു നിന്നിരുന്ന ഹോട്ടൽ പരിചാരികകൾ അവരെ അസ്വസ്ഥരായി നോക്കിനിന്നു. അവർ രണ്ടുപേരുടെയും ശരീരസൗഭഗം അവരിലോരോരുത്തരെയും അസൂയാലുക്കളാക്കി.

"സ്റ്റീഫന് സ്ത്രീകളെ അവജ്ഞയാണ്." ജെറി പറഞ്ഞു: "നിന്റെ സ്വന്തം അമ്മയെക്കൂടി. നിന്റെയും എന്റെയും അമ്മകൾ പശുക്കളായിരുന്നുവെന്ന് പല തവണ അദ്ദേഹം പറഞ്ഞിട്ടുണ്ട്. എന്റെ അമ്മ പഠിപ്പില്ലാത്ത ഒരു തമിഴത്തിയായിരുന്നു. അമ്മയുടെ ജാരസന്തതിയായിരുന്നു ഞാൻ. ഒരു ബർഗറുടെ നിറം നേടിയവനായതുകൊണ്ട് ചിത്രാലെയ്നിലുള്ള എന്റെ കുടിലിൽ കഴിയാൻ പ്രയാസമായിത്തീർന്നു. അമ്മയെ പരിഹസിക്കുന്നതുകേട്ട് എന്റെ മനം നൊന്തു. അതാണ് അമ്മ എന്നെ അനാഥാലയത്തിൽ കൊണ്ടുപോയാക്കിയത്. പിന്നീട് അവരെ ഞാൻ കണ്ടിട്ടുമില്ല."

"മുകളിൽ എന്റെ മുറിയിലേക്ക് പോവുക. നമുക്ക് അവിടെയിരുന്ന് അല്പം വിശ്രമിക്കാം. എനിക്ക് ഇത്രയധികം ചൂടുള്ള വെയിലിൽ നടന്ന് ശീലമില്ല."

ഫ്ളെച്ചറെയും തന്റെ ഉത്തരവാദിത്വങ്ങളെയും മറന്ന് ജെറി അവളെ

പിന്തുടർന്നു. മുറിയിൽവെച്ച് അവർ പരസ്പരം ആലിംഗനം ചെയ്തു. വൈദ്യുതാഘാതത്താലെന്നപോലെ അവർ ഞെട്ടി. നിശ്ചലരായി.

ഒരു സ്ത്രീ ശരീരത്തിന്റെ രഹസ്യങ്ങളൊന്നുംതന്നെ അതുവരെ മനസ്സിലാക്കാത്ത ജെറിയെ വാത്സല്യത്തോടെ മനോരമ തന്നോടടുപ്പിച്ചു. പഴുക്കാത്ത ആപ്പിളിന്റെ മണമായിരുന്നു അയാളുടെ ചുണ്ടുകൾക്ക്.

"നിനക്ക് എന്റെകൂടെ പാരീസിലേക്ക് വരാൻ ആഗ്രഹമുണ്ടോ?" അവൾ ജെറിയോട് ചോദിച്ചു: "എന്റെ സെക്രട്ടറിയായി എന്നോടൊത്ത് ജീവിക്കുവാൻ."

തന്നെ ദാരിദ്ര്യത്തിൽനിന്നും അതിന്റേതായ അപമാനങ്ങളിൽനിന്നും മോചിപ്പിച്ച സ്റ്റീഫനെ വഞ്ചിക്കുവാൻ സാദ്ധ്യമല്ലെന്ന് ജെറി പറഞ്ഞു. ഫ്ളെച്ചറിന്റെ ജീവിതം അവസാനിക്കുമ്പോൾ മനോരമയ്ക്ക് അന്നും അയാളെ ആവശ്യമുണ്ടാവുമെങ്കിൽ അയാൾ വരാൻ തയ്യാറാണ്.

"പാവം സ്റ്റീഫൻ, മരണപത്രപ്രകാരം സകല സ്വത്തുക്കൾക്കും എന്നെ അവകാശിയാക്കിയിരിക്കയാണ്."

"നീ സെക്രട്ടറി മാത്രമല്ല എനിക്കു തോന്നുന്നു. നീ അയാളുടെ പ്രേമ ഭാജനമാണ്, അല്ലേ?"

ജെറി അവളിൽനിന്ന് തലതിരിച്ചു. കുറെനേരം, മറ്റുള്ളവരുമായി പങ്കി ടാൻ വയ്യാത്ത മൗനത്തിൽ അവർ മുഴുകി.

അവർ വീണ്ടും വസ്ത്രം ധരിച്ച് പുറത്തുവന്നപ്പോൾ ലോബി യിൽവെച്ച് ഹോട്ടലിലെ ഉദ്യോഗസ്ഥനായ ബാർത്തലോമിയോ സ്വരം താഴ്ത്തിക്കൊണ്ട് പറഞ്ഞു:

"മിസ് കെല്ലീ, നിങ്ങളെ അന്വേഷിച്ച് മിസ്റ്റർ ഫ്ളെച്ചർ വന്നിരുന്നു. എനിക്ക് ഫോൺ ചെയ്ത് അറിയിച്ചു തരാൻ സമയം കിട്ടിയില്ല. നിങ്ങ ളുടെ മുറിക്കു നേർക്കു നടന്നു. രണ്ടു മിനിട്ടിൽ മടങ്ങുകയും ചെയ്തു."

ജെറിയുടെ മുഖം പെട്ടെന്നു വിളർത്തു. ആ നിമിഷത്തിൽത്തന്നെ മരണം അവനെ ആക്രമിച്ചിരുന്നിരിക്കണം. കാരണം, തന്റെ കൈപ്പിടി യിൽ ഒതുക്കിവെച്ചിരുന്ന ആ കൈവിരലുകൾ വിയർത്ത് ഐസ്പോലെ തണുത്തു. നെറ്റിയിൽനിന്ന് വിയർപ്പുതുള്ളികൾ ഒലിച്ചുവീണു.

"ജെറീ നിനക്ക് സുഖമില്ലേ?"

"ഞാൻ പോവുന്നു."

"ഇനി എന്നാണ് കാണുക?"

"അറിഞ്ഞുകൂട. ഒരുപക്ഷേ, നിന്റെ കൂടെ പാരീസിലേക്ക് ഞാനും വന്നേക്കാം."

"ഞാൻ കാത്തിരിക്കും." ജെറി ചിരിച്ചുകൊണ്ട് ഒരു നേരംപോക്കെ ന്നപോലെ പറഞ്ഞ ആ വാക്കുകൾ അവളെ പിന്നീട് പീഡിപ്പിച്ചു. ആദ്യ ത്തേതും അവസാനത്തേതുമായ ആ ആലിംഗനത്തിൽനിന്ന് ഒരിക്കലും മനോരമയ്ക്ക് മോചനം ലഭിച്ചില്ല.

പിറ്റേ ദിവസം അവൾ പുറത്തേക്ക് ഇറങ്ങുവാൻ ടാക്സി വിളിച്ചുവ രുത്തിയപ്പോൾ ബാർത്തലോമിയോ പറഞ്ഞു:

"മിസ് കെല്ലീ, ഇന്ന് പുറത്തു പോകുന്നത് അപകടമാണ്. ഇന്നലെ ജാഫ്നയിൽവെച്ച് തമിഴ് തീവ്രവാദികൾ പതിമൂന്ന് സിംഹള യോദ്ധാക്കളെ കൊന്നിരിക്കുന്നു. അവരുടെ ശവങ്ങൾ ഇന്ന് കൊളംബോവിലേക്ക് കൊണ്ടുവരുമ്പോൾ ഇവിടെ വർഗ്ഗീയലഹള നടക്കാനിടയുണ്ട്."

"അസംബന്ധം. എനിക്ക് ഒരു ലഹളയെയും പേടിക്കാനില്ല. ഞാൻ തമിഴത്തിയുമല്ല സിംഹളക്കാരിയുമല്ല."

"ഫ്ളെച്ചറിന്റെ വീട്ടിന്റെ മുറ്റത്ത് പൊലീസ് വണ്ടികൾ നിന്നിരുന്നു. അകത്ത് പൊലീസുദ്യോഗസ്ഥന്മാർ ആ എഴുത്തുകാരനെ ചോദ്യം ചെയ്യുകയായിരുന്നു."

"എന്റെ ബട്‌ലറാണ് ആ കാഴ്ച ആദ്യം കണ്ടത്." അയാൾ പറഞ്ഞു: "ആരോ തല തല്ലിത്തകർത്തിരുന്നു. അവൻ തമിഴനായിരുന്നു. അതുകൊണ്ടാവാം ഈ കൊലപാതകം നടന്നത്."

മനോരമയുടെ കൺമുന്നിൽ അന്ധകാരം വന്നെത്തി. അവളെ അപ്പോൾ മാത്രമേ ഫ്ളെച്ചർ കണ്ടുള്ളു.

"ക്ഷമിക്കണം മിസ് കെല്ലി, എനിക്ക് നിങ്ങളോട് സംസാരിക്കാൻ ഇന്ന് സൗകര്യമില്ല. എന്റെ സെക്രട്ടറിയെ ആരോ ഇന്നലെ രാത്രി തല്ലിക്കൊന്നിരിക്കുന്നു."

ഫ്ളെച്ചറെ ജെറിയുടെ മാതാവെന്ന സ്ത്രീ താമസിക്കുന്ന ചിത്രാലെയ്നിലേക്ക് പൊലീസുകാർ കൊണ്ടുപോയി. എന്നിട്ടും മനോരമ അവിടെനിന്നും നീങ്ങിയില്ല.

"നിങ്ങൾ കൊണ്ടുവന്ന പെട്ടിയാണ് ഇതിനൊക്കെ കാരണം." ബട്‌ലർ പറഞ്ഞു: "ജെറി ആ പെട്ടി രഹസ്യമായി ഇന്നലെ രാത്രി അലമാരയിൽനിന്നു മാറ്റി കാർഷെഡ്ഡിൽ കൊണ്ടുപോയി വയ്ക്കുന്നത് ഞാൻ കണ്ടു. അതിനെപ്പറ്റി അപ്പോഴൊന്നും ആലോചിച്ചതുമില്ല."

"എന്നിട്ട് ആ പെട്ടിയെവിടെ?"

"അത് യജമാനന്റെ സെല്ലറിൽ വീഞ്ഞുകുപ്പികളുടെ പിന്നിൽ ഒളിഞ്ഞിരിപ്പുണ്ട്."

"നിങ്ങൾ എന്തുകൊണ്ട് ഈ വിവരങ്ങളൊന്നും പൊലീസുകാരെ അറിയിച്ചില്ല?"

"ഞാൻ വലിയവരുടെ കാര്യങ്ങളിൽ തലയിടാറില്ല."

പിന്നീട്, ടാക്സിയിൽ കയറിയിരുന്നപ്പോൾ മനോരമയുടെ മനസ്സിൽ സംശയങ്ങൾ വന്നു നിറഞ്ഞു. ആ പെട്ടിയിൽ പണമായിരുന്നുവോ? നിക്കലസും ഫ്ളെച്ചറും ഒരു സമ്പന്നരാഷ്ട്രത്തിനുവേണ്ടി ചാരപ്രവൃത്തി ചെയ്യുന്നവരാണോ? ജെറി ആ പെട്ടിയുമെടുത്തുകൊണ്ട് രക്ഷപ്പെടുവാൻ ശ്രമിക്കുകയായിരുന്നുവോ? തനിക്കും അവന്റെ കൊലയിൽ ഉത്തരവാദിത്വമുണ്ടെന്ന് മനോരമയ്ക്ക് തോന്നി.

ലങ്കയിലെ പത്രങ്ങൾ പിറ്റേ ദിവസം ആ യുവാവിന്റെ മരണത്തെപ്പറ്റി റിപ്പോർട്ട് ചെയ്തില്ല. നാടുനീളെ നടന്ന കൊലപാതകങ്ങളെപ്പറ്റിയും പത്രക്കാർക്ക് ഒന്നും പറയാനുണ്ടായിരുന്നില്ല. ഭാഗ്യവശാൽ തനിക്ക് വിമാ

നത്താവളത്തിലേക്ക് പോവാൻ അനുവാദം പൊലീസ് തന്നു. വഴിയിൽ തന്നോടൊപ്പം നീങ്ങിയ പുകച്ചുരുളുകൾ കാണാതിരിക്കുവാൻ വേണ്ടി മനോരമ കണ്ണുകളടച്ചു. പീടികകളും ആഭരണശാലകളും വണ്ടികളും കത്തിയെരിയുകയാണ്. സൗന്ദര്യമുള്ള ദ്വീപേ വിട തരിക, അവൾ പറഞ്ഞു. നിന്റെ സൗന്ദര്യത്തോടും നിന്റെ കിനാക്കളോടും ഞാൻ യാത്ര പറയുന്നു.....

"ജെന്നീ നീ എത്രനേരമായി സോഫയിൽ മിണ്ടാതെ കിടക്കുന്നു! നേരം പതിനൊന്നായി. അകത്തുപോയി ഉറങ്ങൂ. ഐവി നിന്റെ പഴയ മുറി നിനക്കായി വൃത്തിയാക്കി ഒരുക്കിവെച്ചിരിക്കുന്നു."

"ശരി, വില്ലീ, ഞാൻ ഒന്ന് ഉറങ്ങട്ടെ."

പിറ്റേ ദിവസം പത്രപ്രവർത്തകർ അവളോട് ജെറിയെപ്പറ്റി ചോദിച്ചപ്പോൾ അവൾ പൊട്ടിച്ചിരിച്ചുകൊണ്ടു പറഞ്ഞു:

"അതൊക്കെ കെട്ടുകഥകൾ! ഞാൻ ആ ചെറുപ്പക്കാരനെ കണ്ടതായി ഓർമ്മിക്കുന്നതുപോലുമില്ല. ഫ്ളെച്ചറിന്റെ വീട്ടിൽ പരിചാരകരായി പലരും നിന്നിരുന്നു. അതിൽ അയാളും ഉണ്ടായിരുന്നിരിക്കണം."

"നിങ്ങളുമായി ജെറി പ്രേമബന്ധത്തിലാണെന്നും കൂടി ഞങ്ങൾ കേട്ടിരുന്നു മിസ് കെല്ലി."

"എന്നെ അങ്ങനെ തരംതാഴ്ത്തരുത്. എനിക്ക് പ്രേമിക്കാൻ ഫ്ളെച്ചറിന്റെ ശമ്പളക്കാരിലൊരുത്തനെ മാത്രമേ കിട്ടുകയുള്ളൂ?"

ഇടത്തെ കവിളത്ത് ഒരു നുണക്കുഴി തെളിഞ്ഞു. സ്വർണ്ണവാറുകളുള്ള പാദരക്ഷയാൽ അലംകൃതമായ ഒരു കൊച്ചു കാലടി അവൾ മെല്ലെ തന്റെ മുൻവശത്തേക്ക് നീട്ടി.

"രാജവീഥികളിൽ മാത്രം നടന്ന് ശീലിച്ചവളാണ് ഞാൻ."

അവളുടെ കാലടിത്തുമ്പിൽ ചുംബിക്കുവാൻ പത്രപ്രതിനിധികൾക്ക് ആഗ്രഹം തോന്നി.

"ഞങ്ങൾക്കു മാപ്പു തരണം." അവർ വിനീതരായി പിറുപിറുത്തു.

കഥ, കഥാപാത്രം, കഥാകൃത്ത്

കെ പി രാമനുണ്ണി

കഥാപാത്രം

ഉണ്ണീ, നിന്നോടല്ലാതെ മറ്റാരോടാണ് ഞാൻ ഇങ്ങനെ ഒരു കഥയെഴുതുവാൻ പറയുക. ഒന്നാമത് മലയാളത്തിലെ കഥാകൃത്തുക്കളെയൊന്നും എനിക്ക് അറിയുകയില്ല. അറിഞ്ഞാൽത്തന്നെ അവർ ഇങ്ങനെയൊരു വിഷയം കൈകാര്യം ചെയ്യാൻ തയ്യാറാവുമെന്ന് തോന്നുന്നില്ല. തയ്യാറായാൽത്തന്നെ അവർക്ക് നിന്നെപ്പോലെ എന്നെയും കുഞ്ഞാലിക്കയെയും മനസ്സിലാക്കാൻ കഴിയുമെന്ന് തീർച്ചയില്ല.

നീയാണെങ്കിൽ എനിക്ക് എന്തും പറയാൻ സ്വാതന്ത്ര്യമുള്ള കളിക്കൂട്ടുകാരൻ - അതിലും വിശേഷിച്ച് നീയൊരു പൊന്നാനിക്കാരൻ. പൊന്നാനിയിലല്ലാതെ മറ്റെവിടെയാണ് ഒരു കൃഷ്ണകുമാറിനു വേണ്ടി മൊയ്തീൻകുഞ്ഞ് വീടും പുരയിടവും വിറ്റുതുലച്ചത്. ഒരു ഉണ്ണിക്കൃഷ്ണനുവേണ്ടി ബാലൻ ചെട്ട്യാർ കുത്തിമുറിക്കേസിൽ എടുത്തുചാടിയത്. മധുവെന്ന ഈ എനിക്കുവേണ്ടി കുഞ്ഞാലിക്കാ ബീടരുടെ മുഖത്തേക്ക് ജീവിതം കൊട്ടിയടച്ചത്.

നീചമായാലും മഹത്തരമായാലും അനുഭവങ്ങളോട് എന്നും നമ്മുടെ നാട്ടുകാർക്ക് മുറിയാത്ത പ്രതിബദ്ധതയായിരുന്നു.

ഞാനും കുഞ്ഞാലിക്കയും തമ്മിലുള്ള ബന്ധം നന്മയാണെന്ന് ഒരിക്കലും ഞാൻ പറയുകയില്ല. പൊട്ടയാണെന്ന് സമ്മതിക്കാനും തയ്യാറാണ്. പക്ഷേ, ആ അനുഭവങ്ങൾ വിളമ്പിയ വിഭവങ്ങൾ ഏത് മാമൂൽ കല്യാണത്തിന്റെ സർവ്വാണി സദ്യയേക്കാളും ചൂടുള്ളതായിരുന്നു. അതിന്റെ തെളിവല്ലേ ഒരു ആശ്ചര്യ ചിഹ്നംപോലെ നിന്റെ മുന്നിൽ നില്ക്കുന്ന ഈ ഞാൻ.

അല്ലെങ്കിൽ ഏത് ഭാര്യയും ഭർത്താവും മരിച്ചാലാണ്, കാമുകനും കാമുകിയും മരിച്ചാലാണ് യുദ്ധത്തിന്റെ നടുവിൽ ഇത്രയും റിസ്ക്കെടുത്ത്

ഒരുവൻ ഗൾഫിൽനിന്ന് നാട്ടിലേക്ക് പറക്കുക. കുഞ്ഞാലിക്കയുടെ കബറടക്കത്തിന് ആരെങ്കിലും എന്തെങ്കിലും ഓർമ്മക്കുറവ് കാണിച്ചാൽ കുത്തി നിർത്താനുള്ള മീസാൻ കല്ല് വരെ ചുമന്നാണ് ഞാൻ ഗൾഫിൽനിന്ന് വന്നതെന്നോർക്കണം.

അധികമൊന്നും ഇപ്പോൾ പറയുന്നില്ല. കഥാകൃത്തായ നിനക്ക് അനുഭവത്തിന്റെ നെഞ്ച് പിളർന്നു കാട്ടിയാൽ അത് ഹൃദയമാണെന്ന് അങ്ങ് സാക്ഷ്യപ്പെടുത്തിയാൽ പോരേ? അല്ലാതെ സന്മാർഗ്ഗത്തിന്റെ വാളുകൊണ്ടാണോ ദുർമാർഗ്ഗത്തിന്റെ കഠാര കൊണ്ടാണോ ഭേദനം നടത്തിയതെന്ന് ഗവേഷണം നടത്തി കണ്ണും മൂടിക്കെട്ടി കറുത്ത കോട്ടിൽ മുനിഞ്ഞിരിക്കണോ?

കഥാകൃത്ത്

ഹൃദയം തിളയ്ക്കുന്ന ആവി ശബ്ദത്തിൽ മധു പുലമ്പുന്നതെല്ലാം എനിക്ക് മനസ്സിലാകുന്നുണ്ടായിരുന്നു. അവനും കുഞ്ഞാലിക്കയും തമ്മിലുള്ള വിചിത്രബന്ധം സ്ഫുടീകരിക്കാൻ ഞാൻ തന്നെയാണ് ഏറ്റവും അർഹനായവൻ. ഒരു എഴുത്തുകാരൻ എന്ന നിലയിൽ അതെന്റെ കർത്തവ്യവുമാണ്. പക്ഷേ, കഥകൾ പ്രസിദ്ധീകരിച്ചു വന്നാൽ അതിലെ അനുഭവം ഏത് മാവേലിസ്റ്റോറിൽനിന്ന് വാങ്ങി, ഏത് അത്താഴത്തിന് തൊട്ടുകൂട്ടിയതാണെന്ന് ഭാര്യയോട് അന്വേഷിക്കുന്നവരാണ് അവളുടെ കൂട്ടുകാരികൾ. രതിപ്രധാനമായ സൃഷ്ടികളാണെങ്കിൽ ഇതു മുഴുവൻ നീ കാണുകയോ അറിയുകയോ ഭോഗിക്കുകയോ ചെയ്തതല്ലേ കള്ളാ, എന്നൊരു പുളിങ്ങാമുഖം പുലർത്തുന്നവരാണ് കാമ്പസിലുള്ളവർ.

കണ്ണുകൊണ്ടോ കാതുകൊണ്ടോ രസനകൊണ്ടോ തൊട്ടുകൂട്ടി, തൊലിപ്പുറമെയുള്ള മ്യൂക്കസ് ദ്രവത്താൽ നനച്ചളുമ്പി എടുക്കാതെ ഒന്നും അവരെ സംബന്ധിച്ചിടത്തോളം അനുഭവമാകാറില്ല. അതുകൊണ്ടായിരുന്നല്ലോ എന്നെപ്പറ്റി ചില അപവാദങ്ങൾ കോളേജ് അന്തരീക്ഷത്തിൽ മുഴങ്ങിയപ്പോൾ കഥാകൃത്തായ സേതു ഇങ്ങനെ ഉപദേശിച്ചത്.

"അല്ലെങ്കിലേ എഴുത്തുകാർ എന്നു പറഞ്ഞാൽ പെണ്ണിലും മദ്യത്തിലും അല്പം പിശകാണെന്നൊരു ധാരണയുണ്ട്. പ്രസ്തുത റിസർച്ച് സ്റ്റുഡന്റിനെ ചേർത്തുള്ള അപവാദക്കേസിൽ നീ പക്ഷേ, നിഷ്കളങ്കനായിരിക്കാം. എന്നാലൊരു കർത്താവില്ലാ കത്ത് കിട്ടുമ്പോൾ നിന്റെ വകുപ്പുമേധാവി അങ്ങനെ സംശയിച്ചുപോയാൽ അതിൽ അയാളെ കുറ്റപ്പെടുത്താനുണ്ടോ?"

ഇങ്ങനെയുള്ള ഔദ്യോഗികവും സാമൂഹികവുമായ ദുർഘടങ്ങൾ നിലനില്ക്കുമ്പോൾ കുഞ്ഞാലിക്കയെയും മധുവിനെയുംകുറിച്ച് ഞാനൊരു കഥ എഴുതിയാലുള്ള സ്ഥിതി എന്തായിരിക്കും? ഏത് പെണ്ണുകേസിനെക്കാളും നീചമായാണ് ഇത്തരം ബന്ധങ്ങൾ സമൂഹം വിലയിരുത്തുന്നതെന്ന് ഓർമ്മവേണം. എന്നിരുന്നാലും ചോരയിറ്റുന്ന സ്വത്വം പറിച്ച് കൈയിൽ തന്ന് മധു എന്നെ സാക്ഷിക്കൂട്ടിൽ നിർത്തിയിരിക്കുക

യാണ്. മിടിക്കുകയും ഞെട്ടുകയും ദയനീയമായി സങ്കോചവികാസങ്ങൾ നടത്തുകയും ചെയ്യുന്ന ആ അവയവം പൊടുന്നനെ എനിക്ക് നിലത്തെറിയുവാൻ കഴിയുമോ?

കഥ

അങ്ങനെ സ്കൂളിൽ പഠിക്കുന്ന കാലത്തൊരിക്കൽ മധുവിന് ടൈഫോയിഡ് പിടിപ്പെട്ട സമയം. സന്നിയുടെ മരീചികകൾ പാറ്റിക്കൊണ്ട് അവന്റെ ബോധം ദ്രവാവസ്ഥയിലെത്തിയിരിക്കുകയാണ്. ബന്ധവും അസംബന്ധവും സ്ഥലവും സ്ഥലരാഹിത്യവും കാലവും കാലമില്ലായ്മയും എല്ലാം കൂടിക്കുഴയുന്ന അവസ്ഥ.

മേശക്കാലുകൾ മുകളിലേക്കുയർത്തിക്കൊണ്ട് പുല്ലുതിന്നുന്ന പശുവിൻ കഴുത്ത് – ചുണ്ടുകൾകൊണ്ട് അകിടിലെ പാല് മൊത്തിക്കുടിക്കുകയാണെങ്കിലും അനുഭവിക്കുന്നത് ചുക്കുമണിയിൽനിന്ന് നിറമൂത്രം സ്ഫോടനം ചെയ്യുന്ന തരിപ്പും വിറപ്പും – മുന്നോട്ട് പായുന്ന തീവണ്ടിയിൽ സഞ്ചരിച്ച് തിരിച്ചെത്തിക്കൊണ്ടിരിക്കുന്നതാകട്ടെ ശൈശവത്തിന്റെ കളിക്കോപ്പുകളിലേക്ക്.

നെറ്റിയിൽ തുണി നനച്ചിട്ടുകൊണ്ട് മധുവിന്റെ അമ്മ അടുത്തുതന്നെ നില്ക്കുന്നുണ്ടായിരുന്നു. ഭാഷയില്ലാതെ പുലമ്പുന്ന ആ കൗമാരക്കാരന്റെ ശബ്ദത്തിൽനിന്ന് ഒരൊറ്റ വാക്കു മാത്രമേ അരിച്ചെടുക്കാൻ കഴിഞ്ഞിരുന്നുള്ളൂ.

"കുഞ്ഞാലിക്കാക്ക, കുഞ്ഞാലിക്കാക്ക..."

കുഞ്ഞാലിക്കാക്കയെ വിളിച്ചു വരുത്തിയപ്പോഴേക്ക് മധുവിന്റെ പനിയിറങ്ങിയെന്ന് പറഞ്ഞാൽ അത് ആഖ്യാനത്തിലെ അതിശയോക്തിയായിപ്പോകും. എന്നാലും ഭീകരമായ ടൈഫോയിഡ് മാറിയതിനുശേഷം അച്ഛനില്ലാത്ത ആ ബാലനെ ആരോഗ്യത്തിലേക്ക് കൊണ്ടുവന്നത് മുഖ്യമായും അയാളായിരുന്നു.

തൃശൂരിൽ മാത്രം കിട്ടുന്ന മരുന്നുകൾ ബസുകാർ മുഖേന എത്തിച്ചുകൊടുത്ത് – കാറ്റും വെളിച്ചവും കൊള്ളിക്കാൻ വൈകുന്നേരങ്ങളിൽ നടക്കാൻ കൊണ്ടുപോയി – ബീടരുടെ കറവുള്ള വീട്ടിൽനിന്ന് രണ്ട് നാഴിപ്പാൽ സ്ഥിരമായി ഏർപ്പാടാക്കി.

ആ നായര് വീട്ടിലെ കുട്ടിയും അയൽക്കാരൻ മാപ്ലയും തമ്മിലുള്ള വല്ലാത്തൊരു ഹിക്ക്മത്തിന്റെ സ്നേഹം കണ്ടില്ലേ? നാട്ടുകാരിൽ ആരും അത് അറിയാത്തവരായി ബാക്കിയുണ്ടായിരുന്നില്ല. ങാ – അച്ഛനോ സഹോദരന്മാരോ ഇല്ലാത്ത പാവം ചെക്കനല്ലേ? പെണ്ണുങ്ങൾ മാത്രമുള്ള വീട്ടിൽനിന്ന് വരുന്നവനും സ്വന്തമായി പെൺകുട്ടികൾ മാത്രമുള്ളവനുമായ പോഴത്തക്കരാൻ മാപ്ലയല്ലേ?

കുഞ്ഞാലിയും മധുവും ഒരൊറ്റ സമുദായത്തിലെയല്ല, ഒരൊറ്റ കുടുംബത്തിലെയല്ല, ഒരൊറ്റ വ്യക്തിത്വത്തിലെ ഉൾപ്പിരിവുകളായാണ് നാട്ടുകാർ ഓർമ്മിച്ചത്.

"കുഞ്ഞാലീ നെന്റെ മധുവിന്റെ വയ്യായ മാറിയോ?"

"കുഞ്ഞാലീ നെന്റെ മധു ഇക്കൊല്ലം പാസായോ?"

ചന്തപ്പടിയിലും ഇടവഴിയിലും വെച്ചുള്ള നാട്ടുകാരുടെ അന്വേഷണങ്ങൾക്ക് ഗർവ്വോടും അഭിമാനത്തോടും കൂടിയാണ് ഇന്നലെവരെ കുഞ്ഞാലി മറുപടി പറഞ്ഞിട്ടുള്ളത്. പിന്നെ ഏത് വേലയ്ക്കും പൂരത്തിനും പോയി മടങ്ങിയതിനുശേഷമാണ്, ഏത് സ്കൂൾ ഷെഡ്ഡിൽ കിടന്ന് അന്തിയുറങ്ങിയതിന് ശേഷമാണ് കുഞ്ഞാലിയുടെ ആത്മവിശ്വാസവും അഭിമാനവും പറ്റേ ക്ഷയിച്ചത്? മറ്റുള്ളവൻ അറിയുന്നുണ്ടോ കാണുന്നുണ്ടോ എന്ന് പാത്തും പതുങ്ങിയും മാത്രം അവൻ മധുവിനോട് മിണ്ടാനും പറയാനും തുടങ്ങിയത്?

ദൂരെ ദൂരെ ഏതോ ചിമ്മിണിക്കാവെന്ന സ്ഥലത്തുള്ള പൂരമായിരുന്നു അത്. കൊട്ടും വാദ്യവും വെടിക്കെട്ടും മാത്രമല്ല, ആനമയിലൊട്ടകവും റെക്കോർഡ് ഡാൻസും രണ്ട് തലയുള്ള നാഗകന്യകയും മരണക്കിണറും എല്ലാം തികഞ്ഞുള്ള പൂരമായിരുന്നു അത്. എത്രയോ കാലമായി ഭാവനയുടെ കൂടാരം പൊക്കിപ്പൊക്കി നിലംതൊടാതെ കുഞ്ഞാലിക്കാക്ക മധുവിനെ പറപ്പിച്ച പൂരമായിരുന്നു അത്.

തിമിർപ്പും ഹരവും ബഹളവുമെല്ലാം ഒടുങ്ങി, ശരീരത്തിൽനിന്ന് വേറിടാത്ത മശിക്കവുമായി, ചവിട്ടിയുഴിച്ചിലിന്റെ പോലുള്ള ക്ഷീണപ്പിടുത്തവുമായി അവർ മടക്കയാത്ര തുടങ്ങിയതായിരുന്നു. പാരവശ്യത്തിൽ കോമ്പല്ലുകളാഴ്ത്തുന്ന തണുപ്പായിരുന്നു ആ രാത്രിക്ക്. ഏതെങ്കിലും ചരക്കുവണ്ടി പോലും കിട്ടാതെ നടന്നു നടന്ന് മടങ്ങുമ്പോൾ ഏതോ സ്കൂൾ ഷെഡ്ഡിൽ കയറി അവർ സ്വയം വീഴ്ത്തിയിട്ടു.

നിദ്രയിലേക്കു പ്രവേശിക്കാൻകൂടി സമ്മതിക്കാത്ത തരത്തിൽ ക്ഷീണം ശരീരത്തെ തകർത്തിട്ടിരുന്നു. ബോധത്തെ ഉറക്കത്തിലേക്ക് തള്ളിയിടാനെങ്കിലും അല്പമൊരു ഊർജ്ജമോ ചെറിയൊരു സഹായമോ ആവശ്യമാണെന്ന് ഘടാഘടികനായ കുഞ്ഞാലിക്കുപോലും തോന്നി. അപ്പോൾ കൈയിന്റെയും കാലിന്റെയും ദേഹത്തിന്റെയും ഇളമ മാറാതെ അവന്റെ അടുത്തു കിടക്കുന്ന മധുവിന്റെ സ്ഥിതിയോ?

വല്ലാത്തൊരു ആർദ്രതയോ അനുപാതമോ സ്നേഹമോ അനുഭവപ്പെട്ടാണ് അയാൾ അവനെ പൊതിഞ്ഞു പിടിച്ചത്. രാത്രിയുടെ ശീതപ്പല്ലുകൾ ഓരോന്നായി മധുവിന്റെ മേനിയിൽനിന്ന് അടർത്തിയടർത്തി കളയുമ്പോൾ കുഞ്ഞാലിക്കും തോന്നി തന്റെ ക്ഷീണാകാശത്തിൽ എവിടെയോ പൊട്ടനുദിച്ചപോലെ.

പിന്നീട് വളരെ പെട്ടെന്നായിരുന്നു ഊർജ്ജത്തിന്റെ മുഴുസൂര്യൻ കത്തിപ്പടർന്നു പൊങ്ങിയത്. സൂര്യപ്രകാശത്തിലും നിറനിലാവ് തുളുമ്പുന്ന സുഖപ്രദമായ അവസ്ഥ. അമിട്ടുകളും പൂക്കുറ്റികളും മത്താപ്പുകളുമായി കുഞ്ഞാലിയുടെ ബോധാകാശത്തിൽ പൂരം നിറഞ്ഞു. ഒരു പൂക്കുറ്റി അയാൾ കൊളുത്തുമ്പോൾ ഒരു കമ്പിത്തിരിയെങ്കിലും കാണിച്ചുകൊണ്ട് മധു പ്രതികരിച്ചു.

നക്ഷത്രഖചിതമായ സ്വാഭാവിക പ്രകൃതിയേക്കാളും മനോഹരമാണോ ചീറ്റലും പൊട്ടലും മുഴക്കങ്ങളുംകൊണ്ട് വർണ്ണാഭമായ ആ ആകാശമെന്ന് ഒരുനിമിഷം സംശയം തോന്നിപ്പോയി.

കഥാപാത്രം

നോക്കൂ ഉണ്ണീ, എന്ത് തോന്നിവാസമാണ് നീ ഈ കാണിക്കുന്നത്? മജ്ജയിലും മാംസത്തിലും അസ്ഥിയിലുമായി ആ രാത്രി ഞാൻ അനുഭവിച്ചറിഞ്ഞ ശരീരമൂർച്ഛ നീ ബാഹ്യമായൊരു ആകാശത്തിലേക്ക് സംപ്രേഷണം ചെയ്യുകയാണോ? സമൂഹം നിർദ്ദേശിക്കുന്ന സഭ്യതയുടെ അതിരു കടക്കാതിരിക്കാൻ നിങ്ങൾ സാഹിത്യകാരന്മാർ ഒരുക്കുന്ന കള്ളവേലയല്ലേ ഇത്? എന്റെയും കുഞ്ഞാലിക്കയുടെയും കഥകളിൽ ഒരു ശതമാനം പോലും അസത്യമരുത്. അനിവാര്യമായ ബിംബസന്നിവേശങ്ങളിൽ കൂടി നീ അത് സസൂക്ഷ്മം കരുതണം.

ഉചിതമായ ഒന്നുരണ്ട് സൂചനകൾ ഞാൻ തരാം. സ്കൂൾ ഷെഡ് രാത്രിയിൽ കുഞ്ഞാലിക്കാക്ക എന്നെ കെട്ടിപ്പിടിച്ചപ്പോൾ നടന്ന പൂരം ആകാശത്തിലായിരുന്നില്ല. ഭൂമിയിൽ കിടന്നിരുന്ന എന്റെ അന്നത്തെ നാലടി ആറിഞ്ച് ശരീരത്തിലായിരുന്നു. സ്കൂൾ ഷെഡ് തറയുടെ പഴുതാര ഗന്ധം തിരോഭവിച്ച് കുഞ്ഞാലിക്കാക്കയുടെ തേൻമണം സ്വത്വത്തെ കീഴടക്കിയതായിരുന്നു തുടക്കത്തിന്റെ ആരംഭം – അവിടന്നങ്ങോട്ട് ഗന്ധത്തിന്റെയും സ്പർശത്തിന്റെയും രുചിയുടെയും മേഖലകൾ കടന്ന് ഞാനെത്തിയ അനുഭവശ്യംഗം പറയേണ്ടതില്ലല്ലോ. ഇഷ്ടസ്നേഹത്തിന്റെ നൂറായിരം മേനി വിളയിക്കാനുള്ള നനവും ഫലപുഷ്ടിയും ലജ്ജാവഹമായി മാത്രം കരുതിയിരുന്ന ഒരു ശരീരഭാഗത്തിനുണ്ടെന്ന വല്ലാത്ത തിരിച്ചറിവ്.

മുണ്ടും ഷർട്ടും തട്ടിക്കുടഞ്ഞ് അവിടെനിന്ന് എഴുന്നേല്ക്കുമ്പോൾ യാതൊരു ഭാരവുമില്ലാതെ പഞ്ഞിപോലുള്ള ആത്മാവായിരുന്നു എന്റേത്. പക്ഷേ, പാവം കുഞ്ഞാലിക്കാക്ക – സ്കൂൾ ഷെഡ് വരാന്തയിൽ നിന്നിറങ്ങി നിലാവിന്റെ ബ്രഹ്മരക്ഷസ്സുകളെ ചവിട്ടി നടക്കുമ്പോൾ മൂപ്പർ ആകെ അസ്വസ്ഥനാണെന്ന് തോന്നി. എന്നിട്ടും മുറിവേറ്റൊരു പക്ഷിയെ പരിചരിക്കുന്നപോലെ എന്റെ തോളിൽ തട്ടി ആശ്വസിപ്പിച്ച് 'സാരമില്ലാട്ടോ' എന്ന് ഇക്കാക്ക ഉരുവിട്ടുകൊണ്ടിരുന്നു.

പിന്നീട് എന്നോടുള്ള എല്ലാ പെരുമാറ്റത്തിലും വല്ലാത്തൊരു ദയാവായ്പും പീഡിതഭാവവും മൂപ്പരിൽ ആഴ്ന്ന് നിന്നിരുന്നു. കളിയിലും ചിരിയിലും കൂത്തിലും പങ്കാളിയായിരുന്ന കുഞ്ഞാലിക്കാക്ക എന്റെ ശരീരത്തിനുള്ളിലുള്ള പിടപ്പോ, തരിപ്പോ, സുഖമോ ആയി പരിണമിച്ചല്ലോ. ആഴമുള്ള എന്തിനും സംഭവിക്കുന്ന അന്തർമുഖത്വമായിരിക്കാം അങ്ങേരുടെ ഉൾവലിയലിലും കാണുന്നതെന്ന് ഞാൻ ആശ്വസിച്ചു. ആരും കാണുകയും കേൾക്കുകയും ചെയ്യാത്ത ലോകത്താണ് കുഞ്ഞാലിക്കാക്കയ്ക്ക് എന്നെ വേണ്ടതെന്നറിഞ്ഞപ്പോൾ ഞാൻ അതിന് അരുനിന്നു കൊടുത്തു.

കണ്ണിന്റെ കുറിമാനങ്ങൾക്ക് മറുമാനംകൊടുത്ത് ആംഗ്യങ്ങളിലൂ

ടെയും മുദ്രകളിലൂടെയും ഞാൻ അങ്ങേരെ അനുഗമിച്ചു. നിശ്ശബ്ദമായി ത്തീർന്ന ഞങ്ങളുടെ ബന്ധമാണ് സംശയാസ്പദമാവുകയെന്ന് ഒരിക്കലും ഞാൻ പ്രതീക്ഷിച്ചിരുന്നില്ല. ഒച്ചയും ബഹളവും തമ്മിൽത്തല്ലുമായി നട ന്നിരുന്ന കാലത്ത് തിരിഞ്ഞ് നോക്കാതിരുന്ന ആയിഷാത്ത എത്ര പെട്ടെ ന്നാണ് ഒരു വേട്ടപ്പട്ടിയായി രൂപം മാറിയത്. വളഞ്ഞുകുത്തിയ പുരിക ങ്ങൾക്ക് താഴെ ചാട്ടുളിപോലെ പാളി നടക്കുന്ന അവരുടെ കണ്ണുകൾ ഞങ്ങളുടെ കൂടിക്കാഴ്ചകൾക്കിടയിൽ മുറിവായി, മൂർച്ചയായി, ഗതികേ ടിന്റെ നരകമൂർദ്ധന്യമായി. ആ പഹച്ചിയെ ഞാൻ മനസ്സുകൊണ്ടു ശകാ രിക്കുകയും ശപിക്കുകയും ചെയ്യാത്ത ഒരൊറ്റ ദിവസം പോലും പിന്നീട് ഉണ്ടായിരുന്നോ?

കഥാകൃത്ത്

മധു എന്നെ ശരിക്കും വലയ്ക്കും എന്നാണ് ലക്ഷണംവച്ച് തോന്നു ന്നത്. ഇങ്ങനെയൊരു ധർമ്മസങ്കടം ജീവിതത്തിൽ ഇന്നേവരെ ഞാൻ അനുഭവിച്ചിട്ടില്ല. മനസ്സുരിഞ്ഞ ഒരു കഥാപാത്രത്തിന്റെ സാക്ഷ്യം കഥ യെഴുതാൻ കിട്ടുന്നത് ചില്ലറക്കാര്യമല്ല. എന്നാൽ ഒരു എഴുത്തുകാരന്റെ ഒപ്പംതന്നെ കോളേജിലും കുടുംബത്തിലുമുള്ള എന്റെ വ്യക്തിത്വമുഖങ്ങ ളോട് ഞാൻ എന്ത് മറുപടി പറയും?

അല്ലെങ്കിൽത്തന്നെ കാമ്പസിലെ ചില ഛിദ്രശക്തികൾ എന്നെ സാമൂഹ്യവിരുദ്ധനായും വിഷയിയായും സ്ത്രീലമ്പടനായും ചിത്രീകരിച്ച് നോട്ടീസ് ഇറക്കിയിരിക്കുകയാണ്. ആ കിരീടത്തിന്റെ കൂടെ ഇനി ഇങ്ങ നെയൊരു ഭോഗിയെന്ന തൂവൽക്കൂടിയോ? വ്യക്തിപരമായി എന്തും സഹി ക്കാനും നേരിടാനും ഞാൻ തയ്യാറാണെന്ന് വാദത്തിനുവേണ്ടി സമ്മതി ക്കുക. എന്നാൽത്തന്നെ എന്നെ സ്നേഹിക്കുന്ന ചില സഹപ്രവർത്തക രെയും സുഹൃത്തുക്കളെയും പറ്റെ വിഷണ്ണരാക്കാൻ കഴിയുമോ?

ഡിപ്പാർട്ടുമെന്റിലെ നമ്പീശനും ദിനകരനും എന്റെ അഭിമാന സംര ക്ഷണത്തിന് ശബ്ദമുയർത്തുക മാത്രമല്ല തെറി നോട്ടീസ് വീട്ടിലെത്താ തിരിക്കാൻ പോസ്റ്റോഫീസിൽ ചെന്ന് ചട്ടം കെട്ടുകവരെ ചെയ്തില്ലേ? എനിക്കെതിരെയുള്ള ദുഷ്പ്രചരണത്തെ പ്രതിരോധിക്കാൻ എന്തുവില നല്കാനും തയ്യാറാണെന്ന് സംഘടനാനേതാവ് ഉറപ്പു തന്നില്ലേ? ഉണ്ണീ നിനക്ക് ഒരു പെൺകുട്ടിയാണെന്ന് ഓർമ്മ വേണമെന്നും നിന്റെ വ്യക്തി ജീവിതത്തിലെയും കുടുംബജീവിതത്തിലെയും സ്വാസ്ഥ്യംകൂടി ഞങ്ങൾ ആഗ്രഹിക്കുന്നുവെന്നും എത്രയോ സുഹൃത്തുക്കൾ ഫോൺ ചെയ്ത് പറ ഞ്ഞില്ലേ?

ഇവരെയെല്ലാം അമ്പരപ്പിക്കുകയും വിയർപ്പിക്കുകയും ചെയ്യുന്ന ഒരു ചെയ്തി സാഹിത്യത്തിന്റെ പേരിലായാലും എന്റെ ഭാഗത്തുനിന്ന് ഉണ്ടാ കാൻ പാടുണ്ടോ? എന്നാലും പകുതിയാക്കിവെച്ച മധുവിന്റെ കഥ എനിക്ക് മുഴുമിപ്പിക്കാതിരിക്കാനും കഴിയുമോ?

കഥ

മനുഷ്യരുടെ നീചകർമ്മങ്ങളുടെയെല്ലാം പാപം പേറുന്ന ഇമ്മാനുവേലിന്റെ ഭാവമായിരുന്നു ചിമ്മിനിക്കാവ് പൂരത്തിനുശേഷം കുഞ്ഞാലിക്ക്. അവർക്കിടയിലെ കളിയും ചിരിയും ബഹളവുമെല്ലാം ഊർന്നിറങ്ങി പകരം ഒരു ഒട്ടുവസ്തു ഹൃദയത്തിൽ അവശേഷിച്ചിരിക്കുന്നതായി അയാൾക്കു തോന്നി. മധുവിനെ തന്നിലേക്ക് പറ്റിച്ചെടുക്കാനായി സദാസമയവും തിളച്ചുക്കൊണ്ടിരിക്കുന്ന അത് മനസ്സിന്റെ വക്കിലും മൂലയിലും പശപോലെ ഇടങ്ങേറുണ്ടാക്കുന്നു.

സ്വന്തമായൊരു കീഴ്ശ്വാസത്തിന്റെ സ്ഫോടനത്തിൽ ഏകാന്തനായി വിങ്ങിയിരിക്കാൻ യാതൊരു പ്രശ്നവുമില്ലല്ലോ. ചിലപ്പോൾ ഹാ, വല്ലാത്തൊരു അവിഞ്ഞ ക്ഷീണസുഖവുമാണത്. പക്ഷേ, മറ്റുള്ളവരുടെ മുന്നിൽ അതുമായി പ്രത്യക്ഷപ്പെടുമ്പോഴുള്ള ജാള്യവും ആശങ്കയും എങ്ങനെ പൊറുക്കും?

കാമത്തിന്റെ ഉത്സാഹക്കട്ടിലിൽ മധുവുമായി സൊറ പറഞ്ഞിരിക്കുന്ന കുഞ്ഞാലി ആയിഷയെ കണ്ടാൽ ഞെളിയാനും പിരിയാനും ബലം പിടിക്കാനും തുടങ്ങി. അപ്പോൾ അവളും അവിടെനിന്ന് വേറിട്ടു പോകാതെ തട്ടിയുംമുട്ടിയും അവശേഷിച്ച് നില്ക്കുന്ന പ്രവണത കാണിച്ചു – എന്താ ഇപ്പോൾ അതിന് ഇത്ര വിശേഷിച്ച് ഉണ്ടായത്? ഭർത്താവ് അയൽവീട്ടിലെ ചെറുക്കനുമായി വർത്തമാനം പറഞ്ഞിരിക്കുകയല്ലേ?

എന്നാൽ തീനാളമില്ലാതെ വെള്ളം തിളയ്ക്കുന്ന പോലെയായിരുന്നു അത്തരം സന്ദർഭങ്ങളിൽ ആ സാധു സ്ത്രീയുടെ അവസ്ഥ. എന്തോ എങ്ങനെയോ മനസ്സ് നീരാവിയായിക്കൊണ്ടിരിക്കുന്നു. അദൃശ്യമായി തന്നെ വലയം ചെയ്തിരുന്ന ഭർത്താവിന്റെ മോഹമർദ്ദം നീക്കം ചെയ്യപ്പെട്ടതാണ് തിളപ്പിന് കാരണമെന്ന് ആയിഷയ്ക്ക് പക്ഷേ, പിടികിട്ടിയിരുന്നില്ല. വീട്ടിൽ സംഭവിക്കുന്ന മധുവിന്റെ സാന്നിധ്യം അവളുടെ ഇരിക്കപ്പൊറുതി മുട്ടിക്കുന്നപോലെ.

റംസാൻ കാലത്ത് ഒരു ദിവസം മധു നോമ്പറക്കാൻ വന്നപ്പോൾ അടുത്തുനിന്ന് മാറാതെയാണ് ആയിഷാത്ത അവന് കോഴിയടയും തരിക്കഞ്ഞിയും വിളമ്പിക്കൊടുത്തത്. നൈസ് പത്തിരിയാകട്ടെ, പൊറോട്ടയാകട്ടെ യാതൊന്നും അവന്റെ പിഞ്ഞാണത്തിലേക്ക് ഇട്ടുകൊടുക്കാൻ അവൾ കുഞ്ഞാലിക്ക് അവസരം കൊടുത്തില്ല. തന്റെ വായിലുള്ള ഭക്ഷണം രുചിയറിയാതെ ചവച്ചുകൊണ്ട് അയാൾ അവിടെ അവശേഷിക്കപ്പെട്ടു. തീറ്റ അവസാനിച്ചതും കുഞ്ഞാലി മധുവിനോട് എഴുന്നേല്ക്കാമെന്ന് സൂചന നല്കിയതേയുള്ളു. എന്തോ ആവശ്യത്തിന് അടുക്കളയിൽ പോയ ആയിഷ കിണറ്റിൻകരയിൽ കുട്ടിയെ കിടത്തിയപോലെയായിരുന്നു ഓടിയെത്തിയത്. പൊടുന്നനെ അവൾ ഭർത്താവിനെ ഓടിക്കടന്ന് ഇരുട്ടുള്ള ചായ്പിലേക്ക് ചെല്ലുകയും മധുവിന് കൈകഴുകാൻ വെള്ളം എടുത്തുകൊടുക്കുകയും ചെയ്തു.

"ങ്ങള് കോയീനെ ഒന്ന് അറുത്ത് താന്നാണീ. മധൂനെ വീട്ടിൽ

കൊണ്ടാക്കാൻ കോയാമു തൊണ പോയാമതി."

മധുവിന് കൂട്ടായി ടോർച്ചുമെടുത്ത് കുഞ്ഞാലി ഒരുങ്ങിയതും ആയിഷയുടെ കൂറ്റിലൊരു ഇടർച്ച കലമ്പി. എന്നിട്ടും കുഞ്ഞാലിക്ക വരുന്നില്ലേയെന്ന് ചോദിച്ച് മധു തമ്പിട്ട് നിന്നപ്പോൾ ''പോ'' എന്നൊരു അപ്പിമുക്കോടെ അവൾ അവനെ പുറത്തേക്ക് തള്ളി. കണ്ണുകൾ നീളം വലിച്ച് ദൃഷ്ടികൊണ്ടൊരു പെട പെടച്ചു.

മധുവിന്റെ മുഖമൊരു കടലാസു പൂവായി മാറിയത് കണ്ട് ആയിഷയ്ക്കും പെട്ടെന്ന് മഴ നനഞ്ഞുപോയി.

"കുറച്ച് കാരക്ക നീ വീട്ടിലേക്ക് കൊണ്ടുപോകുന്നോ മദ്ഓ."

അയഞ്ഞൊരു വാചകംകൊണ്ട് അവൾ അവനെ തലോടാൻ ശ്രമിച്ചുവെങ്കിലും "വേണ്ടാത്ത" എന്ന് കഷണം മുറിച്ച് മധു വേറിടുകയാണ് ചെയ്തത്. ആയിഷയിൽനിന്ന് അപ്പോൾ ഇറങ്ങിവന്ന ഒരു ദീർഘനിശ്വാസം കൊച്ചു ചിറകുകൾ വെച്ച് കുഞ്ഞാലിയുടെയും മധുവിന്റെയും നെഞ്ചുകൾക്കകത്തും കയറിയിറങ്ങി.

കഥാപാത്രം

നിർത്ത് പഹയാ, നിന്റെ താന്തോന്നിത്തം. സാഹിത്യം മുഴുക്കെ വമ്പൻ നുണയാണോ എന്നു തോന്നുന്ന തരത്തിലാണല്ലോ നിന്റെയീ കഥപറച്ചിൽ. എന്റെയും കുഞ്ഞാലിയുടെയും ബന്ധംകൊണ്ട് എന്തെല്ലാം കള്ളച്ചരക്കാണ് നീ പടച്ചുവെക്കുന്നത്.

കുഞ്ഞാലിക്കാക്ക് എന്നോടുള്ള വികാരം പശപോലെ ഇടങ്ങേറുണ്ടാക്കുന്ന അവിഞ്ഞ സുഖമാണെന്ന് നീ കല്പിച്ചുവല്ലോ. സ്വവർഗ്ഗപ്രേമം തേഡ്ക്ലാസ് അനുഭവങ്ങൾ മാത്രമേ ജനിപ്പിക്കുകയുള്ളൂ എന്ന് ധ്വനിപ്പിച്ച് സ്ത്രീപുരുഷമാത്രരതിയുടേതായ പ്രത്യയശാസ്ത്രത്തെ പുനരുല്പാദിപ്പിക്കുകയല്ലേ നിന്റെ ലക്ഷ്യം?

പോരായ്മകളിൽനിന്നോ വൈകല്യങ്ങളിൽനിന്നോ ഉത്ഭൂതമായിരിക്കാമെങ്കിലും ഞങ്ങൾ അറിഞ്ഞ അന്നത്തെ അനുഭവം ഇങ്ങനെയൊന്നുമല്ല കേട്ടോ. കഥാപാത്രത്തിന്റെ ഇന്ദ്രിയകോശങ്ങളല്ല കഥാകൃത്തിന് എന്ന് ആശ്വസിച്ച് നിന്റെ അജ്ഞത മാപ്പാക്കി വിടാം എന്നു വിചാരിക്കുക.

എന്നാലും എന്റെയും കുഞ്ഞാലിക്കയുടെയും ഒപ്പം ആയിഷാത്തയെയും കരുണാർഹമായി ചിത്രീകരിച്ചത് കുറെ കടന്ന കൈയായിപ്പോയി. ഏത് ദുഷ്ടകഥാപാത്രത്തെയും അനുതാപത്തോടെ വീക്ഷിക്കുക എന്നത് ഉത്തമസാഹിത്യത്തിന്റെ ഒരു കപടനാട്യമാണല്ലോ? അതിന്റെ പിറകിലുള്ള മഹത്വാകാംക്ഷ ഞങ്ങളുടെ ഈ കൊച്ചുകഥയിൽക്കൂടി നീ പയറ്റിക്കളഞ്ഞു.

എന്നാൽ കഥാപാത്രങ്ങൾക്കുമില്ലേ തങ്ങളുടെ കഥയിൽ ചെറിയൊരു അവകാശവും വേവലാതിയുമെല്ലാം. പട്ടിയെ ആട്ടുന്ന പോലെയായിരുന്നു അന്ന് രാത്രി ആയിഷാത്ത എന്നെ വീട്ടിൽനിന്ന് ഇറക്കിവിട്ടത്. കുഞ്ഞാലിക്കാക്കയുടെ സ്നേഹവിരലുകളിൽനിന്ന് എന്തെങ്കിലും ഭക്ഷണം ലഭി

ക്കുന്നത് തടയാൻവേണ്ടി മാത്രമായിരുന്നു അവർ എന്റെ പിഞ്ഞാണത്തിലേക്ക് നിരന്തരം നായിത്തീറ്റ എറിഞ്ഞുതന്നത്. എന്റെ മുഖം കടലാസ് പൂവാകുന്നത് കണ്ട് അവരുടെ കണ്ണുകളിൽ മഴ നനയുകയല്ല മരുഭൂമി വിളയുകയണ് ചെയ്തിരുന്നത്. അതുകൊണ്ടെല്ലാമായിരിക്കും കല്യാണാലോചനയ്ക്കായി ഏത് വീട്ടിൽ ചെല്ലുമ്പോഴും പെണ്ണിന്റെ മുഖത്തോ, മാറിലോ, അരയിലോ അയിഷാത്തയുടെ നിഴലുകൾ ദർശിച്ച് ഇന്നും ഞാൻ മടങ്ങിപ്പോന്നുകൊണ്ടിരിക്കുന്നത്.

രണ്ടുദിവസം കുഞ്ഞാലിക്കാക്കയുടെ വീട്ടിലേക്ക് പോകാതെ ഞാൻ പിടിച്ചുനിന്നു. മൂന്നാം ദിവസം കുഞ്ഞാലിക്കാക്ക എന്നെ തേടിവരികയും തോളിലൂടെ കൈ ചുറ്റിപ്പിടിച്ച് കൂട്ടിക്കൊണ്ടുപോകുകയും ചെയ്തു. ബീടരുടെ വീട്ടിലുള്ള കുഞ്ഞാലിക്കാക്കയുടെ അറയിൽ ഞങ്ങൾ സ്വസ്ഥമായി അടച്ചിരുന്നു. പീഡിതന്റേതുപോലുള്ള മൂപ്പരുടെ മുഖഭാവം സാവധാനം അയഞ്ഞയഞ്ഞു വരാൻ തുടങ്ങി. പൊട്ടിപ്പൊട്ടിയുള്ള പണ്ടത്തെ ചിരിക്കു പകരം ചുണ്ടത്തെ നനവിൽ അലിയിച്ചെടുത്തൊട്ടുന്ന സവിശേഷമായ അഴച്ചിരി.

പഴയ സ്കൂൾ ഷെഡ് തറയും പെട്ടെന്ന് തിരോഭവിച്ച് മാറിയ പഴുതാര ഗന്ധവും ഒരു നിമിഷംകൊണ്ട് ഞാൻ പിടിച്ചെടുത്തു. 'സാരമില്ലാട്ടോ' എന്ന് എന്നെ പുറത്തു തട്ടി സമാശ്വസിപ്പിക്കാൻ കുഞ്ഞാലിക്കാക്ക് സമയം കിട്ടുന്നതിനു മുമ്പ് മസിലിന്റെ അന്തസ്സില്ലാത്ത പെൺകരുത്തിനാൽ കതക് തുറക്കപ്പെട്ടു. അപ്പോൾ അവിടെ കലിതുള്ളിനിന്ന രൂപത്തെ മനുഷ്യവർഗ്ഗത്തിലൊന്നും ഉൾപ്പെടുത്താൻ സാദ്ധ്യമല്ല. യക്ഷി, രാക്ഷസി, രക്തഭദ്രകാളി തുടങ്ങി കുഞ്ഞുനാൾ തൊട്ട് കേട്ട സകല ഭീകരപര്യായങ്ങളും ആയിഷാത്തയുടെ ആകൃതിയിൽനിന്ന് പടംപൊഴിച്ച് ഇറങ്ങിവന്നു.

"എന്താ ഈ ജന്തുവിന് ഇവിടെ പണി? കടക്ക് പുറത്ത്–"

വിസർജ്ജ്യവസ്തു തോണ്ടിയെറിയുന്നതുപോലെ അവരെന്നെ അറപ്പു ദൃഷ്ടികളാൽ പുറത്തേക്ക് തുരത്തി.

"മധു ഇപ്പോൾ പോകില്ല."

ആണിപ്പാത്രം കമഴ്ത്തിവെച്ച ശബ്ദത്തിൽ ചിലമ്പിക്കൊണ്ട് കുഞ്ഞാലിക്കാക്ക പറഞ്ഞു.

"ഓ മധൂനെ നിങ്ങക്ക് പിരിയാൻ വയ്യേ. എന്നാ നിങ്ങളും ഇറങ്ങ് പുറത്ത്."

ബീടരുടെ വീട്ടിൽ മരുമക്കത്തായ സമ്പ്രദായത്തിൽ അനുവദിച്ച അറ കൊട്ടിയടയ്ക്കുന്നതിന്റെ കരുത്തുണ്ടായിരുന്നു അവരുടെ വാക്കുകളിൽ അന്ന്. അന്ന് കുഞ്ഞാലിക്കാക്ക എന്റെ കൂടെ പറമ്പത്ത് വീടിന്റെ പടി കടന്നതാണ്. പിന്നീടത്രെ സന്ധി സംഭാഷണങ്ങളും ഒത്തുതീർപ്പുശ്രമങ്ങളും പരാജയപ്പെട്ടു. ഒടുവിൽ മകൾ റാബിയാന്റെ കല്യാണത്തിന് നിക്കാഹ് നടത്തിക്കൊടുക്കാൻ മൂത്ത അമ്മാമൻ ബോംബെയിൽനിന്ന് വരേണ്ടിവന്നു.

ഞാനും കുഞ്ഞാലിക്കാക്കായും തമ്മിലുള്ളത് ഇത്ര പാടില്ലാത്ത

കാര്യമാണെന്ന് ഒരിക്കലും ഞാൻ വിചാരിച്ചിരുന്നില്ല. അള്ളാഹുവും ഇത് നിരോധിച്ചതാണെന്നും എന്നിട്ടും ഒരു ഭക്തനായ തനിക്കെന്തേ ഇങ്ങനെയെല്ലാം സംഭവിച്ചതെന്നും കുഞ്ഞാലിക്കാക്ക പിന്നീട് എന്റെ മുന്നിൽ ആത്മഗതം നടത്തിയിട്ടുണ്ട്. ഏതായാലും ഇന്നിതാ കുഞ്ഞാലിക്കാക്ക മരിച്ച് ആ പാപപർവ്വത്തിന്റെ അദ്ധ്യായം അവസാനിച്ചിരിക്കുന്നു.

ശരി, ഉണ്ണീ, നീ ഒരു കാര്യം ചെയ്യ്. ഇതുവരെ എഴുതിയ കഥ വെട്ടിക്കളഞ്ഞ് സാഹിത്യത്തിന്റെ മിനുക്കലോ, കത്രിക്കലോ, സൂത്രപ്പണികളോ ഇല്ലാതെ ഞാൻ അറിഞ്ഞ അനുഭവനഗ്നത അതേപോലെ രണ്ടാമത് എഴുത്. മലയാള സാഹിത്യത്തിലേക്ക് മുതൽക്കൂട്ടാകണമെന്ന മുൻനിശ്ചയമൊന്നുമില്ലാതെ എനിക്കും കുഞ്ഞാലിക്കയ്ക്കും വേണ്ടി മാത്രം അതൊന്ന് ചെയ്യ്.

കഥാകൃത്ത്

തിരുത്തിവെട്ടി രണ്ടാമത് എഴുതുന്നത് പോയിട്ട് എഴുതിയത് മുഴുമിക്കാൻപോലും എനിക്കിനി കഴിയുകയില്ല. കഥയുടെ രൂപമോ ജീവിതത്തിന്റെ രൂപരാഹിത്യമോ ഇല്ലാതെ വല്ലാത്തൊരു സാധനമതാ എന്റെ മുന്നിൽ നിവർന്നു കിടക്കുന്നു. ഏതായാലും ഈ ജാതി കാര്യങ്ങളെക്കുറിച്ച് കഥയെഴുതുന്ന 'പാർട്ടി' യെന്ന ദുഷ്പേര് ഞാൻ സമ്പാദിച്ചു കഴിഞ്ഞു. അതുകൊണ്ട് പിറകേ വരുന്ന കഥാകാരന്മാരുടെയും വായനക്കാരുടെയും പൂർത്തീകരണത്തിനായി ഞാനെന്റെ പരിശ്രമം തുറന്നു വെക്കുന്നു.

കഥാപുച്ഛം

കൗമാരക്കാരനായ ഒരു മധുവും വിവാഹിതനായ ഒരു കുഞ്ഞാലിയും തമ്മിലുണ്ടായ സവിശേഷബന്ധത്തിന്റെ ഭഗ്നവിവരണമാണ് മുകളിൽ കൊടുത്തിട്ടുള്ളത്. വായനക്കാർക്കാകട്ടെ, കഥാകാരന്മാർക്കാകട്ടെ ആർക്കുവേണമെങ്കിലും ഇത് പൂർത്തീകരിക്കാവുന്നതാണ്. പയ്യനും ഭർത്താവും തമ്മിലുള്ള ജുഗുപ്സാവഹമായ ബന്ധത്തിൽ മനസ്സു നീറുന്ന പാവപ്പെട്ട ഭാര്യ, ഭർത്താവിനെയും ഭർത്താവിന്റെ മധുവിനെയും ക്രൂരമായി നശിപ്പിക്കുന്ന രാക്ഷസിയായ പെണ്ണ് തുടങ്ങി അറുപത്തിനാല് വ്യത്യസ്ത സാദ്ധ്യതകളെങ്കിലും ഇത് പൂർത്തീകരിക്കാൻ ആഗ്രഹിക്കുന്നവരുടെ മുന്നിൽ തുറന്നു കിടക്കുന്നുണ്ട്. അപ്പപ്പോൾ നിലവിലുള്ള ലൈംഗിക സാമൂഹ്യബോധങ്ങൾക്കും തങ്ങളുടേതായ ഇഷ്ടപാഠങ്ങൾക്കുമനുസരിച്ച് അവർക്ക് പരീക്ഷിക്കാവുന്നതുമാണ്.

എഡ്വിൻ പോൾ

സി വി ബാലകൃഷ്ണൻ

എഡ്വിൻ പോളിനെ കണ്ടെത്തേണ്ടിയിരുന്നു. കുറേ അന്വേഷിച്ചു. ഫോൺ നിർവ്വീര്യമായ നിലയിലാണ്. കൂടെ പോകാമോ എന്ന് എഡ്വിൻ ചോദിച്ചതിന് ഞാൻ ശരി എന്നു പറഞ്ഞു.

ഒരു ഒഴിവുദിന സായാഹ്നത്തിൽ ഞാൻ ഫ്ളാറ്റ് വിട്ടുപോകുന്നത് സുജയെ ചൊടിപ്പിച്ചില്ലെങ്കിലേ അത്ഭുതമുള്ളൂ. അവൾക്കാണെങ്കിൽ എഡ്വിനെ ഇഷ്ടവുമില്ല. മുന്നറിയിപ്പു കൂടാതെ വന്ന സന്ദർശകൻ എഡ്വിനാണെന്ന് മനസ്സിലായപ്പോൾത്തന്നെ അവൾ മുറുമുറുത്ത് ഈർഷ്യ കാട്ടുകയുണ്ടായി. എന്നിട്ടും കപടമായ ആതിഥ്യമര്യാദ ഭാവിച്ച് കോഫിയൊരുക്കി. എഡ്വിൻ കടുത്ത മാനസിക സംഘർഷത്തിലായിരുന്നു. സുജ കോഫിയുമായി വരുന്നതിനിടയിലാണ് അതിന്റെ കാരണം വെളിപ്പെടുത്തിയത്.

“പോകാതിരുന്നുകൂടെ?” ഉടുപ്പുമാറ്റാൻ ചെന്നപ്പോൾ സുജ എന്നോട് ചോദിച്ചു.

“കഴിയുന്നത്ര വേഗം വരാം.” ഞാൻ അവൾക്ക് ഉറപ്പു നല്കി.

എഡ്വിനും ഞാനും ലിഫ്റ്റ് വഴി താഴേക്കിറങ്ങി. എഡ്വിൻ ചിന്താകുലനായിരുന്നു. പതിവ് തമാശകളില്ല. ഒട്ടുംതന്നെ പ്രസരിപ്പില്ല മുഖത്ത്. കൺതടങ്ങൾ കരുവാളിച്ച് കിടന്നു. ഏയ് നീയിങ്ങനെ പരിഭ്രമിക്കാതെ. ഞാനവനെ ആശ്വസിപ്പിക്കാനായി ചുമലിൽ തട്ടി. അവന്റെ ചുണ്ടുകളിലൊരു വിളറിയ ചിരി പരന്നു. നൊടിനേരത്തുമാത്രം. അവനെ ഭയം ഗ്രസിച്ചതുപോലെ തോന്നി. അതിന് അടിസ്ഥാനമേതുമില്ലെന്ന് ബോദ്ധ്യപ്പെടുത്താനായി കാറിലിരുന്ന് എന്റെ ശ്രമം. അവൻ നിശ്ശബ്ദത പാലിച്ചു.

നഗരചത്വരത്തിൽ എത്തുന്നതിന് തൊട്ടുമുമ്പായി വലതുഭാഗത്ത് പോൾ ജോലിനോക്കുന്ന കാർ ഷോറൂം കണ്ടു. എഡ്വിൻ അങ്ങോട്ട്

നോക്കിയതേയില്ല. അടഞ്ഞ ഷോറൂമിന്റെ കാവലാൾ ഗേറ്റിനരികെ ഉദാസീനമായി നില്പുണ്ടായിരുന്നു. ഏറ്റവും പുതിയ മോഡൽ കാറുകളുമായി ചേർന്നുനില്ക്കുന്ന പോൾ എന്റെ ഓർമ്മയിലേക്ക് വന്നു. കമ്പനി അവനെ പ്രതി തികഞ്ഞ മതിപ്പ് പുലർത്തിയിരുന്നു. പ്രാഥമിക മോഡൽ കാറിനായി വരുന്നവനെക്കൊണ്ട് ഫുൾ ഓപ്ഷൻ കാറെടുപ്പിക്കാനും ഹാച്ച്ബാക്കിന് മുൻഗണന നല്കുന്ന ഉപഭോക്താക്കളെ സെഡാനിലേക്ക് നീക്കാനും അവൻ കാട്ടിയിരുന്ന അസാമാന്യ വൈഭവം അറിയാത്തവരില്ല. സൗന്ദര്യപൂർണ്ണമായിരുന്നു അവന്റെ ഓരോ ചലനവും. ലളിതമെങ്കിലും ആകർഷകവും കുറ്റമറ്റതുമായ വസ്ത്രധാരണരീതി. ചീകിയൊതുക്കിയാലും നെറ്റിയിലേക്ക് പാറിവീഴുന്ന മുടി. സ്ഫുടമായ ചിരി. ആദ്യം കണ്ടപ്പോൾത്തന്നെ എഡ്വിൻ അതൊക്കെ ശ്രദ്ധിച്ചു. അവർ തമ്മിൽ മൈത്രിയിലാകാൻ അധികം നേരമെടുത്തില്ല. പോൾ പിന്നെ എഡ്വിനോടൊപ്പമായി.

ബീച്ച് ഹെറിറ്റേജ് ഹോട്ടലിലെ ഷെഫ് എന്ന നിലയിലുള്ള തന്റെ പാടവം മുമ്പൊരിക്കലും എഡ്വിൻ താമസസ്ഥലത്ത് പ്രകടമാക്കിയിരുന്നില്ല. പോൾ വന്നതോടെ സ്ഥിതി മാറി. വലിയ കൊഞ്ചും നീരാളിയും കരിമീനും അയക്കൂറയും പൂമീനും കൊളോനും നോങ്ങലും ആവോലിയുമെല്ലാം ഫ്ളാറ്റിലെ അടുക്കളയിലുമെത്തിത്തുടങ്ങി. പോളിനായി എഡ്വിൻ അങ്ങേയറ്റം സ്വാദിഷ്ടമായ, ഒരുപക്ഷേ, ജോലിചെയ്യുന്നിടത്ത് ഒരുക്കുന്നതിലേറെ മികച്ച, വൈവിദ്ധ്യമാർന്ന വിഭവങ്ങളുണ്ടാക്കി. ഓരോന്നും വിളമ്പി അത് രുചിച്ചതിൽ പിന്നീടുള്ള പ്രതികരണം കാത്തു. അവയെ പോളിന്റെ ചുണ്ടുകൾ സ്പർശിക്കുമ്പോഴും നാവ് രുചിക്കുമ്പോഴും ഉൾത്തരിപ്പറിഞ്ഞു. രാത്രികളിൽ തുറന്നിട്ട ജാലകത്തിലൂടെ കടൽ അവരുടെ സ്നേഹം കണ്ടു.

"സ്നേഹം കാട്ടാൻ അവരെന്തൊക്കെയാവും ചെയ്യുന്നുണ്ടാവുക?" സുജ എന്നോടെപ്പോഴോ ചോദിച്ചു.

"വിക്കിപീഡിയയുണ്ടല്ലോ, സംശയനിവാരണത്തിന്." ഞാൻ പറഞ്ഞു.

അവൾ വിക്കിപീഡിയ നോക്കി സംശയനിവൃത്തി വരുത്തിയോ എന്നറിയില്ല. പിന്നീട് അതേപ്പറ്റി തിരക്കുകയുണ്ടായില്ല.

പോയമാസം ആദ്യവാരത്തിൽ എഡ്വിൻ പോളിനെയും കൂട്ടി ദൂരെയുള്ള തന്റെ ദേശത്തേക്ക്, ജന്മഗൃഹത്തിലേക്ക്, ഉറ്റവർക്കിടയിലേക്ക്, കായൽത്തണുപ്പുകളിലേക്കും പച്ചപ്പുകളിലേക്കും പോവുകയുണ്ടായി. രണ്ടുപേരും ഒരാഴ്ചത്തെ അവധിയെടുത്ത്, അതൊന്ന് ആഘോഷിക്കാൻ ഒരു യാത്ര ആസൂത്രണം ചെയ്തതാണ്. എഡ്വിനും പോളും മാറി മാറി കാറോടിച്ചു. വഴിയോര ബിയർ-വൈൻ പാർലറുകളിലിരുന്ന് ബിയർ നുണഞ്ഞു. പനനൊങ്ക് തിന്നു.

എഡ്വിൻ എനിക്കെഴുതി:

"രണ്ടാമത്തെ സന്ധ്യ. ഞങ്ങൾ ഇവിടെയെത്തി. ശരിക്കും ആസ്വാ

ദ്യകരമായിരുന്നു യാത്ര. വല്യമ്മച്ചിയെ, മാത്തിരിയമ്മച്ചി, കണ്ടിട്ട് ഒരുപാട് നാളായി. എൺപത് വയസ്സ് തികയ്ക്കുന്ന നാൾ കണക്കാക്കിയാ പുറപ്പെട്ടത്. ചെല്ലുമ്പോ എന്നേം കാത്തിരിക്കുവാര്ന്നു. വല്യ കാര്യമാ. ഇവനെന്റെ കൈയേക്കെടന്ന് വളർന്നതാണെന്ന് എപ്പഴും പറയും. ഒൻപതു മക്കളിൽ ഏറ്റവും ഇളയതായിരുന്നു എന്റമ്മച്ചി ഏഗ്ന.

സന്നി മൂർച്ഛിച്ച് ബോധം മറഞ്ഞ ഏഗ്നയെ വള്ളത്തേൽ ഒറ്റയ്ക്ക് തുഴഞ്ഞ് അക്കരെ ബോവാസ് ഡോക്ടറുടെ അടുത്തേക്ക് കൊണ്ടുപോയ രാത്രി വല്യമ്മച്ചിയുടെ മനസ്സിൽനിന്നു മാഞ്ഞിട്ടില്ല ഇപ്പോഴും. 'എന്റെ ഏഗ്നയെ എങ്ങനേങ്കിലും ആയുസ്സോടെ താ...' ബോവാസ് ഡോക്ടറുടെ മുന്നിൽ അമ്മച്ചിയെ കിടത്തി മാത്തിരിയമ്മച്ചി കരഞ്ഞു. എന്നാൽ ഡോക്ടർക്ക് അതുകഴിഞ്ഞില്ല. അന്നുരാത്രി കായലില് വെള്ളമെത്രയോ പെരുകി.

ഞാൻ പാചകകല പഠിച്ചെങ്കിൽ അതിനു കാരണം വേറെയാര്, മാത്തിരിയമ്മച്ചിയല്ലാതെ? അടുക്കളേൽനിന്ന് അതാണെന്റെ സ്വർഗ്ഗരാജ്യമെന്ന് പറയുവാര്ന്നു. അതിനുള്ളിൽ വറ്റൽ മുളകിന്റെയും സവാള വഴറ്റുന്നതിന്റെയും അരിഞ്ഞിട്ട ഇഞ്ചിയുടെയും വെളുത്തുള്ളിയുടെയും കാന്താരിയുടെയും ഇറച്ചിമസാലയുടെയുമൊക്കെ രുചിഗന്ധങ്ങൾ. കരിമീൻ പൊള്ളിച്ചതും മപ്പാസും. മോതയും വറ്റയും കറി. പൊടിമീൻ പീര. താറാവ് റോസ്റ്റ്. വരാൽ വറുത്തത്. തേങ്ങാപ്പാൽ ചേർത്ത കൊഞ്ച്. കോഴിത്തോരൻ, കിളിമീൻ പുരളൻ. സ്രാവുകറി. പോർക്ക് ഫ്രൈ... പറഞ്ഞാൽ തീരില്ല. വല്യമ്മച്ചിയുടെ കൈപ്പുണ്യത്തിന്റെ നൂറിലൊരംശം ഈ വാഴ്ത്തപ്പെടുന്ന ഷെഫിന് ഇല്ല. ഇതു പട്ടാങ്ങ്. മാത്തിരിയമ്മച്ചി ഉണ്ടാക്കുന്നതിനൊക്കെ ഒരു പ്രത്യേക രുചിയാ. ഞങ്ങളു ചെന്നന്ന് രാത്രീല് കൂർക്കയും ഉണക്കച്ചെമ്മീനും കറിയുണ്ടാര്ന്നു. പോളിന് അതങ്ങ് ബോധിച്ചു. ഫ്ളാറ്റിൽ തിരികെച്ചെന്നാൽ നിത്യേന അതുണ്ടാക്കണമെന്നും പറഞ്ഞിരിക്കയാ. വലിയ മെനക്കേടൊന്നുമില്ല. കൂർക്ക വെടിപ്പാക്കി നീളത്തിലരിഞ്ഞ് ഉപ്പിട്ടു വേവിക്കുക. ചീനച്ചട്ടിയിൽ എണ്ണ ചൂടാക്കി കടുകു പൊട്ടിച്ച് രണ്ടു സവാള ചെറുതായി അരിഞ്ഞതു വഴറ്റി മൂന്നുനാലു വറ്റൽമുളകും അഞ്ചാറ് വെളുത്തുള്ളിയല്ലിയും ചതച്ച് ഒരു ചെറിയ സ്പൂൺ മഞ്ഞൾപ്പൊടിയും ചേർത്ത് വഴറ്റുക. പിന്നെ അഞ്ചു വലിയ സ്പൂൺ തേങ്ങ ചുരണ്ടിയതും പത്തിരുപത് ഉണക്കച്ചെമ്മീൻ വൃത്തിയായി ചതച്ചതും വേവിച്ച കൂർക്കയും രണ്ടു തണ്ട് കറിവേപ്പിലയും ചേർത്ത് നന്നായി ഉലർത്തി വാങ്ങുക. കിടിലൻ സാധനമാ എന്താ പെമ്പിറന്നോത്തിയോട് (ഹോ, എന്തൊരു വാക്ക്!) പരീക്ഷിച്ചു നോക്കാൻ പറയുന്നോ?

വല്യമ്മച്ചിയും പോളും പെട്ടെന്നുതന്നെ ചിറ്റാഴ്മയായി. തിരുവല്ലായിലെ കാര്യങ്ങളൊക്കെ വിശദമായി ചോദിച്ചറിഞ്ഞു. വല്യമ്മച്ചി കോട്ടയംവരെയേ പോയിട്ടുള്ളൂ. ഭരണങ്ങാനത്തേക്ക്. പരുമലപ്പള്ളീലും ചങ്ങനാശ്ശേരിയിലും തിരുവല്ലായിലുമൊക്കെ പോയേച്ചുവരാം. പോൾ ക്ഷണിച്ചു. തിരികെ പോരുമ്പോൾ കാറിൽ ഞാനും കയറിയിരിക്കുമേ,

വല്യമ്മച്ചിയുടെ ഭീഷണി വീട്ടിലാകെ ചിരിപടർത്തി.

പ്രാതലിന് പാലപ്പവും താറാവ് സ്റ്റ്യൂവും. അതുകഴിഞ്ഞ് വള്ളത്തോലൊരു കറക്കം. വല്യമ്മച്ചിയും വന്നു. രണ്ടുകുടം കള്ള് തീർത്തു ഞങ്ങൾ. വരുമ്പോ പിടുപിടെ പിടയ്ക്കുന്ന വരാലുകളുണ്ടായിരുന്നു തോണിയിൽ. ഞാൻ ഇവിടെത്തന്നെയങ്ങ് കൂടാൻ പോകുവാ, പോൾ പറഞ്ഞു.

അതുകൊള്ളാം. കെട്ടാൻ നല്ല പെമ്പിള്ളാര് ഒന്നും രണ്ടുമല്ല ഞങ്ങളെ കുടുംബത്തില്. വല്യമ്മച്ചി വിട്ടുകൊടുത്തില്ല.

കുരിശിങ്കൽ കുടുംബത്തിലെ നല്ല പെമ്പിള്ളാരുടെ ഉത്തമ പ്രതിനിധിയായി ഐറിൻ തോമസിന്റെ വരവുണ്ടായി പിറ്റേന്ന്. ഫാഷൻ ടെക്നോളജിയുടെ ത്രിവത്സര കോഴ്സ് കഴിഞ്ഞ് നില്പാണ്. മാർഗ്ഗംകളി അറിയാം. പാരമ്പര്യത്തിലുള്ള പള്ളിപ്പാട്ടുകൾ പാടും. ഇടയ്ക്ക് നേരം കിട്ടുമ്പോഴൊക്കെ മാത്തിരിയമ്മച്ചിയെ കാണാൻ പാഞ്ഞെത്തും. വല്ല സൂചനയും കിട്ടിയിട്ടാണോ ആവോ, വന്നപാടെ അവൾ പോളിനോട് കുറച്ചൊന്നടുത്ത് പെരുമാറാൻ തുടങ്ങി. വള്ളം തുഴയുന്നതിലുള്ള സാമർത്ഥ്യം അവൾ പോളിനെ മാത്രമായി ബോദ്ധ്യപ്പെടുത്തി. എന്നെ കൊണ്ടുപോയില്ല. ഞാൻ വല്യമ്മച്ചിയോടൊപ്പം അടുക്കളയിൽ വറുത്തരച്ച ഞണ്ടുകറി ഉണ്ടാക്കുകയായിരുന്നു. അവര് ചുമ്മാ കറങ്ങിവരട്ടെ. വല്യമ്മച്ചി നിഗൂഢമായൊരു ചിരിയോടെ എന്നെ കണ്ണിറുക്കിക്കാട്ടി. എനിക്കതിന്റെ പൊരുൾ മനസ്സിലായി.

പാപ്പുഞ്ഞ് കൊണ്ടുവന്നത് ജീവനുള്ള ഞണ്ടുകളാണ്. ഞാനും വല്യമ്മച്ചിയും ചേർന്ന് അവയെ വെടിപ്പാക്കി. പച്ചമുളകും ഇഞ്ചി പൊടിയായരിഞ്ഞതും നീളത്തിൽ മുറിച്ച തക്കാളിയും കുതിർത്തു പിഴിഞ്ഞ പുളിയും മുളകുപൊടി, മഞ്ഞൾപൊടി, ഉപ്പ് എന്നിവയും ചട്ടിയിൽ ചേർത്തുവച്ചു. അതിലേക്ക് രണ്ടായി മുറിച്ച ഞണ്ടുകളെയിട്ടു. അവ വെന്തു. തേങ്ങ ചിരകിയതും ചുവന്നുള്ളിയും ഒരു ചട്ടിയിൽ ഇത്തിരി വെളിച്ചെണ്ണ തൂവി വറുത്തു. മല്ലിപ്പൊടിയും കറിവേപ്പിലയും ഒരു ടീസ്പൂൺ ഗരംമസാലയും അരച്ചെടുത്ത് അല്പം ചൂടുവെള്ളത്തിൽ കലക്കി തിളയ്ക്കുന്ന ഞണ്ടിലേക്ക് ചേർത്തിളക്കി. തിളച്ച് കുറുകുമ്പോഴുള്ള മണം എന്നെയും വല്യമ്മച്ചിയെയും ഒരുപോലെ സന്തോഷിപ്പിച്ചു. പിന്നെ അര ടീസ്പൂൺ കടുകും വട്ടത്തിൽ നുറുക്കിയ ചുവന്നുള്ളിയും കറിവേപ്പിലയും കുറച്ചു വെളിച്ചെണ്ണയിൽ മൂപ്പിച്ച് മുകളിൽ തൂവി അരിഞ്ഞ മല്ലിയില വിതറുക കൂടി ചെയ്തപ്പോൾ വറുത്തരച്ച ഞണ്ടുകറിയായി. അതിനിടയിൽ ഞാൻ വള്ളത്തിൽപ്പോയ പോളിനെയും തുഴച്ചിലുകാരിയെയും ഓർക്കാതിരുന്നില്ല. എത്രദൂരം പോയിരിക്കും അവർ? ഞാൻ ജനലിലൂടെ കായലിനു നേർക്ക് നോക്കി. വള്ളം കാണാനില്ല. നമുക്കിനി കരിമീൻ പൊള്ളിക്കാം. മാത്തിരിയമ്മച്ചി പറഞ്ഞു. ഞാൻ വാഴയില തേടിയിറങ്ങി. വാഴത്തോട്ടത്തിൽ നില്ക്കെ ദൂരെനിന്ന് വള്ളം വരുന്നത് കാണുമാറായി.

രണ്ടാളും ചിറ്റംകൂടിയെന്നാ തോന്നുന്നെ, എന്റെ പിറകെ വാഴത്തോട്ടത്തിലേക്കു വന്ന മാത്തിരിയമ്മച്ചി ഒരു ഊഹം പുറത്തെടുത്തു.

ഒരുപറ്റം കായലാറ്റകൾ പറന്നുനീങ്ങി. ഓളപ്പാളികളകി.

ഞങ്ങടെ പെണ്ണെങ്ങനെ, ചൊവ്വയും ചേലുമുണ്ടോ, വല്യമ്മച്ചി പിന്നീടെപ്പോഴോ പോളിനെ മാറ്റിനിർത്തി ചോദിച്ചു. ചെറുക്കനെങ്ങനെ, തണ്ടും തടിയൊറപ്പുമുണ്ടോ, എന്ന് ഐറിനോടും തിരക്കിയിരിക്കണം. പോൾ മറുപടി ഒരു ചിരിയിലൊതുക്കി. ഐറിന്റെ പ്രതികരണമെന്തെന്ന് ഞാൻ കണ്ടില്ല. അവൾ വൈകീട്ടുതന്നെ തിരിയേ പോയി.

രാത്രീല് ഞാൻ അത്താഴം കഴിച്ചശേഷം വല്യമ്മച്ചിയുടെ മടിയിൽ തലവെച്ച് കിടക്കുകയായിരുന്നു.

എടാ, നിനക്കു പെണ്ണുകെട്ടണ്ടേ. വല്യമ്മച്ചി എന്റെ മുടിയിലൂടെ വിരലോടിച്ചുകൊണ്ട് ചോദിച്ചു.

വേണ്ട, ഞാൻ പറഞ്ഞു.

വയസ്സെത്രയുമാകട്ടെ. എന്നെക്കൊണ്ട് പെണ്ണുകെട്ടാൻ വയ്യ.

ഞാൻ എന്റെ നിലപാട് കടുപ്പിച്ചു.

പിന്നെ നീ സെമിനാരീലോട്ട് പോവാന്നോ, വല്യമ്മച്ചി ശബ്ദമുയർത്തി.

അല്ല, ഞാൻ വ്യക്തമാക്കി.

അപ്പോപ്പിന്നെ നിന്റെ മനസ്സിലെന്നതാ, വല്യമ്മച്ചിയുടെ നോട്ടത്തിന്റെ മൂർച്ച എന്റെ മുഖത്ത് തട്ടി.

എനിക്ക് ഒരാളെ കെട്ടണമെന്നുണ്ട്, ഞാൻ വെളിപ്പെടുത്തി.

ആരെയാന്നു പറ. ഞാൻ നടത്തിത്തരൂലേ. വല്യമ്മച്ചിയുടെ ശബ്ദത്തിൽ കുരിശങ്കൽ കുടുംബത്തിന്റെ ഊറ്റം കലർന്നു.

ഉറപ്പാണോ?

ഈശോ മിശിഹയാണേ, കന്യാമറിയത്താണേ, അൽഫോൺസാമ്മയാണേ, നിന്റെ വല്യപ്പൻ ശൗരുണ്ണിയാണെ.

മതി.

നീ പെണ്ണേതാന്ന് പറയെടാ, മോനേ.

പെണ്ണിനെത്തന്നെ കെട്ടണമെന്ന് എന്താ നിർബ്ബന്ധം?

അല്ലാതെ പിന്നെ?

ഞാൻ കെട്ടാൻ പോണത് പോളിനെയാ.

അങ്ങനെ പറഞ്ഞുകേട്ടതും വല്യമ്മച്ചി ആദ്യമൊന്ന് പകച്ചു. അതിനുമീതെയൊരു നീണ്ടുവളഞ്ഞ ചിരി. കളിപ്പിക്കല്ലേ എന്ന മട്ടിൽ. കാര്യമായിട്ടാണെന്ന് ഞാൻ ഉറപ്പിച്ചു പറഞ്ഞപ്പോൾ വല്യമ്മച്ചി വിലപിക്കുന്ന സ്ത്രീയായി. വീടാകെ സ്തബ്ധമായി.

എഡ്വിന്റെ ദീർഘവും അസാധാരണവുമായ കത്ത് ഞാൻ പലകുറി വായിച്ചിട്ടുണ്ട്. അതൊരു കഥപോലെ മനോഹരമായിരുന്നു. സുജ വായിക്കരുതെന്ന് ഞാൻ ആഗ്രഹിച്ചെങ്കിലും എങ്ങനെയോ അതവളുടെ കണ്ണിൽപ്പെട്ടു.

"നമ്മളെങ്ങോട്ടാ പോകുന്നത്?" ഞാൻ എഡ്വിനോടു ചോദിച്ചു.

അവൻ ഒന്നും പറയാതെ കാറോടിക്കുകയായിരുന്നു. ഇടയ്ക്ക്

ട്രാഫിക് ജങ്ഷനിൽ സിഗ്നൽ കാത്തുകിടന്നു. ഗതാഗതക്കുരുക്കിൽ അകപ്പെട്ടു. പൊടിയിലും പുകയിലുമായി നഗരാകൃതിപൂണ്ട നരകത്തിലൂടെയാണ് വാഹനം നീങ്ങുന്നതെന്ന് എനിക്കുതോന്നി. ഏതൊക്കെയോ നിലവിളികൾ അടഞ്ഞ ചില്ലുവാതിലുകളിൽ വന്നലച്ചുകൊണ്ടിരുന്നു.

വലിയൊരു പൂവൻകോഴി ഒച്ചയെടുത്തുംകൊണ്ട് പറന്നുപൊങ്ങി. എഡ്വിൻ കാർ നിർത്തിയത് ഏതോ പുരാതന സത്രത്തിനു മുന്നിലാണെന്നു ഞാൻ കണ്ടു. പച്ചച്ചായം തേച്ച പലകച്ചുവരുകൾ. വരാന്തയിൽ ഒരു വീപ്പയ്ക്കരികെ നരച്ചു കനം തൂങ്ങിയ മേൽമീശയുമായി അയഞ്ഞ ഉടുപ്പിട്ട ഒരു വൃദ്ധൻ. അയാൾ ചുരുട്ട് പുകയ്ക്കുകയായിരുന്നു.

"പോൾ ഇവിടെ വന്നിരുന്നോ?" എഡ്വിൻ അയാളോടു ചോദിച്ചു.

അയാൾ ശക്തിയായി ചുമലുകൾ ചുളുക്കിക്കാട്ടി. കണ്ണുകൾ അതിനൊപ്പം ചുരുങ്ങി. ഓരോ ചുളിവും നീരസത്തിന്റെ അടയാളമായി.

എഡ്വിൻ അയാളുടെ വരണ്ട ചുണ്ടുകളിലെ എരിയുന്ന ചുരുട്ട് തട്ടി വീഴ്ത്തി. അതയാളെ അമ്പരിപ്പിച്ചുവെന്നു പറയേണ്ടതില്ല. എന്നാൽ എഡ്വിൻ അയാളുടെ ഭാവപ്പകർച്ച വകവെക്കാതെ അകത്തു കടന്നു. പിറകെ ഞാനും.

അങ്ങിങ്ങ് നിഴൽരൂപങ്ങൾ കണക്കെ വലിയ വീപ്പകൾക്കിടയിലായി ആരൊക്കെയോ. ധൃതിവെച്ചു നീങ്ങുന്ന വിളമ്പുകാരികൾ. കൗബോയ് ഹാറ്റ് ധരിച്ച ഒരാൾ കൗണ്ടറിനരികെ. പശ്ചാത്തലത്തിൽ പല വലുപ്പത്തിലും നിറങ്ങളിലുമുള്ള കുപ്പികൾ. വെളിയിൽനിന്ന് കുതിരകളുടെ അമറൽ. ഏതോ അയഥാർത്ഥ ലോകത്തു ചെന്നുപെട്ട പ്രതീതിയായി എനിക്ക്.

"ഞാൻ വന്നത് പോളിനെ അന്വേഷിച്ചാണ്." എഡ്വിൻ കൗണ്ടറിലുള്ള കൗബോയ് ഹാറ്റ് ധാരിയോടു പറഞ്ഞു.

"ഇവിടെ പലരും വരും. പോകും. ഞങ്ങൾക്ക് ഓർത്തുവെക്കാൻ പറ്റുമോ?" അയാൾ ഒരു ചെറു ഭരണിയിൽനിന്ന് അളവുപാത്രത്തിലേക്കു വീഞ്ഞൊഴിക്കുന്നതിനിടയിൽ പറഞ്ഞു.

അടുത്ത നിമിഷത്തിൽ അളവുപാത്രം പാതി വീഞ്ഞോടെ മറിഞ്ഞു വീണു. എഡ്വിൻ തട്ടിവീഴ്ത്തിയതായിരുന്നു. പിന്നെ ഭരണി പിടിച്ചുവാങ്ങി കുപ്പികളുടെ നേർക്ക് ഒറ്റയേറ്. അവ തകർന്നു ചിതറുന്ന ശബ്ദങ്ങൾ. ഞാൻ എഡ്വിന്റെ കൈപിടിച്ച് പുറത്തേക്കോടി. അവൻ തീവ്രപകയോടെ എന്തോ പിറുപിറുത്തു. എനിക്കതു സ്പഷ്ടമായില്ല. വെളിയിൽ അലക്ഷ്യമായി ഓടുന്ന കുതിരകൾ. അവയ്ക്കിടയിലൂടെ ഞാൻ എഡ്വിനുമായി കാറിനടുത്തെത്തി. അതിദ്രുതം മുന്നോട്ടെടുത്ത കാർ സുരക്ഷിത അകലത്തായപ്പോൾ ഞാനൊന്നു തിരിഞ്ഞുനോക്കി. സത്രമെന്നു തോന്നിപ്പിച്ച പലകച്ചുവരുകളും ഓടുപാകിയ നരച്ച മേൽക്കൂരയുമുള്ള കെട്ടിടം എവിടെ?

നേരം സന്ധ്യയോടടുത്തിരുന്നു. കടൽക്കര. കാറിന്റെ ചക്രങ്ങൾ പൂഴിയിൽ പുതഞ്ഞുനിന്നു. ചരിത്രാവശേഷങ്ങളായ കൽത്തൂണുകൾക്കപ്പുറം കടൽ ആർത്തിരമ്പി.

"പോൾ പലപ്പോഴും ഇങ്ങോട്ടു വരുമായിരുന്നു." എഡ്വിൻ പറഞ്ഞു.

കടലിന്റെ ആഴത്തിനു മീതെ ചക്രവാളത്തിൽ ഇരുണ്ട ചുവപ്പുരാശി. കരയിൽ അസ്തമയത്തിനുനേരെ കണ്ണുകൾ തുറന്നുപിടിച്ച ആൾക്കൂട്ടം. വൻതിരകൾ. അവ ചിതറിയൊടുങ്ങുന്ന ആരവങ്ങൾക്കിടയിൽ വെളിച്ചം അപ്പാടെ മാഞ്ഞു.

"ഇപ്പോ സമയം എത്രയായെന്ന് വല്ല ബോധവും ഉണ്ടോ?" സുജ ചോദിച്ചു.

രാത്രി ഏറെയായ നിലയ്ക്ക് സുജയിൽനിന്ന് വാതിൽ തുറന്നപാടെ അങ്ങനെയൊരു നീരസച്ചുവ കലർന്ന ചോദ്യം പ്രതീക്ഷിക്കാമായിരുന്നു. രാത്രിയാണെന്നല്ലാതെ ഏതു യാമമെന്നൊന്നും എനിക്കു ധാരണയുണ്ടായിരുന്നില്ല. ഒരു ക്ഷമാപണത്തിനു മുതിരാതെ ഞാൻ കിടപ്പറയിലേക്കു പോയി.

കിടപ്പറ, യഥാർത്ഥത്തിൽ, മനുഷ്യർക്ക് ദുഃഖം പകരാൻ ഉദ്ദേശിച്ചുള്ള ഒരു ഇടമല്ല. ഏറക്കുറെ എല്ലാവരെ സംബന്ധിച്ചും പ്രതീക്ഷകളും രഹസ്യങ്ങളും വിസ്മയങ്ങളും ആവേഗവും ആലസ്യവും സുഖനിദ്രയും സുന്ദര സ്വപ്നങ്ങളുമാണ് കിടപ്പറ. ഞാൻ ഉറക്കം കൊതിച്ച് ഉടുപ്പുമാറ്റുകപോലും ചെയ്യാതെ കിടക്കയിൽ ചെന്നുവീണു. കണ്ണടച്ചപ്പോൾ എന്റെ മനസ്സിൽ തെളിഞ്ഞു വന്നത് എഡ്വിനാണ്. അവന്റെ വിവശത. വ്യാകുലമായ ദൃഷ്ടി. ചുണ്ടുകളിലെയും കവിളുകളിലെയും വിളർച്ച. കൺതടങ്ങളിലെ കരുവാളിപ്പ്. കാറിൽനിന്നിറങ്ങും മുമ്പ് സ്റ്റിയറിങ് വീലിൻ മേലുള്ള അവന്റെ ഇടതുകൈ ഞാൻ അനുതാപത്തോടെ സ്പർശിക്കുകയുണ്ടായി. അവനെന്നെ നോക്കി. അവന്റെ കണ്ണുകൾ ഈറനായിരുന്നു.

"പോൾ എന്നെ വിട്ടുപോയി." അവന്റെ തൊണ്ടയിടറി.

"പക്ഷേ, എന്തിന്? നിങ്ങൾ തമ്മിൽ കലഹമൊന്നും ഉണ്ടായില്ലല്ലോ." ഞാൻ പറഞ്ഞു.

"ആരോ അവനെ എന്നിൽ നിന്നകറ്റി." അവൻ വിതുമ്പി.

"നിനക്കാരെയെങ്കിലും സംശയമുണ്ടോ?"

"എല്ലാവരെയും, ഈ ലോകത്തെയാകെ."

ഞാൻ ഡോർ തുറന്ന് ഇരുട്ടിലേക്കിറങ്ങി. പരസ്പരം ശുഭരാത്രി നേരാതെ ഞങ്ങൾ പിരിഞ്ഞു.

എന്റെ കിടപ്പറ എനിക്കു അസഹ്യമായത് എഡ്വിനും പോളും പുലർത്തിയ സ്നേഹത്തെക്കുറിച്ചോർത്തപ്പോഴാണ്. ഗാഢമായ സ്നേഹമെന്നത് മനുഷ്യർക്കിടയിലെ വലിയ സാദ്ധ്യതയായി നില്ക്കുമ്പോഴും സ്നേഹരഹിതമായ ഉടൽബന്ധങ്ങളിൽ തൃപ്തി ഭാവിക്കുകയോ തൃപ്തരായിത്തീരുകയോ ചെയ്യുന്ന മനുഷ്യരെ വെറുക്കാനല്ലാതെ മറ്റെന്തിനു കൊള്ളാം? കിടപ്പറയിലാകെ ഏതോ അഴുക്കുഗന്ധം കുമിഞ്ഞുനിറയുന്നതായി എനിക്കനുഭവപ്പെട്ടു. ഞാൻ കണ്ണുതുറക്കുമ്പോൾ മുറിയുടെ മദ്ധ്യത്തിൽ നഗ്നയായി, കൈകൾ മാറിൽ പിണച്ചുചേർത്ത് സുജ. അത്രയും അരോചകമായ ഒരു കാഴ്ച ജീവിതത്തിൽ മുമ്പൊരിക്കലും കണ്ടിട്ടില്ലാ

ത്തതുപോലെ, എന്റെയുള്ളിൽ നിന്നും. കയ്പുദിവസം നാക്കിൻ തുമ്പോളമെത്തി. ഞാനെഴുന്നേറ്റ് വാ പൊത്തിപ്പിടിച്ച് ബാത്റൂമിലേക്കോടി.

പിന്നെ രാവിലെ എഡ്വിൻ ഫോൺ ചെയ്തത് പോളിന്റെ - ജഡം പുതിയ റെയിൽവേ മേൽപ്പാലത്തിനു കീഴെ കണ്ടെത്തിയെന്ന് അറിയിക്കാനാണ്. അവന്റെ ശബ്ദം സ്തോഭമില്ലാതെ തണുത്ത് ശാന്തം.

"ആരാണ്?" ഉറക്കപ്പിച്ചിൽ സുജ ചോദിച്ചു.

ഫോണിൽനിന്ന് കാതിലേക്ക് നിശ്ശബ്ദ തരംഗങ്ങൾ.

അവ ഏറ്റുവാങ്ങി കൊണ്ട് ഞാൻ പറഞ്ഞു:

"പോളാണ്. എഡ്വിൻ മരിച്ചു."

ഉറങ്ങാതിരിക്കുക! കള്ളനെപ്പിടിക്കാം!

ജി ആർ ഇന്ദുഗോപൻ

രാത്രി രണ്ടുമണി. ഉറക്കം വരുന്നില്ല!

വാച്ചിൽ നോക്കി, മണി രണ്ടായിരിക്കുന്നു. ഈ കോളനിയിൽ ഞാൻ മാത്രമായിരിക്കും ഇങ്ങനെ ഉറങ്ങാതിരിക്കുന്നത്. ലൈറ്റിടാതെ ഇരുന്നു. നിർമ്മലയും മോളും കിടന്നുറങ്ങുകയാണ്. ഉറക്കത്തിൽ അവൾ ഇടയ്ക്കിടെ മാക്സി പിടിച്ച് നേരെയാക്കുന്നുണ്ട്. എനിക്കറിയാം അപരിചിതത്വമാണ് അവൾക്ക് കുറേക്കാലമായി എന്നോട്. ഏതോ അപരിചിതനോടൊപ്പം കഴിയുകയാണെന്ന ധാരണയാണ് അവൾക്ക്. ഈ നഗ്നത മറച്ചുവെക്കലിന് പിന്നിൽ അതാണ്. എനിക്ക് മനസ്സിലാകും. ഇതെന്നല്ല, ലോകത്ത് എന്തുകാര്യങ്ങളെക്കുറിച്ചും വ്യക്തമായ ധാരണ എനിക്കുണ്ട്. പക്ഷേ, എന്നിട്ടും നിർണ്ണായക ഘട്ടങ്ങളിൽ മനസ്സ് കൈപ്പിടിയിൽ നില്ക്കുന്നില്ല. ഇന്നെങ്കിലും അവളെ വേദനിപ്പിക്കരുതെന്ന് കരുതിയാണ് കടന്നുവരുന്നത്. അവളുടെ ഇച്ഛാഭംഗത്തോടെയുള്ള മുഖം കാണുമ്പോൾത്തന്നെ കുറ്റബോധം തോന്നും. പിന്നെ അവളെന്തെങ്കിലും പറയുന്നതിൽ പിടിച്ച് ഞാൻ ബഹളം വെച്ചു തുടങ്ങും. പാവം. ഇപ്പോഴും കണ്ണീരുണങ്ങി അതിന്റെ പശപ്പ് അറിയാം, അവളുടെ കൺതടങ്ങളിൽ. ഞാൻ കുറച്ചു നേരം അവളെ നോക്കിനിന്നിട്ട് വീണ്ടും മുകളിലേക്ക് വന്ന് പഴയ കസേരയിലിരുന്നു.

ഒരു സിഗരറ്റെടുത്ത് പുക വിട്ടു. പെട്ടെന്ന് തീർന്നു. പിന്നെയും ഒന്ന് കത്തിച്ചു. വല്ലാത്ത കുറ്റബോധം. വേദന. വലിച്ചെറിഞ്ഞു. കുറ്റി സെറ്റിയിൽ ചെന്നുവീണു. വേഗം ചെന്നെടുത്തു. തുറന്നുകിടക്കുന്ന ജനലിന് പുറത്തേക്ക് ഇരുട്ടിൽ അവിടെകിടന്ന് സിഗരറ്റിന്റെ തുമ്പ് അനങ്ങുകയും അമരുകയും ഇടയ്ക്ക് നീറിപ്പിടിക്കുകയും ചെയ്യുന്നുണ്ട്. പുറത്തുനിന്ന് നല്ല കാറ്റ് വരുന്നുണ്ടെന്ന് തോന്നി. അയാൾ കതക് ശബ്ദമുണ്ടാക്കാതെ

തുറന്നിട്ടു. താഴെ അവൾ ഒരു കാരണവശാലും ഉണരരുത്. ചെറിയൊരു ശബ്ദം മതി, അവൾ ഉണരും. ഉറക്കം അത്ര കുറവാണ് അവൾക്ക്. വേദന നിറഞ്ഞു വിങ്ങുമ്പോൾ എങ്ങനെയാണ് സുഖമായി ഉറങ്ങാൻ കഴിയുക. എന്തൊരു ദുരന്തമാണ് അവളുടെ ജീവിതം! അവൾ ഉറങ്ങിത്തന്നെ കിടക്കട്ടെ. ഉണർന്നാൽ താമസിക്കാതെ അടുത്ത വാഗ്യുദ്ധം പെട്ടെന്ന് നടക്കും. കാരണങ്ങൾ സ്വയം ഉണ്ടാക്കും, എനിക്ക് താല്പര്യമില്ല. എന്തായാലും സെറ്റിയിൽ സിഗരറ്റു മുനയുടെ കരിഞ്ഞ പാട് വീണതിനാൽ രാവിലെ ഒരു ഗുസ്തി പ്രതീക്ഷിക്കാം. ഉടക്കിന് കാരണങ്ങൾ അവളും തേടുകയാണ്. എനിക്കറിയാം. അത്രമാത്രം അവഗണനയാണ് ഞാൻ കാണിക്കുന്നത്.

അയ്യോ ഒരു കള്ളൻ!

അയാൾ ഇങ്ങനെ ചിന്തിക്കുമ്പോൾ ഒരു കള്ളൻ വളരെ ബദ്ധപ്പെട്ട് പിൻവാതിലിന്റെ സാക്ഷ നീക്കുകയായിരുന്നു. പാര കേറ്റിയുള്ള ആ അവസാനത്തെ പിടിയിൽ നേരിയൊരു ശബ്ദം കേട്ടു. ആരെങ്കിലും കേട്ടോ എന്നറിയാൻ കുറച്ചുനേരം കള്ളൻ ഇരുട്ടിൽ പമ്മിനിന്നു. മെല്ലെ പാര ചാരിവെച്ചു. വിരലടയാളം പതിയാതിരിക്കാൻ എടുത്ത കൈലേസ് നന്നായി ചുരുട്ടി ഇടത്തേകൈയുടെ തണ്ടയിൽ കെട്ടി. രണ്ടുതവണ മുറുക്കിക്കെട്ടി. കൈലേസ് ഒരു തെളിവാണ്. അതിനായി എളുപ്പം കളഞ്ഞുപോകാൻ സാദ്ധ്യതയുള്ളത്. പണ്ടൊരിക്കൽ പിടിക്കപ്പെട്ടത് ഇങ്ങനെയാണ്. പൊലീസുകാർ, ഒരിക്കൽ അവന്മാരുടെ കൈയിൽപ്പെട്ടാൽ പോക്കാണ്. വിരലടയാളം, ഫോട്ടോ, നമ്മുടെ ഓപ്പറേഷന്റെ രീതി ഒക്കെ അവന്മാർ മണി മണിപോലെ ശേഖരിക്കും. രേഖപ്പെടുത്തി വെക്കും. പിന്നെ റിസ്കാണ്.

കള്ളൻ മെല്ലെ കതകു തുറന്നു. ഇപ്പോൾ ശബ്ദമില്ല. ആകെ സ്വസ്ഥം. അയാൾ പൂച്ചയെപ്പോലെ മെല്ലെ നടന്നു. അടുക്കള കടന്നപ്പോൾ ബെഡ്റൂം കണ്ടു. തുറന്നു കിടക്കുകയാണ്. സീറോ വോൾട്ട് ബൾബ് കത്തിക്കിടപ്പുണ്ട്. നോക്കിയപ്പോൾ അയാൾ സ്തബ്ധനായിപ്പോയി. സുന്ദരിയായ ഒരു സ്ത്രീ. ഒന്നുകൂടി നോക്കി. സുന്ദരിയെന്നല്ല അതിസുന്ദരി. താമരപ്പൂ വിരിഞ്ഞു നില്ക്കുകയാണെന്ന് തോന്നും, ആ മുഖം കണ്ടാൽ. ദൈവം ഇങ്ങനെയും അഴക് പെണ്ണുങ്ങൾക്ക് കൊടുക്കുമോ? അവൾ ഒരു കൊച്ചു പെൺകുഞ്ഞിനെ കെട്ടിപ്പിടിച്ചിരിക്കുകയാണ്. പെട്ടെന്ന് അവരൊന്ന് മലരുകയും, ഉറക്കത്തിൽത്തന്നെ മാക്സിയുടെ സ്ഥാനം ഉറപ്പാക്കുകയും ചെയ്തു. പക്ഷേ, കള്ളന് അവരുടെ ശരീരഭാഗങ്ങളിലേക്ക് നോക്കണമെന്ന് തന്നെ തോന്നിയില്ല. ആ സുന്ദരമായ അവരുടെ മുഖത്തേക്ക് ആരാധനയോടെ ഒന്നുനോക്കി. കള്ളൻ കൃത്യനിർവ്വഹണത്തിലേക്ക് കടക്കാൻ ശ്രമിച്ചു. പെട്ടെന്ന് അയാളൊന്ന് ഞെട്ടി. തല വർക്ക് ചെയ്തു. എവിടെ ഗൃഹനാഥൻ? അങ്ങനെ ഒരാൾ ഉണ്ടാവണമല്ലോ. അയാളുടെ പൊസിഷൻ അറിഞ്ഞില്ലെങ്കിൽ അപകടമാണ്. ഇനി ബാത്ത്റൂമിൽ? രണ്ട് മിനിറ്റ് നിന്നു. ശബ്ദമില്ല. തല ഏന്തിച്ച് ബാത്ത്റൂം ഭാഗത്തുള്ള സ്വിച്ചിലേക്ക്

നോക്കി. ഓഫാണ്. പിന്നെ എവിടെ?

ഡൈനിങ് റൂമും സ്വീകരണമുറിയും ഒന്നാണ്. ഇരുട്ടിലൂടെ പായുന്ന കണ്ണുകളാണ് കള്ളന്മാരുടേത്. പരതി ഇല്ല. മുകളിലേക്കുള്ള സ്റ്റെയർകേസാണ് കണ്ടുപിടിക്കേണ്ടത്. കണ്ടുകിട്ടി. പെൻടോർച്ച് രണ്ടു സെക്കന്റ് മിന്നിച്ചു. ലക്ഷ്യം കിട്ടി. മുകളിലേക്ക് കേറി. ചാരിയിരുന്ന ഒരു കതക് തുറന്ന് മെല്ലെ രണ്ടാം നിലയിലെത്തി. അവിടെ ഒന്ന് പരതിനോക്കിയപ്പോഴാണ് കള്ളൻ ഞെട്ടിപ്പോയത്. വെളിയിലേക്ക് ഒരു കതക് തുറന്നു കിടക്കുന്നു. അയാൾക്ക് ആകെ ഇച്ഛാഭംഗം തോന്നി. ശ്ശെ, എന്തൊരു കഷ്ടം. ഒരു മണിക്കൂറോളം കഷ്ടപ്പെട്ടിട്ടാണ് താഴത്തെ കതകൊന്ന് കുത്തിപ്പൊളിച്ചത്. അയാൾ മെല്ലെ വാതിലിനടുത്തേക്ക് കാലെടുത്തുവച്ചു. കൈകൊണ്ട് പരതി മുന്നിൽ തടസ്സങ്ങളൊന്നുമില്ലെന്ന് ഉറപ്പുവരുത്തി. കാലുകൊണ്ട് പരതി, തട്ടിവീഴാൻ പാകത്തിന് ഒന്നുമില്ലെന്ന് ഉറപ്പിച്ചു. അല്ലെങ്കിലും വാതിലിന് നേരെയുള്ള വഴിയിൽ തടസ്സങ്ങളുണ്ടാവാൻ തരമില്ല.

പെട്ടെന്ന്, വളരെ പെട്ടെന്നാണ് ഇരുട്ടിൽ ആ അനക്കം കേട്ടത്. ആരോ പൂണ്ടടക്കം കേറിപ്പിടിച്ചു. കള്ളന് കുതറി മാറാൻ നേരം കിട്ടിയില്ല. ബലിഷ്ഠമായ കരങ്ങൾ. നല്ല ബീഫും മട്ടനുമൊക്കെ ദിവസേന കഴിക്കുകയും, രാവിലെയും വൈകിട്ടും സവാരി നടത്തിയും, ജിമ്മിൽ പോയി വ്യായാമം ചെയ്യുകയും അടുക്കളത്തോട്ടത്തിനായി മൺവെട്ടി എടുക്കുകയും ഒക്കെ ചെയ്യുന്ന ഒരുത്തൻ ആണ്. അല്ലെങ്കിൽ ഇങ്ങനെ പിടിവീഴില്ല. അതിനിത്ര ബലം കാണില്ല. കള്ളൻ കുതറിനോക്കി. പഴങ്കഞ്ഞിയും കുടിച്ച് അർദ്ധപട്ടിണിയിൽ കിടക്കുന്ന തന്നെപ്പോലെയുള്ള ഒരാൾക്ക് എങ്ങനെ രക്ഷപ്പെടാൻ ആകും? കള്ളൻ ഇരുട്ടിലെ ആ വ്യക്തിയുടെ പിടിയിൽനിന്ന് രക്ഷപ്പെടാൻ ശ്രമിക്കുന്നതിനിടയ്ക്ക് തന്റെ ഉദാസീനതയെ പഴിച്ചു. ഉടുപ്പൂരി മാറ്റി അല്പം എണ്ണ തോളിലും നെഞ്ചിന്റെ ഭാഗത്തും തേയ്ക്കാമായിരുന്നു. പിടി സാധാരണ അവിടെയാണ് വീഴുന്നത്. ഒരിക്കൽ എതിരാളിയുടെ കൈയിൽ എണ്ണപറ്റിയാൽ, പിന്നെ ഗ്രിപ്പ് കിട്ടില്ല. അരയിൽ നല്ല ഒന്നാന്തരം കത്തി ഇരിപ്പുണ്ട്. ഈ കരുത്തൻ പന്നിയെ കുത്തിമലർത്താമായിരുന്നു. പക്ഷേ, അനങ്ങിയിട്ട് വേണ്ടേ? കഴിഞ്ഞു കച്ചവടം. ഇനി ആളുകൾ ഓടിക്കൂടും. ഇടിപൂരം. പൊടിയരിക്കഞ്ഞി. കള്ളനെ അയാൾ പൊക്കിയെടുത്തുകൊണ്ട് എങ്ങോട്ടോ വലിച്ചിഴച്ചു. പെട്ടെന്നാണ് കള്ളൻ ഓർത്തത്. പിടിച്ച ആൾ ബഹളം വയ്ക്കുന്നില്ല. സാധാരണ പിടിച്ച ഉടൻ അലറി വിളിക്കേണ്ടതാണ്. കള്ളൻ ഒന്നുകൂടി കുതറിനോക്കി. നായിന്റെ മോന്റെ ഒരുപിടി. ശ്വാസം മുട്ടുന്നു. ഇനി ഇവൻ വേറേതെങ്കിലും കള്ളനാണോ? ആയിരിക്കാം. അഞ്ചോ ആറോ സെക്കന്റിൽ ഒരു ഇടത്തരം ഇരുനില വീടുകെട്ടി അതിൽ പൊറുക്കുന്ന, ഒരു ശരാശരിക്കാരൻ സാധാരണ ഇത്രയും വ്യായാമത്തിൽ ശ്രദ്ധിക്കാറില്ല. എന്തെല്ലാമോ കുടുംബപ്രാരാബ്ധങ്ങളിൽ കുരുങ്ങി മുപ്പത് കഴിയുമ്പോഴേ അവന്റെ മാംസമൊക്കെ തൂങ്ങിത്തുടങ്ങി കുടവയറും വന്ന്.... പക്ഷേ, എല്ലാ ധാരണകളും

തെറ്റുകയാണ്. ഇത് മറ്റാരോ ആണ്. ഒന്നുകിൽ ഇവിടത്തെ ചേച്ചിയുടെ ജാരൻ, അല്ലെങ്കിൽ വേറെ കള്ളൻ... ഛെ! ജാരനോ? ദുഷ്ടവിചാരം. ഇങ്ങനെ മാലാഖയെപ്പോലിരിക്കുന്ന ഒരു സ്ത്രീക്ക് അതാകില്ല. പിന്നെ?

കരുത്തനായ ആ മനുഷ്യൻ കള്ളനെ സോഫയിലേക്ക് തള്ളി. അമർത്തി. ചെവിക്ക് പിന്നിൽ അയാളുടെ ശ്വാസം തട്ടുന്നുണ്ട്. ഇയാളെന്താ അലറി വിളിക്കാത്തത്? കള്ളന്റെ സംശയം മാറുന്നില്ല. പെട്ടെന്ന് അപരൻ ഒരു കൈയും കാലുംകൊണ്ട് കള്ളനെ അമർത്തിപ്പിടിച്ചു. എന്നിട്ട് ഒരു കൈ സ്വതന്ത്രമാക്കി മെല്ലെ കിതയ്ക്കുംപോലെ പറഞ്ഞു.

"എന്താ വേണ്ടത്? സ്വർണ്ണമല്ലേ? ദാ എന്റെ കഴുത്തിൽ കിടപ്പുണ്ട്. തരാം പ്ലീസ്. അനങ്ങരുത്. ഞാൻ നിന്നെ ഉപദ്രവിക്കില്ല. കുറേനേരം.... കുറച്ചുനേരം...."

അയാൾ കള്ളന്റെ അരയിൽനിന്ന് കത്തി ഊരി ദൂരെക്കെറിഞ്ഞു. അയ്യോ, കത്തി മാത്രമല്ല, ഉടുമുണ്ടും അതിനൊപ്പം ഉരിഞ്ഞുപോയി. അയാളുടെ വല്ലാത്ത പിടിയിൽപ്പെട്ട്, മുണ്ടിന്റെ ഏതോ ഒരു ഭാഗം കീറിയ ശബ്ദം. ഇനിയെങ്ങനെ ആ മുണ്ടുടുക്കും? ആകെ മൂന്നെണ്ണമേ ഉള്ളൂ. കള്ളന് ദേഷ്യം വന്നു. അയാൾ പതിഞ്ഞ ശബ്ദത്തിൽ അലറി. "വിടടാ പട്ടി. കൊന്നുകളയും ഞാൻ."

പിടി അയയുന്നില്ല. കള്ളൻ തല ചെരിച്ച് അപരന്റെ മുഖത്തേക്ക് തുപ്പി. മറ്റേയാൾ അപ്പോൾ കള്ളന്റെ ശീരത്തിലൂടെ പരതുകയായിരുന്നു. അയാൾ കൂടുതൽ കിതച്ചു തുടങ്ങിയിരുന്നു. കള്ളന്റെ എല്ലും തോലുമായ മുതുകിലും പിന്നെ തോളിലൂടെ കൈയിട്ട്, അയാളുടെ നെഞ്ചിലും പിന്നെ മുലക്കണ്ണിലും കൈ ചെന്നുനിന്നു. അവിടെ അയാൾ ഞെരടിയപ്പോൾ കള്ളന് വേദനിച്ചു. അവന് ദേഷ്യം വന്നു.

"വിടടാ പട്ടീ..."

അപരൻ പറഞ്ഞു.

"നോക്ക്, എന്റെ കുട്ടനല്ലേ... ഞാൻ പത്തുമണി മുതൽ പന്ത്രണ്ടുമണി വരെ എറണാകുളം മൊത്തം പരതി. ഗ്രൗണ്ട്, കലൂർ സ്റ്റാന്റ്, റെയിൽവേ സ്റ്റേഷൻ, ട്രാൻസ്പോർട്ട് ഓഫീസ്, മുടിഞ്ഞ റെയ്ഡ്, ആരെയും കിട്ടിയില്ല. ഇല്ലാതെ എനിക്ക് പറ്റില്ല. ഒറ്റയ്ക്ക് പറ്റില്ല. പ്ലീസ്... ദാ മൂന്നര പവന്റെ മാലയാണ്. ഞാൻ എന്തെങ്കിലും കള്ളം പറഞ്ഞുകൊള്ളാം അവളോട്. പ്ലീസ് ഒരു പത്തുമിനിട്ട് പ്ലീസ്..."

ഇലാസ്റ്റികത പോയ, നിറയെ ദ്വാരങ്ങൾ വീണ തന്റെ അടിവസ്ത്രത്തിലേക്ക് അയാളുടെ കൈകൾ പോകുന്നുവെന്നു കണ്ടപ്പോൾ കള്ളന് നാണക്കേട് തോന്നി. ഭൂമി കുഴിച്ച് താൻ താഴേക്ക് താഴ്ന്നുപോകുന്നു. ഇതുപോലൊരു അപമാനം ജീവിതത്തിലുണ്ടായിട്ടില്ല. അയാൾക്ക് കരച്ചിൽ വന്നു. സങ്കടവും ദേഷ്യവും. അയാൾ സർവ്വശക്തിയുമെടുത്ത് ശ്വാസം ഉള്ളിലേക്കെടുത്തു. മാനക്കേട് കൂടിവരുന്നു. ഒറ്റക്കുടയൽ. അപരന്റെ കാലിന് അടിതെറ്റി. കള്ളൻ നിലത്തേക്ക് ഉരുണ്ടു വീണു. അവിടെനിന്ന് ചാടിപ്പിടഞ്ഞ് അയാൾ എഴുന്നേറ്റു. അയാൾ കുനിഞ്ഞ് എത്തിപ്പി

ടിക്കാനാഞ്ഞു. ഒരു ചവിട്ടുവെച്ചു കൊടുത്തു. മുഖത്താണ് കൊണ്ടത്. അവൻ ഒന്ന് അമറി. ആ കടുത്ത നിശ്ശബ്ദതയിൽ അതൊരു ഭീകരമായ ശബ്ദമായാണ് തോന്നിയത്. കള്ളൻ എടുത്തുചാടി കതകു തുറന്ന് ടെറസ്സിൽ തുറസ്സായ ഇടത്തേക്ക് ഇറങ്ങി. പിറകേ അവൻ....

"ടാ... പോകരുത്, പ്ലീസ്... പ്ലീസ്..." അവന്റെ ശബ്ദം. ഭാഗ്യം. വീടിനോട് ചേർന്നൊരു തെങ്ങ്. ചാടിപ്പിടിച്ചു. നെഞ്ച് ഉരഞ്ഞുരഞ്ഞ് നിലത്തേക്കിറങ്ങുമ്പോൾ കള്ളന് വല്ലാത്ത സങ്കടം തോന്നി. നെഞ്ചിൽ രക്തം പൊടിയുന്നത് അയാളറിഞ്ഞില്ല. നിലത്തെത്തി അയാൾ മുകളിലേക്ക് നോക്കി.

"പ്ലീസ്... പ്ലീസ്...."

നായിന്റെ മോൻ പിന്നെയും മുകളിൽനിന്ന് കെഞ്ചുകയാണ്. കള്ളൻ താഴെനിന്ന് ഒരു പിടി കല്ലും മണ്ണുമെടുത്ത് മേലേക്ക് എറിഞ്ഞു.

പെട്ടെന്ന് ടെറസ്സിൽനിന്ന ഗൃഹനാഥൻ വിളിച്ചുകൂവാൻ തുടങ്ങി.

"കള്ളൻ, കള്ളൻ... ഒടിവരണേ... കള്ളൻ കള്ളൻ."

അണ്ടർവെയറുമിട്ട് കള്ളൻ ഓടി.

കനി

സി എസ് ചന്ദ്രിക

അഴിഞ്ഞുലഞ്ഞ് പ്രചണ്ഡമായി വീശുന്ന കാറ്റിനെതിരെ കിളികൾ ചിറക് കഴച്ചും മുന്നോട്ടു പറന്നുകൊണ്ടിരിക്കുകയാണ്. ചേക്കേറാനുള്ള ഇടം ദൂരെയാണ്. എത്ര ദൂരമാണിത്! അവ പരസ്പരം പറഞ്ഞു. സാരമില്ല. അവ പരസ്പരം ആശ്വസിപ്പിച്ചു. തൂവലുകൾ കൊഴിച്ചെടുക്കും. മജ്ജയും മാംസവും നുറുങ്ങി വേദനിക്കും. പക്ഷേ, ആകാശമദ്ധ്യേ ചിറകു കുഴഞ്ഞ് വീണാൽ താങ്ങിനിർത്താനും ഈ കാറ്റിന്റെ അലകൾ മാത്രമേയുള്ളൂ. അപ്പോൾ കാറ്റ് താഴെനിന്ന് മുകളിലേക്കു വീശും. കാറ്റിന്റെ മെത്തയിൽ കുഴഞ്ഞ ചിറകുകളോടെ വെറുതെ അങ്ങനെ കിടക്കണം. അത് നമ്മെ എവിടെയെങ്കിലുമെത്തിക്കും. ഏറ്റവും പ്രായംചെന്ന കിളി പറഞ്ഞു.

എത്രയോ തവണ കാറ്റിനുള്ളിൽ ഞാനങ്ങനെ കിടന്നിരിക്കുന്നു. ഇപ്പോഴും ഞാൻ ജീവിച്ചിരിക്കുന്നു. ഓരോ തവണയും കൊഴിയുന്ന തൂവലുകൾക്കു പകരം പുതിയ തൂവലുകൾ മുളയ്ക്കുന്നതു കണ്ട് ഞാൻ നക്ഷത്രങ്ങളുടെ നേർക്കു കുതിച്ചു പറന്നിട്ടുണ്ട്. അതുകൊണ്ടു കാറ്റിനെ ശപിക്കരുത് നമ്മൾ. അതുകേട്ട് മറ്റെല്ലാവരേയും പിറകിലാക്കി കുഞ്ഞുകിളികൾ പെട്ടെന്ന് മുന്നിൽ പറക്കാൻ തുടങ്ങി.

കാറ്റ് ജയന്തിയുടെ മുറിയുടെ ചാരിയിട്ട വാതിലുകളെ വലിയ ശബ്ദത്തിൽ തുറക്കുകയും അടയ്ക്കുകയും ചെയ്തുകൊണ്ടിരുന്നു. ജയന്തി ചുവന്ന ബിന്നി സിൽക്ക് സാരിയുടെ കെട്ടുള്ള തുമ്പ് അടിപ്പാവാടയുടെ ഉള്ളിലേക്ക് തിരുകി... പാവാടയുടെ കെട്ട് മുറുകാത്തതുകൊണ്ടായിരുന്നു, ബിന്നി സിൽക്കിന്റെ കറുത്ത കരയിൽ ഭംഗിയിൽ അടുക്കി നെയ്ത കസവുനൂലുകൾ നേർത്തു നീണ്ട പൊൻനാഗത്തെപ്പോലെ അവളുടെ അരയിൽ അയഞ്ഞ് ചുറ്റിപ്പിണഞ്ഞു കിടക്കുന്നു. ഒരു സർപ്പവും ഇഴഞ്ഞു കയറിയിട്ടില്ലാത്ത ആഴമുള്ള ഒരു മാളം പോലെ കണ്ണാടിയിൽ തെളിഞ്ഞ

പൊക്കിൾക്കുഴി അതിന്റെ ആകർഷണീയമായ നിഗൂഢതയിലേക്ക് അവളുടെ ശ്രദ്ധയെ ക്ഷണിച്ചു. പെട്ടെന്ന് കണ്ണെടുത്ത് പാവാട പൊക്കിളിനു മുകളിൽ വെച്ച് മുറുക്കിക്കെട്ടി ഞൊറികളെടുത്ത് കുത്തി മുന്താണി വാരിപ്പിടിച്ച് തോളിലേക്ക് വിടർത്തിയിട്ട് ജയന്തി കണ്ണാടിയിലേക്കു വീണ്ടും നോക്കി. ഒരു സർപ്പവും നാവുനീട്ടി നുണഞ്ഞിട്ടില്ലാത്ത വിളഞ്ഞു തുടുത്ത രണ്ടു കനികൾപ്പോലെ ബിന്നി സിൽക്കിന്റെ നേർമ്മയ്ക്കുള്ളിൽ ഉയർന്നു നിന്ന മുലകൾ അവളുടെ നോട്ടത്തെ പ്രതീക്ഷയോടെ സ്വീകരിച്ചു.

സുന്ദരിയും പരിശുദ്ധയും തന്റേതല്ലാത്ത കാരണത്താൽ വിവാഹമോചിതയുമായ യുവതിക്ക് (24 വയസ്സ്) പുനർവിവാഹത്തിന് വരനെ ആവശ്യമുണ്ട് എന്ന് വേണമെങ്കിൽ നമുക്കിനിയും ഒരു....

വേണ്ട.

ജയന്തിയുടെ അച്ഛന്റെ കല്ലിച്ച ശബ്ദവും കല്യാണ ബ്രോക്കർ ബാലന്റെ തുടർച്ച മുറിഞ്ഞതും അമർത്തിവെച്ചതുമായ നിശ്ശബ്ദതയും അടഞ്ഞുകിടന്ന വാതിലിനിടയിലൂടെ മുന്നറിയിപ്പൊന്നും കൂടാതെ കയറി വരികയും ഇറങ്ങിപ്പോവുകയും ചെയ്യുമ്പോൾ ജയന്തി ഭർത്താവിന്റെ വീട്ടിലേക്ക് പോകാൻ ഭംഗിയിൽ സാരിയുടുത്ത് ഒരുങ്ങിക്കഴിഞ്ഞിരുന്നു. കാർ ഡ്രൈവർ എത്തിയാൽ അവർ ഉടനേ പുറപ്പെടും. എന്നത്തേയുംപോലെ അച്ഛനും അമ്മയും അവളെ കൊണ്ടുവിടും. ഒരു മണിക്കൂർ സമയത്തെ യാത്രകൊണ്ട് ജയന്തിയെ ഭർത്താവിന്റെ വീട്ടിലാക്കി അല്പസമയം അവിടെ ചെലവഴിച്ച് സന്ധ്യക്കു മുമ്പുതന്നെ അവർ തിരിച്ചെത്തും.

പടിയിറങ്ങുമ്പോൾ ജയന്തി ബാലനെ നോക്കി പുഞ്ചിരിച്ചു. പക്ഷേ, അയാൾക്കു തിരിച്ചു ചിരിക്കാൻ പറ്റിയില്ല.

അരയ്ക്കൊപ്പം മുറിച്ചിട്ട അവളുടെ നിറഞ്ഞ മുടിയിഴകളിലൂടെ പടർന്നു കയറിയിറങ്ങിപ്പോയ കാറ്റ് ഉന്മത്തതയോടെ അതിന്റ അനന്തമായ കരങ്ങൾ വിടർത്തി പടിഞ്ഞാറോട്ട്, അറബിക്കടലിനു നേർക്ക് കുതിക്കുന്നതറിഞ്ഞ് മരങ്ങൾ ആവേഗത്തോടെ ആർത്തുലയുകയും കിളികൾ ആവുന്നത്ര ചിറകടിച്ചു പറക്കുകയും ചെയ്തു.

എപ്പോഴും മേഘങ്ങൾ കെട്ടഴിഞ്ഞു ചിതറി വീഴുന്ന ആകാശംപോലെ ജയന്തി മുറ്റത്തേക്കിറങ്ങി നടന്നു.

ജയന്തിയുടെ കല്യാണം നടത്തിയതുപോലെ എത്രയോ കല്യാണങ്ങൾ ബാലൻ നടത്തിയിട്ടുണ്ട്. അതുകൊണ്ട് ബാലന് ജയന്തിയെ കണ്ട് ഖേദിക്കുകയോ കുറ്റബോധപ്പെടുകയോ ചെയ്യേണ്ട കാര്യമില്ല. പക്ഷേ, ജയന്തിയുടെ വെറുമൊരു കല്യാണ ബ്രോക്കറായിട്ടല്ല, തൊട്ടു വടക്കേ വീട്ടിലെ, ഒരേ മുറ്റത്ത് കളിച്ച്, ഒരേ ക്ലാസിലിരുന്നു പഠിച്ചു വളർന്ന അവളുടെ ഏറ്റവും അടുത്ത കൂട്ടുകാരിയുടെ അച്ഛനായതുകൊണ്ടാണ് ബാലൻ ആ വിധമൊക്കെ ആലോചിച്ചതും ജയന്തിയുടെ അച്ഛനോടു പറയാൻ ശ്രമിച്ചതും.

ജയന്തി കൃപയുടെ സുഖവിവരം ചോദിക്കുന്നതു കേൾക്കാൻ ബാലൻ കാത്തുനിന്നു. ഇത്തവണ അവർ തമ്മിൽ കണ്ടിട്ടില്ല. ബാലമാമേ

എന്ന് ജയന്തി വിളിക്കുമ്പോഴേക്കും പറയാനായി അയാൾ വാചകങ്ങൾ അടുക്കിവെച്ചു.

കൃപ ഇനി ക്രിസ്തുമസ് അവധിക്കേ വരൂ. യൂണിവേഴ്സിറ്റി ഹോസ്റ്റലാണ് അവൾക്കീയിടെ കൂടുതൽ ഇഷ്ടം. ഗവേഷണം വേഗം തീർത്ത് ടെസ്റ്റ് എഴുതി ജോലി നേടും, എന്നിട്ട് മതി കല്യാണം, അത് അച്ഛനായിട്ട് അന്വേഷിക്കുകയും വേണ്ട എന്നു പറഞ്ഞിട്ടാണ് കഴിഞ്ഞ തവണ പോയത്. അന്ന് കൃപയും ജയന്തിയും മുറിയടച്ചിട്ടിരുന്നു സംസാരിച്ചതിൽപ്പിന്നെയാണ് കൃപയുടെ വർത്തമാനത്തിൽ ഇങ്ങനെയൊരു മാറ്റം വന്നത്.

അവസാനത്തെ വാചകം ജയന്തിയോടു പറയാൻ പറ്റില്ല.

പക്ഷേ, ജയന്തി കൃപയുടെ വിവരമൊന്നും ചോദിക്കാതെ അതേ പുഞ്ചിരിയോടുകൂടി നടന്ന് കാറിൽ കയറി പിൻസീറ്റിൽ അമ്മയുടെ കൂടെയിരുന്നു. ആ ചിരിയിൽ വലിയ പൊരുത്തക്കേടുണ്ടെന്നറിയാവുന്ന ബാലൻ കാറ് ഗേറ്റു കടന്നുപോയപ്പോൾ പിറകേയിറങ്ങി തിരിഞ്ഞു ഗേറ്റടയ്ക്കുകയും കല്യാണാലോചനകളുമായി തിരക്കുകൂട്ടി നില്ക്കുന്ന യുവതീയുവാക്കളുടെ ആവശ്യങ്ങളും പൊരുത്തങ്ങളും കൂട്ടിയോജിപ്പിക്കേണ്ടതെങ്ങനെയെന്ന് നിശ്ചയമില്ലാതെ ബദ്ധപ്പെട്ട് ബസ് സ്റ്റോപ്പിലേക്കു നടന്നുപോവുകയും ചെയ്തു.

കാറിനുള്ളിലേക്ക് ഇരമ്പിക്കയറിയ തണുത്ത കാറ്റിൽ ജയന്തിക്ക് ദേഹം വിറച്ചു. വഴിയോരത്തെ അക്കേഷ്യാമരങ്ങളിലെ മഞ്ഞപ്പൂക്കളിൽ നിന്നുള്ള അസഹ്യമായ ഗന്ധം കാറ്റിൽ കുമിഞ്ഞുയർന്നു. കാറ്റിലേക്ക് കണ്ണുതുറന്ന് ശ്വാസം കിട്ടാതെ അവൾ പിടഞ്ഞു. നീണ്ടു പരന്നുകിടക്കുന്ന കോൾപ്പാടത്തെ വെള്ളപ്പരപ്പും അതിനുള്ളിലെ മീനുകളും തവളകളും ആമകളും പാമ്പുകളും ചെറുമീനുകളെ റാഞ്ചാൻ വന്ന പൊന്മകളും കൊക്കുകളും അക്കേഷ്യ മരങ്ങൾക്കിടയിലൂടെ കയറി വന്ന് അവളുടെ കണ്ണുകൾക്കുള്ളിലൂടെ പാഞ്ഞു.

ആ ഇരിപ്പിൽ സമുദ്രമദ്ധ്യത്തിലൂടെ മീനുകൾക്കും പാമ്പുകൾക്കും ആമകൾക്കൊപ്പുമൊപ്പം താനേ ഒഴുകിപ്പോകുന്ന ജയന്തിയെ അവൾ കണ്ടു.

ജയന്തിയും അവയെപ്പോലെ നഗ്നയാണ്. വസ്ത്രം പോലെയുള്ളത് ജലമിനുപ്പും ജലത്തിൽ വീഴുന്ന സൂര്യവെളിച്ചവും മാത്രം. മീനുകൾ അവളുടെ ഉടലിൽ നീന്തുകയും പാമ്പുകൾ ഇഴഞ്ഞ് പുളയുകയും ചെയ്യുന്നുണ്ട്. ആപാദചൂഡം ഉമ്മ വയ്ക്കുന്നതുപോലെ ആമകൾ തുഴഞ്ഞു കയറുകയും ഇറങ്ങുകയും ചെയ്യുന്നു. അവളുടെ മുലകളിൽ കയറിയിരുന്ന് തവളകൾ സൂര്യപ്രകാശം കൊള്ളുകയും മുലക്കണ്ണുകൾ നുണയാനെത്തിയ മീൻകുഞ്ഞുങ്ങളെ ശല്യപ്പെടുത്താതെ കണ്ണടച്ചിരിക്കുകയും ചെയ്തു. അവളുടെ പൊക്കിൾക്കുഴിയിലേക്ക് നാവുനീട്ടിക്കിടന്ന പാമ്പ് അതിന്റെ ഉടൽകൊണ്ട് അവളുടെ അരക്കെട്ടിനെ ഇറുകെ പുണർന്നു കിടന്നു. അവളുടെ തുടകളുടെ മിനുസത്തിലേക്ക് ഊളിയിട്ടു കയറുകയും

ഇറങ്ങുകയും ചെയ്തുകൊണ്ടിരുന്ന വരാൽമീനുകൾ അവൾക്കുള്ളിൽ നിലയ്ക്കാത്ത ജലതരംഗങ്ങളുയർത്തി. ജലത്തിന്റെ അനന്തമായ അലകളുടെ ഞൊറിവുകളിൽനിന്ന് കോരിത്തരിച്ച് വിടർന്ന പൂപോലെ അവൾ കിടന്നു. സൂര്യൻ അവളുടെ കണ്ണിമകളിൽ തീക്ഷ്ണമായ ചുംബനമുദ്രകളർപ്പിച്ചു. കണ്ണു തുറക്കാനാവാതെ അവൾ ഒഴുകുകയാണ്.

അവളുടെ അടഞ്ഞുപോകുന്ന കണ്ണുകൾക്കപ്പുറം ആകാശത്തുനിന്ന് കരയിലേക്കൊലിച്ചിറങ്ങി വന്ന നീലവെളിച്ചത്തിനുള്ളിൽ അഭിജിത്ത് ഉറങ്ങുകയാണ്.

കൗൺസലിങ് സെന്ററിലെ മുകളിലത്തെ നിലയിൽ ഡോ. ജാസ്മിന്റെ മുമ്പിലിരിക്കുമ്പോഴാണ് ജയന്തി സമുദ്ര മദ്ധ്യത്തിലകപ്പെട്ടതുപോലെ ആ ചോദ്യം ആദ്യമായി നേരിട്ടത്.

"ജയന്തിക്ക് എല്ലാവരോടും തുറന്നു പറഞ്ഞുകൂടേ?"

എങ്ങനെയാണതു പറയേണ്ടത്....

നഗരത്തിന്റെ തിരക്കിലേക്കു പ്രവേശിച്ച് പെട്ടെന്നു നിന്നുപോയ വണ്ടിയിലിരുന്ന് ജയന്തിയുടെ അമ്മ ശപിച്ചു.

"ഇനിയെങ്ങനെ, ഏതു നേരത്തു തിരിച്ചുപോകാനാണ്!"

അപ്രതീക്ഷിതമായി കരിമേഘങ്ങൾ സംഹാരരൂപമാർന്ന് ഇരുൾ പടർത്തിക്കഴിഞ്ഞു. ആകാശത്തിന്റെ രഹസ്യങ്ങളുടെ അടിവയർ പിളർന്നു പുറത്തേക്കു പാഞ്ഞ അഗ്നി ഭൂമിയുടെ നെഞ്ചിലേക്കു പടർന്ന് പൊള്ളലേല്പിക്കുകയാണ്. ഭൂമിയുടെ തൊലി കരിയുന്ന ഗന്ധം നിറഞ്ഞ് അന്തരീക്ഷം ദുസ്സഹവും ഭയാനകവുമായിത്തീർന്നു.

പേമാരിക്കു മുമ്പ് പേപിടിച്ചലറിയെത്തിയ കാറ്റ് മരങ്ങളെ പിഴുതെടുത്തു ചുഴറ്റിയെറിഞ്ഞു. കൃത്യസമയത്തിനുള്ളിൽ ലക്ഷ്യസ്ഥാനത്തെത്തുമെന്നു കരുതി പുറപ്പെട്ട യാത്രയ്ക്കിടയിൽ അപ്രതീക്ഷിതമായി തടസ്സപ്പെട്ടുപോയ ഗതാഗതത്തെ നോക്കി സ്വയം പഴിക്കുന്നതിൽ എന്തർത്ഥം!

ഇടിമിന്നലിൽ തീ പിടിച്ചു കത്തിനില്ക്കുന്ന ഒരു കല്യാണപ്പന്തൽ യാത്രക്കാരെ തീരെ അസ്വസ്ഥമാക്കിയില്ല. യാന്ത്രികമായി നോക്കിപ്പോകാവുന്ന ഒരു വഴിയോരക്കാഴ്ച. വിലപിടിച്ച നഷ്ടങ്ങളുടെ കണക്കെടുപ്പുകളിലൊന്നും അതുൾപ്പെടുന്നില്ല.

കൃപ അവളുടെ കൊച്ചുമുറിയുടെ വാതിലടച്ച് കുറ്റിയിട്ട് തിരിഞ്ഞുനിന്ന് ചോദിച്ചു:

"നിനക്കെന്താ പറയാനുള്ളത്?"

ജയന്തി പെട്ടെന്ന് പറഞ്ഞു: "നീ വേഗം റിസർച്ച് തീർക്കണം."

"എന്താ? വീട്ടിലിരുന്ന് മതിയായോ? നിനക്കിപ്പോ ജോലി വേണമെന്നു തോന്നുന്നുണ്ടോ?"

ജയന്തിക്ക് ഉന്നത വിദ്യാഭ്യാസമുണ്ട്. ചരിത്രത്തിൽ ബിരുദാനന്തര ബിരുദമുണ്ട്. കൃപയുടെ അച്ഛൻ എഴുതിയുണ്ടാക്കുന്ന വിവാഹപ്പരസ്യങ്ങളിൽ പെൺകുട്ടികളുടെ കാര്യത്തിൽ ഇക്കാലത്ത് പ്രധാന ആകർഷണ ഇനമാണത്. ജയന്തി ജോലിക്കു പോകേണ്ട കാര്യമില്ല. കല്യാണം നിശ്ച

യിക്കുമ്പോഴേ മാതാപിതാക്കൾക്കിടയിൽ ഉണ്ടായ ധാരണകളിൽ ഒന്നാണത്. അല്ലാതെ തന്നെ വിവാഹത്തോടെ ജയന്തിക്ക് സമൂഹത്തിൽ ഒരു നല്ല പദവിയുണ്ടെന്നവർ വിശ്വസിക്കുന്നു.

പക്ഷേ, കൃപയ്ക്ക് സ്വന്തമായൊരു ലക്ഷ്യമുണ്ട്. ഒരു കല്യാണ ബ്രോക്കറുടെ മകൾക്ക് സമൂഹത്തിൽ മാന്യത കിട്ടണമെങ്കിൽ ഉന്നത വിദ്യാഭ്യാസം മാത്രം പോരാ, ഉന്നത ഉദ്യോഗവും വേണം. ചെറിയ ക്ലാസു മുതൽ ജയന്തിയുടെ ചോറുപാത്രത്തിൽനിന്ന് നല്ല കറികൾ കൂട്ടി ഒരുമിച്ചിരുന്ന് ഉണ്ണുകയും പഠിക്കുകയും ചെയ്യുമ്പോഴും രണ്ടുപേരുടെയും ജീവിതത്തിന്റെ സ്വപ്നങ്ങൾ രണ്ടുതരത്തിലായത് അതുകൊണ്ടാണ്.

അച്ഛൻ നടത്തിയ കുറെ കല്യാണങ്ങളുടെ വിശേഷങ്ങൾ കൃപ അടുത്തിരുന്നു കേട്ടിട്ടുണ്ട്. ചില കല്യാണങ്ങൾ നടത്തിയാൽ ബ്രോക്കർഫീ കിട്ടാറില്ല. കല്യാണപ്പന്തലിലെ ബഹളത്തിലും വഴക്കിലും വെറും കൈയോടെ ഇറങ്ങിപ്പോരേണ്ടി വരും. നേരത്തേ പറഞ്ഞുറപ്പിച്ച സ്ത്രീധനവും സ്വർണ്ണവും മറ്റും പന്തലിൽ കിട്ടിയില്ലെങ്കിൽ വരന്റെ വീട്ടുകാർ ബ്രോക്കറെ എന്തും ചെയ്യും. കല്യാണം നടന്നതിനുശേഷം ചെറുക്കനും പെണ്ണും തമ്മിലുള്ള പൊരുത്തക്കേടുകൾക്കും ബ്രോക്കർ ഉത്തരവാദിത്വം ഏറ്റെടുക്കണമെന്ന് പറയുന്നവരുണ്ട്. ജയന്തിയുടെ ഭർത്താവിനെക്കുറിച്ചും വിവാഹ ജീവിതത്തെക്കുറിച്ചും കൃപ പറഞ്ഞപ്പോൾ ആ ഉത്തരവാദിത്വ ശീലം കൊണ്ടുകൂടിയുമാണ് ബാലൻ പ്രായോഗികമായ ഒരു പരിഹാരം പറയാൻ ശ്രമിച്ചത്. എന്തായാലും ജയന്തിയുടെ വിവാഹത്തിന് ബാലൻ ബ്രോക്കർഫീസ് ചോദിച്ചു വാങ്ങിയിട്ടില്ല. എന്നിട്ടും, ആ വിവാഹം നടത്തിയത് താനാണല്ലോ എന്നോർത്ത് കൃപയുടെ അച്ഛൻ സ്വയം സഹതപിക്കുന്നു.

ജയന്തിയുടെ താഴെ ഒരു പെൺകുട്ടി കൂടിയുണ്ട്. കഴിവിന്റെ പരമാവധി ജയന്തിക്കു കൊടുത്തു. നാട്ടിൽത്തന്നെ അമേരിക്കൻ കമ്പനിയിൽ സോഫ്റ്റ് വെയർ എഞ്ചിനീയർ. സൗന്ദര്യവും സൗമ്യതയും വിനയവും. ഇരുപത്തിയെട്ട് വയസ്സ്, സമ്പന്നതയും പ്രമാണിത്തവുമുള്ള കുടുംബം.

ഈ ബന്ധുത കുടുംബത്തിന്റെ അഭിമാനമാണ്. ജയന്തിയുടെ വികാരങ്ങൾ ആ അഭിമാനത്തിന്റെ പരിധിയിൽ വരുന്നതല്ല. ജയന്തിക്ക് പെട്ടെന്ന് മുടി കഴുകണമെന്നു തോന്നി. എത്ര കഴുകിയാലും പോകാതെ മുടിയിൽ കരിഞ്ഞ പൂക്കളുടെ മണം. അന്ന് ജനൽ കടന്നുവന്ന കൊള്ളിയാൻ ജയന്തിയുടെ മുടിയിലെ പൂക്കൾക്കിടയിലൂടെയാണു കടന്നുപോയത്.

"വെള്ളം കുടിക്കണോ?"

"വേണ്ട."

കൃപ കിടക്കയിൽ ജയന്തിയെ ചേർത്തുപിടിച്ച് തീർത്തും നിശ്ശബ്ദമായി കിടന്നു.

കൗൺസലിങ് സെന്ററിന്റെ മുകളിലത്തെ നിലയിൽ ഡോ. ജാസ്മിന്റെ മുമ്പിലിരുന്ന ജയന്തി കാര്യങ്ങൾ കുറെക്കൂടി വേഗത്തിൽ വ്യക്തമായി തുറന്നു പറഞ്ഞു.

പെട്ടെന്നുള്ള വിവാഹം. പരസ്പരം ഒന്നും സംസാരിച്ചിട്ടില്ലാത്തവർ. പരിചയമില്ലാത്ത ഒരാളുടെ മുറിയിലേക്ക് കയറിച്ചെല്ലുന്നതിന്റെ പരിഭ്രമം. മുകളിലത്തെ നിലയിലേക്ക് കൂടെവന്ന അഭിജിത്തിന്റെ അമ്മ, വാതിലടച്ചു കുറ്റിയിടണമെന്നു പറഞ്ഞ് കോണിപ്പടികളിറങ്ങിപ്പോയി. അഭിജിത്തിന്റെ അമ്മ കൈയിൽത്തന്ന പാൽഗ്ലാസ് എന്തു ചെയ്യണമെന്നറിയാതെ കൈയിൽപ്പിടിച്ചു നിന്നു. അഭിജിത്ത് തിരിഞ്ഞു നോക്കാതെ ജനലിലൂടെ പുറത്തേക്കുതന്നെ നോക്കി നില്ക്കുകയായിരുന്നു. ജനലിന്റെ മൂന്നു പാളികളും തുറന്നിട്ടുണ്ട്.

മുറിയിൽ തണുപ്പ് കനത്തുവന്നു. കാലുകൾ മരവിച്ചു. കൈവിരലുകൾ വേദനിച്ചു. ആഞ്ഞടിച്ചു വന്ന കാറ്റിനോടൊപ്പം മഴ മുറിയിലേക്കു കയറി. ഇരുട്ടിനെ രണ്ടായിപ്പിളർത്തിയ ഇടിമിന്നലിൽനിന്ന് മുഖം തിരിച്ച അഭിജിത്തിന്റെ മുഖത്തുനിന്ന് മഴവെള്ളം ഒഴുകിയൊലിക്കുന്നുണ്ടായിരുന്നു.

കൗൺസലിങ് സെന്ററിന്റെ താഴത്തെ നിലയിൽ ഡോ. നിസാറിന്റെ മുമ്പിൽ അഭിജിത്ത് ഇരുന്നു.

അഭിജിത്തിന് ഒരു പെൺകുട്ടിയോടും ഇതുവരെ ആകർഷണം തോന്നിയിട്ടില്ല.

സ്വന്തം മുറിയിൽ ഇന്നലെവരെ ഉറങ്ങിയിരുന്നതുപോലെ ഇനി ഉറങ്ങാൻ പറ്റില്ലെന്നറിഞ്ഞു കുഴഞ്ഞു പോയ കാലുകൾ ഒന്നുയർത്തി വയ്ക്കാനായില്ല.

കിടക്കയിൽ ചെറിയ വെളുത്ത പുഴുക്കൾ കൂട്ടമായി കിടക്കുന്നതുപോലെ മുല്ലപ്പൂക്കൾ ചിതറിക്കിടന്നു. വെളുത്ത പാമ്പുകൾപോലെ മുല്ലമാലകൾ മുകളിൽനിന്ന് കിടക്കയിലേക്കു തലനീട്ടി തൂങ്ങിക്കിടന്നു. കിടക്കയിൽ ഇരിക്കാൻ പറ്റിയില്ല. വാതിലുകൾ ചേർത്തടച്ച, അലങ്കരിച്ച ബെഡ്റൂമിൽനിന്ന് പുറത്തു കടക്കാനുമായില്ല. തുറന്ന ജനാലകൾക്കു പുറത്ത്, വെന്തുരുകുന്ന മണ്ണിൽ മരങ്ങളിലെ ഇലകൾ താനേ കരിയുന്നതറിഞ്ഞ് ഇരുട്ടിലേക്കു നോക്കിനിന്നു. കൊഴിയാതെ നില്ക്കുന്ന കറുത്ത ഇലകൾക്കു ചുറ്റും വളർന്ന നിശ്ചലത ജനാലകൾ കടന്ന് മുറിയിലേക്കെത്തി.

ഉറഞ്ഞുപോയ ഒരു മഞ്ഞുരൂപംപോലെ കട്ടിലിന്റെ ഒരരികിൽ ചാഞ്ഞിരുന്ന് ജയന്തി ഉറങ്ങുകയായിരുന്നു. ജയന്തിയുടെ നീണ്ട തലമുടിയിലെ കറുപ്പിൽ തിങ്ങിനിറഞ്ഞു കിടന്ന മുല്ലപ്പൂമാലകൾ അഴിഞ്ഞു നീണ്ട് അവളുടെ കഴുത്തിനെ പുണർന്നു കിടന്നു. വാതിൽ തുറന്ന് മെല്ലെ ടെറസിലേക്കുള്ള പടികൾ കയറുമ്പോൾ ആരവത്തിനു ശേഷമുള്ള മഹാശൂന്യത നിറഞ്ഞ ആ വീട്ടിൽ മറ്റാരും ഉണർന്നിരിക്കുന്നുണ്ടായിരുന്നില്ല. ആ നിമിഷങ്ങളിൽ അഭിജിത്ത് വസന്തിനെ മാത്രം കാണാനാഗ്രഹിച്ചു. അവന്റെ മടിയിൽ തലവെച്ച് ശാന്തമായി ഉറങ്ങാനാഗ്രഹിച്ച് ആകാശത്തിന്റെ അനന്തയിലേക്ക് നോക്കിയിരിക്കെ ഏതോ നക്ഷത്രങ്ങളിൽനിന്നുള്ള നീലവെളിച്ചം ലാവപോലെ ഭൂമിയിലേക്കു പടർന്നൊലിച്ചിറങ്ങിക്കൊണ്ടിരുന്നു.

ആ നീലവെളിച്ചം പുതച്ച് ആകാശത്തേക്കു നോക്കാതെ അഭിജിത്ത് പരുപരുത്ത ടെറസിൽ ചരിഞ്ഞ് കിടന്നു.

അടഞ്ഞുപോയ കണ്ണുകൾ എപ്പോഴോ താനേ തുറന്നപ്പോൾ മുഖത്തേക്ക് തുറന്നു കിടന്ന ജനാലയ്ക്കപ്പുറം മരച്ചില്ലയിലെ കൂരിരുട്ടിലിരുന്ന ഒരു പക്ഷിയുടെ തിളങ്ങുന്ന കണ്ണുകൾ ഉറ്റുനോക്കുന്നതു മാത്രം ജയന്തി കണ്ടു. പരിചയമില്ലാത്ത വീട്, പരിചയമില്ലാത്ത മുറി, പരിചയമില്ലാത്ത വഴികൾ. കൊടും കാനനത്തിൽ ഉറക്കത്തിൽ ഉപേക്ഷിക്കപ്പെട്ടവളെപ്പോലെ ജയന്തി ഭയന്നു വിറച്ചു. ഉലയാത്ത ഉടയാടകളുടെ തിളക്കത്തിൽ കണ്ണഞ്ചി കാഴ്ചയറ്റ് അവൾക്കു വഴിമുട്ടി. അനങ്ങുമ്പോൾ പട്ടുസാരിയുടെ ഞൊറിവുകളിൽനിന്നുയരുന്ന സീൽക്കാരത്തിൽ പരിഭ്രമപ്പെട്ട് രണ്ടു കൈകൾകൊണ്ടും അവയെ മുറുകെപ്പിടിച്ച് കട്ടിലിൽ ചുരുണ്ടിരുന്നു പതിയെ നിലവിളിച്ചു.

ആദ്യത്തെ കൗൺസലിങ് സെഷൻ കഴിഞ്ഞ് ജയന്തിയും അഭിജിത്തും കൗൺസലിങ് സെന്ററിന്റെ പടികളിറങ്ങി. കാറിൽ കയറുന്നതു വരെ ഡോ. ജാസ്മിനും നിസാറും താഴത്തെ നിലയിലെ സെറ്റിയിൽ പരസ്പരം മിണ്ടാതിരുന്നു. ജാസ്മിൻ നന്നായി ക്ഷീണിക്കുകയും തളരുകയും ചെയ്തിരുന്നു.

അടുത്ത സിറ്റിങ് ഇനി രണ്ടാഴ്ച കഴിഞ്ഞിട്ടു മതി.

ഡോ. നിസാർ സൈക്കോ അലിറ്റിക്കൽ കൗൺസലിങ്ങിന്റെ കയറ്റിറക്കങ്ങളിൽ ഉഴറി നടന്നു. ഭൂതം. വർത്തമാനം! ഭാവിയെന്ത്?

കാമ്പസിന്റെയും ഹോസ്റ്റൽ മുറിയുടെയും ജീവിതകാലത്തുനിന്ന് ജോലി സ്ഥലത്തു തുടക്കംമുതൽ ഒപ്പമുള്ള വസന്ത് അഭിജിത്തിന്റെ തൃഷ്ണകളുടെ സമ്പൂർണ്ണതയാണ്. വസന്തിന്റെ വിവാഹ ജീവിതത്തിൽ അയാൾക്കു ഭാര്യയോടുള്ള ആകർഷണവും ആവേശങ്ങളും അഭിജിത്തിന്റെ ആനന്ദങ്ങളെ നഷ്ടപ്പെടുത്തുന്നില്ല. തീവ്രമായ രണ്ടുതരം ആകർഷണങ്ങളിലും ജീവിക്കുന്നവനാണ് വസന്ത്. വസന്തും അഭിജിത്തും അവരുടെ സ്വകാര്യ ലോകത്തു പങ്കുവയ്ക്കുന്ന സ്നേഹാവിഷ്കാരങ്ങൾക്കു പരിധികളില്ല.

അഭിജിത്തിന് ഇനി കൗൺസലിങ്ങിനേക്കാൾ ആവശ്യം ലീഗൽ അഡ്വൈസ് ആണ്.

"അഭിജിത്തിന് കൺഫ്യൂഷൻ ഉണ്ടായിരുന്നോ? വസന്തിനെപ്പോലെ രണ്ടു ജീവിതവും പറ്റുമെന്നു വിചാരിച്ചിരുന്നോ?"

"അതിനേക്കാൾ സമ്മർദ്ദങ്ങളാണ്. കുടുംബം, ഏകമകൻ. അച്ഛൻ, അമ്മ, ബന്ധുക്കൾ. പിടിച്ചുനില്ക്കാൻ പറ്റാതായപ്പോൾ കൺഫ്യൂഷൻ ഉണ്ടായതാണ്. ഒരു പിടിവള്ളിപോലെ."

വിവാഹമോചനത്തിനു മറ്റാരും സമ്മതിക്കാത്ത ഒരു കുടുംബാന്തരീക്ഷത്തിൽ അഭിജിത്തിന് ഇനി സഹായകരമാകുന്ന ലീഗൽ അഡ്വൈസ് എന്താണ്!

അഭിജിത്തിന്റെ അച്ഛനും അമ്മയും ജയന്തിയെ മകളെയെന്നപോലെ

സ്നേഹിക്കുന്നു. ഇപ്പോൾ ജയന്തിയുടെ മുമ്പിൽവെച്ച് അഭിജിത്തിനെ കുറ്റപ്പെടുത്തുകയും എല്ലാം ശരിയാകുമെന്നു വിശ്വസിപ്പിക്കുകയും ചെയ്യുന്നു. ജയന്തിയുടെ അച്ഛനും അമ്മയുമാണെങ്കിൽ ജയന്തിയോട് പൊരുത്തപ്പെട്ട് ജീവിക്കണമെന്ന് ആവർത്തിച്ചു പറയുന്നു.

അഭിജിത്തിന്റെ കണ്ണുകൾ, ഒഴുക്കില്ലാതെ തടഞ്ഞുനില്ക്കുന്ന ഒരു തടാകം പോലെയാണിപ്പോൾ. ആ കണ്ണുകളുടെ അഗാധതയിൽ തകർന്നു കിടക്കുന്ന വല്ലാത്തൊരുതരം ശാന്തതയുണ്ട്. അതിനുള്ളിലേക്കു നോക്കുമ്പോൾ അഭിജിത്തിനോടു തോന്നുന്ന സ്നേഹവായ്പിൽ ഡോ. നിസാർ അത്ഭുതപ്പെട്ടു. വസന്തിനോടൊപ്പമുള്ള അഭിജിത്തിന്റെ ആനന്ദങ്ങളുടെ സ്വച്ഛത അത്രത്തോളം പരിപൂർണ്ണമാണ്.

അഭിജിത്തിന്റെ കാര്യത്തിൽ ഡോ. നിസാറിന് ആശയക്കുഴപ്പങ്ങളൊന്നുമില്ല. അഭിജിത്തിന് അയാളുടെ ശാന്തത തിരിച്ചുകൊടുക്കുകയാണു വേണ്ടത്.

നിസാറിന്റെ മുഖത്തുകണ്ട തെളിച്ചത്തിലേക്കു നോക്കിയിരുന്ന് ജാസ്മിൻ ജയന്തിയെക്കുറിച്ച് ആലോചിക്കുകയും കൃപയെ കാണണമെന്ന് ആഗ്രഹിക്കുകയും ചെയ്തു.

കൃപയുടെ ചോദ്യങ്ങൾക്കു മുമ്പിൽ ജയന്തിക്ക് ഒന്നും വ്യക്തമായി പറയാൻ പറ്റില്ല.

അഭിജിത്തിന് ഈ കല്യാണത്തിന് ഇഷ്ടമുണ്ടായിരുന്നില്ലേ? വേറെ പെൺകുട്ടിയുമായി റിലേഷൻ ഉണ്ടോ? ആർക്കെങ്കിലും സ്ഥിരമായി ഫോൺ ചെയ്യുന്നുണ്ടോ? അല്ലെങ്കിൽപ്പിന്നെ എന്തിനാണിങ്ങനെ എന്നും ടെറസിൽ പോയിക്കിടക്കുന്നത്? നീയെന്താ അഭിജിത്തിനോടു ചോദിക്കാത്തത്? അഭിജിത്തിനോട് എങ്ങനെ ചോദിക്കണം എന്ന് ജയന്തിക്കറിയില്ല. മറ്റുള്ളവരോട് എങ്ങനെ പറയണം എന്ന് ജയന്തിക്കറിയില്ല. ഓരോ ദിവസവും എങ്ങനെ കടന്നുപോകണം എന്ന് ജയന്തിക്കറിയില്ല. നിലവിളിച്ചാൽ ആരും കേൾക്കാനില്ലാത്തത്ര നിഗൂഢതകൾ നിറഞ്ഞ കൊടുംവനത്തിൽ ഒറ്റപ്പെട്ടു നില്ക്കുകയാണ്. രാത്രിയിൽ ഉറങ്ങിക്കിടക്കുമ്പോൾ ഉപേക്ഷിച്ചു പോകുന്നവൻ ഭർത്താവാണ്.

"നീ വരയ്ക്കണം. കുറച്ചു സമാധാനം കിട്ടുമായിരിക്കും....." മറ്റൊന്നും പറയാനാവാത്തതുകൊണ്ട് സ്വയം സമാധാനിക്കാനും കൂടിയായിരുന്നു കൃപ ജയന്തിയെ അതോർമ്മിപ്പിച്ചത്.

ജയന്തി കുട്ടിക്കാലം മുതൽ ചിത്രങ്ങൾ വരയ്ക്കുന്നത് കണ്ടിട്ടുള്ളത് കൃപയാണ്. വലിയ ചിത്രകാരിയാകാനാഗ്രഹിച്ചിട്ടല്ല വരച്ചിരുന്നത്. പക്ഷേ, കൃപ നിർബ്ബന്ധിച്ചു പറഞ്ഞയച്ച ചിത്രകലാക്യാമ്പുകളിലെത്തിയപ്പോഴൊക്കെ ജയന്തിയുടെ ചിത്രങ്ങൾ ശ്രദ്ധിക്കപ്പെട്ടു. കോളേജ് കഴിഞ്ഞതിനുശേഷം ആദ്യമായും അവസാനമായും പങ്കെടുത്ത ചിത്രകാരികളുടെ ക്യാമ്പിൽനിന്നാണ് മനസ്സും ഭാവനകളും ശരീരത്തിലേക്കു കൊണ്ടുവരാമെന്നും ശരീരത്തിൽനിന്ന് വരയ്ക്കാമെന്നും ജയന്തി അറിഞ്ഞതും പരീക്ഷിച്ചതും. പിന്നെ എല്ലാം നിർത്തിവെച്ചു. വിവാഹത്തിനു മാത്രം മുൻതൂ

ക്കമുള്ള വീട്ടിൽ ഭാവനകൾ ബാദ്ധ്യതകളാണ്. ജീവിതത്തിൽ നിറങ്ങളി ല്ലെന്നറിയുമ്പോൾ ഒറ്റയ്ക്കിരുന്ന് നിറങ്ങളുണ്ടാക്കാൻ പറ്റുന്ന ഒരാൾ അതു ചെയ്യണമെന്നാണ് കൃപ ഇപ്പോൾ നിർബ്ബന്ധിക്കുന്നത്.

അവൾ കാണാറുണ്ട്. വനാന്തരത്തിലേക്കു കിനിഞ്ഞിറങ്ങുന്ന നൂൽ വെളിച്ചത്തിൽ അവൻ പല നിറങ്ങളിൽ നഗ്നമാവുകയാണ്.... ഇളം ചുവ പ്പുനിറമുള്ള അവന്റെ കാൽവിരലുകളിൽ ഏതോ തരം മായികതയുടെ തുടിപ്പുകൾ പ്രസരിക്കുന്നത്... കാൽവണ്ണയിലും തുടകളിലും മാറിലും ഒഴുകിപ്പടരുന്ന നേർത്ത മുടിയിഴകളിലൂടെ തിളങ്ങുന്ന നീലിമയെ ജയി ക്കുന്ന അവന്റെ സ്നിഗ്ദ്ധതകളുടെ അമ്പരിപ്പിക്കുന്ന സൗന്ദര്യം.....പൊ ക്കിൾച്ചുഴിയുടെ മലരികളിൽനിന്ന് ആത്മാവു വരെ ത്രസിച്ചുയരുന്ന അദൃ ശ്യമായ കാന്തികതരംഗങ്ങളുടെ കണ്ണഞ്ചിക്കുന്ന നിറങ്ങൾ പടർന്ന് ദീപ്ത മാകുന്ന മുഖം.... പരസ്പരം ലയിച്ചുനില്ക്കുകയും വിടരുകയും ചെയ്യുന്ന പരിപൂർണ്ണമായ പൂവിതളുകൾപോലെ അപാരമായ ചുംബനങ്ങൾ നിറഞ്ഞു തുളുമ്പുന്ന ചുണ്ടുകൾ.... വനമുല്ലകൾ വിരിഞ്ഞു പൊതിഞ്ഞു നില്ക്കുന്ന ശാഖകൾപോലെ വിടർന്ന കാലുകൾ. ആ ശാഖകൾക്കിട യിൽനിന്ന് നീണ്ടുവിടരുന്ന തേജോമയമായ ഒരു വനപുഷ്പം! സുന്ദര മായ ജ്വലനങ്ങൾ. വന്യമായി പടരുന്ന ഗന്ധം. വനാന്തരത്തെ മയക്കുന്ന അഭൗമമായ ആനന്ദംപോലെ. ആനന്ദലഹരിയിൽ തിളങ്ങി നില്ക്കുന്ന വൻ.

ജയന്തി മുറിയിലുള്ളപ്പോൾ അഭിജിത്ത് കുളിമുറിയിൽ നിന്നിറങ്ങി വരാനും ഡ്രസ്സ് മാറാനും ശരിക്കൊന്നു പെരുമാറാനും കൂടി ബുദ്ധിമുട്ടു കയാണ്. അഭിജിത്തിന്റെ കാലുകൾ തളരുകയും ഹൃദയമിടിപ്പിന് വേഗം കൂടുകയും ശ്വാസം കിട്ടാൻ പ്രായസപ്പെടുകയും ചെയ്യുന്നു. അതറിഞ്ഞ് ജയന്തിയിപ്പോൾ മുറിയിൽനിന് ഒഴിഞ്ഞു മാറിപ്പോവുകയാണ്.

'എല്ലാം ശരിയാകും. തല്ക്കാലം രണ്ടു മുറിയിൽ കിടക്ക്.'

ജയന്തിയുടെ അച്ഛനും അമ്മയും പറഞ്ഞ മറുപടി കേട്ട് കൃപ അന്തു തപ്പെട്ടു.

കൃപയ്ക്കു ഒരതിരു വിട്ട് ഒന്നും സഹിക്കാൻ പറ്റില്ല. ജയന്തിയോട് അവളുടെ അച്ഛനും അമ്മയും വീണ്ടും വീണ്ടും പറയുന്നു. എല്ലാം തികഞ്ഞ ഒരു ഭർത്താവ്. സൗന്ദര്യം, സമ്പത്ത്, വിദ്യാഭ്യാസം, ജോലി, കുടുംബപാരമ്പര്യം. അഭിജിത്തിന്റെ അച്ഛനും അമ്മയും ജയന്തിയെ സ്വന്തം മകളെപ്പോലെ സ്നേഹിക്കുന്നു. നാട്ടുകാരെയും ബന്ധുക്കളെയും ക്ഷണിച്ചുവരുത്തി ആർഭാടമായി നടത്തിയ കല്യാണം. വിവാഹപ്രായ മെത്തിയ അനിയത്തി.... ജയന്തിയുടെ സന്തോഷകരമായ വിവാഹജീവി തമാണ് കുടുംബത്തിന്റെ അഭിമാനം. കുറേയൊക്കെ കണ്ടില്ലെന്ന് വയ്ക്കണം. നന്നായി ഒരുങ്ങണം. സന്തോഷമായിട്ട് നടക്കണം. ആരെ ക്കൊണ്ടും ഒന്നും ചോദിപ്പിക്കുകയും പറയിപ്പിക്കുകയും അരുത്.

രണ്ടാമത്തെ സിറ്റിങ്ങിൽ ജയന്തിയോട് ഡോ. ജാസ്മിൻ പറഞ്ഞു:

"അഭിജിത് ഗേ ആണ്."

ആ നിമിഷം മുതൽ ജയന്തിക്ക് ഇനി എങ്ങനെ ക്ഷമിക്കണം, കാത്തിരിക്കണം, ജീവിക്കണം എന്നറിയാതായി.

ജയന്തിക്ക് അഭിജിത്തിനെ മനസ്സിലാക്കാൻ പറ്റണമെന്നുള്ള ലക്ഷ്യം വെച്ചുകൊണ്ടാണിപ്പോൾ ഡോ. നിസാറും ജാസ്മിനും ഓരോ സെഷനും ആസൂത്രണം ചെയ്യുന്നത്.

"വിവാഹമോചനത്തിനുള്ള ലീഗൽ ഗൈഡൻസാണ് അഭിജിത് ആവശ്യപ്പെട്ടിട്ടുള്ളത്...."

"പിരിയുകയാണ് ആരോഗ്യകരമായ ഒരേയൊരു വഴി..."

"വിവാഹമോചനത്തിന് മറ്റാരും സമ്മതിക്കാത്തിടത്തോളം ജയന്തി വിചാരിച്ചാൽ മാത്രമേ വിവാഹമോചനം നടക്കൂ..."

"കുടുംബകോടതിയിൽ സാധാരണ വിവാഹമോചനത്തിന്റെ എല്ലാ ദീർഘപ്രക്രിയകളും താണ്ടേണ്ടി വരും. അതൊരു വലിയ കാത്തിരിപ്പാണ്. വേഗത്തിൽ തീർക്കാൻ ചില കുറുക്കുവഴികൾ മാത്രമേയുള്ളൂ. ജയന്തിയുടെ പേരിൽ ചില ആരോപണങ്ങൾ. രണ്ടുപേരുടെയും സമ്മതമുണ്ടെങ്കിൽ നടക്കും. എളുപ്പമാണ്... മറ്റേതെങ്കിലും ബന്ധമുണ്ടെന്നോ മറ്റോ...."

വിവാഹമോചനത്തിനുള്ള എളുപ്പവഴി നിർദ്ദേശിച്ച വക്കീലിനു മുമ്പിൽ ജയന്തി തരിച്ചുനിന്നു. നിയമത്തെക്കുറിച്ച് ഒന്നുമറിയാത്ത ഒരാൾ എന്തോ പുലമ്പുകയാണെന്ന് വിചാരിക്കാൻ ശ്രമിച്ച് അവൾ അയാളെ തുറിച്ചുനോക്കി.

സെഷൻ കഴിഞ്ഞ് കൗൺസലിങ് സെന്ററിന്റെ പടികളിറങ്ങുന്നതിനും മുമ്പ് അഭിജിത്തിന്റെ കണ്ണുകളിൽ ജലം ഉറഞ്ഞുകട്ടിയായി. ചുവന്നു തിണർക്കുന്ന അവന്റെ കണ്ണുകളിലേക്കു നോക്കാൻ ശ്രമിക്കാതെ ഡോ. നിസാർ മറ്റൊരു കേസ് ഡയറി തുറന്നുവെച്ച് വെറുതെയിരുന്നു.

അടുത്ത സിറ്റിങ്ങിൽ രണ്ടുപേരുടെയും അച്ഛനമ്മമാർ സംസാരിച്ചു പകുതിയാവുന്നതിനും മുമ്പ് ഒന്നിച്ചെഴുന്നേറ്റു.

ഇനി കൗൺസലിങ് വേണ്ട.

നാട്ടിലെ സൈക്യാട്രിസ്റ്റുകളിൽ ചിലർ പറഞ്ഞു: "രോഗമല്ല."

ചിലർ പറഞ്ഞു: "കൗൺസലിങ് ആവശ്യമാണ്."

ബാംഗ്ലൂരിലെ പ്രശസ്തനായ സൈക്യാട്രിസ്റ്റ് ഉറപ്പിച്ചു പറഞ്ഞു.

"അഭിജിത്തിന്റെ ഓറിയെന്റേഷൻ ഇങ്ങനെയാണ്. ചികിത്സയില്ല. ചികിത്സ വേണ്ട."

അപേക്ഷകൾകൊണ്ടും യാചനകൾകൊണ്ടും ഡോക്ടറുടെ മനസ്സു മാറിയില്ല.

തിരക്കിട്ട അന്വേഷണങ്ങൾക്കൊടുവിൽ ബാംഗ്ലൂരിൽത്തന്നെ അഭിജിത്തിന്റെ അമ്മാവൻ കണ്ടുപിടിച്ച മറ്റൊരു ചികിത്സാകേന്ദ്രത്തിലെ ഡയറക്ടർ ഫാദർ ഡൊമിനിക് ഉറപ്പിച്ചു പറഞ്ഞു:

"ചികിത്സയുണ്ട്."

ഗേ കൺവെർഷൻ തെറാപ്പി...

"പലർക്കും മാറ്റിയിട്ടുണ്ട്... ഇതു മാറ്റണം."

റിസപ്ഷനിലിരുന്ന കന്യാസ്ത്രീ രജിസ്റ്ററിൽ പേരുവിവരം രേഖപ്പെടുത്തി കഴിഞ്ഞ് അഭിജിത്തിന്റെ അമ്മയെ സമാധാനിപ്പിക്കാനായി പലരുടേയും വിജയകഥകൾ ചുരുക്കിപ്പറഞ്ഞു.

"ഈ സ്ഥാപനത്തിലേക്ക് പലഭാഗത്തുനിന്നും ഇതുപോലെ രോഗികളെ ഷോക്ക് ട്രീറ്റ്മെന്റിനായി കൊണ്ടുവരുന്നുണ്ട്. എത്രയോ പേർ സുഖം പ്രാപിച്ചു തിരിച്ചു പോകുന്നുണ്ട്! ചിലപ്പോൾ, ചിലപ്പോൾ മാത്രം ചില പരാജയങ്ങൾ സംഭവിക്കും. അവരുടെ ഓറിയന്റേഷൻ മാറും. പക്ഷേ. ലൈംഗികശേഷി നഷ്ടപ്പെടും."

അമ്മയുടെ തൊട്ടടുത്തു നിന്ന അഭിജിത്തിന്റെ കണ്ണുകളിൽ ഉറഞ്ഞു കിടന്നിരുന്ന ജലം സ്ഫടികംപോലെ മൂർച്ചയുള്ള ചീളുകളായി ചിന്നിച്ചിതറി ഉള്ളിൽത്തന്നെ തടഞ്ഞു കിടന്നു.

ചോര പൊടിയുന്ന കണ്ണുകൾ കണ്ട് ജയന്തി ഭയന്നു.

"നമുക്കിപ്പോ തിരിച്ചു പോകാം. നമുക്ക് പിന്നെ വരാം."

ജയന്തിയുടെ നിലവിളിപോലുള്ള വാക്കുകളെ പരിഗണിച്ചുകൊണ്ട് ഫാദർ ഡൊമിനിക്ക് പറഞ്ഞു:

"അതുമതി. അല്ലെങ്കിലും തയ്യാറെടുപ്പോടെ വരണം. അടുത്ത മാസത്തേക്ക് അപ്പോയിന്റ്മെന്റ് എടുത്തിട്ടു പോകൂ."

ആറു മുതൽ പന്ത്രണ്ടു വരെ ഷോക്കുകൾ കൊടുക്കേണ്ടി വരും. തുടർച്ചയായി മൂന്ന് ആഴ്ചകളെടുക്കും. ചില കേസുകളിൽ ചികിത്സ രണ്ടു വർഷം വരെ നീളാം.

ഡോ. ജാസ്മിനും നിസാറും അഭിജിത്തിനോട് എന്തു പറയണമെന്നറിയാതെ തരിച്ചിരുന്നു.

എത്രയും പെട്ടെന്ന് വിവാഹമോചനത്തിന് കേസ് ഫയൽ ചെയ്യുകയല്ലാതെ മറ്റൊരു വഴിയുമില്ല.

സമ്മതിക്കില്ല.. ആരും.

അഭിജിത്ത് നാടുവിട്ടു പോകണമെന്ന് ആഗ്രഹിക്കുന്നു.

പക്ഷേ, ഇഷ്ടപ്പെട്ട ജോലി, സുഹൃത്തുക്കൾ....

കൃപ ജയന്തിയെ കെട്ടിപ്പിടിച്ചു. ആകാംക്ഷയോടെ.

"പെട്ടെന്നെന്തിനായിരുന്നു ഗൈനക്കോളജസ്റ്റിനെ കണ്ടത്?"

"ബാംഗ്ലൂർക്കു പോകുംമുമ്പ് ആർട്ടിഫിഷ്യൽ ഇൻസെമിനേഷൻ ചെയ്യണമെന്നു പറയുന്നു. അതിനു മുമ്പുള്ള ടെസ്റ്റിനുവേണ്ടിയായിരുന്നു...."

കൃപയുടെ കൈകൾ താനേ അയഞ്ഞു.

"ആരു പറയുന്നു?"

"എല്ലാവരും..."

"അഭിജിത്തും?"

"ഇല്ല..."

ജയന്തിയുടെ കാലുകൾ വിടർത്തപ്പെട്ടു.

ജെല്ലിന്റെ കുഴഞ്ഞ് പടർന്ന തണുപ്പ് ഉള്ളിലേക്ക് കയറിയപ്പോൾ

ജയന്തി കണ്ണടച്ചു കിടന്നു. ആഴത്തിലേക്ക് തുഴഞ്ഞു പോകുന്ന സ്ഫടികംപോലെ മിനുസമുള്ളതും കഠിനവും നിർദ്ദയവുമായ ഒരുപകരണം. അവളുടെ ആദ്യത്തെ വേദനയിൽ പൊടിഞ്ഞ രക്തത്തിലും വെളുത്ത ജെല്ലിലും കുതിർന്ന ഉപകരണം ഡോക്ടർ പുറത്തേക്കെടുത്തു. അതിലേക്കുറ്റു നോക്കിയ ഡോക്ടർ മുഖത്തുനിന്ന് മാസ്കും കണ്ണടയുമെടുത്തു മാറ്റി ജയന്തിയുടെ കവിളിൽ പതിയെ തൊട്ടു.

"കുറച്ചു നേരം കിടക്ക്."

സ്ക്രീനിൽ തെളിയാതിരുന്ന അവളുടെ വേദന ആകാശത്ത് കോരിയൊഴിച്ചു ചുവന്ന മേഘങ്ങൾപോലെ ജെല്ലിനോടൊപ്പം വെളുത്ത വിരിപ്പിലേക്ക് പടർന്നു.

ജയന്തിക്ക് ആരോഗ്യമുള്ള ഗർഭപാത്രമുണ്ട്.

ഡോക്ടറും നഴ്സും മറ്റൊന്നും പറയാതെ മുറി വിട്ടുപോയി.

ഗർഭപാത്രത്തിന് ഒരു ധർമ്മമേയുള്ളൂ.

മുറിച്ചെടുക്കപ്പെട്ട ഒരു ദ്വീപിലെന്നപോലെ പരിശോധനാമുറിയിലെ മേശപ്പുറത്ത് വിടർന്ന കാലുകൾ അനക്കാവാതെ ജയന്തി കണ്ണടച്ചു കിടന്നു. ഇരുട്ടിന്റെ ഗർഭത്തിൽ അഭിജിത്ത് ഒറ്റയ്ക്കുകിടന്ന് കൈകാലിട്ടടിക്കുന്നത് കണ്ട് പുറത്തു വരാത്ത വലിയ ശബ്ദത്തിൽ അവൾ നിലവിളിച്ചു. കൺപീലികളെ സ്പർശിക്കുന്ന, ലോകത്തെ മറയ്ക്കുകയും വേർപ്പെടുത്തുകയും ചെയ്യുന്ന കനത്ത ഇരുട്ട്. അതിനു മുന്നിൽ അടക്കിവെച്ച ഏതോ രഹസ്യങ്ങൾ, അമർത്തിയ ശബ്ദങ്ങൾ, പതിഞ്ഞ ചലനങ്ങൾ.

പൊടുന്നനേ ഇരുട്ടിനെ കീറിപ്പിളർന്നു വരുന്ന കടുത്ത വെളിച്ചം. അതിന്റെ ചൂടിൽ വെന്തു വരളുന്ന ഗർഭജലം. മുന്നിൽ കത്തുന്ന വെളിച്ചത്തിന്റെ വിശാലമായ സ്ക്രീൻ. പല കോണുകളിൽനിന്നു മുന്നോട്ടുവരുന്ന ഞരമ്പുകൾ പിടഞ്ഞുണർന്ന നഗ്നമായ പുരുഷശരീരങ്ങൾ. പലതരം തീ പിടിച്ച നിറങ്ങളിൽ. ഒടുവിൽ വെന്തും ചതഞ്ഞും തളർന്നും തകർന്നും വെളിച്ചത്തിലേക്ക് എപ്പോഴോ തലകുത്തി വീഴുന്ന അവരുടെ നഗ്നതയിലേക്ക് നോക്കി നിലവിളിക്കുന്ന അഭിജിത്തിന്റെ കൈകളിൽ, കാലുകളിൽ, തുടകൾക്കിടയിൽ പുകയുന്ന ഇലക്ട്രോഡുകൾ. ഷോക്ക് ബോക്സിൽ എരിച്ചെടുക്കുന്ന തൃഷ്ണകൾ. ഒരു കരിഞ്ഞ ഭ്രൂണംപോലെ അവൻ ജയന്തിയുടെ ഗർഭപാത്രത്തിൽ ചുരുണ്ടു പറ്റിക്കിടന്നു. ആ ഭ്രൂണത്തിനു ചുറ്റും ഒരു വലിയ ചിതയൊരുക്കുകയാണ്.

ഇപ്പോൾ മറ്റൊന്നും ജയന്തിയുടെ മുന്നിൽ തെളിയുന്നില്ല. കൃഷ്ണമണിയിലേക്കു തുളഞ്ഞുകയറുന്ന വെളിച്ചം, ആ വെളിച്ചം തീർക്കുന്ന അന്തമില്ലാത്ത ഇരുട്ട്.

നിറങ്ങളൊഴിഞ്ഞ്, കരിഞ്ഞ പൂമരംപോലെ അഭിജിത്ത് ജയന്തിയുടെ മുമ്പിൽ നില്ക്കും.

കൃപ ജയന്തിയുടെ കൈയിൽ മുറുകെപ്പിടിച്ചു.

"നീ ഒപ്പിട്ടു കൊടുക്കണം."

ജയന്തിയുടെ ചുണ്ടുകൾ വിറച്ചു.

ശരീരം മുഴുവൻ പുകഞ്ഞു.

"നിനക്ക് മറ്റൊരു ബന്ധമുണ്ടെന്ന് പറഞ്ഞുകൂടേ?"

കൃപയെ നോക്കിയപ്പോൾ പനിച്ചു പൊള്ളുന്നതുപോലെ ജയന്തിയുടെ കണ്ണിൽനിന്ന് ആവിയുയർന്നു.

"അല്ലെങ്കിലും നമ്മുടെ മുത്തശ്ശിമാർക്ക് ഒന്നിലേറെ ബന്ധങ്ങളുണ്ടായിരുന്നു... നമ്മൾ ചരിത്രം അറിയുന്നവരല്ലേ..."

കൃപ വീണ്ടും ജയന്തിയെ ആശ്വസിപ്പിക്കാനും സ്വയം സമാധാനിപ്പിക്കുവാനും ശ്രമിക്കുകയാണ്.

ജയന്തി കൃപയെ മുറുകെ ചേർത്തുപിടിച്ചു.

"എനിക്ക് അഭിയെ കാണണം. ഇന്നുതന്നെ, ഉടനെ തിരിച്ചു പോവണം."

പഴുത്ത ലോഹത്തിൽ ജലത്തുള്ളികൾ വീഴുന്നതുപോലെ ജയന്തിയുടെ ശബ്ദം പെട്ടെന്നു തീർന്നുപോയി.

പേരിടാനാവാത്ത സങ്കീർണ്ണമായ നിറങ്ങളിൽ നിയതമല്ലാത്ത പാറ്റേണുകൾ രൂപംകൊള്ളുന്ന അറ്റം കാണാത്ത ആകാശംപോലൊരു കാൻവാസ് ജയന്തിക്കു മുന്നിൽ നിവർന്നു.

അതിനു മുന്നിൽനിന്ന് ജയന്തി അഭിജിത്തിന്റെ കണ്ണിലേക്കുറ്റു നോക്കി.

"ബാംഗ്ലൂർക്ക് പോകരുത്. ഒപ്പിട്ടു തരാം ഞാൻ."

അഭിജിത്തിന്റെ കണ്ണുകളിലെ ചിറ തകർന്നുപോയി.

"വേണ്ട... ജയന്തിക്ക് ചീത്തപ്പേരുണ്ടാവും."

"പിന്നെ?"

സാരിത്തലപ്പുകൊണ്ട് തുടച്ചെടുത്ത നനവ് ജയന്തിയുടെ ഉള്ളംകൈയിലേക്ക് പടർന്നു.

"പോകേണ്ടി വരും. മറ്റെവിടേക്കെങ്കിലും. പിന്നെ തിരിച്ചു വരാതിരിക്കാം. ജയന്തിക്ക് രക്ഷപ്പെടണ്ടേ?"

"എവിടേക്കും പോകണ്ട."

"മറ്റൊരു വഴിയുമില്ല..."

"തല്ക്കാലം അതെനിക്ക് വിട്ടു തരൂ."

"പക്ഷേ.. ഇനിയുള്ള ടെസ്റ്റുകൾ, കുഞ്ഞ്. ഒന്നും വയ്യ."

"എനിക്കും വയ്യ അതൊന്നും."

ജയന്തി വീണ്ടും സൂക്ഷിച്ചു നോക്കി. നിറഞ്ഞ കണ്ണുകളിൽ നിറഞ്ഞു വരുന്ന സന്തോഷത്തിന് ആരും ഇതേവരെ പേരിട്ടിട്ടില്ലാത്ത ഒരു നിറമുണ്ട്.

"ജയന്തി ഇനി എന്തു ചെയ്യും?"

"എത്രയോ വഴികളുണ്ടാവും. എന്തായാലും ഉടനേ ചിത്രങ്ങൾ വരയ്ക്കാൻ തുടങ്ങണം. ആദ്യം അഭിയെ വരയ്ക്കട്ടെ?"

ഇപ്പോൾ ജയന്തിയുടെ കണ്ണിലേക്കുറ്റു നോക്കിയത് അഭിജിത്താണ്.

"എനിക്ക്... ജയന്തി എന്റെ ഭാര്യയാണെന്നു തോന്നുന്നില്ല..."

"എനിക്കും അങ്ങനെ തോന്നുന്നില്ല."

കാറ് അതിവേഗത്തിൽ പായുകയാണ്.

ഇത്തവണ കാറിനുള്ളിൽ ആകെയുള്ളത് ജയന്തി മാത്രമാണ്. മുഖത്തേക്കു പാറിവീണ മുടിയിഴകൾ ഒതുക്കിവെക്കാതെ, കൈത്തണ്ടയിലേക്കൂർന്നു വീണ സാരിത്തലപ്പ് നേരെയിടാതെ ഉള്ളിലുണർന്നു വരുന്ന അപ്രതിരോധ്യമായ ആവേഗങ്ങൾക്ക് ശ്രദ്ധ കൊടുത്ത് അവൾ സൂക്ഷ്മതയോടെ വണ്ടിയോടിച്ചു. എന്നിട്ടും നഗരത്തിലെ വാഹനവ്യൂഹത്തിനുള്ളിൽപ്പെട്ടും പുറത്തു കടന്നും നീങ്ങുന്ന വണ്ടിയിലിരുന്ന് ജയന്തിക്ക് കാണാമായിരുന്നു. ഒപ്പം സഞ്ചരിക്കുന്ന, ഒരു വിളറിയ ചന്ദ്രക്കല.

തെളിഞ്ഞുവരുന്ന നക്ഷത്രങ്ങൾ.

വിദൂരതയിലേക്ക് ആഞ്ഞുപറക്കുന്ന കിളികൾ.

കൂട്ടം തെറ്റി കുതിച്ചുയരുന്ന ഒരു കിളിയെപ്പോലെ പെട്ടെന്നവൾ വണ്ടി മുന്നോട്ടെടുത്തു. പിറകിൽ മറ്റു വാഹനങ്ങൾ ട്രാഫിക് പോസ്റ്റിലെ ചുവന്ന വെളിച്ചത്തിൽ കുരുങ്ങിപ്പോകുന്നതറിഞ്ഞ് മുഖത്തേക്കു വീണു പറക്കുന്ന മുടിയിഴകളെ ഇടതുകൈ കൊണ്ടു തലോടുകയും അതിനുള്ളിൽ നിന്നുയരുന്ന കൊതിപ്പിക്കുന്ന സുഗന്ധത്തിലേക്ക് മുഖം ചേർക്കുകയും ചെയ്തുകൊണ്ട് അവൾ അനായാസമായി വണ്ടിയോടിച്ചുകൊണ്ടിരുന്നു.

സപുംസകരുടെ പത്ത് പടവുകൾ

പ്രമോദ് രാമൻ

I am the boy.
You are the girl.
അതുപറ്റില്ല. ഞാൻ ആണ്. നീ പെണ്ണ്.
No. I am the boy, You are the girl
നോ. അയാം ബോയ്. യൂ ആർ ഗേൾ.
No, no. I am the boy. You are the girl

കണ്ണുരുട്ടിയാലും കരഞ്ഞു പറഞ്ഞാലും നാഥൻ വീഴില്ല. അതുറപ്പാണ്. അത് എന്റെ വള്ളിട്രൗസറുകളുടെ പിന്നിൽ ഉരഞ്ഞുപിറന്ന അന്ധനേത്രങ്ങളുടെ നിർവ്വികാരതപൂണ്ട വാശിയാണ്. എടുത്തിട്ടാൽ അതിലൂടെ കാണുക ചന്തിയാണ്. അറയ്ക്കും. കൊഞ്ചിയാലും കൂക്കുവിളിച്ചാലും കെട്ടിയിട്ട് തല്ലിയാലും ആ കണ്ണുകളിൽ, നോക്കാൻ കൊള്ളാത്ത, ഞാനാണ് എന്ന ഭാവമേ കാണൂ. ഞാനാണ്. ഞാനാണ്. ഞാനാണ്. ആ ഒറ്റപ്പാട്ട്. ഇപ്പോൾ ആ തിരുവായിൽനിന്ന് കേൾക്കുന്നതും അതുതന്നെ. ഞാൻ ആണ്. I am the boy.

വള്ളിട്രൗസറിൽ എനിക്ക് ചന്തിയാൽ ഉണ്ടാകുന്നത് ഈ മൊശകോടന് സദാനേരവും മുഖത്തുണ്ട്. അതുകൊണ്ടാണവന് പണ്ടേ വള്ളിട്രൗസറുകൾ വേണ്ടാത്തത്. ഏഴാം വയസ്സിൽ, ഏളിയെടുത്തോർ സന്താനത്തിന്റെ മകൻ സുബ്രഹ്മണ്യന് ചെണ്ടവീക്കം വന്നപോലുള്ള മുഖം ചില്ലുകണ്ണാടിയിൽ പറ്റിച്ചുവെച്ച് മുടി ചീകുമ്പോൾ തൊള്ളയിൽ കോർക്കിട്ടതുപോലത്തെ ശബ്ദത്തിൽ പറഞ്ഞത് ഞാൻ ഓർക്കുന്നു. മുച്ചിലോട്ട് തെയ്യത്തിനു പോകാൻ വള്ളിട്രൗസർ ഇടില്ലെന്ന്. ഫ്രെയിംപോയ കണ്ണാടിയുടെ പിന്നിലെ ഓറഞ്ചുപാടയിൽ നിറയെ നഖപ്പാടുകളും സിമന്റിന്റെ അരമതിലിൽ കൊണ്ടുള്ള വരകളും വീണിരുന്നതിനാൽ അന്നേരത്തെ അവന്റെ

ചന്തിക്കണ്ണുകളിലെ നിർവ്വികാരതയെ അത് പകൽപ്പൂക്കുറ്റിപോലെ കലഹിച്ച് മൂപ്പിച്ചിരുന്നു. തെയ്യത്തിനു പോകാൻ അവന് വേറെ കളസം കൊച്ചീന്നു വരുമ്പോൾ കൊണ്ടുവരാഞ്ഞിട്ടില്ല. എന്റേതുതന്നെ വേണം. അതും വള്ളിട്രൗസർ പറ്റില്ല. ഞാൻ ഇടാൻവെച്ച വള്ളിയില്ലാത്തതുതന്നെ വേണം. പ്രോത്സാഹിപ്പിക്കാൻ അമ്മയും.

വള്ളീല്ലതിട്ടാൽ ഓൻ ചെക്കനായിപ്പോവൂട.

ഒരേ വയസ്സായിട്ടും ഞാനെത്ര ചെറുതാകുന്നതിലും അമ്മയ്ക്ക് ഒരു പ്രശ്നവുമില്ല.

ഓനപ്പോലല്ലല്ലോട നീ.

അവൻ എല്ലായ്പ്പോഴും കാലെടുത്ത് ഒരു പീഠത്തിൽ വെച്ചിട്ട് ഉറയിൽനിന്ന് വാളൂരി തീരുമാനങ്ങളറിയിക്കേണ്ടവൻ. ഞാൻ വാപൊത്തി വഴങ്ങേണ്ടവൻ. വഴുതി വഴുതി വീഴേണ്ടവൻ. വൈക്കോൽച്ചൂളിയും മാലവെടിയുടെ കരിയോലക്കഷണങ്ങളും കൊടിക്കൂറകളും മനുഷ്യരും ഭൂഗുരുത്വം നഷ്ടപ്പെട്ടപോലെ ഒഴുകിനടന്ന മുച്ചിലോട്ടെ നട്ടുച്ചയിൽ ഭഗവതി ഉറയുന്ന സമയമത്രയും എന്റെ കണ്ണ് ഭ്രമിപ്പിച്ചുകൊണ്ടിരുന്ന മൂന്നു തട്ടുള്ള കക്കരിക്കാ ബലൂണിന്റെ കാര്യം നോക്കൂ. അത് ഒരെണ്ണമേ ഉണ്ടായിരുന്നുള്ളൂ.

I want the triplet.

ഇംഗ്ലീഷിനോട് പിടിച്ചുനില്ക്കാൻ പറ്റാത്തതുകൊണ്ട് നീലയിൽ മഞ്ഞ മൊത്തുള്ള ഒരു വെള്ളരിക്കാബലൂൺ എനിക്കും ലൈറ്റ് പിങ്കും കട്ടിപ്പച്ചയും ചോപ്പും വെള്ളയുമുള്ള കക്കരിക്ക അവനും. ആറു വർഷമെങ്കിലും കഴിഞ്ഞു. പത്തായപ്പുരയുടെ പൂപ്പലുകയറി ദ്രവിച്ച രൂപം പതിഞ്ഞ ഓർമ്മകൾ ചെന്നു തട്ടുന്ന അക്കാലം തൊട്ടേ അവന്റെ എല്ലാ വരവിലും ഞാൻ ചെയ്യുന്ന വിട്ടുവീഴ്ചകൾ എഴുതിവെച്ചിരുന്നെങ്കിൽ എന്നെ വലിയൊരു പടുകുഴിയുടെ താഴ്ചയിൽ നിങ്ങൾക്കു കാണാമായിരുന്നു. പല്ലുതേക്കാൻ എപ്പോഴും കൊച്ചീന്ന് ഫോർഹാൻസ് ബ്രഷും പേസ്റ്റും കൊണ്ടുവരും. പക്ഷേ, അതു വേണ്ട. മാവിന്റിലതന്നെ വേണം. എന്റേതിനേക്കാൾ വലുത് വേണം. ദാമു പുളിയന്റെ കൊമ്പിൽ പിടിച്ച് പൊട്ടിക്കുമ്പോഴേക്കുതന്നെ പറഞ്ഞുകഴിഞ്ഞിരിക്കും. Damu, big one for me. അമ്മ ദോശവിളമ്പിയാൽ അടിഭാഗം മൊരിഞ്ഞതവന്. വെളുത്തതെനിക്ക്. അയില പൊരിച്ചത് വാലവന്. നടുവെനിക്ക്. പോസ്റ്റോപ്പീസിൽ രമെളേമ്മയ്ക്ക് ചന്ദ്രേളേപ്പന്റെ കത്തുണ്ടോ എന്നു നോക്കാൻ പോയാൽ രമാദേവി ടി, തൈപ്പറമ്പ് വീട് എന്നു വിളിക്കുമ്പോഴേക്ക് പോസ്റ്റുമാന്റെ കൈയിൽനിന്ന് വാങ്ങിയെടുക്കുന്നത് അവൻ. പോകുംവഴി കരിമ്പാൾപ്പിലെ ഒറ്റത്തടിപ്പാലം ആദ്യം കടക്കുന്നത് അവൻ. ഇരുപത്തഞ്ചു പൈസയുംകൊണ്ട് കാപ്പിച്ചന്തൂന്റെ പീടികയിൽ മീൻവാങ്ങാൻ പോകുമ്പോൾ പൈസ പോക്കറ്റിലിടുന്നത് അവൻ. മീൻകാരി ജാനകിക്ക് പൈസ കൊടുക്കുന്നത് അവൻ. കുന്നമ്മല് മുതിരപ്പാടത്ത് തൂറാൻ പോയിവന്നിട്ട് വെള്ളം ചോദിക്കുമ്പോൾ അമ്മ തരുന്ന ആദ്യത്തെ പാട്ട വെള്ളം അവന്.

രണ്ടാമത് എനിക്ക്. വിഷുവിന് വെടിപൊട്ടിക്കുമ്പോൾ ഓലവെടി അവന്. കോല് എനിക്ക്. പൂക്കുറ്റിയും നെൽച്ചക്രവും അവന്. കമ്പിത്തിരി എനിക്ക്.

എന്നെങ്കിലും രാവിലെ ധനരാജിന് പറശ്ശിനിക്കടവിൽ പോകുന്നുണ്ടെങ്കിൽ സൈഡ്സീറ്റ് അവന്. അമ്മയുടെ മുടി എനിക്ക്.

ഓനെപ്പോങ്കിലല്ലേ ബെരലില്ലൂട. അമ്മ.

തെയ്യത്തിനല്ലാതെ വർഷത്തിൽ മൂന്നുതവണയാണ് നാഥന്റെ വരവ്. മൂന്നു വെക്കേഷനുകൾ. നീളൻ ചവോക്കുമരങ്ങൾ അതിരിട്ട പറങ്കിമാവിൻ തോട്ടങ്ങൾക്കിടയിലെ ജില്ലിറോട്ടിലൂടെ രാവിലെ എട്ടരയ്ക്കും ഉച്ചയ്ക്ക് രണ്ടരയ്ക്കും വേച്ചുവരുന്ന ധനരാജിന്റെ വിളറിയ മഞ്ഞ ബോർഡിൽ ഏറ്റവും താഴെയായി ചെറിയ അക്ഷരങ്ങളിൽ മാത്രം പേരെഴുതിക്കണ്ടിട്ടുള്ള ഞങ്ങളുടെ നാടിന്റെ ചുട്ടുപഴുത്ത വഴികളിൽ എന്റെയും നാഥന്റെയും മുൻപിൽ തർക്കങ്ങൾ വെക്കേഷനുകൾ തോറും ഭിക്ഷയാചിക്കാനിറങ്ങി. ഓരോ തർക്കത്തിലും മുൻതർക്കത്തിൽ എനിക്കു കല്പിക്കപ്പെട്ട ഇളമ നാഥൻ കീഴ്വഴക്കമാക്കി. അങ്ങനെ ബസു കളിയിൽ കിളിയായിരുന്നതുകൊണ്ട് സൈക്കിളെടുത്തപ്പോൾ ഞാൻ പിന്നിലിരുന്നു. സൈക്കിളിൽ പിന്നിലിരുന്നതുകൊണ്ട് കൊട്ടാടക്കാലിൽ വെള്ളം കോരാൻ ഏത്തം വലിക്കുമ്പോൾ ഞാൻ പിന്നിൽ തൂങ്ങി. ഏത്തത്തിന്റെ പിന്നിൽ തൂങ്ങുന്നവനായതുകൊണ്ട് ഫുട്ബോൾ കളിയിൽ ഞാൻ പന്ത് തൊടാൻപോലും കിട്ടാതെ പിന്നിൽ നില്ക്കുന്ന ഗോളിയായി. ഫുട്ബോളിൽ ഗോൾപോസ്റ്റ് കാത്തതുകൊണ്ട് വീട് കളിച്ചപ്പോൾ ഞാൻ വീടുകാക്കുന്ന അമ്മയായി. വീട്ടിൽ അമ്മയായതുകൊണ്ട് നാടകത്തിൽ ഞാൻ ഭാര്യയായി. എനിക്കുറപ്പുണ്ട്, ഇന്നിപ്പോൾ ഒരവസരം ഒപ്പിച്ച് മച്ചുമ്മേക്കേറി പതുക്കെ ഒന്ന് ദാമു പറഞ്ഞ കാര്യം നടത്തിനോക്കാമെന്നു വിചാരിച്ചപ്പോൾ I am boy അവൻ മുറവിളി തുടങ്ങിയതുതന്നെ അതിനാണ്. നാടകത്തിൽ ഭാര്യയായതുകൊണ്ട് ദാമു പറഞ്ഞ കാര്യം ചെയ്യുമ്പോൾ ഞാൻ പെണ്ണാവണം.

നാഥൻ വരാതിരുന്നിട്ടുള്ള അവധിക്കാലവും ഉണ്ട്. ഉദാഹരണത്തിന് തമ്പായിയമ്മയ്ക്ക് ടൈഫോയ്ഡ് വന്ന കഴിഞ്ഞ ഏപ്രിൽ. അന്നു സത്യത്തിൽ *മഞ്ഞിൽ വിരിഞ്ഞ പൂക്കൾ* കാണാൻ കൈലാസിൽ പോയപ്പോഴാണ് നാഥൻ വന്നിട്ടില്ല എന്ന് എനിക്ക് ശരിക്കും മനസ്സിലായത്. ആണും പെണ്ണും തമ്മിൽ ചെയ്യുന്ന കാര്യത്തെപ്പറ്റി തിയേറ്ററിലിരുന്ന് എനിക്കു തോന്നിയ കാര്യങ്ങളൊന്നും വലതുവശത്ത് നാഥനു പകരം ഇരുന്ന രമേളേമ്മയോട് പറയാവുന്നതായിരുന്നില്ല. നാഥൻ ഉള്ള സമയത്തേക്കാൾ ഞാൻ ഒന്നുമല്ലാതാകുന്നത് അവൻ ഇല്ലാത്തപ്പോഴാണ്, എനിക്കു തോന്നി. തമ്പായിയമ്മയ്ക്ക് അസുഖം മാറിയപ്പോൾ അവൻ അത് പിന്നെ കൊച്ചിയിൽ വെച്ചുതന്നെ കണ്ടു.

പ്രേം പ്രഭയെ നോക്കി മീശയിൽ വിരൽവെച്ചു വരച്ചാൽ പ്രഭ ലജ്ജിക്കുന്നതെന്തിനാടാ? അടുത്ത ഓണത്തിന് വന്നപ്പോൾ കൊട്ടലങ്ങാട്ട് രണ്ടു കൊണ്ട പാലുവാങ്ങാൻ മൂലക്കണ്ടത്തിലൂടെ പോകുംവഴി ഞാൻ നാഥ

നോട് ചോദിച്ചു.

വട്ടക്കിണറിൽനിന്ന് വാഴത്തോട്ടത്തിലേക്ക് വെള്ളമൊഴുക്കുന്ന ഓലിയ കഴിഞ്ഞ് ആ വെള്ളം വന്നുചേരുന്ന കൂവലിന്റെ അടുത്തെത്തിയിരുന്നു നാഥൻ. രണ്ടു ദിവസമായി ആരും ഏത്തം വലിക്കാത്തതുകൊണ്ട് വരണ്ടുകിടന്ന കൂവലിൽനിന്ന് അഞ്ചാറ് ഉരുളൻ കല്ലെടുത്ത് ദൂരെക്കൂടി പോകുന്ന പൊക്കിനായിക്ക് ഒരേറു വെച്ചുകൊടുത്തതല്ലാതെ നാഥൻ ഒന്നും മിണ്ടിയില്ല.

"അതല്ലട, മീശ വന്നാലല്ലേ ആണുങ്ങളോട് പെണ്ണുങ്ങൾക്ക് മറ്റതൊക്കെ തോന്നൂ. അല്ലേ?" ഞാൻതന്നെ ഉത്തരം ചമച്ചു.

"പോട. Mustache is non sexual." നാഥൻ പറഞ്ഞു.

തർക്കങ്ങളില്ലാത്ത ബന്ധം ഞങ്ങൾക്കിടയിൽ ഉണ്ടാകാനെന്തുവഴി എന്ന് അഞ്ചാം ക്ലാസൊക്കെ കഴിഞ്ഞപ്പോൾ തൊട്ട് ആലോചിക്കുന്നതാണ്. പക്ഷേ, അത് ഞാൻ മാത്രം വിചാരിച്ചാൽ നടക്കുന്ന കാര്യമല്ലെന്ന് മനസ്സിലായപ്പോൾ വിട്ടു. ഇതെല്ലാം ഞങ്ങൾക്കേ അറിയൂ. മറ്റുള്ളവരുടെ വിചാരം ഞങ്ങൾ പഞ്ചസാരയും ഉറുമ്പും പോലെയാണെന്നാണ്. ഒന്നുണ്ടെങ്കിൽ ഉടനേ മറ്റേതിനെയും കാണാം. ഞാൻ പെണ്ണായിരുന്നെങ്കിൽ നാഥനെക്കൊണ്ട് എന്നെ കെട്ടിക്കാമായിരുന്നുവെന്ന് അമ്മ തമ്പായിമ്മയോട് തമാശ പറയുന്നതും കേട്ടിട്ടുണ്ട്. മുറപ്പെണ്ണായി കണക്കാക്കി. എന്നാലും നാഥൻ പെണ്ണായിരുന്നെങ്കിൽ എന്ന് അമ്മയുടെ വായിൽനിന്ന് ഒരിക്കലും വീഴില്ല. ഇംഗ്ലീഷ് മീഡിയത്തിൽ അതും കൊച്ചീല് പഠിക്കുന്നവനല്ലേ, അമ്മ മുതൽ ദാമുവരെ എല്ലാവരും അവന്റെ ഭക്തരാണ്. നാഥാ, നാഥാ എന്ന വിളിയാണ് എപ്പോഴും.

"നാഥാ, എന്നെപ്പോട നീ കൊച്ചീക്കൊണ്ടോന്നെ?" അവൻ വരുമ്പോഴെല്ലാം ദാമു വാപൊളിച്ച് മുഖംപൊക്കി കണ്ണുമാത്രം താഴോട്ടാക്കി ചോദിക്കും.

ബാലമ്മാമന് കൊച്ചിയിൽ എഫ് എ സി ടിയിൽ ജോലി കിട്ടി അവിടെ സ്ഥിരതാമസമാക്കിയശേഷം ഞാൻ ഒരിക്കലേ അവിടെ പോയിട്ടുള്ളൂ. നാലാം വയസ്സിൽ. അവിടെ കക്കൂസ് ഉണ്ടായിരുന്നത് നല്ല ഓർമ്മയുണ്ട്. പിന്നീട്, നാഥൻ ഇങ്ങോട്ടു വരാൻ തുടങ്ങിയപ്പോൾ കൊച്ചീന്നല്ലേ, എറണാകുളമെന്നാണു പറയാറ്. അവൻ പറയുന്ന കാര്യങ്ങളിലെന്തെങ്കിലും നാലാം വയസ്സിൽ കണ്ടതിലുണ്ടോ എന്ന എന്റെ ആലോചന വെറുതേ സമയംകൊല്ലി പരിപാടിയായി. അവിടെ മേനക എന്നു പറഞ്ഞാൽ ഒരു സ്ഥലമാണെന്ന് അമ്മ ഓർമ്മയിൽനിന്ന് പറയും. സ്ഥലങ്ങളിലുമുണ്ടോ ആണും പെണ്ണും? പിന്നെ നാഥനാണു പറഞ്ഞത് അതു തിയേറ്ററാണെന്ന്. തിയേറ്ററിലുമുണ്ടോ ആണും പെണ്ണും? ഞങ്ങളുടെ വീട്ടിൽനിന്ന് ആറു കിലോമീറ്റർ തെക്കോട്ടു പോയാലുള്ള തിയേറ്റർ ആണാണ്, കൈലാസ്. പിന്നെ മൂന്നു കിലോമീറ്റർ കിഴക്കോട്ടു പോയാൽ ഒരു പെണ്ണുണ്ട് – വനജ.

കൊച്ചിയിൽ മേനകയിലേക്കു പോകുംവഴിയാണ് നാഥന്റെ സ്കൂൾ. ആൽബർട്സിൽ ക്ലാസ് കഴിഞ്ഞതിന്റെ പിറ്റേന്നുതന്നെ ബാലമ്മാമൻ

തമ്പായിയമ്മയെയും നാഥനെയും മലബാർ എക്സ്പ്രസിൽ കയറ്റി ഇങ്ങോട്ടുവിട്ടു. മൂപ്പർക്ക് വീട്ടിൽ കൂട്ടുകാരെയൊക്കെ കൊണ്ടുവന്ന് സല്ക്കരിക്കാനാണെന്ന് തമ്പായിയമ്മ അമ്മയോട് പതുക്കെ പറയും. പക്ഷേ, ഇന്നോ നാളെയോ തന്നെ ബാലമ്മാമനും ഇങ്ങെത്തും. രമെളേമ്മയെ ആസ്പത്രിയിൽ കൊണ്ടു പോകണം. രമെളേമ്മയ്ക്ക് ഏഴാം മാസമാണ്. ആദ്യത്തെ കുട്ടിയാണ്. ചന്ദ്രേളേപ്പൻ പൂണെയിലായതുകൊണ്ട് പ്രധാനപ്പെട്ട പരിശോധനകളെല്ലാം ബാലമ്മാമൻ വന്നിട്ടുമതിയെന്ന് തീരുമാനിക്കുകയായിരുന്നു. ഇപ്പോഴത്തേത് പ്രധാനപ്പെട്ട പരിശോധനയാണ്. കുഞ്ഞ് ആണോ പെണ്ണോ എന്നറിയുന്ന പരിശോധന. സ്കാനിങ്. എക്സ്റേ എടുത്താൽ പോരാത്ത കാര്യമാണ്. കൂടാതെ രമെളേമ്മയ്ക്ക് വയറിന് സ്തംഭനമുണ്ട്. അതു നോക്കും. സ്കാനിങ് ചെയ്തുകൂടാത്തതാണെന്ന് വാണിയമ്പാറയിലൊക്കെ ഒരു സംസാരമുണ്ട്. സുബ്രായന്റെ മില്ലിൽ നെല്ലുകുത്താൻ പോയപ്പോൾ കൃഷ്ണൻ മണിയാണി അമ്മയോട് ചോദിക്കുന്നതു കേട്ടതാണ്.

"ബല്യ പരിഷ്കാരത്തിനെല്ലാം പോയിറ്റ് കുഞ്ഞീല്ലാതാക്കണോ ശാന്തേ?"

പക്ഷേ, ബാലമ്മാമൻ അതു കേട്ടാൽ പരിഹസിക്കും.

"ഇത്ര വിവരൂല്ലാതായിപ്പോയില്ലോ നിങ്ങക്കെല്ലം. ആടേല്ലൂയിത് നിസ്സാര കാര്യാണ്."

നാഥനും പറയും. Fetal sex determination is done on a regular basis there. അത്രയ്ക്കൊക്കെ ഗർഭം കൊച്ചിയിലുണ്ടോ ആവോ?

ചങ്ങലാട്ട ചതിക്കില്ല, പതിക്കാൽ ദൈവം പ്രാർത്ഥന മറക്കില്ല. രമെളേമ്മേടെ കുഞ്ഞിന് കേടൊന്നും വരാതെ നോക്കണേ എന്നു പതിക്കാലിലെ ദൈവത്തോട് എല്ലാ ദിവസവും സന്ധ്യക്ക് ചങ്ങലാട്ടയിൽനിന്ന് വെളിച്ചെണ്ണയിൽ കുതിർന്ന ഓരോ തിരി വെക്കുമ്പോൾ ദാമൂന്റെ കൂടെ നിന്ന് ഞാൻ പ്രാർത്ഥിക്കാറുണ്ട്. പ്രാർത്ഥന ഇക്കാര്യത്തിലൊക്കെ പതിക്കാൽ ഭഗവാൻ കേൾക്കാറുണ്ട്. പക്ഷേ, ബാലമ്മാമന്റെ വരവൊന്ന് ഒഴിവാക്കിത്തരണേ എന്നു പ്രാർത്ഥിച്ചിട്ട് ഇന്നേവരെ തറവാട്ടിലെ കുടിയിരുപ്പ് ദൈവങ്ങൾ കേട്ടിട്ടില്ല. ബാലമ്മാമൻ വരുന്ന ദിവസം എന്റെ കരിദിനമാണ്. കാക്കൊല്ലപ്പരീക്ഷയ്ക്ക് എല്ലാറ്റിലും നാല്പതിനു മുകളിൽ, അരക്കൊല്ലത്തിന് സോഷ്യലിസുമാത്രം മുപ്പത്തൊമ്പത്, കൊല്ലപ്പരീക്ഷയ്ക്ക് പേപ്പർ കിട്ടിയില്ല, എന്നാലും സുകോമളൻ മാഷ് പറഞ്ഞുതന്നു, എല്ലാറ്റിനും നാല്പതിനു മുകളിൽത്തന്നെ. ബി എസ് സി മാഷുടെ ചെവിനുള്ള് ഇതുവരെ കിട്ടിയിട്ടില്ല. രാമഗിരി വായനശാലയിൽ നിന്നെടുത്ത ഇതുവരെ വായിച്ച പുസ്തകങ്ങൾ *പാത്തുമ്മയുടെ ആട്, ഒരു ദേശത്തിന്റെ കഥ, ഒരു തെരുവിന്റെ കഥ, നാലുകെട്ട്, ചെമ്മീൻ, സി എൽ ജോസിന്റെ നാടകങ്ങൾ.* പക്ഷേ, ബാലമ്മാമന്റെ ടാലന്റ് സർച്ചിലെത്തുമ്പോഴേക്കും ഈ നേട്ടങ്ങളെല്ലാം ആവിയായിപ്പോകും. ഏതെങ്കിലും ഒരു വിഷയം തന്ന് മലയാളത്തിലും ഇംഗ്ലീഷിലും മാറി മാറി പ്രസംഗിക്കണം. വിഷയം തീരു

മാനിക്കുന്നത് ബാലമ്മാമൻ. മലയാളത്തിൽ ഞാൻ ചിലതൊക്കെ പറയും. ഇംഗ്ലീഷിൽ നിന്നുവിയർക്കും. നാഥനാണെങ്കിൽ മലയാളത്തിൽ അത്യാവശ്യം പറയും. ഇംഗ്ലീഷിൽ കലക്കും. അതോടെ തുടങ്ങും.

"എട, നിന്റെ അച്ഛനുണ്ടാരുന്നെങ്കില് ഞാനിത് പറയേണ്ടിവരുമാരുന്നില്ല. ഇംഗ്ലീഷ് നിനക്കറിയാഞ്ഞിറ്റല്ല. പറഞ്ഞ് ശീലിക്കുന്നില്ല. ഹിന്ദുവായിരിക്കണം."

കേട്ടാൽ നല്ല കാര്യം. അതുകൊണ്ടാണ് ഇരുമ്പിന്റെ വട്ടക്കമ്പിയിൽ പ്ലാസ്റ്റിക് നാരുകൊണ്ട് ഇസ്പേഡ് മെടഞ്ഞ കസേരയിലിരുന്ന് ഞാനും അടുക്കള വാതിലിന്റെ ഓടാമ്പലിൽ ഒരു കൈവെച്ച് നടുവും താങ്ങിനിന്ന് അമ്മയും ഒരേപോലെ ചിമ്മിനിവിളക്കിന്റെ പ്രകാശംപോലൊരു ചിരി ചിരിച്ചുകൊണ്ട് അതു കേൾക്കാറുള്ളത്. മുറ്റത്തെ തൈത്തെങ്ങിന്റെ ചുവട്ടിൽ അലക്കുകല്ലിന്റെ അടിയിൽ പതുങ്ങി ഒരു പ്രേക്കൻ തവളമാത്രം അതിന്റെ ഭാഷയിൽ ചില യാഥാർത്ഥ്യങ്ങൾ പറഞ്ഞു.

Thara, you should help your cousin learn good English.

ബാലമ്മാമൻ മാത്രമേ നാഥനെ പേരിന്റെ ആദ്യത്തെ പെൺനാമം കൊണ്ട് വിളിക്കാറുള്ളൂ. ഇഷ്ടമല്ല അവന് അത്. പക്ഷേ, അച്ഛനായതിനാൽ എതിർക്കാൻ വയ്യ. ശരിക്കും പറഞ്ഞാൽ പേരിൽ പെണ്ണുള്ളത് അവനാണ്. ബാലമ്മാമൻ വെറുതേയല്ലല്ലോ അങ്ങനെ വിളിക്കുന്നത്. കളിക്കുന്ന കളിതന്നെയാകണമെന്നില്ല കീഴ്വഴക്കങ്ങൾ. ഇത് അവന് പേരിട്ടകാലം തൊട്ടുള്ള കീഴ്വഴക്കമാണല്ലോ.

"താരാനാഥനിലല്ലേ ശരിക്കും പെണ്ണുള്ളത്? താര? അപ്പോൾ യു ആർ ഗേൾ." പറഞ്ഞുനോക്കി.

"Can come back when you agree with my terms." നാഥൻ ഇറങ്ങാനൊരുങ്ങി.

ദാമുവിനാണ് രണ്ടു പൊട്ടിക്കേണ്ടത്. ആണും പെണ്ണും തമ്മിലുള്ള പരിപാടിയെപ്പറ്റി ചില സംശയങ്ങൾ തീർക്കണമെന്നേ ഞങ്ങൾക്കു രണ്ടുപേർക്കും ഉണ്ടായിരുന്നുള്ളൂ. ദാമുവിന് അതു കിട്ടാതെ കിട്ടിയ അവസരം പോലെയാക്കി. എന്തൊരു വിവരണം. കേട്ടാൽ അവൻ ഇതൊക്കെ ചെയ്തപോലെയാണ്.

"എന്റെ കാര്യം ബ്ട് മക്കളേ. ന്ങ്ങക്കായാലും ബല്താകുമ്പളേക്ക് ഇതാരും പഠിപ്പിച്ച് തരൊന്നൂല്ല. ഇപ്പളേ ഇതല്ലം കൊറച്ച് അറിയണം. ഇല്ലെങ്ക് മംഗലം കയ്ക്കാനാകുമ്പപ്പിന്നെ എന്താക്കും? ന്ങ്ങ രണ്ടാള്ല്ലേ. ഒരാള് ആണാണം. മറ്റാള് പെണ്ണാണം."

ദാമുതന്നെ സ്ഥലവും നേരവും കുറിച്ചു. സ്ഥലം മച്ച്. "കെടന്ന് തുള്ളി ഉത്തരൂം കഴുപ്പലീം എളക്കാഞ്ഞാമതി." ദാമു പൊട്ടിച്ചിരിച്ചു. നേരം അമ്മയും തമ്പായിമ്മയും കീപ്പാട്ടെ സാവിത്ര്യേട്ടീടടുത്ത് കാനൂല് പറയാൻ പോകുന്ന ഉച്ച. രമേളേമ്മ പടിഞ്ഞാറ്റയിൽ പത്തായത്തിന്മേൽ കിടക്കവിരിച്ച് ഉറങ്ങാൻ കിടക്കും. ആരുമറിയില്ല. ചാവോക്കുകൾക്ക് പേയിളകിയും ഒഴിഞ്ഞും ധനരാജ് വന്നും മടങ്ങിയും രണ്ട് ഉച്ചകൾ നിരാശപ്പെ

ടുത്തിയതിന് ശേഷമാണ് രമെള്ളേമ്മ ഉറങ്ങാൻ കിടക്കുകയും അമ്മ - തമ്പായിമ്മമാർ കാനൂൽ യാത്രയ്ക്കിറങ്ങുകയും ചെയ്യുന്നത് ഒന്നിച്ചു സംഭവിക്കുന്നത്. അങ്ങനെ കൈവന്ന അവസരമാണ്. കൈവിടാൻ പാടുണ്ടോ?

താഴേക്കുള്ള ആദ്യത്തെ പടിയിൽ എത്തിക്കഴിഞ്ഞിരുന്ന നാഥന്റെ കൈയിൽച്ചെന്നു ഞാൻ പിടിച്ചു.

ഓകെ. ഇത്തവണ അങ്ങനെയാകാം. പക്ഷേ, അടുത്തതവണ തിരിച്ചാകണം.

കീഴ്‌വഴക്കങ്ങളുടെ കണ്ണികളിലൊന്ന് എന്റെ കൈയിലുമിരിക്കട്ടെ. വിച്ഛേദിക്കപ്പെടാൻ തീരുമാനിക്കുന്നെങ്കിൽ അതിനുള്ള സ്വാതന്ത്ര്യം എന്ന നിലയ്ക്ക്. ഇത്തവണ പെണ്ണായാൽ അടുത്ത തവണ ആണാകുന്നതും കീഴ്‌വഴക്കങ്ങളുടെ കുടുംബത്തിൽ പിറന്ന ഒരു തീരുമാനമാകുന്നതിൽ എന്താണ് തെറ്റ്?

നാഥൻ തിരിച്ചുവന്നു.

Agreed.

അങ്ങനെ എന്റെ ഒറ്റത്തവണ ലിംഗമാറ്റത്തിനു കരാറായി. അതനുസരിച്ച് ഞങ്ങൾ മച്ചിന്റെ, അമ്മ, നെല്ല് പുഴുങ്ങാനിടുന്ന മൂലയിൽ വെളിച്ചത്തെ എല്ലാ ജനലുകൾക്കും പുറത്ത് തളച്ചടച്ച് ഇരുട്ടിനെ ആവുന്നത്ര കട്ടിയാക്കി ദാമു പറഞ്ഞ കാര്യം ചെയ്യാൻ തുടങ്ങി. രണ്ടുപേരും ഷർട്ടൂരി കെട്ടിപ്പിടിച്ചു. ഞാൻ കെട്ടിപ്പിടിച്ചത് ഒരു പാറയെ ആയിരുന്നു. പാറവയർ. പാറനെഞ്ച്. പാറക്കൈ. ഇരുട്ടത്ത് എന്റേതുമായി സ്പർശിച്ചുനില്ക്കുന്ന നാഥന്റെ ഈ ഭാഗങ്ങൾ മാത്രമാണ് എനിക്കിപ്പോൾ നാഥൻ. അഥവാ നാഥൻപാറ. അതിന്റെ മുഖം എവിടെയാണെന്നുപോലും എനിക്കു മനസ്സിലാക്കാൻ കഴിഞ്ഞില്ല. അനങ്ങാപ്പാറപോലെ നില്ക്കുന്ന എന്റെ മുഖത്തിനു നേർക്ക് അതുണ്ടാകാതെ തരമില്ല. പക്ഷേ, കണ്ടെത്താൻ ഒരു പരതൽ എനിക്കു സാദ്ധ്യമല്ല.

"Girl should do something to help boy erect."

നാഥന് തലയും നാക്കും നഷ്ടപ്പെട്ടിട്ടില്ലെന്ന് ഉറപ്പായി. ഇംഗ്ലീഷും വായ്മണവും വന്നത് എന്റെ മുഖത്തിന് തൊട്ടടുത്തുനിന്നുതന്നെ. അവൻ എന്നോട് ആവശ്യപ്പെട്ട കാര്യം ദാമുവിന്റെ ഉപദേശമാണ്. പെണ്ണ് ആണിനെ ഉണർത്തണം. മനസ്സില്ലെന്ന് പറയാമായിരുന്നു. പക്ഷേ, അടുത്തതവണ ലിംഗം വീണ്ടും വെച്ചുമാറുമ്പോൾ സ്ഥാനങ്ങൾ മാറും. അനുഭവങ്ങൾ മാറും. ഞാൻ വിഷമിക്കും. പുറകിൽനിന്ന് കൈയെടുത്ത് ഞാൻ നാഥന്റെ വയറിൽ വെച്ചു. അതിന്റെ കുഴിയിൽ വിരൽ താഴ്ത്തി. അതിനുള്ളിൽ കുറച്ചുമുൻപ് കഴിച്ച ചോറും സാമ്പാറും കൂടിക്കുഴഞ്ഞു കിടക്കുന്നത് ചിന്തിച്ചപ്പോൾ കൈവലിച്ചു. കൈ പുറകോട്ടുതന്നെ ഇട്ട് പാറപ്പുറത്ത് വിയർപ്പിന്റെ ഉറുമ്പിൻകുഞ്ഞുങ്ങളെ വകഞ്ഞുമാറ്റി അനുഭൂതിയുടെ രസച്ചാലുകൾ അന്വേഷിച്ചു. വെറുതെയായിരുന്നു. പാറകൾ കെട്ടിപ്പിടിച്ചു നില്ക്കുമ്പോൾ അത് നടക്കുന്നത് മാർദ്ദവത്തെ നാടുകടത്തിയ രാജ്യത്താണ്. സങ്കല്പിക്കാൻ ഒന്നുമില്ലാതെ, തൊട്ടെടുക്കാൻ രസക്കൂട്ടില്ലാതെ,

പരാതി കണ്ടെത്താൻ രഹസ്യങ്ങളില്ലാതെ എനിക്ക് ആദ്യ രതിപരീക്ഷണം ഖരസാന്ദ്രമായ ഇരുട്ടും ചൂടും മാത്രമായി.

പക്ഷേ, നാഥൻപാറയുടെ ഇളക്കങ്ങളിൽ കുറച്ച് വികാരമുണ്ടെന്ന് എനിക്കു തോന്നി. അവൻ കെട്ടിപ്പിടിച്ചു നില്ക്കുന്നത് പാറയെ അല്ല. അതെനിക്ക് എന്നെക്കുറിച്ചുതന്നെ കുറച്ചിലുണ്ടാക്കി. പക്ഷേ, അതൊരു സാദ്ധ്യതയുമാണ്. അടുത്ത തവണത്തേക്ക് ആണായാലേ വികാരം വരൂ. ഇത്തവണ തന്നെ ഈ പെൺനില്പ് വേണ്ടിയിരുന്നില്ല. ഒരു കുതറിമാറ ലിന് ഞാൻ ശ്രമിച്ചു. നാഥന്റെ ആലിംഗനം പക്ഷേ, അതിനൊത്തു മുറുകി.

"Thara, I Love You." നാഥൻ എന്റെ ചെവിക്കരികിൽ പറഞ്ഞു.

എനിക്ക് ചിരിപൊട്ടി. അതിന്റെ വഴുക്കലിൽ അവന്റെ പിടിത്ത ത്തിൽനിന്ന് ഞാനൂരി. നാഥനെക്കാളേറെ എന്നെ വിടാൻ മടിച്ചത് അവന്റെ വിയർപ്പായിരുന്നു. എന്റെ ശരീരത്തിലേക്ക് കൂറുമാറിയ അതിൽ ചിലത് ജനലിന്റെ അടുത്തെത്തി ഷർട്ടിടുമ്പോൾ ഞാൻ തുടച്ചുകളഞ്ഞു. ഞാൻ പടിയിറങ്ങാൻ ചെന്നു.

നീയല്ലേ താര? എന്നിട്ട് എന്നോടെന്തിനാണ് താര ഐ ലവ് യൂ എന്നു പറയുന്നത്? ഈയർത്ഥം വരുന്നതായിരുന്നു എന്റെ ചിരി. പകുതി പടിയിറങ്ങി ഞാൻ വിളിച്ചു.

"നാഥാ, നടുക്കണ്ടത്തിൽ കബഡിയുണ്ട്. വരുന്നോ?"

ബാലമ്മാമൻ വരുമെന്ന് അറിയിപ്പുണ്ടായിരുന്നതിനാൽ അന്നു രാത്രി വിരുന്നുണ്ടായിരുന്നു. ദാമു രണ്ടു കോഴികളെ വളപ്പുമൊത്തം ഓടിച്ചിട്ട് പിടിച്ച് പീലി കളഞ്ഞപ്പോഴേക്കാണ് കണ്ടത്തിൽ കബഡി കാണാൻ പോയ ഞാനും നാഥനും പാഞ്ഞെത്തിയത്. വീടിന്റെ പുറകിൽ ഒരു പ്രദേശമാ കെ, ഒറ്റക്കോലം കഴിഞ്ഞ് പിറ്റേന്ന് സ്കൂളിൽ പോകുമ്പോൾ മൊട്ടമ്മൽ മുതൽ തണ്ണോട്ടുവരെ കാണാറുള്ളതുപോലെ, കോഴിപ്പീലി പറന്നുകളി ക്കുന്നു. മറ്റ് കോഴികൾ ഒച്ചയുണ്ടാക്കിക്കൊണ്ട് തൈത്തെങ്ങിന്റെ തട ത്തിൽ ചെളി കൊത്തുന്നു.

പൂർണ്ണ നഗ്നത പ്രദർശിപ്പിച്ചു കിടന്ന കോഴികൾക്ക് തലയുണ്ടായി രുന്നില്ല.

ദാമൂ, ഇതിലേതാ ആണും പെണ്ണും? ഞാൻ ചോദിച്ചു.

"One with more softness is hen." നാഥനാണ് മറുപടി പറഞ്ഞത്. അവൻ ഒന്നിന്റെ തുടയിൽ അമർത്തി.

കാറ്റുപോയാപ്പിന്നെന്താണുമ്പെണ്ണും? ദാമു ഒരിക്കൽക്കൂടി പൊട്ടി ച്ചിരിച്ചു.

ഞാൻ പ്രാർത്ഥിച്ചിട്ടൊന്നുമല്ലെങ്കിലും വണ്ടിതെറ്റി ബാലമ്മാമൻ വന്നില്ല. രാത്രി ഊണിന് കോഴിക്കറി വിളമ്പാൻ അമ്മ പിഞ്ഞാണം തുട ച്ചപ്പോൾ ഞാൻ പറഞ്ഞുനോക്കി.

എനിക്ക് എല്ലില്ലാത്തതുവേണം.

"Softchick is reserved for cock." നാഥൻ പറഞ്ഞു. കീഴ്വഴക്ക ത്തിന്റെ മറ്റൊരു നാഥവിളംബരം.

എടാ പീറേ, കാറ്റുപോയാപ്പിന്നെ എന്താണ് എന്തു പെണ്ണ് എന്ന് ദാമു പറഞ്ഞത് നീ കേട്ടതല്ലേ? ഇത് കാറ്റും പോയി, കെടന്ന് വേകും ചെയ്തു. വെന്ത പെണ്ണിനെയാണോ നിനക്കു വേണ്ടത്? ഇതെല്ലാമാണ് പറയാൻ തോന്നിയത്. പക്ഷേ, അമ്മയുടെ വിഗ്രഹത്തോട് ഞാനങ്ങനെ പറയാൻ പാടില്ലല്ലോ. മിണ്ടിയില്ല.

"നാഥൻ നിനക്ക് അതിൽനിന്ന് ഒരു കഷണം തരും." അമ്മ സമാധാനിപ്പിച്ചു. "നാഥാ കൊടുക്കില്ലേ മോനേ?"

നാഥൻ കടിച്ചതിന്റെ ബാക്കി എനിക്കു തന്നു. ഞാനത് അമ്മ കാണാതെ ചാണകം തേച്ച നിലത്തിട്ട് ഉരച്ചു.

"Shall we go too much?"

പിറ്റേന്ന് ഉച്ചയ്ക്ക് നാഥൻ ചോദിച്ചു. മച്ചിൽ പോയാലോ എന്നാണ്. രമെളേമ്മ പടിഞ്ഞാറ്റയിൽ കയറി പത്തായത്തിൽ കിടക്ക വിരിച്ചു. തീരെ വിചാരിക്കാതെ അമ്മയും തമ്പായിമ്മയും കുന്നുമ്മല് ചാണോപ്പൊളി പരത്താൻ പോയി. പുലിക്കോടൻ വളപ്പിൽപ്പോയി സരസ്വതിയേട്ടിയെയും കണ്ടേ മടങ്ങൂ. സരസ്വതിയേട്ടിയുടെ മക്കളുടെ കുഞ്ഞിനെ മണിപ്പാലിൽ കൊണ്ടുപോയതിന്റെ വിവരം അറിയാനുണ്ട്. ചുവരിനോടു ചേർന്ന് മണ്ണു കൊണ്ടുതന്നെ കെട്ടിയുണ്ടാക്കി തറയോടൊപ്പം ചാണകം മെഴുകിയ പത്തു പടികളിൽ പകുതിയെത്തിയപ്പോൾത്തന്നെ ഞാൻ പറഞ്ഞു: ഇന്ന് ഞാൻ ആണ്, നീ പെണ്ണ്.

നാഥൻ ഒന്നും പറയാതെ മുകളിലെത്തി. ഞങ്ങളുടെ ബന്ധത്തിൽ ഇതുവരെയില്ലാതിരുന്ന ഒരു ആണത്തം എനിക്ക് അംഗീകരിച്ചുതരുന്ന നാഥനെ എങ്ങനെ നേരിടണം എന്ന ചിന്ത എന്നെയും ഭാരമുള്ളവനാക്കി. ആണായ ഞാനും പെണ്ണായ നാഥനും ഒരു വിചിത്രമായ സംഗതിയായിരിക്കും. പക്ഷേ, ഇരുട്ടിൽ പെട്ടെന്ന് എന്റെ കൈപിടിച്ച് നാഥൻ കെഞ്ചി.

"Please. കഴിഞ്ഞ തവണ നീ പെട്ടെന്ന് എന്റെ നിർത്തിക്കളഞ്ഞില്ലേ. എനിക്ക് മതിയായില്ല. So, this time too, I am the boy."

വഴങ്ങിയാൽ ഞാൻ വീണ്ടും പാറയെ കെട്ടിപ്പിടിക്കും. അവൻ കരിമ്പിൻ തണ്ടുപോലെ എന്നെ ചവച്ചുകുടിക്കും. വഴങ്ങിയില്ലെങ്കിൽ അവൻ ഇറങ്ങിപ്പോകും. ദാമു പറഞ്ഞകാര്യം ചെയ്യുന്നത് അതോടെ അവസാനിക്കും. പാറയെ കെട്ടിപ്പിടിക്കുന്നതിലും ഭേദം അതാണ്. ഞാൻ തീരുമാനിച്ചു.

ഇത്തവണ നാഥൻ ഇറങ്ങിയില്ല. പകരം അവൻ എന്നെ അടുപ്പിച്ചു നിർത്തി. എന്റെ ചുമലിൽ കൈവെച്ചു. പിറകിലൂടെ എന്റെ മുടിയിൽ വിരലുകൾ ഓടിച്ചു. "Next time, I will go by any of your demands. This time please." വിരലുകൾ എന്റെ കഴുത്തിനെ മൃദുവായി വലംവെച്ചു. അവിടെ മുയൽക്കുഞ്ഞുങ്ങളോടി. "You can always believe me. I will return your goodwill." വിരലുകൾ പിന്നിലേക്ക് കൈകളായി വളർന്ന് എന്നെ വരിഞ്ഞു. "I can help you enjoy this moment." ഞാനിപ്പോൾ നാഥന്റെ ആലിംഗനത്തിലാണ്. അവന്റെ ശ്വാസം എന്റെ ചുണ്ടുകൾക്കു

ചുറ്റും ചുഴിയിട്ട് എന്റെ ശബ്ദത്തെ ഞെരിച്ചു. അവൻ എന്നെ ഒന്നും പറയാവുന്നവനല്ലാതാക്കി. "You are my Love." ഞാൻ ഇവിടെ വേണമെങ്കിലും സ്പർശിക്കപ്പെടാവുന്നവനായി. കൈകൾ ഉടലിലേക്ക് വളർത്തി നാഥൻ എന്നെ ത്രിമാനമായി വളഞ്ഞു. വളയം മുറിക്കാതെ രണ്ടുപേരുടെയും ഷർട്ട് അവൻ ഊരി. അവന്റെ ദേഹത്ത് പൊടിഞ്ഞ ആൺ വിയർപ്പുകൾ പെൺ വിയർപ്പുകൾക്കായി എന്റെ ദേഹത്തേക്ക് ഉറ്റുനോക്കി.

"Thara, I love you." എന്റെ വലതുചെവിക്കടുത്ത് ഇരുട്ടത്ത് നാഥന്റെ സീൽക്കാരശബ്ദം ഇഴഞ്ഞു.

"Thara, I love you. Don't you love me too?" ആ ശബ്ദം കൂടുതൽ സ്വകാര്യമായി. അതിന് സ്പർശിക്കേണ്ടത് താരാനാഥനിലെ ആദ്യ പകുതിയെ ആണ്. ആലിംഗനത്തിന്റെ ഏകതയിൽ ആ പകുതി ഞാനാണ്. ഞാൻ മറുപടി പറയണം. പക്ഷേ, ഞാൻ താരയല്ല. അവനാണ് താര. അവന്റെ കൈത്തണ്ടയിൽ മുഖം അമർത്തി ഞാൻ ശബ്ദം ഒട്ടുംവിടാതെ അകത്തേക്കു വലിച്ചു. അത് അനുസരണയില്ലാത്ത കിതപ്പായി പുറത്തുവന്നു.

"Thara, tell me please. Don't you love me too?" അവൻ നിർബ്ബന്ധത്തിന്റെ സ്വരം സ്വീകരിച്ചു. എന്നെ ഒരാപത്തിൽനിന്ന് രക്ഷിക്കാനെന്നപോലെ മുറുക്കിപ്പിടിച്ച് അവൻ അത് ആവർത്തിച്ചുകൊണ്ടിരുന്നു. ഓരോ തവണയും ഓരോ നാഥനായി. "Thara, Don't you love me too?" പിടഞ്ഞ് നാഥൻ. "Don't you love me too?" അപേക്ഷിച്ച് നാഥൻ. "Don't you love me too?" ഇടറി നാഥൻ. പിന്നെ ക്ഷമചോർന്നും നാഥൻ.

വലിയ ഉയരമുള്ള ഒരു കെട്ടിടത്തിൽനിന്ന് പുറത്തേക്കു തള്ളിനില്ക്കുന്ന കമ്പിലാണ് ഞാനും നാഥനും ഇപ്പോൾ നില്ക്കുന്നത്. അവൻ പിടിവിട്ടാൽ ബഹുനിലകൾ താഴേക്കു പതിക്കും. അവന്റെ ചോദ്യത്തിനനുസരിച്ച് കമ്പ് വളഞ്ഞുകൊണ്ടിരുന്നു. ക്ഷമ അനുനിമിഷം വെള്ളരിക്കാബലൂണിന്റെ രൂപത്തിൽ എന്റെ മൂടിയ കണ്ണിനു മുമ്പിൽ വീർത്തുകൊണ്ടുമിരുന്നു. അതിപ്പോൾ പൊട്ടും. കമ്പും. പേടി എന്നെ വളഞ്ഞുപിടിച്ച് ഞെരിച്ചു. എനിക്കൊരു നാഥൻ വേണം.

"യെസ് ഐ ലവ് യൂ." ഞാൻ പറഞ്ഞു,.

ഞാൻ പറഞ്ഞു. അതേ. ഞാൻ പറഞ്ഞു. ഞാൻ പറഞ്ഞു?

താരാ. അതേ നിമിഷത്തിൽ താഴെനിന്ന് ഉച്ചത്തിൽ നാഥനെ ഒരു വിളി. നാഥൻ ഞെട്ടിക്കൊണ്ട് കുതറിമാറി. ബാലമ്മാമൻ എത്തിയിരിക്കുന്നു. ഷർട്ടെടുത്തിട്ട് താഴേക്കോടുന്നതിനിടയിൽ അവൻ തിരിഞ്ഞു. കൈയിലിരുന്ന് ഉണ്ടവെടി പൊട്ടിയ ആളുടെ ചോരവറ്റിയ മുഖമായിരുന്നു അപ്പോഴവന്. ആ മുഖം വന്ന് എന്റെ കവിളത്ത് ചുംബിച്ചു. "Thanks." അവൻ പറഞ്ഞു. എന്റെ ശരീരം അടിമുടി വിറച്ചു.

അന്നു രാത്രി ബാലമ്മാമന്റെ മുൻപാകെയുള്ള പ്രസംഗമത്സരം ഉണ്ടായിരുന്നില്ല. നാഥൻ പറഞ്ഞ് ഒഴിവാക്കി. ആദ്യമായിട്ടാണ് നാഥൻ എനിക്കുവേണ്ടി ഒരു നല്ല കാര്യം ചെയ്യുന്നത്. അതും ഞാൻ വളരെ ആഗ്രഹി

ക്കുന്ന ഒരു കാര്യം. രാത്രി ചോറുണ്ടശേഷമുള്ള പതിവുസമയത്ത് നാഥന്റെ തക്കതായ ഇടപെടൽ ഫലംകണ്ടു. നീളൻ കസേരയിൽ നിവർന്നുകിടന്ന് കണ്ണുപൂട്ടാൻ ഒരുങ്ങിയ ബാലമ്മാമന്റെ കണ്ണട കൂടിലെടുത്തുവെക്കാൻ സഹായിച്ചുകൊണ്ട് അവൻ എന്നെ നോക്കി. അതിനൊരു നന്ദിയോടെ യുള്ള നോട്ടം ആവശ്യപ്പെട്ടു. ഞാനതു നല്കി. പിറ്റേന്നു രാവിലെ രമെ ളേമ്മയെ ആസ്പത്രിയിൽ കൊണ്ടുപോകാൻ ബാലമ്മാമൻ ധൃതികൂട്ടി.

"എന്താദ് ശാന്തേ, ഓക്ക് ഇത്രെല്ലം ബര്ത്തണ്ടായിട്ട് ഒന്ന് കാണി ക്കാഞ്ഞേ. രാവ്ല്ത്തെ ധനരാജിനന്നെ പൂവാ."

ബാലമ്മാമനും രമെളേമ്മയും അമ്മയുംകൂടി ധനരാജിന് പോകാൻ ഇറങ്ങിയപ്പോൾ നാഥൻ എന്റെ കൈയിൽ മുറുകെപ്പിടിച്ച് ഇറയത്ത് നിന്നു. ഞാൻ അവന്റെ തോളോട് ചേർന്നുനിന്നു. ബാലമ്മാമൻ ബാറ്റയുടെ പുതിയ ചെരിപ്പും അമ്മയും രമെളേമ്മയും തവിട്ടും കറുപ്പും നിറത്തി ലുള്ള പ്ലാസ്റ്റിക് ചെരുപ്പുമിട്ട് മുറ്റം കടന്ന് കണ്ടത്തിലേക്കിറങ്ങി. സുബ്രാ യന്റെ മില്ലിൽ കുത്താനുള്ള നെല്ലും തലയിൽ വെച്ച് ദാമു അവരുടെ പിറ കിൽ വരമ്പിലൂടെ വളഞ്ഞുപുളഞ്ഞു നീങ്ങി. പുളിയൻ മാവിന്റെ താഴേ ക്കൂടി കൊല്ലൻ കുഞ്ഞിരാമൻ കളരിക്കാലേക്കു പണിക്കു പോയി. തെക്കേ വരമ്പിലൂടെ ആടിനെക്കെട്ടാൻ കുണ്ടത്തിലെ ഉത്തമ്മ മണങ്ങി മണങ്ങി നടന്നു.

വീട്ടിൽ ഞാനും നാഥനും മാത്രമായി. ഉച്ചയ്ക്ക് ധനരാജ് തിരിച്ചു വരുന്നതുവരെയുള്ള സമയം. നാഥന്റെ കൈകൾ എന്റെ കൈകളെ വിട്ടി രുന്നില്ല. എന്റെ അടുത്തുനിന്ന് അവൻ മാറിയിരുന്നുമില്ല. ഉണർന്നപ്പോൾ മുതൽ നാഥൻ എന്നെയും ഞാൻ നാഥനെയും അന്വേഷിക്കുന്നുണ്ടായി രുന്നു. ഞങ്ങൾ രണ്ടുപേരും അവിടെ ഇല്ലാത്തതുപോലെ. ഞാൻ പല്ലു തേക്കാൻ തുടങ്ങി. വീടിന്റെ തെക്കോട്ടു പോകുമ്പോഴേക്ക് നാഥൻ പല്ലു തേക്കാൻ മുറ്റത്തേക്കിറങ്ങി. അവൻ തെക്കോട്ടു വരുമ്പോഴേക്ക് ഞാൻ അവനെ നോക്കി വടക്കുഭാഗത്തെത്തി. ഞാൻ രമെളേമ്മയ്ക്ക് കുളിക്കാൻ തോർത്തെടുത്തു കൊടുത്ത് അടുക്കളയിലേക്കു കയറുമ്പോഴേക്ക് അവൻ ഇറയത്തുകൂടി നടുക്കേവെത്ത് കയറി തിരിച്ചിറങ്ങി. ഞാൻ ദോശവെച്ച പ്ലേറ്റുമെടുത്ത് നടുക്കേവത്തേ വന്ന് ഇറയത്തെത്തിയപ്പോൾ അവൻ എന്നെ നോക്കി കിഴക്കുവശത്തുകൂടി അടുക്കളയിലെത്തി. ഒടുവിൽ പര സ്പരം കണ്ടെത്തിയപ്പോൾ മുതൽ ഞങ്ങൾ കൈകൾ കോർത്തനിലയി ലാണ്.

വിരലുകളിൽ അവ്യക്തമായ അനക്കം നല്കി നാഥൻ പിറുപിറുത്തു. "Go too much?"

മച്ചിലേക്കുള്ള പടികളിൽ ഓരോന്നിലും ഞങ്ങൾ നിന്നു. ആദ്യത്തേത് പറഞ്ഞു. നിങ്ങൾ ഇവിടെ ഒരു നിമിഷം നിന്നിട്ടുപോകൂ. നൂറ്റാണ്ടുകൾ നിങ്ങൾക്കുമുമ്പേ ഇവിടെ അമർത്തിയൊളിപ്പിച്ച നിലവിളികൾ കേട്ടിട്ടു പോകൂ. രണ്ടാമത്തെ പടിയിൽ കൂവിയാർത്ത് ഭ്രഷ്ടരുടെ പലായനങ്ങൾ ചലിച്ചു. മൂന്നാമത്തെ പടിയിൽ പിങ്ക് ത്രികോണമുദ്രിതരുടെ തടങ്കൽപ്പാ

ളയങ്ങൾ വീർപ്പുമുട്ടി. നാലാംപടി, വർഷം നാല്, അഞ്ചാംപടി, വർഷം അഞ്ച്. ആറാംപടി.

പത്തു പടികളും കയറിക്കഴിഞ്ഞപ്പോൾ ഞാൻ പറഞ്ഞു. അടുത്തതവണ നമുക്ക് ഓരോ പടിയിലും പൂ വെക്കാം.

മച്ചിലെ ഇരുട്ടിന് അത്രയ്ക്കൊന്നും ഇരുട്ടില്ലായിരുന്നു.

നാഥൻ അതിശക്തമായൊരു കായികപ്രകടനത്തിലൂടെ എന്നെ ചുറ്റിവളഞ്ഞ് മുഖം കൈയിലെടുത്ത്, അവന്റെ അരക്കെട്ട് എന്റെമേൽ ആഞ്ഞുപതിപ്പിച്ച് ഒരു കൈപ്പത്തി എന്റെ മാറിൽ അമർത്തി, മറ്റേക്കൈ കീഴ്ച്ചുണ്ടിലൂടെ വരച്ച് സീൽക്കാര ശബ്ദത്തിൽ ചോദിച്ചു.

"Who wants to be the boy?"

ക്രമം തെറ്റിയ ഓടുകളിൽനിന്ന് വീഴുന്ന വെട്ടത്തിന്റെ പല ഇറക്കത്തിലുള്ള തൂക്കമ്മെലുകളിട്ട വിഡ്ഢിയായ ഈ ഇരുട്ട് പെണ്ണാണ്.

"യൂ ആർ ബോയ്. ഞാൻ പെണ്ണ്." ഞാൻ പറഞ്ഞു.

അതേനിലയിൽ എന്നെ നിർത്തി നാഥന്റെ ചുണ്ടുകൾ എന്റെ കീഴ്ച്ചുണ്ടുകളെ പറിച്ചെടുത്തു. എന്റെ മൂക്കും ചെവിയും കണ്ണും കഴുത്തും എന്തോ ആവാൻ തുടങ്ങി. അതുമറന്ന മാറും കീഴ്പ്പെട്ടവന്റേതായി. എനിക്കൊരു ശരീരം നാഥൻ സ്പർശിച്ചുണ്ടാക്കി. മയക്കത്തിലായിരുന്ന രക്തക്കുഴലുകൾ അതിവേഗപാതകളായി. ഇന്നേവരെ ഒരു പേരിനാലും വിളിക്കപ്പെട്ടിട്ടില്ലാത്ത ലിംഗകോശങ്ങൾ നാഥന്റെ കോശങ്ങളാൽ രതിക്കുക്ഷണിക്കപ്പെട്ടു. Thara, you are my love. വിളികേൾക്കേണ്ടി വരുന്നവന് നിശ്ചയിക്കാൻ കഴിയാത്തതാകുന്നു പേര്. നയിക്കപ്പെടുന്നവന്റേതല്ലാത്തതാണ് വഴി. പകരുന്നവന്റെ ആഹ്ലാദം ഏറ്റെടുത്തേ പങ്കുവെക്കാനാകൂ. വാങ്ങുന്നവന് വഴങ്ങാനേ കഴിയൂ. വഴങ്ങുന്നവൻ കീഴെയാകാനേ കഴിയൂ. എന്റെ ലിംഗകോശങ്ങളുടെ പങ്കാളിക്കോശങ്ങളുടെ ആൺനില്പ് എന്നെ പെൺനില്പിൽ ആനന്ദംകൊള്ളിച്ചു. നാഥന്റെ എഴുന്നുനിന്ന ആൺലിംഗം, ഞാൻ എന്റെ ആൺലിംഗം തുടകൾക്കുള്ളിലേക്ക് മടക്കിയൊളിപ്പിച്ചുണ്ടാക്കിയ പെൺലിംഗത്തിലേക്ക് സ്വീകരിച്ചു.

മണിക്കൂറുകൾക്കുശേഷം ഞാൻ മച്ചിന്റെ വയസ്സൻ ജനാലകളിലൊന്ന് കരകരശബ്ദമുണ്ടാക്കി തുറന്നപ്പോഴേക്ക് ഉച്ചയായിരുന്നു. അടുക്കളഭാഗത്തെ മൂലയോടിനു മുകളിൽനിന്ന് പൊട്ടൻതെയ്യത്തിന്റെ കൂടിനോട് ചേർന്നുള്ള ചെമ്പരത്തിത്തൈയിലേക്ക് മാറിമാറി പറന്നുകൊണ്ടിരുന്ന ഒരു പ്രാവായിരുന്നു എന്റെ ആദ്യക്കാഴ്ച. ഒരു ചുട്ട കാക്ക. അതിനെ ദൂരേക്ക് വിരട്ടിയോടിച്ചുകൊണ്ടാണ് ചാമുണ്ഡിത്തറ ചുറ്റി ദാമുവിന്റെ കൂക്കിവിളി പോലത്തെ ശബ്ദവും പുറകേ അവന്റെ ഓട്ടവും വന്നത്. ആസ്പത്രിയിൽനിന്നുള്ള വിവരം കിട്ടിയെന്ന് തോന്നുന്നു. രമെളേമ്മയുടെ കുഞ്ഞ് ആണോ പെണ്ണോ എന്ന് ഇപ്പോഴറിയാം.

പക്ഷേ, അപ്പോഴേക്കും ഞാനും നാഥനും ദാമു പറഞ്ഞ കാര്യം ചെയ്യാൻ തുടങ്ങിയിട്ട് പത്തുവർഷം കഴിഞ്ഞിരുന്നു. ഇപ്പോൾ ഞങ്ങൾ അത് ചെയ്യുന്നത് എറണാകുളത്തെ അഞ്ചാംനില ഫ്ളാറ്റിലെ നാഥന്റെ

ബെഡ്റൂമിലായിരുന്നു. പാലാരിവട്ടത്തുനിന്ന് ഏതാണ്ട് അഞ്ചു കിലോമീറ്റർ കിഴക്കോട്ടുപോയാൽ എത്തിച്ചേരുന്ന, കുറേ സർക്കാർ ഓഫീസുകൾ മാത്രം ഉറക്കംതൂങ്ങിക്കിടക്കുന്ന അപരാഹ്നംപോലെ തോന്നിക്കുന്ന, കാക്കനാട് എന്ന പ്രദേശത്തിനടുത്ത് വാഴക്കാലയിലാണ് പുതുതായി പൊന്തിവന്ന ഈ ഫ്ളാറ്റ്. എ സി ഘടിപ്പിച്ച വലിയ വലുപ്പമില്ലാത്ത മുറി. നാഥൻ ഇവിടെ താമസിച്ച് ബ്രോഡ്‌വേയിൽ ഒരു ഇലക്ട്രോണിക് കട നടത്തുന്നു. മുതലാളിയാണ്. ഞാൻ അവന്റെ കൂടെ താമസിച്ച് കാലത്തെഴുന്നേറ്റ് കാപ്പിയിടുന്നു. പിന്നെ ബ്രേക്ക് ഫാസ്റ്റ് ഉണ്ടാക്കും. നാഥൻ പോയിക്കഴിഞ്ഞാൽ ഡ്രസൊക്കെ കഴുകും. നാഥന്റെ ഷഡ്ഡി കഴുകാനെടുക്കുമ്പോൾ ലോഹമണമുള്ള ഒരു കടൽ വന്ന് എന്നെ ഒരു ശംഖിലാക്കി കൊണ്ടുപോയി കപ്പൽച്ചേതങ്ങളും പവിഴപ്പുറ്റുകളും കാണിച്ച് തീരത്ത് വലിച്ചെറിയും. ജീൻസ് കൈയിലെടുത്ത് സിബ് വലിച്ചൂരുമ്പോൾ എന്റെ കാൽവണ്ണയിൽ നനഞ്ഞ ഒരു പാമ്പിഴയും. അവന്റെ ടീഷർട്ട് ഇസ്തിരിയിടും മുമ്പ് ഞാൻ അതിന്റെ മസിലുകളിൽ പിടിച്ച് ഞെക്കും. അവന്റെ ഷൂ പോളിഷ് ചെയ്യും മുമ്പ് ഞാനതിനെ എന്റെ ബാറ്റ ചെരിപ്പിനുമേൽ കിടത്തി ഒന്നു രണ്ടു തവണ അമർത്തും. നാഥൻ ബാത്ത്റൂമിൽ പോയി വന്നാലുടൻ എനിക്ക് വെറുതേയാണെങ്കിലും അതിനുള്ളിൽ ഒന്ന് പോകണമെന്നു തോന്നും.

സത്യത്തിൽ ഇതെല്ലാം ചെയ്യാൻ ആർത്തിപൂണ്ടാണ് ഞാൻ എറണാകുളത്ത് വന്നത്. വിലകുറഞ്ഞ കളിപ്പാട്ടങ്ങൾ വില്ക്കുന്ന കച്ചവടക്കാരന്റെ നിസ്സംഗതയോടെ എന്റെ കൈവീശൽ നോക്കിനിന്ന നാടിനെ ഞാൻ ബ്രോഡ്‌വേയിൽ നാഥന്റെ കടയ്ക്കരികിൽ കൊച്ചി കോർപ്പറേഷന്റെ അഴുക്കിനായി ദാഹിച്ചു നില്ക്കുന്ന കുരങ്ങൻതൊണ്ടയിൽ ചുരുട്ടിയിട്ടു. അന്ന് കച്ചേരിപ്പടിയിലെ മേല്പാലത്തിനു മുകളിൽനിന്ന് കിഴക്കോട്ടുചൂണ്ടി നാഥൻ എനിക്കു കാണിച്ചു തന്നു.

ആ വരുന്നത് ആലുവയിൽനിന്ന് മേനക വഴി.

ഇക്കാണ്ണത് പത്മവഴി കാക്കനാടിന്.

വെറുതെയല്ല നാഥൻ ഇത്രയും ആണായത്. മേനക, പത്മ, സരിത, സവിത, സംഗീത, കവിത, ദീപ. എത്ര പെണ്ണുങ്ങൾ. ഇതൊരു പെൺനഗരമാണ്. ഇടപള്ളി, പാലാരിവട്ടം, കലൂർ, ലിസി, നോർത്ത്, കച്ചേരിപ്പടി, സരിത, ഹൈക്കോർട്ട്, മേനക, ഗ്രൗണ്ട്, ജോസ്. ഈ സ്റ്റോപ്പുകളിലെല്ലാം നഗരത്തിന്റെ അർദ്ധവർത്തുളത കാത്ത് എപ്പോഴും ഒരു ബസ്, ചുവന്ന പട്ടുസാരിയുടുത്ത് വന്നുനിന്നു. അവയിൽ മുന്നിലും പിന്നിലും കിളികൾ. പിന്നിലെ കിളി ഒരു ബെല്ലടിച്ചു. മുന്നിലെ കിളി മറ്റൊന്നും. മുന്നിലെ കിളി ആർത്തുവിളിച്ചു. കഴിഞ്ഞാപ്ര, കഴിഞ്ഞാപ്ര. പിന്നിലെ കിളി കഴിഞ്ഞാപ്പറയും. മുന്നിലെ കിളി രണ്ടു ബെല്ലടിക്കും. മുന്നിലും പിന്നിലും കണ്ടക്ടർമാർ. മുന്നിലെ കണ്ടക്ടർ പെണ്ണുങ്ങൾക്ക് ചീട്ടുമുറിച്ചു. പിന്നിലെ കണ്ടക്ടർ ആണുങ്ങൾക്ക് ചീട്ടുമുറിച്ച് അവരെ ഉപദേശിച്ചു. രണ്ടുപേരും കണ്ടുമുട്ടുമ്പോൾ പെണ്ണുങ്ങൾക്ക് ചീട്ടുമുറിച്ച കണ്ടക്ടർ മറ്റേയാളോട്

കൈമറച്ച് രഹസ്യം പറഞ്ഞ് ചിരിച്ചു. ചുവന്നു തടിച്ച ബസ് കൊച്ചമ്മമാരുടെ ഘോഷയാത്രയ്ക്കിടയിലൂടെ എന്നെ പിന്നിലിരുത്തി നാഥൻ യമഹ ബൈക്കിൽ ചീറിപ്പാഞ്ഞു. അവന്റെ വയർ ചുറ്റിപ്പിടിച്ച് മുഖം അവന്റെ പുറകിൽ ചേർത്തുവെച്ച് ഒട്ടിപ്പിടിച്ച് ഇരിക്കുമ്പോൾ ഈ നഗരത്തോട് ഞാൻ പറഞ്ഞു, നാഥന്റെ പെണ്ണ് ഞാനാണ്. കണ്ണുവെക്കണ്ട.

ഇന്നലെ വടക്കേ ഇന്ത്യയിൽ ബാബരി മസ്ജിദിന്റെ പേരിൽ എന്തോ ഉണ്ടായി. മിനിഞ്ഞാന്ന് മോനിഷ ചേർത്തലയിൽ കാറപകടത്തിൽ മരിച്ചു. നാടെങ്ങും ദുഃഖത്തിലാണ്. നാഥൻ കടയിൽ പോയില്ല. ഹർത്താൽ ഉണ്ടാകുമെന്നാണ് വിവരം. രാവിലെ മുതൽ ഞങ്ങൾ ദാമു പറഞ്ഞ കാര്യം ചെയ്തു കൊണ്ടിരുന്നു. നാഥൻ താരയെ വിളിച്ചിടത്തെല്ലാം ഞാൻ ചെന്നു. നാഥന് താരയെ വേണ്ടരീതിയിലെല്ലാം ഞാൻ ഒടിഞ്ഞും വളഞ്ഞും നല്കി. കൈകൾ അരുവിപോലെ വേണ്ടപ്പോൾ അത്. അധരങ്ങൾ പനിനീർപ്പൂക്കളാകേണ്ടപ്പോൾ അങ്ങനെ. വക്ഷസ്സ് വീർപ്പിച്ച് കരലാളനത്തിനായി ഒരുക്കേണ്ടപ്പോൾ അത്. അടുക്കളയിൽ അപ്രതീക്ഷിത ആലിംഗനത്തിനായി ഞാൻ നാഥന് താരയുടെ നിതംബമൊരുക്കി. സ്നാനരതിക്കായി കുളിമുറിയിൽ ചേലാധാരണം നടത്തി. അതിൽ അലസമായ ഈറൻ സ്ഥാനഭ്രംശങ്ങൾ വരുത്തി. സംഭോഗവിധങ്ങളുടെ ശബ്ദത്തിരമാലകളിൽ ആനന്ദത്തിന്റെ പതിനായിരം പടവുകളിലേക്ക് ഞങ്ങൾ ഞങ്ങളെ എടുത്തെറിഞ്ഞു. നാഥനു കീഴെ താരയുടെ വഴക്കങ്ങൾ മുറതെറ്റാതെ തീർത്ത് ഞാൻ കീഴ്വഴക്കങ്ങളുടെ ക്രമപരമ്പര മുറിയാതെ കാത്തു.

ഉച്ചയോടെ എന്റെ ലിംഗപാനംകൊണ്ട് സ്വർഗ്ഗകവാടത്തിനു മുന്നിൽ അലറിവിളിച്ച നാഥൻ തിരിച്ചെത്തിയപ്പോൾ പതിവുപോലെ ചന്തിക്കണ്ണുകൾ കൊണ്ട് എന്നെ നിർമ്മലമായി നോക്കിക്കിടന്നു. പക്ഷേ, പെട്ടെന്ന് അവൻ ചോദിച്ചു.

"രമെളേമ്മയുടെ മോൻ ഇപ്പോൾ തുടങ്ങിയിട്ടുണ്ടാകുമോ, going too much?"

രതി ആസ്വദിച്ച് തീരെ ചെറുതായി, നാഥന്റെ ലിംഗത്തേക്കാൾ ചെറുപ്പമായി, കീഴ്വഴക്കങ്ങളുടെ തലകീഴായ കൊടുമുടിയിൽ എത്തിക്കഴിഞ്ഞിരുന്ന ഞാൻ നാഥനെ അവിശ്വസനീയതയോടെ നോക്കി.

"അവനെന്ന് ഉറപ്പാണോ നാഥന്?"

"ഉം. അതാരും അറിയാതെ പോയി."

അന്ന് ആശുപത്രീന്നുള്ള വിവരംകൊണ്ട് ഓടിവരുമ്പോൾ ദാമു പറയാൻ വിചാരിച്ചത്. എന്തായിരിക്കും? ഞാൻ ചോദിച്ചു.

No doubt. കാറ്റുപോയാപ്പിന്നെ എന്താണും പെണ്ണും?

രമെളേമ്മയ്ക്ക് പിന്നീടും കുട്ടികളുണ്ടായില്ല.

ഒച്ചയും ബഹളവും നിറഞ്ഞ വൃത്തിയാക്കലിനുശേഷം നാഥൻ ബാത്ത് റൂമിൽനിന്ന് പുറത്തുവരുമ്പോഴേക്കും ഞാൻ എന്നെ നിർമ്മിച്ചെടുത്തു. ഊണിന് വല്ല ഹോട്ടലും തപ്പണം. പാലാരിവട്ടത്ത് പോകണം. ബൈക്കെടുത്തു പോകാം. നാഥൻ പറഞ്ഞു. പാലാരിവട്ടത്തുനിന്ന് നീ

മടങ്ങിക്കോ. എനിക്കൊന്ന് സൗത്തിൽ പോകണം. അവൾ വരുന്നുണ്ട്.

കാൽ അകത്തി മുന്നോട്ടു മടക്കി അരക്കെട്ട് കുന്തിച്ച് പിന്നോട്ടുതള്ളി വലിയ കണ്ണാടിയിൽ നോക്കി മുടിചീകുമ്പോൾ നാഥൻ പറഞ്ഞത് താരയെക്കുറിച്ചാണ്. ബാംഗ്ലൂരിൽനിന്ന് വെക്കേഷന് അവൾ വരുന്നു. കൂട്ടാൻ നാഥന് പോകണം.

മൂന്നു മണിക്കാണ് സൗത്തിലെത്തേണ്ടത്. അവിടെ വൈറ്റിലയ്ക്കു ബസ് കയറ്റണം. പിന്നെ വൈകിട്ട് സുഭാഷ് പാർക്കിൽ വരാമെന്നു പറഞ്ഞിട്ടുണ്ട്. അവിടുന്ന് ജെട്ടിവഴി നടന്നാൽ മറൈൻ ഡ്രൈവിൽ എത്താം. രണ്ടിനുമിടയ്ക്ക് പണി നടക്കുന്ന ആ ഹോട്ടലിനടുത്ത് തെക്ക് കുറച്ച് കുറ്റിക്കാടില്ലേ. അവിടെയിരുന്ന് she looks for some fun. പക്ഷേ, നിനക്കറിയാല്ലോ.

നാഥന്റെ വായിൽ അർദ്ധോക്തിയിൽ കുടുങ്ങിയ വാക്കുകൾ കണ്ണുകളിലൂടെ പുറത്തുചാടി ആരോ തട്ടിമറിച്ച ചായക്കൂടുമാതിരി മുറിയിലാകെ പരന്നു. താരയുടെ വീട്ടുകാർ താരയെ നാഥന്റെ കൂടെ എവിടെയും വിടും. അത്രയ്ക്ക് വിശ്വാസമാണ്. പത്തുവർഷത്തെ ബന്ധമല്ലേ.

താഴേക്കിറങ്ങിയത് ഓരോ പടിയിലും ഓരോ വർഷം ചെലവിട്ട് ഇറങ്ങാൻ കഴിയുന്ന മൺഗോവണിയിലൂടെ ആയിരുന്നില്ല. അടയ്ക്കുമ്പോൾ നിറയെ ഗുണനചിഹ്നങ്ങൾ വീഴുന്ന ലിഫ്റ്റിൽ പത്തു സെക്കൻഡ് മാത്രം. നാഥൻ എന്നെ ചേർത്തുനിർത്തി. തോളിലൂടെ കൈയിട്ട് ഷർട്ടിനിടയിലൂടെ ഇടത്തെ നിപ്പിളിൽ ഞെരടി.

അവന്റെ മുഖത്ത് മീശയില്ലാത്തിടത്ത് വിരൽകൊണ്ട് വരച്ച് ഞാൻ ചോദിച്ചു:

Who is girl?

എന്റെ മീശയിൽ വിരൽകൊണ്ട് മേഞ്ഞ് വലതുചെവിയുടെ പിന്നിൽ വായുവിൽ ലിപി കുറിച്ച് അവൻ പറഞ്ഞു, "Girl is a boy who yields a girl."

ഓരോ പടവിലും വെക്കേണ്ട പൂക്കളുമായി അടുത്ത പത്തുവർഷം ലിഫ്റ്റിനു താഴെ കൈകൂപ്പി ഞങ്ങളെ കാത്തുനിന്നു.

രതിമാതാവിന്റെ പുത്രൻ

പ്രമോദ് രാമൻ

ഒൻപതു മാസത്തെ മറുപ്രാണപ്രവേശത്തിന് പരിഹാരമുണ്ടാക്കാൻ രതിയെ ലിഫ്റ്റിൽ കയറ്റി നഴ്സ് ഒന്നാംനിലയിലെ ലേബർ വാർഡിലേക്ക് കൊണ്ടുപോകുന്നതിനുമുമ്പ് ഞാൻ അയാളുടെ വയറിൽ ഒന്ന് സ്പർശിച്ചു. എനിക്ക് വിശപ്പ് അനുഭവപ്പെട്ടു. കുറഞ്ഞത് രണ്ടു മണിക്കൂറെങ്കിലും നീളത്തിലുള്ള വിശപ്പ്.

രതീ, നീ രാവിലെ ഉണ്ടാക്കിവെച്ച വെജിറ്റബിൾ സൂപ്പ് കഴിച്ചില്ല, അല്ലേ?

അപ്പോളെനിക്ക് അയാൾക്കു നല്കാൻ കഴിയുന്ന ആലിംഗനമായിരുന്നു ആ ചോദ്യം. മങ്ങിയ ചിരിയോടെ രതി അത് ഏറ്റുവാങ്ങി. പിന്നെ ജീവിതത്തിലാദ്യമായി നേടിയ ചക്രസിംഹാസനത്തിൽ പ്രയാസപ്പെട്ടിരുന്ന് ലിഫ്റ്റിലേക്കു നിരങ്ങി. നാല്പത്തിയഞ്ചു ഡിഗ്രി തിരിഞ്ഞപ്പോൾ തുരുമ്പിച്ച ചക്രങ്ങൾ ഞരമ്പു വേദനിച്ച് കരഞ്ഞു.

ഞാനത് വെറുതേ ചോദിച്ചതായിരുന്നില്ല. കൃത്യമായ ഇടവേളകളിൽ അയാളുടെ വയറ്റിൽക്കൂടി എനിക്കു വിശക്കാൻ തുടങ്ങിയിട്ട് ഇതേ ഒൻപതു മാസം ആയിരിക്കുന്നു. ഉച്ചിതൊട്ട് ഊന്നുവിരൽ വരെയുള്ളതെല്ലാം എനിക്ക് രണ്ട് ഉറവിടങ്ങളിൽ നടന്നു. എന്റെ ഉടലിലും രതിയുടെ ഗർഭാന്തരത്തിലും. അകം വെട്ടിപ്പിടിച്ച് വളരുകയായിരുന്ന അയാളുടെ ഉദരത്തിൽ ഞാൻ ശ്വസിച്ചു. അതിൽ വിശ്വസിച്ചു. അയാളിൽനിന്നുള്ള അകലം അതിനൊരു പ്രശ്നമേ ആയില്ല. ഓഫീസിലിരുന്ന് ഞാൻ വിളിക്കും.

രതീ, വളഞ്ഞ് കിടക്കാതിരിക്കൂ. ശ്വാസംമുട്ടുന്നു.

ആറുമാസമായെന്ന് രതി പറഞ്ഞ ദിവസം ഉച്ചയൂണു കഴിഞ്ഞ് ഞാൻ വിളിച്ചു. കാൽ ഇളകുന്നുണ്ട്. നിനക്ക് വേദനിക്കുന്നുണ്ടോ?

പിതൃസ്നേഹത്തിന്റെ വിളികൾ. രതി ഇതിനെയെല്ലാം മനസ്സിലാക്കിയത് അങ്ങനെയാണ്. കിടക്കാനൊരുങ്ങുംമുൻപ് കൃഷ്ണനു മുൻപിലെ വിളക്കിന്റെ തിരി താഴ്ത്തിക്കെടുത്തി വിരലിലെ എണ്ണ തലയിൽ തുടച്ചുകൊണ്ട് അയാൾ പറയും. ജീവൻ, അവൻ ഏതു നരകത്തിലായാലും അച്ഛൻ കൂടെയുണ്ടാകുമെന്ന് എനിക്ക് ഉറപ്പായി.

ആ രാത്രിയിൽ പല ഗോത്രങ്ങളിൽപ്പെട്ട കാറ്റുകൾക്ക് കടന്നുവരാൻ ജനൽപ്പാളികൾ വിശാലമായി തുറന്നുകൊണ്ട് ഞാൻ ബുദ്ധികെട്ടവനെപ്പോലെ ഉള്ളിൽ ചിരിക്കും. കാരണം അജ്ഞാതമായ ആത്മഹാസം. പിന്നെ ഇരുട്ടിൽ തട്ടിവീഴാതെ രതിയെ കൈപിടിച്ചു കൊണ്ടുവന്ന് കട്ടിലിൽ കിടക്കാൻ സഹായിക്കും.

രതിയെ ഞാൻ ആദ്യമായി കണ്ടത് കോൾസെന്ററിൽ ജോലിക്കു ചേർന്ന ദിവസം രാവിലെയാണ്. ആ ഓഫീസിൽ ഒരു വർഷമായി ജോലി ചെയ്യുകയായിരുന്നു രതി. ജോലിയിൽ പ്രവേശിക്കുന്നതിനു മുൻപ് മുഴുവൻ ജോലിക്കാരും കൂടിനിന്ന് പരിചയപ്പെടുന്നതിനിടയിൽ എന്റെ ബാൾപെൻ നിലത്തു വീണപ്പോൾ തൊട്ടടുത്തനിന്ന അയാൾ കോട്ടൻസാരിയിൽ സ്വയം ഇടിഞ്ഞുകൊണ്ട് എടുത്തുതന്നു. നന്ദിയോടെ ഞാൻ ചിരിച്ചപ്പോൾ മറുപടിയായി എനിക്കു കിട്ടിയത് ചിരിയല്ല. അയാൾ എന്നെ നോക്കി കൊഞ്ഞനംകുത്തി. പിന്നീട് കാന്റീൻ എവിടെയെന്ന് ചോദിക്കേണ്ടിവന്നപ്പോൾ അയാൾ ചിരിച്ചു. ഞാനും വരാം. ഒരുമിച്ചു കഴിക്കാം. ഹെഡ്ഫോൺ താഴെവച്ച് കസേര പിന്നോട്ടുതള്ളി അയാൾ പറഞ്ഞു. ഒരുമിച്ചു ഭക്ഷണം കഴിച്ചശേഷം ഞങ്ങൾ വരാന്തയുടെ വരിയിൽ പിടിച്ചുനിന്ന് പുകവലിച്ചു. സാരിയുടുത്ത് പുകവലിക്കുന്ന ഒരാളെ ഞാൻ ആദ്യം കാണുകയാണ്. വൈകീട്ട് പിരിയുമ്പോഴേക്ക് രതി പെൺകുട്ടികളെക്കുറിച്ച് എപ്പോഴും എനിക്കുള്ള മണ്ടൻ ചിന്തകൾ പൊളിച്ചടുക്കിയിരുന്നു. പെൺകുട്ടി സുന്ദരിയായാൽ ഒരിക്കലും കൊഞ്ഞനംകുത്തില്ല, സാരിയുടുത്ത പെണ്ണുങ്ങൾ എന്നെക്കാൾ മുതിർന്നവരായിരിക്കും, അവർ ആണുങ്ങളെ എടാ എന്നൊക്കെ വിളിക്കും, സാരിയുടുത്താൽ ഉടനെ അമ്മയാകും. ഇതൊക്കെയായിരുന്നു എന്റെ ധാരണകൾ. ചെറുപ്പംതൊട്ട് പരിചയപ്പെട്ട പെൺകുട്ടികളിൽ ആരെയും എനിക്ക് എന്നെക്കാൾ ചെറുതായി തോന്നിയിട്ടില്ല. എല്ലാവരുടെയും അടുത്ത് ഞാനായിരുന്നു ചെറുത്. രതി പക്ഷേ, എന്നെ ഒറ്റ ദിവസംകൊണ്ട് ചെറുതും വലുതുമാക്കി.

"എടോ ജീവൻ, എന്റെ വീട്ടുകാർ കുറേ നാളായി നിർബ്ബന്ധിക്കുന്നു, കല്യാണം കഴിക്കാൻ. ജീവന്റെ അവസ്ഥ വെച്ചുനോക്കിയാലും കല്യാണം കഴിക്കുന്നതാ നല്ലതെന്നു തോന്നുന്നു. എല്ലാറ്റിനും ഒരാൾ വേണം തനിക്ക്. നമുക്ക് കല്യാണം കഴിച്ചാലോ?" ഒരു മാസത്തിനുശേഷം ഒരു ദിവസം രാത്രി എന്നെ വിളിച്ച് രതി ചോദിച്ചു.

നഗരത്തിലെ പരിചിതമല്ലാത്ത ഏതോ മൂലയിൽ ദിവസവാടകയ്ക്കെടുത്ത മുഷിഞ്ഞ മുറിയിലായിരുന്നു ഞാൻ. തൊട്ടടുത്ത തുകൽ ഫാക്ടറിയിൽനിന്ന് ആളുകൾ അപ്പോൾ പിരിഞ്ഞതേയുള്ളൂ. മറ്റൊരു വശത്തെ

ജനൽ തുറന്നാൽ നഗരത്തിന്റെ മസിൽപ്പെരുക്കത്തിൽ ഞെരുങ്ങിപ്പോയ വീടിന്റെ തൊഴുത്ത്. ഒരു പ്രേമത്തിന്റെ വിളി കേൾക്കാൻ പറ്റിയ ഒന്നും അവിടെ ഉണ്ടായിരുന്നില്ല. പക്ഷേ, രതി കല്പനാകാമുകി അല്ല. പ്രായോഗികമതിയാണ്. ശങ്കിക്കാതെ ഞാൻ മറുപടി നല്കി. ഓ, റെഡി.

തിരക്കിട്ടു കണ്ടെത്തിയ വാടകവീട്ടിൽ കഴിയുന്നത്ര രീതിയിൽ ഒരു കുടുംബത്തിനു വേണ്ടതെല്ലാം ഒരുക്കി. ഒരാഴ്ചയ്ക്കുള്ളിൽ വിവാഹം രജിസ്റ്റർ ചെയ്തു. ആ മിന്നൽബാന്ധവത്തിന്റെ ക്രമംതെറ്റിയ ചടങ്ങുകൾ ആദ്യരാത്രിയിലും അനിവാര്യതപോലെ തുടർന്നു. പ്രേമം അഭിനയിക്കേണ്ട ബാദ്ധ്യതയില്ലാത്ത രണ്ടുപേരുടെ ആദ്യത്തെ ഒന്നിച്ചുകിടപ്പു മാത്രമാണിത്. ബെഡിൽ കിടന്ന് രതി പറഞ്ഞു. "വാ."

ഞാൻ നോക്കിയപ്പോൾ ആ പ്രായോഗികമതി രണ്ടു കൈകളും നീട്ടി കുഞ്ഞിനെയെന്നപോലെ എന്നെ വിളിക്കുന്നു.

"രതീ, ഈ വീട്ടിൽ കുറച്ചുകൂടി കാറ്റു വേണമായിരുന്നു." ഞാൻ പറഞ്ഞു. എന്റെ കാപട്യം വാചാലമായിരുന്നു.

അയാൾ പറഞ്ഞു. "ജീവൻ, നീ ഇതുവരെ സംസാരത്തിൽ സത്യസന്ധനായിരുന്നു. അഭിനയിക്കാൻ നീ മിടുക്കനല്ല. നിനക്ക് രതി വേണ്ടേ?"

എനിക്ക് രതിയെ വേണം. ഞാൻ ഊറിച്ചിരിച്ചു. അയാളുടെ ശരീരത്തിന് പ്രതികരിക്കാൻപോലും കഴിയുംമുൻപ് ഞാനയാളിലേക്കു വീണു. കൈവിട്ടുപോയ യുക്തിയിൽ എനിക്ക് അതേ ചെയ്യാൻ കഴിയുമായിരുന്നുള്ളൂ. പക്ഷേ, അതൊരു എടുത്തുചാട്ടമായിരുന്നുവെന്ന് ഉടൻ തോന്നി. രതിയുടെ ശരീരം എനിക്കു മനസ്സിലായില്ല. ഒരു ജലാശയത്തിന്റെ അപാരത. അതിൽ വീണ വിറകുകൊള്ളിപോലെ ഞാൻ കിടന്നു.

അല്പം കാത്ത് അയാൾ എന്നെ പിടിച്ചുമാറ്റി. "പോ, നീ ടെൻസ്ഡ് ആണ്."

അടുത്ത രാത്രിയിൽ, അമ്മയ്ക്കുണ്ടായിരുന്നതുപോലുള്ള വെളുത്ത പുറമാണ് രതിക്കെന്ന് ഞാൻ കണ്ടെത്തി. തൊട്ടിലിൽ തലവെച്ചു കിടക്കാനുള്ള അകലത്തിൽ വെച്ച രണ്ടു കുഞ്ഞുതലയിണകൾപോലെ സ്തനങ്ങൾ. ഉദരത്തിനുള്ളിൽനിന്ന് കുഞ്ഞുവിരലുകൾകൊണ്ട് നുള്ളിവലിച്ചപോലെ കുഴിഞ്ഞിരിക്കുന്ന നാഭി. അവിടെ ഉപയോഗശൂന്യമായ താക്കോൽക്കൂട്ടംപോലെ എന്റെ കൈപ്പത്തി കിടന്നു. താഴെ, അമ്മവീടിനടുത്ത പുളിമരത്തിന്റെ കുത്തനെ കീറിയ ചുണ്ടുപോലുള്ള പൊത്ത് എനിക്കോർമ്മ വന്നു. അതിലൂടെ നോക്കിയാൽ വീട് മുഴുവൻ കാണാമായിരുന്നു. ചെറിയ വീടിന്റെ വിടവിലെ വീട് എന്റെ വിസ്മയമായിരുന്നു. മഴക്കാലത്ത് അതിൽ ജലം നിറച്ച് കോൺകേവ് ലെൻസുകളാക്കാൻ ഞാൻ ആഗ്രഹിച്ചു. പൊടുന്നനേ, ഏകാന്തമായ ഗർഭാതുരത്വം എന്നെ കീഴടക്കി.

ഞാൻ വളർന്നപ്പോൾ എല്ലാ പെൺകുട്ടികളും എന്നെക്കാൾ മുതിർന്നിരുന്നു. ഇറക്കപ്പാവാടകളും ഒറ്റയടിപ്പാതപോലെ നീളമുള്ള സാരികളും വരിവരിയായി ഉണക്കാനിട്ട ഇടവഴിയിലൂടെ ഞാൻ തലകുമ്പിട്ട് നടന്നു. കൊലുസുകൾ കളിയാക്കിച്ചിരിക്കും. വളകിലുക്കങ്ങൾ ചേച്ചിമാ

രായി. ഉരുണ്ട അമ്മിക്കല്ലുകൾ പൊതിഞ്ഞുകെട്ടിയ മാറിൽ ഞാന്നുകിടക്കുന്ന ചുവന്ന ലോക്കറ്റ് അമ്മയാണ്. പെൺനാമങ്ങളെ മുഴുവൻ രക്തപങ്കില ബന്ധങ്ങളിലേക്ക് ആവാഹിച്ച് അതിനിടയിലൂടെ ഞാൻ നാണം കെട്ടോടും.

തുടർന്നുള്ള രാത്രികളിലും എനിക്ക് രതി പ്രാപ്തമായില്ല.

അങ്ങനെയാണ് ശരീരത്തിൽ കാാരകൾ മുളയ്ക്കാൻ തുടങ്ങിയത്. ബെഡ് ടൈമിലാണ് അവ നാക്കുനീട്ടുക. അതൊഴിവാക്കാൻ മറ്റു വല്ലതും പറയാതിരിക്കാൻ ഡോക്ടർ മാനസേശ്വരൻ നിർദ്ദേശിച്ചു. ഡോക്ടറുടെ അഭിപ്രായത്തിൽ എന്റെ പ്രശ്നത്തിന്റെ കാരണങ്ങൾ കിടക്കുന്നത് ഭൂതകാലത്തിലെവിടെയോ ആണ്.

"ഏത് ഭൂതകാലംവരെ പോകും ഡോക്ടർ? ജനനത്തിനുമുൻപ് ഭ്രൂണകാലം വരെ?" ഞാൻ ചോദിച്ചു.

ഡോക്ടർ ഇളിഭ്യനായി ചിരിച്ചു. "അതല്ല, ഡിഡ് യു എവർ സീ യുവർ മദേഴ്സ് നേക്കഡ് ബോഡി?"

ഞാൻ ഒരിക്കൽക്കൂടി ആത്മഹാസം പൊഴിച്ചു. ജന്മകവാടം വഴി ഞാൻ ഇങ്ങോട്ട് യാത്രചെയ്ത സമയത്തുതന്നെ അമ്മ കവാടം വഴി ദിശതെറ്റി തിരിച്ചുപോവുകയും ചെയ്തിരുന്നു. കണ്ടിട്ടില്ല. കണ്ടത് ശവത്തിന്റെ നഗ്നതയാണ്. വെളുത്ത പുറം. അതിലേക്ക് കോരിച്ചൊരിഞ്ഞ ഒരു ചെമ്പുകുടം കിണർവെള്ളം.

ഞാൻ ഡോക്ടറുടെ മുൻപിൽനിന്ന് എഴുന്നേറ്റ് പുറത്തേക്കു നടന്നു.

പുരുഷന്മാരുടെ ശ്രദ്ധയ്ക്ക്. ലൈംഗികാവയവത്തിന്റെ കരുത്തിനും ഉത്തേജനത്തിനും ജി എം പി സർട്ടിഫൈഡ് കമ്പനിയായ പവർ ലൈഫ് ലിമിറ്റഡ് സേലത്തിന്റെ പാർശ്വഫലങ്ങളില്ലാത്ത ആയുർവേദ കാപ്സ്യൂളുകൾ.

ഒരു ദിവസം രാത്രി കിടക്കാൻ വന്നപ്പോൾ രതി നീട്ടിയ കടലാസാണ് ഞാൻ വായിച്ചത്. ആയുർവേദമാണ്. കുഴപ്പം വരാനില്ല ജീവൻ, അയാൾ പറഞ്ഞു.

കാളച്ചൂരിൽ പൊതിഞ്ഞ ഒരു കാറ്റ് ജനലിൽ തട്ടി. ഞാൻ മരവിച്ചിരുന്നു. പുറം ചർമ്മത്തിനപ്പുറം ഉത്തേജനരഹിതമായ മാംസക്കേക്കുകൾ നിറഞ്ഞ എന്റെ ശരീരം റാത്തലുകണക്കിന് വെട്ടിവില്ക്കാനേ കൊള്ളൂ എന്നെനിക്കു തോന്നി. ഒരുതുള്ളി ജലം സമയമെടുത്ത് നിലത്തു വീഴും പോലെ രതി പറഞ്ഞു. നമുക്കിതുകൂടി ഒന്നു പരീക്ഷിക്കാം ജീവൻ.

മുഖമുയർത്തി ഞാൻ തലകുലുക്കി.

ഗുളിക കിട്ടാൻ സേലംവരെയൊന്നും പോകേണ്ടിയിരുന്നില്ല. നഗരത്തിലെ ഒരു ചെറുകിട മരുന്നുഷോപ്പിൽ അത് വില്പനയ്ക്കുണ്ടായിരുന്നു. മഞ്ഞഗുളികകളുടെ കുഞ്ഞുഡപ്പി വാങ്ങി കഴിച്ചുതുടങ്ങിയ നാൾ മുതൽ ഒരു തെറിവാക്കുപോലെ ഞാൻ മൂക്കാൻ തുടങ്ങി. തായ്‌വേരുപടലം തിണർത്തു. ഒരു ദിവസം ഔഷധഗന്ധമുള്ള സ്പോൺസേഡ് പുരുഷത്വത്താൽ ഞാൻ പെണ്ണുടൽത്താഴ് ഭേദിച്ചു. ഞാൻ രതിപ്പെട്ടു.

"പോടാ അസത്തേ. ആൺവഴുക്ക് ഛർദ്ദിക്കുന്ന യന്ത്രലിംഗം അന്വേഷിക്കാമായിരുന്നില്ലേ നിനക്ക്?" പിറ്റേന്ന് രത്തൻ പുച്ഛത്തോടെ ചോദിച്ചു.

ഉച്ചയ്ക്ക് അവന്റെ റൂമിൽ തുറന്നിട്ട ലോഹജനൽ വഴി പടിഞ്ഞാറു നിന്ന് അലച്ചുവരുന്ന ഉഷ്ണക്കാറ്റിൽ തളർന്നുകിടക്കുകയായിരുന്നു ഞാൻ. തൊട്ടുമുൻപ് അവൻ കടിച്ചുകുടഞ്ഞ ചുണ്ടുകൾ കാറ്റിൽ പുകഞ്ഞു. അവൻ വിരലുകൾ പതിച്ച് കോറിയെടുക്കാൻ ശ്രമിച്ച എന്റെ ഉടലിലെ അവന്റെ ഇഷ്ടങ്ങൾ ചുവന്ന പാടുകളോടെ നീറി. എനിക്കത് നീറ്റലല്ല, എരിച്ചിലാണ്, കടച്ചിലാണ്, തീയാണ്, ഹോമമാണ്.

മരുന്നുകഴിച്ച് നീ ഉണ്ടാക്കുന്ന ഉദ്ദീപനം നിന്റെ ശരീരത്തോട് ചെയ്യുന്ന പാപമാണ്. ചർമ്മവും മാംസവും മജ്ജയും മാത്രമല്ല ശരീരം. തലേന്നാൾ ഞാൻ തീണ്ടിയ കൃത്രിമരതിയോടുള്ള അമർഷവും വെറുപ്പും രത്തന്റെ വാക്കുകളിൽ നിറഞ്ഞു. നിന്റെ ശരീരം മറ്റുള്ളവർ ഉണ്ടാക്കിയ ഒരു വാർപ്പു മാതൃകയിൽ അടയ്ക്കപ്പെട്ടിരിക്കുകയാണ്. അതിനെ മോചിപ്പിക്കണം.

അവൻ പകുതി പറഞ്ഞ് കൈനീട്ടി മേശവലിപ്പിൽനിന്ന് ഒരുതുണ്ടം കടലാസ് പുറത്തെടുത്തു.

ഇതും ആയുർവേദമാണ്. കുഴപ്പമൊന്നും ഉണ്ടാകില്ല. പത്രത്താളിന്റെ കീറ് എന്റെ നേരെ നീട്ടിക്കൊണ്ട് അവൻ പറഞ്ഞു.

ചങ്കിടിപ്പോടെ കടലാസുതുണ്ടിന് കൈനീട്ടുമ്പോൾ രത്തനെ കണ്ടുമുട്ടിയ നിമിഷത്തിലേക്ക് ഞാൻ വലിച്ചെറിയപ്പെട്ടു.

ജോലിക്കു ചേർന്ന ദിവസമാണ് ഞാൻ രത്തനെ ആദ്യമായി കാണുന്നത്. അതെനിക്ക് ജീവിതത്തിലെ ബാഹ്യചേരുവകളില്ലാത്ത ആദ്യത്തെ നിമിഷമായിരുന്നു. സ്വയം ഇഷ്ടപ്പെട്ട് മതിമറന്നാണ് ഞാനവനെ നോക്കിയത്. ജോയിൻ ചെയ്യാനെത്തിയ ആറുപേരിൽ അവനെ മാത്രമേ എനിക്കു കാണാൻ കഴിഞ്ഞുള്ളൂ. ശില്പഭദ്രമായ യുവത്വം. ക്ഷണിക്കുന്ന കണ്ണുകൾ. ഹൃദയമിടിപ്പു വർദ്ധിച്ച് ദേഹം തളർന്നാണ് അവന്റെയടുത്ത് ഞാനെത്തിയത്.

രത്തൻ. കൈനീട്ടിക്കൊണ്ട് അവൻ പറഞ്ഞു.

പിന്നെ ഒന്നിച്ചുകൂടി നിന്ന് പരിചയപ്പെടുമ്പോൾ തൊട്ടിടത്തുനിന്ന രത്തൻ അവന്റെ കൈ എന്റെ തോളിലൂടെ ചുറ്റി. എനിക്ക് കോരിത്തരിപ്പുകൊണ്ട് വിറയ്ക്കുന്നുണ്ടായിരുന്നു. അവന്റെ കൈ പോക്കറ്റിൽ തട്ടിയപ്പോൾ എന്റെ ബാൾപെൻ താഴെവീണു. വലത്തുനിന്ന കോട്ടൻസാരിയുടുത്ത ആൾ അത് എടുത്തുതന്നു. നന്ദിയോടെ ചിരിച്ചപ്പോൾ അയാൾ കൊഞ്ഞനംകുത്തി. സംഗതി മനസ്സിലാക്കി ഞാൻ പതുക്കെ രത്തന്റെ കൈ എന്റെ തോളത്തുനിന്ന് നീക്കി.

പിന്നീട് കാന്റീൻ എവിടെയെന്ന് അന്വേഷിക്കാനും ജോലിയിലെ അവന്റെ സംശയങ്ങൾ തീർക്കാനും ഇഷ്ടപ്പെടാത്ത കാര്യങ്ങൾ വേണ്ടെന്നു വെക്കാൻ പറ്റുമോ എന്നു ചോദിക്കാനും അവൻ കോട്ടൻസാരിയുടുത്ത് പേന എടുത്തുതന്ന ആളുടെ അടുത്തേക്ക് എന്നെ പറഞ്ഞു

വിട്ടു. കാന്റീനിൽനിന്ന് പുറത്തേക്കിറങ്ങുമ്പോൾ അവൻ ചോദിച്ചു, വലിക്കുമോ? അവൻ നീട്ടിയ പായ്ക്കറ്റിൽനിന്ന് ഒന്ന് ഞാനും ഒന്ന് രതിയുമെടുത്തു. വരാന്തയുടെ വരിയിൽ പിടിച്ചുനിന്ന് വലിച്ചപ്പോൾ എന്റെ ഇടതു കൈപ്പത്തിക്കുമേൽ രത്തന്റെ വിരലുകൾ മൃദുവായി ചലിച്ചു. അന്ന് ബൈ പറയുമ്പോൾ ഒരു ചിരകാല സുഹൃത്തിനെപ്പോലെ അവൻ എന്നെപ്പിടിച്ച് ലോബിയിൽ വട്ടംകറക്കി. അതോ, എനിക്കങ്ങനെ തോന്നിയതാണോ എന്നറിയില്ല.

രാത്രിയിൽ നഗരത്തിലെ ഏകാന്തമായ വാടകമുറിയിലിരുന്ന് ഞാൻ അവനെ വിളിക്കുമായിരുന്നു. അവന്റെ ശബ്ദം എന്റെയുള്ളിൽ എപ്പോഴും പതച്ചുനിന്നു. തുകൽ ഫാക്ടറിക്കും കാലിത്തൊഴുത്തിനുമിടയിലേക്ക് പരിണയാഭ്യർത്ഥനയുടെ വിളി വന്ന രാത്രിയിലും ഞാൻ വിളിച്ചു. രതി വിളിച്ചുപറഞ്ഞ കാര്യം ഞാൻ അവനോട് പറഞ്ഞു. കൺഗ്രാജുലേഷൻസ്. രത്തൻ പ്രതികരിച്ചു.

ഒരു വീട് കണ്ടുപിടിക്കണം. അവൻ പറഞ്ഞു. വീട് കുടുംബത്തിന്റെ നാചറൽ ഹാബിറ്റാറ്റ് ആണ്.

പിറ്റേന്നുതൊട്ട് അവൻ എന്നോടൊപ്പം വീട് കണ്ടുപിടിക്കാൻ കൂടി. വൈകിട്ട് ഓഫീസ് വിട്ടശേഷമുള്ള സമയത്തായിരുന്നു ഓട്ടോ പിടിച്ചുള്ള ഓട്ടം. വിവാഹത്തിന്റെ തലേന്ന് രാത്രിയായപ്പോഴേക്കും സാധനങ്ങളെല്ലാം അടുക്കിവെച്ച് പുതിയ വീടൊരുക്കി. എല്ലാം കഴിഞ്ഞപ്പോൾ കല്യാണം കഴിച്ച് താമസിക്കാൻ എന്നതിനെക്കാൾ ഞങ്ങൾക്ക് താമസിക്കാനാണ് ആ വീടെന്ന് എനിക്കു തോന്നി. കുളിച്ച് ചെറിയൊരത്താഴം കഴിച്ച് തെരുവിലൂടെ നടന്ന് ഞങ്ങൾ ബീച്ചിലെത്തി. പിന്നെയും കുറേ നടന്നു. വളരെ വൈകിയിട്ടും പോകാൻ അവനും വിടാൻ എനിക്കും മനസ്സില്ലായിരുന്നു. കടൽക്കാറ്റിൽ അവന്റെ സ്പർശത്തോളം പോന്ന സാമീപ്യം എന്നെ വിറകൊള്ളിച്ചു. അതിൽനിന്ന് ഒരു തീപ്പൊരി പാറിവീണാൽ ജ്വലിച്ചുപോകുംവിധം ഞാൻ ഉണങ്ങിപ്പൊരിഞ്ഞു പോയിരുന്നു.

ആ രാത്രി ശാന്തവും മനോഹരവുമായിരുന്നു. രത്തൻ എന്നോടൊപ്പം ആ വീട്ടിൽ താമസിച്ചു.

മാരിയേജ് ഇസ് എ ഫാൾസ് റിയലൈസേഷൻ ഓഫ് ജെൻഡർ ഐഡന്റിറ്റി. ഞാൻ വിവാഹം കഴിക്കുകയേ ഇല്ല. നഗരത്തിൽനിന്ന് ചെറിയൊരകലം പാലിച്ചുനിന്ന ഒന്നാംനില വീടിന്റെ ജനൽപ്പാളികൾ മലർക്കെത്തുറന്നുകൊണ്ട് അവൻ പറഞ്ഞു. എത്ര അകലേക്കും കാണാവുന്ന ദേശീയപാതയിലൂടെ, വളർന്നുകൊണ്ടിരുന്ന രതിയെ മുഖരിതമാക്കിക്കൊണ്ട് ചരക്കു വാഹനങ്ങൾ നീങ്ങിക്കൊണ്ടിരുന്നു.

തിരിച്ചുവന്ന് കസേരയിൽ മുന്നോട്ടാഞ്ഞ് ഇരുന്ന രത്തന്റെ നീണ്ട, സുഭഗങ്ങളായ കൈകൾ എന്തോ ചെയ്യാൻ നിമിഷങ്ങളെണ്ണി. മുറിയിൽ ഒരു കാറ്റ് വീശി. അവൻ എന്റെ അടുത്തേക്കുവന്ന് എന്നെ എഴുന്നേല്പിച്ച് വാരിപ്പുണർന്നു. "ഐ വാൺടു ഡു എ റൈറ്റ് തിങ് ദിസ് നൈറ്റ്." അവൻ ഉരുവിട്ടു. ഒറ്റസംഖ്യകളുടെ പെരുക്കംപോലെ സമലിംഗഗാത്രങ്ങളുടെ സങ്ക

ലനം. ഘോരമായ ഇരുട്ടിൽ അഗ്നിദേഹികളുടെ ആലിംഗനം. ആളുന്ന രതിത്തീ.

വിവാഹത്തലേന്നത്തെ അതായിരുന്നു ഞങ്ങളുടെ ആദ്യാവസാന രാത്രി. തുടർന്നിങ്ങോട്ട് പകലുകളിലായിരുന്നു ഞങ്ങളുടെ രതി. എല്ലാ ദിവസവും കോൾസെന്ററിലെ മടുപ്പിക്കുന്ന ചര്യകൾക്കെതിരെ ഒരു മൗന പ്രതിഷേധമെന്ന മട്ടിൽ ഞാനും രത്തനും രത്തന്റെ തൊട്ടടുത്തുള്ള മുറിയിലേക്കു വരാറുള്ളത് രതിക്കോ മറ്റാർക്കെങ്കിലുമോ സംശയത്തിന് ഇടനല്കിയതേ ഇല്ല. അങ്ങനെയൊരു ഉച്ചനേരമാണിത്.

സ്തനവളർച്ചയ്ക്ക് അത്യുത്തമം. കുറഞ്ഞ നാൾകൊണ്ട് ഫലം. അനുഭവത്തിലൂടെ അനേകായിരം പേർക്ക് ബോദ്ധ്യപ്പെട്ടത്. തരുണീ മെഡിക്കൽസിന്റെ അംഗീകൃത ലേഹ്യം. ദിവസേന ഒരു ടീസ്പൂൺ. രത്തൻ തന്ന ക്ലാസിഫൈഡ് ഞാൻ വായിച്ചു.

വിരണ്ടുപോയ കുടൽമാലകൾ പ്രാണരക്ഷാർത്ഥം എന്റെ നാവിനെ അകത്തോട്ടു വലിച്ചു. ഭാഷവിഴുങ്ങിയുടെ, വെപ്രാളത്തിൽ വലിഞ്ഞുമുറുകിയ മുഖം ഞാൻ രത്തനു നേർക്ക് ഉയർത്തി.

അവൻ പൊട്ടിച്ചിരിച്ചു. ഞാനൊരു തമാശ കാണിച്ചതാണ്. വിപണി നിന്നെപ്പോലുള്ളവർക്കുവേണ്ടി ഇങ്ങനെ പലതും പ്രദർശനത്തിനു വെച്ചിട്ടുണ്ട്. ദി മാർക്കറ്റ് വാൺട്സ് ഓൾ മെൻ ആൻഡ് വിമൻ ടു ബി ജെൻഡർ പെർഫെക്ട്.

അവൻ ആ കടലാസുതുണ്ട് എന്റെ കൈയിൽനിന്ന് പിടിച്ചുവാങ്ങി മേശവലിപ്പിൽ തിരിച്ചിട്ടു.

റിലാക്സ് ചെയ്തെങ്കിലും എന്തിനാണ് രത്തൻ ആ പരസ്യം കട്ട് ചെയ്തുവെച്ചതെന്ന് എനിക്കു മനസ്സിലായില്ല. ഏതു പെൺകുട്ടിക്കുവേണ്ടിയാകാം അത്? ഓരോ നിമിഷവും ആ പ്രലോഭനമടങ്ങിയ മേശവലിപ്പിലേക്ക് ഞാൻ നോക്കിക്കൊണ്ടിരുന്നു. ഇറങ്ങാൻനേരത്ത് രത്തൻ കാണാതെ ഞാനതു കൈക്കലാക്കി പോക്കറ്റിൽ തിരുകി. കളയാൻ തോന്നിയതേ ഇല്ല. ഓരോ ദിവസവും ഞാനതെടുത്ത് വായിക്കും. ഒടുവിൽ ഒരു ബോട്ടിൽ ഞാൻ വാങ്ങി. ഒരു ടീസ്പൂൺ എടുത്ത് കഴിച്ചപ്പോൾ രത്തന്റെ സ്പർശം അവൻ ഇല്ലാതെ എനിക്കു നെഞ്ചിൽ അനുഭവപ്പെട്ടു. വീണ്ടും കഴിച്ചപ്പോൾ വീണ്ടും അതേ അനുഭവം. വക്ഷസ്സിൽ മുറുകിയിരത്തന്റെ വിരലുകൾ വിട്ടു പോകാതിരിക്കാൻ ഞാൻ നിത്യേന ആഗ്രഹിച്ചു. അവിടെ കുടഞ്ഞ് പുറത്തു ചാടാൻ ശ്രമിക്കുന്ന ഒരു ഉരുളൻ മത്സ്യത്തെ രത്തൻ പിടിച്ചുവെച്ചിരിക്കുന്നതായി ഞാൻ സങ്കല്പിച്ചു.

ആകാംക്ഷ മൂത്ത് ഞാൻ രതിയുടെ ബ്രാ എടുത്ത് ധരിച്ചുനോക്കി. അതിന്റെ മദ്ധ്യങ്ങൾ മജീഷ്യൻ രണ്ടു വിരലുകൾ ചേർത്ത് കുത്തനെ പൊക്കുന്ന തൂവാലപോലെ ശുഷ്കിച്ചുതന്നെ നിന്നു. ഞാൻ ടീസ്പൂണുകൾ കൂട്ടി. അതെനിക്ക് ശീലവും ലഹരിയും ആവേശവുമായി. രണ്ടു മരുന്നും മുറ തെറ്റാതെ ഞാൻ കഴിച്ചു. രാത്രിയിൽ കുറുക്കിയാറ്റിയ ഉത്തേജനത്തിന്റെ മഞ്ഞമഞ്ചാടി. പകൽ വാറ്റിവരട്ടിയ ആത്മപ്രേരണയുടെ രക്ത

കല്പം.

രാത്രിയിൽ രതിക്കായി ഗുളിക. പകൽ രത്തനായി ലേഹ്യം.

രതിക്കു മുന്നിൽ വിത്തുകാള. രത്തനു മുന്നിൽ കാമധേനു.

രാത്രിയിൽ കൊമ്പു കുലുക്കും. പകൽ പാൽ ചുരത്തും.

ഞാൻ, വൃഷണങ്ങളും അകിടും ഒന്നിച്ചു വളരുന്ന കാമഋഷഭം.

അതോർത്ത ഒരുനാൾ വലിയൊരു ഓക്കാനത്തോടെ എന്റെ ഉദരത്തിൽനിന്ന് ഒരു കവിൾ പീതജലം പുറത്തേക്കു ചാടി ക്ലോസറ്റിൽ വീണു. ഓഫീസിലെ ടോയ്ലറ്റിലായിരുന്നു ഞാൻ. ഒപ്പം കഠിനമായ വേദന ഒരു മലർന്ന പങ്കയുടെ വേഗം പൂണ്ട് അടിവയറ്റിൽ ചുഴിപോലെ വിരിഞ്ഞു. നിമിഷങ്ങൾകൊണ്ട് അവിടെ നോവുകുത്തിന്റെ പടുകാളിനൃത്തം തുടങ്ങി. ദേഹം കുഴഞ്ഞ് ടോയ്ലറ്റിന്റെ വിജാഗിരികളിൽ പിടിച്ച് ഞാൻ ഊർന്നു വീഴാൻ തുടങ്ങുകയായിരുന്നു.

ഡോക്ടർ സ്ഥിരീകരിച്ചു. മരുന്നുകറയുടെ പൂപ്പൽ പിടിച്ച ആമാശയ ഭിത്തികളിൽനിന്ന് മൃഗക്കൊഴുപ്പിന് സമമായ ദ്രവം പൊടിയാൻ തുടങ്ങിയിരിക്കുന്നു. ഉള്ളിൽ വളരുന്നത് ഒരു മാംസശംഖ്. കൂർത്ത മൂക്കുകൊണ്ട് അതു ഭിത്തി തുരക്കാൻ തുടങ്ങിയിരിക്കുന്നു. രക്ഷ അവനെ കൊല്ലുക മാത്രം.

ഒറ്റയ്ക്കു ശ്വസിക്കാൻ പോലുമാകാതെ ജീവിതം മാറുകയാണെന്ന് ആശുപത്രിയുടെ പടികളിറങ്ങുമ്പോൾ ഞാൻ മനസ്സിലാക്കി. ഏകനായി ഞാൻ നഗരത്തിലൂടെ നടന്നു. സ്വത്വവൈരുദ്ധ്യങ്ങൾ പേറുന്ന പരമ്പരാഗത മനുഷ്യർ നിറഞ്ഞ തെരുവുകൾ. മാതാക്കളുടെ മടിത്തട്ടഴിച്ച് തുറന്നുവിട്ട അനുസരണമൃഗങ്ങളുടെ ജാഥകൾ. വിവിധ വേഷങ്ങളിൽ ശരീരങ്ങളുടെ ലാർജർ ഓഫ് ലൈഫ് ഇമേജുകൾ എനിക്കെതിരെ നടന്നു.

ഓട്ടോയിൽ കയറാൻ തുടങ്ങിയപ്പോഴാണ് രതിയുടെ കോൾ. വയ്യാതെ തോന്നി ലീവെടുത്ത് വീട്ടിലിരിക്കുകയായിരുന്നു അയാൾ.

ജീവൻ, ഞാൻ ഓക്കാനിച്ചു. കാർഡ് ടെസ്റ്റിൽ പോസിറ്റീവ്. ഡാ, ആം കാരിയിങ്.

നിലച്ച ആർത്തവരാശിയുടെ വെൺപുഷ്പജാലം. എന്റെ മസ്തിഷ്കം ഘനീഭവിച്ചു.

അന്നു രാത്രി എന്റെ കൈ സ്വന്തം വയറ്റിൽ എടുത്തുവെച്ച് രതി പറഞ്ഞു. ഇവൻ ജന്മകവാടം കടന്ന് ഇങ്ങോട്ടുവരുമ്പോൾ കൂടെ വേറൊരാളുമുണ്ടാകും. പണ്ടു പോയ നിന്റെ അമ്മ.

മനസ്സിലാകാതെ ഞാൻ മുഖമുയർത്തി അയാളെ നോക്കി.

ഞാൻ അമ്മയാകാൻ പോകുവല്ലേടാ. അയാൾ എന്നെ വരിഞ്ഞുമുറുക്കി പൊട്ടിക്കരഞ്ഞു.

ഞാൻ അയാൾ കാണാതെ വേദനയുടെ ഒരിറക്കു കൂടി എടുത്ത് ചിരിക്കാൻ ശ്രമിച്ചു.

രതിയുടെ ഖനിഗർത്തത്തിൽ തിരിനീട്ടിയ ജീവനും എന്റെ ആസനത്തോളം ആഴത്തിൽ വേരാഴ്ത്തിയ വേദനയും ഒരേ വഴികളിലൂടെ

ഞങ്ങളെ രണ്ടുപേരെയും നടത്തി. രതിയുടേത് എല്ലാം പരസ്യമായിരുന്നു. ക്രമേണ വളർന്ന വയർപോലെ. എന്റേത് ഞാൻ കടിച്ചിറക്കിയ നോവു പിണ്ഡങ്ങളോളം നിഗൂഢമായ രഹസ്യവും.

ആരും എതിരെ ഇറങ്ങിവരാത്ത പടവുകൾ കയറി ഓപ്പറേഷൻ തിയേറ്ററിനു മുന്നിൽ എത്തിക്കഴിഞ്ഞിരുന്നു ഞാൻ. തിയേറ്ററിനു പുറത്ത് രത്തൻ എന്റെ കൈകളെ പുണർന്നു. ഒന്നും പേടിക്കാനില്ല. എല്ലാ പ്രശ്നവും ഇന്നോടെ തീരും. കീഹോളാണ്. വളരെ ചെറിയൊരു കരിക്കൽ മാത്രമേ അകത്തു ചെയ്യാനുള്ളൂവെന്നാണ് ഡോക്ടർ പറഞ്ഞത്. നീ ധൈര്യമായിരിക്ക്. അവൻ എന്റെ വയറിൽ സ്പർശിച്ചു.

എന്റെ കാര്യം നോക്കണ്ട. താഴെ ലേബർ വാർഡിന് മുന്നിൽ, രത്തൻ, നീ ഉണ്ടാകണം. അവിടെ വല്ല ആവശ്യവും വരും. ജീവൻ വരാൻ പോകുന്നത് അവിടെയാണ്. ഞാൻ അവനോട് ചിരിച്ചു.

നഴ്സ് എന്നെ അകത്തേക്ക് വിളിച്ചു. ഒരു ബെഡിൽ കിടക്കാൻ പറഞ്ഞു. അവിടെക്കിടന്ന് ഞാൻ ഉറങ്ങി. ഉണർന്നപ്പോൾ നഴ്സും ഡോക്ടറും ഒക്കെ ചുറ്റിലുമുണ്ടായിരുന്നു. ഞാൻ എഴുന്നേറ്റുനിന്നു. പുറത്തേക്കു നടന്നപ്പോൾ നഴ്സ് എന്റെ കൂടെ വന്നു. വരാന്തയിൽ നിന്നിരുന്ന രത്തന്റെ അടുത്തേക്ക് നഴ്സ് ചെന്നു.

"നിങ്ങൾ പേഷ്യന്റിന്റെ ആരാണ്?"

"രത്തൻ പറഞ്ഞു. ഫ്രണ്ട്."

സോറി. നഴ്സ് പറഞ്ഞു. സർജറി കോംപ്ലിക്കേറ്റ് ചെയ്തു. പേഷ്യന്റ് ഡെഡാണ്.

എന്റെ മരണം രത്തന്റെ ശിരസ്സ് പിളർക്കുന്നത് കാണാൻ എനിക്കു കഴിഞ്ഞില്ല. കാരണം, ഞാൻ എന്റെ വീട്ടിനുള്ളിലായിരുന്നു. കഴിഞ്ഞ ഒൻപതു മാസമായി എന്റെ ഭൂമിയും സമുദ്രവും ആകാശവുമായ ഒരു വയർ വ്യാസമുള്ള വീട്. അതിൽ നീക്കും പോക്കും കാത്തിരിപ്പും മടുപ്പുമായി സ്ഥലകാലങ്ങളറിയിച്ച ഒരു കുടം ഗർഭജലം. അതിന്റെ പൂജ്യം ഡിഗ്രി ജീവിതത്തിൽനിന്ന് മോചനം നേടാൻ സമയമായിരിക്കുന്നു. ആയുസ്സിലേക്ക് തുറക്കുന്ന ലംബധാരങ്ങളായി വിടർന്നു കിടന്ന മരപ്പൊത്തിന്റെ വെള്ളക്കീറിലൂടെ ഞാൻ ഒഴുകിപ്പറന്നു. വിദൂരമായ നിലവിളിയോടെ ഭ്രൂണകാലം എനിക്ക് ഭൂതകാലമായി. വർത്തമാനത്തിന്റെ വെളിച്ചത്തിലേക്ക് ഞാൻ കണ്ണുതുറന്നു.

ഗർഭാവരണത്തിന്റെ ഇളനീർശൽക്കങ്ങൾ നീക്കി നഴ്സ് എന്നെ കോരിയെടുത്ത് രതിയെ കാട്ടി. കൊടുംവേദനയുടെ കൊളുത്തുകൾ വീണ് ചിന്നിപ്പോയ ശീലത്തുണിപോലെ ആ മുഖം ഞാൻ കണ്ടു.

ഞാൻ വിളിച്ചു. അമ്മേ.

പിന്നെ എന്നെയുംകൊണ്ട് നഴ്സ് വാർഡിന് പുറത്തെത്തിയപ്പോൾ അവിടം ശൂന്യമായിരുന്നു. ആ വരാന്തയിൽ കാത്തുനില്ക്കേണ്ടയാൾ മുകളിൽ മുഖത്ത് തുണിമൂടി മരിച്ചുകിടപ്പുണ്ടെന്ന് എനിക്കുമാത്രം അറിയാം. അല്പമകലെ കുറച്ചു മുൻപുമാത്രം അവിടെയെത്തി ജനലരികിൽനിന്ന്

കൈയിൽ തലവെച്ച് ആസ്പത്രിക്ക് പുറത്തേക്ക് നോക്കിനിന്ന രത്തനെ ഞാൻ കണ്ടു. വിട്ടുപോയ ജീവനു നല്കിയ അവസാനത്തെ വാക്കുപാലിക്കാനെത്തിയവൻ. എന്നെയുംകൊണ്ട് അവന്റെ അടുത്തെത്തി നഴ്സ് ചോദിച്ചു.

നിങ്ങൾ രതിയുടെ ആരാണ്?

രത്തൻ മറുപടി പറഞ്ഞില്ല.

ഒരു നിമിഷത്തെ മൗനത്തിനുശേഷം നഴ്സ് എന്നെ രത്തന് കൈമാറിക്കൊണ്ട് പറഞ്ഞു.

കുട്ടി ആണാണ്. പക്ഷേ, സോറി. ഡെലിവറി കോംപ്ലിക്കേറ്റ് ചെയ്തു. മദർ ഡെഡാണ്.

വിളകഴിഞ്ഞ ജന്മങ്ങളുടെ പാടത്തുനിന്ന് കിളച്ചെടുത്ത ഉരുളക്കിഴങ്ങുപോലത്തെ തലയും നിവരാനിരിക്കുന്ന ജീവിതത്തിലേക്ക് ചൂണ്ടിനില്ക്കുന്ന വിരലുപോലുള്ള ഉടലുമായി രത്തന്റെ കൈയിൽ ഞാനൊരു കോമയുടെ ആകൃതിയിൽ കിടന്നു. ഉഭയരതിജീവിപരമ്പരകൾ അലഞ്ഞുവാഴുന്ന അഴുക്കു വെള്ളക്കെട്ടിലേക്ക് ഒരുവട്ടം കൂടി ഒഴുകിയെത്തിപ്പെട്ട ജീവനെന്ന വാൽമാക്രി.

ഒരു ബ്രാക്കറ്റിൽ എത്ര പേർക്കു ജീവിക്കാം

പ്രമോദ് രാമൻ

മരണം ജോളി ജോസഫിന്റെ ശരീരത്തിൽനിന്ന് ജീവൻ ചുരണ്ടിയെടുക്കാൻ തുടങ്ങി. രക്തക്കുഴലുകൾ ഉറക്കം കുടിച്ച് ചീർത്ത അട്ടകളായി വിണ്ടുകീറുകയാണ്. സുഷുമ്നയിൽ കരിന്തേൾ പിടിമുറുക്കി. മാംസത്തിനുമീതെ ആരോ ആഞ്ഞിലിമുള്ള് പാകി. വിവിധ നീളത്തിലുള്ള അധോവായുവിന്റെ തേരട്ടകൾ ഇടയ്ക്കിടെ അയാളെ വിട്ട് പുറത്തേക്കിഴഞ്ഞു.

എങ്കിലും അയാൾക്ക് സമാധാനമുണ്ട്. വായിൽക്കൂടി ഒരുരുള ശ്വാസം പുറത്തുചാടുന്നതിന് സമമായ ചേഷ്ടപോലുമില്ലാത്ത നിശ്ശബ്ദമായ അന്ത്യത്തിലേക്ക് താൻ ഉറങ്ങാൻ പോവുകയാണ്. ജോളി ജോസഫ് തെരഞ്ഞെടുത്ത മരണത്തിന്റെ ഉടമയാകാൻ പോവുകയാണ്.

പിതാവിന്റെയും പുത്രന്റെയും പരിശുദ്ധാത്മാവിന്റെയും നാമത്തിൽ. അയാൾ ഉരുവിട്ടു. ആമേൻ.

ജോളി ജനിച്ചിട്ട് ഇരുപത്തിയാറു വർഷമാവുന്നതേയുള്ളൂ. ആരെയും ഉപദ്രവിച്ചിട്ടില്ല. ആരാലും ഉപദ്രവം ഏറ്റിട്ടില്ല. മരണത്തെ വിളിക്കുന്നതും ആർക്കെങ്കിലും മറുപടി നല്കാനല്ല. ജീവിതത്തെപ്പോലെ മരണത്തിനും സ്ഥാനമുണ്ടെന്ന് വിശ്വസിക്കാൻ അയാൾ ഇഷ്ടപ്പെടുകയായിരുന്നു. അല്ലെങ്കിൽ തിരിച്ച്. മരണത്തിൽനിന്ന് വലിയ മെച്ചമല്ല ജീവിതം എന്ന്.

പതിനെട്ടു ദിവസം മുൻപ് മീനപ്പാറ താണോട് സെന്റ് ഫ്രാൻസിസ് പള്ളിയിൽ ഒത്തുകല്യാണത്തിന്റെ കുർബ്ബാന കൊണ്ടത് ജോളിക്ക് ഓർമ്മ വന്നു. ആ ഓർമ്മയ്ക്ക് എന്തൊരു വെളുപ്പാണ്! സങ്കീർത്തിയിൽനിന്ന് തിരുവസ്ത്രങ്ങൾ ധരിച്ച് ശുശ്രൂഷികളോടൊപ്പം പുറത്തെത്തി. അൾത്താരയുടെ വിശുദ്ധവൃത്തത്തിനു നടുക്ക് ബലിപീഠത്തിനരികിൽ ഏകനായി നിന്ന പോളച്ചൻ. പിന്നിലെ ഭിത്തിയിൽ നിലാവിന്റെ നിറമുള്ള മൊസാന്റാ

പൂക്കളുടെ സ്പർശത്തിന് ഉണർത്താൻ കഴിയാത്ത ദുഃഖത്തിന്റെ പന്ത്രണ്ടാം രഹസ്യമായി നിന്ന ഈശോ. ഏതു കുർബ്ബാനയും ദുഃഖമാണ്. വെളുത്ത മുഴുകൈയൻ ഷർട്ടും തവിട്ട് പാന്റ്സും ധരിച്ച് റോസിക്കു സമീപം കൈകൾ കൂട്ടിപ്പിടിച്ച് പ്രാർത്ഥനാനിരതനായി നിന്നപ്പോൾ അയാൾക്കു തോന്നി.

റോസിയുടെ കുർബ്ബാനകളിൽ താൻ ഉണ്ടായിരിക്കുമോ? തന്റേതിൽ റോസി ഉണ്ടായിരുന്നില്ല. പള്ളിപ്പറമ്പുകളിലെന്നല്ല, പിന്നിട്ട വഴികളിൽ സുവർണ്ണച്ചിറകുള്ള മാലാഖയെപ്പോലെ റോസി തനിക്കു സമീപം പറന്നു നടക്കുന്നത് ഒരിക്കലും തന്റെ സ്വപ്നമായിരുന്നില്ല. പക്ഷേ, മനസ്സമ്മതത്തിന് ഭൂതമോ ഭാവിയോ ഇല്ല. വർത്തമാനത്തിലെ ഒരു ചോദ്യം മാത്രമാണത്. വിശുദ്ധഗ്രന്ഥം സാക്ഷിയായി പോളച്ചൻ അതു തന്നോട് ചോദിച്ചു.

ജോളി, ഈ നില്ക്കുന്ന തെക്കേക്കുട്ടിളക്കാലിൽ അബ്രാത്തിന്റെയും മണപ്പാട് മറിയായുടെയും പുത്രി മാനസി റോസിയെ വിവാഹം കഴിക്കാൻ സമ്മതമാണോ?

കൊച്ചുനാൾ തൊട്ടേ ബ്രാക്കറ്റിൽനിന്ന് എടുത്തെഴുതാനുള്ള ചോദ്യങ്ങൾ ജോളിയെ വിഷമിപ്പിക്കാറുണ്ട്. ഇടത്തും വലത്തും നടുക്കുമായി മൂന്നുത്തരങ്ങൾ. അതിരുകൾക്ക് ചക്രവാളങ്ങളുടെ ആകൃതിയുണ്ടെങ്കിലും അവ തമ്മിൽ ശ്വാസംമുട്ടിക്കുന്ന അകലം മാത്രം. തെരഞ്ഞെടുക്കപ്പെടുന്ന ഉത്തരം മറ്റുള്ളവയോട് വിടവാങ്ങി ചോദ്യത്തിന്റെ കാൽക്കീഴിൽ ബന്ധിപ്പിക്കപ്പെടുന്നു. ഒന്നിനും ഉത്തരമാകാൻ കഴിയാതെ മറ്റുള്ളവ തുടർന്നും ബ്രാക്കറ്റിൽത്തന്നെ ജീവിക്കുന്നു. ചേരുംപടി ചേർക്കലും ഭീകരമാണ്. ഇടതുവശത്തെ ചോദ്യത്തിൽനിന്ന് പുറപ്പെടുന്ന രേഖ മറുഭാഗത്ത് കാത്തു നില്ക്കുന്ന ഉത്തരങ്ങളിലൊന്നിൽ എത്താനെടുക്കുന്ന യാത്ര. എല്ലാ ചേരിനെയും പടിചേർത്തു കഴിഞ്ഞാലും ചിലപ്പോൾ വലതുപക്ഷത്തു ബാക്കിയാവുന്ന ഉത്തരങ്ങൾ. ഇങ്ങനെ, സമ്മതിക്കാൻ മനസ്സിലാവാത്തത് മാത്രമേ പരീക്ഷാഹാളിലെന്നപോലെ ജോളിക്ക് അപ്പോഴും തോന്നിയുള്ളൂ.

ഹാളിലെ ബാക്കി എല്ലാവർക്കും ഉത്തരം എളുപ്പമായിരുന്നു. എത്ര കാലമായി കണ്ടുകൊണ്ടിരിക്കുകയാണ് അവർ ജോളിയെയും റോസിയെയും. പോളച്ചൻ ചോദ്യം ആവർത്തിച്ചപ്പോൾ ജോളിക്കു ചുറ്റും നാട്ടുകാർ ആ ഉത്തരത്തിനായി തിരക്കുകൂട്ടി. ചിലർ ചെറുതായി ചിരിച്ചുതുടങ്ങി. ചിലരുടെ ചിരി അല്പം കൂടി വലുതായി ഒച്ചയോടെയുള്ളതായി. വൈകാതെ അതൊരു വട്ടംകൂടിയുള്ള പൊട്ടിച്ചിരിയായി. അവരിൽ ഓരോരുത്തരുടെയും മുഖം കവർന്ന് ജോളിയുടെ നോട്ടം ചലിച്ചു. അറ്റംവരെയെത്തി നോട്ടം തിരിച്ച് യാത്ര തുടങ്ങിയപ്പോൾ ഓരോരുത്തരായി ഡയലോഗ് പറഞ്ഞു.

"സമ്മതമാണോന്ന്! ഇതെന്തൊരു ചോദ്യമാണച്ചോ." തുരുത്തിൽ വറുഗീസ്. വയസ്സ് 50. പൊട്ടിച്ചിരി.

"സമ്മതുല്ലാഞ്ഞിട്ടാ എവനെവളെ ഇക്കാലത്രേം കൂടെക്കൊണ്ട് നടന്നേ?" തോന്നാട്ടിൽ ഇട്ടി. 62. ചിരി.

"വാതുറന്ന് പറേന്റെ കുട്ട. പെറക്കേണന്റെ മുന്നേ സമ്മതവാരുന്നൂന്ന്." പാലപ്പാടം പ്ലമേന. 45. പുഞ്ചിരി.

ഇങ്ങനെ പലരും ആ ഉത്തരത്തിന്റെ പര്യായവാക്കുകളിൽ സംസാരിച്ചു. ജോളിയുടെ നോട്ടം ചെന്നുനിന്നത് എൽദോയുടെ മുഖത്താണ്. വാതിലിന് അടുത്തുനിന്ന് അവൻ ചിരിക്കുകയായിരുന്നു, എപ്പോഴുമെന്നപോലെ. ദേഹണ്ഡം ചെയ്ത് വിയർത്തതിന്റെ ലക്ഷണങ്ങൾ അവന്റെ ചന്ദനനിറമുള്ള ഷർട്ടിൽ പലയിടത്തും കണ്ടു.

എടാ നീയെന്തോവാടാ ഈ ആലോചിക്കുന്നേ. പതിനായിരംവട്ടം സമ്മതവാന്ന് പറേടാന്റെ ജോളിയേ. എൽദോയും അങ്ങനെ പറഞ്ഞുവെന്ന് ജോളിക്കു തോന്നി.

ചിരിക്കുന്ന എൽദോയുടെ മുഖത്തുനിന്ന് ജോളിയുടെ നോട്ടം അവന്റെ കണ്ണുകളിലേക്ക് പതുക്കെ കൂപ്പുകുത്തി അവയെ വലിയ സോപ്പുകുമിളകളായി പൊട്ടിച്ചു.

"എൽദോക്ക് സമ്മതവാണെങ്കീ എനിക്കും സമ്മതാ." ജോളി പറഞ്ഞു.

എൽദോ പറഞ്ഞാൽ ചെയ്യേണ്ടത് കൊലപാതകമായാലും ജോളി ചെയ്യും. എല്ലാക്കാലവും അത് അങ്ങനെയായിരുന്നു. എൽദോ പറയും. ജോളി ചെയ്യും. പത്തു വയസ്സിൽ തുടങ്ങിയതാണ്. എൽദോയുടെ ഈ 'ടാ നീ പറേണത് കേക്കടാ ജോള്യേ' പറച്ചിൽ. റോസിയുടെ കാര്യത്തിൽ അവൻ ഒരു കാര്യം ചെയ്യാൻ പറയുന്നത് ആദ്യമാണ്. ജോളി അതും ചെയ്തു.

മനസ്സമ്മതം പൂർത്തിയാക്കി ഫ്രൈഡ് റൈസ് കഴിച്ച് എല്ലാവരും പിരിഞ്ഞു.

കെട്ടുകഴിഞ്ഞ ദിവസം ജോളിയും റോസിയും അങ്ങോട്ടുമിങ്ങോട്ടും നോക്കിയിരുന്നു. അത് ആദ്യത്തെ രാത്രിയായി കാണാൻ എന്തുകൊണ്ടോ ജോളിക്ക് കഴിഞ്ഞില്ല. റോസിക്കും അങ്ങനെതന്നെ ആയിരുന്നിരിക്കണം. എത്ര രാത്രികളിലെങ്കിലും അവർ ഒരുമിച്ച് ആ മുറിയിൽ കിടന്നിട്ടുണ്ട്. പക്ഷേ, കൂടെ എൽദോയും എപ്പോഴും ഉണ്ടായിരുന്നു. ഇന്നിപ്പോൾ ഇല്ല. അതുമാത്രമാണ് ആ രാത്രിക്കുള്ള വ്യത്യാസം. എൽദോ അന്നു വൈകിട്ട് ഗൾഫിനു പോയിരുന്നു. അവൻ ഇറങ്ങാൻ നേരത്ത് മൂന്നുപേരും നിരന്നുനിന്ന് ഫോട്ടോ എടുത്തു. ഇടത്ത് എൽദോ.

"നമ്മുടെ കെട്ടിന് സമ്മതം എൽദോക്കായിരുന്നോ?" റോസി ചോദിച്ചു.

ആ ചോദ്യത്തിനായിരുന്നു റോസിക്ക് ഉത്തരം വേണ്ടിയിരുന്നത്. അന്നു മാത്രമല്ല, പിന്നീടെന്നും. പതിനെട്ടു ദിവസമായി ജോളിയുടെ ചെവിയിൽ അലച്ചുകൊണ്ടിരുന്നത് ആ ചോദ്യമാണ്.

സ്കൂളിൽ പോകുന്ന വഴിയിൽ മൂന്നുപേർക്കുവരെ ഒന്നിച്ചു നടക്കാം. ഇടത്ത് എൽദോ, നടുക്ക് ജോളി, വലത്ത് റോസി എന്നിങ്ങനെയാണ് നടക്കാറ്. ഒരിക്കലും മാറാതെ എൽദോ ഇടത്തുതന്നെയായിരുന്നു. ബ്രാക്ക

റ്റിന്റെ മൂന്നായ്മയിൽ അങ്ങോട്ടുമിങ്ങോട്ടും മാറാൻപോലും ഇടമില്ലല്ലോ എന്നാണ് ജോളി അതേക്കുറിച്ച് ചിന്തിച്ചിരുന്നത്.

"കട്ടുറുമ്പ് ഇടതുപക്ഷക്കാരനാണേയ്." എൽദോ എപ്പോഴും പറയും. കട്ടുറുമ്പുകൾ ഇല്ലാത്ത സ്വർഗ്ഗത്തെക്കുറിച്ച് ജോളിയും റോസിയും ഒരിക്കലും സ്വപ്നം കണ്ടിരുന്നെങ്കിലും അവർക്കു മുന്നിലെത്തുമ്പോൾ എല്ലാവരും കട്ടുറുമ്പുകളായി സ്വയം പ്രഖ്യാപിക്കും. രാവിലെ സ്കൂൾ ഗേറ്റിലേക്ക് വരിയായി വലിഞ്ഞുകയറുകയും വൈകുന്നേരം വരിയായി പുറത്തേക്കിറങ്ങുകയും ചെയ്യുന്ന കട്ടുറുമ്പുകൾ. ജോളിയും റോസിയും ഇരിക്കുന്ന കട്ടുറുമ്പുകളുടെ ക്ലാസ്മുറി. അവർ നില്ക്കുന്ന കട്ടുറുമ്പുകളുടെ മോണിങ് അസംബ്ലി. ജോളി റോസിയുടെ വീട്ടിൽ ചെന്നാൽ റോസിയുടെ അപ്പച്ചൻ കട്ടുറുമ്പും അമ്മച്ചി കട്ടുറുമ്പും ഉടനെ തൊടിയിലേക്കെന്നും പറഞ്ഞ് സ്ഥലംവിടും. ബസിൽ കയറിയാൽ, സിനിമാതിയേറ്ററിൽ കടന്നാൽ, കുർബ്ബാനയ്ക്കു ചെന്നാൽ ഒക്കെ കട്ടുറുമ്പുകളുടെ പ്രളയം. ഞാന്നിങ്ങക്കെടേ കട്ടുറുമ്പാകിണില്യേ. ഓരോരുത്തരും പറയും. അതോർക്കുമ്പോൾ ജോളിക്ക് ഛർദ്ദിക്കാൻ വരും.

എല്ലാവർക്കും ഒന്നിച്ചുനടക്കുന്ന ജോളിയും റോസിയും പ്രണയിക്കുകയായിരുന്നു. അതങ്ങനെയേ വരൂ എന്ന് എല്ലാവരും പറഞ്ഞു. ജോളിയും റോസിയും എൽദോയും കൂടിയാണ് ഒന്നിച്ച് നടപ്പെങ്കിലും ജോളിയുടെയും റോസിയുടെയും കൂട്ടുകാരനായാണ് എൽദോയെ എല്ലാവരും കണ്ടത്. ഒലയഞ്ചി ഗ്രാമത്തിൽ ഇതറിയാത്ത ആരുമില്ല. കിഴുക്കാംതൂക്കായ വഴിയിറങ്ങി മുത്താറിയും എള്ളും വിളയുന്ന പാടം പിന്നിട്ട് ശവംനാറികളുടെ ദേഹത്തുരുമ്മി വെളുത്ത ഓലപ്പാമ്പിനെപ്പോലെ പുളഞ്ഞുനടക്കുന്ന ഒരു ചെറു അരുവിയുണ്ടിവിടെ. അത് പറഞ്ഞുനടന്ന കഥയും ജോളിയുടെയും റോസിയുടെയും പ്രണയമാണ്. കൊത്തംകല്ലു കളിച്ചുനടന്ന കാലംതൊട്ട് ജോളിയും റോസിയും അത് കേൾക്കുന്നുണ്ടായിരുന്നു. പാടത്തു ചെന്നാലും പള്ളിയിൽ ചെന്നാലും പള്ളിക്കൂടത്തിൽ ചെന്നാലും കൂടെയുള്ളവരെല്ലാം സ്വയം കട്ടുറുമ്പുകളായി പ്രഖ്യാപിക്കുന്ന പ്രണയജോടികളായി അവർ ഒലയഞ്ചി ഗ്രാമത്തിൽ ജീവിച്ചു.

"നമ്മുടെ കെട്ടിന് സമ്മതം എൽദോക്കായിരുന്നോ?" റോസി ചോദ്യം ആവർത്തിച്ചു.

പത്താംക്ലാസ് പരീക്ഷ കഴിഞ്ഞദിവസം മൂന്നാളുംകൂടി ഔട്ടിങ്ങിനു പോയി. കടൽത്തീരം കണ്ടപ്പോൾ ബ്രാക്കറ്റിന്റെ കവാടങ്ങൾ പ്രപഞ്ചത്തിന്റെ വലുപ്പം കണ്ടെത്തിയെന്ന് ജോളിക്കു തോന്നി. തണുത്ത കാറ്റേറ്റ് മൂന്നുപേരും നടന്നു. ഏറെ നടന്ന് ഒരിടത്തിരുന്നു. "എനിക്കിരിക്കാൻ ഒരു കട്ടുറുമ്പിന്റെ സ്ഥലം മതി." ഇരിക്കുമ്പോൾ എൽദോ പറഞ്ഞു. ഇതിപ്പോൾ ഒരു കടൽത്തീരം മുഴുവനുമുണ്ട്. നീല യൂണിഫോം പാന്റിന്റെ നനഞ്ഞ അറ്റം പിഴിഞ്ഞ് ഒരു കാൽ ഉയർത്തിവെച്ച് ചരിഞ്ഞ് ഒരു കൈമുട്ടുകൊണ്ട് ശിരസ്സ് താങ്ങി അവൻ ഇരുന്നപ്പോൾ തന്നെക്കാൾ എന്തൊരിരട്ടിയാണ് എൽദോയുടെ ഉടലെന്ന് ജോളിക്കു തോന്നി. റോസി വലത്തിരുന്ന് നീല

പ്പാവാട പാദംവരെ മൂടി കൈകൾ കൂട്ടിപ്പിടിച്ചിരുന്നു.

അവിടെ എൽദോ കുറിച്ചിട്ടു. എൽദോ, ജോളി, റോസി. ജോളിയിൽനിന്ന് റോസിയിലേക്ക് ഹൃദയചിഹ്നത്തിലൂടെ വെള്ളിടിപോലൊരു വര. സിനിമ കാണാനിരുന്നപ്പോൾ എൽദോ ഇടത്ത്. ജോളി നടുക്ക്. റോസി വലത്ത്.

തിരിച്ചെത്തിയത് രാത്രിയിലായിരുന്നു. ജോളിയുടെ വീട്ടിലാണ് മൂന്നു പേരും കിടന്നത്. ജോളിയുടെ അപ്പച്ചനാണ് പറഞ്ഞത്. എൽദോയേ, റോസി മോളേ, ഇനിയിപ്പോ ഇവിടെ കെടന്നാട്ടെ. വെളുപ്പാൻകാലത്ത് പോകാം. രണ്ടു പായകൾ ജോളിയുടെ അപ്പച്ചൻ വിരിച്ചു. ആദ്യത്തേതിൽ എൽദോയും ജോളിയും രണ്ടാമത്തേതിൽ റോസി.

മോളല്ലേലും വലുതാവുമ്പോ ഇവിടത്തന്നല്യോ കെടക്കേണ്ടീത്? മുറിവിട്ടു പോകുംമുമ്പ് ജോളിയുടെ അപ്പച്ചൻ പറഞ്ഞു. ജോളിയുടെ അമ്മച്ചി ജോളിയുടെ മൂന്നാം വയസ്സിൽ മരിച്ചുപോയിരുന്നു.

മൂന്നുപേരും കിടന്നു. ഇടത്ത് എൽദോ, നടുക്ക് ജോളി, വലത്ത് റോസി.

രാത്രിയിലെപ്പോഴോ ഉറക്കത്തിന്റെ പുതപ്പ് നീങ്ങിയതുപോലെ തോന്നിയപ്പോൾ ജോളിക്ക് കനത്ത ഇരുട്ടിൽ താനൊറ്റയ്ക്കാണെന്നു തോന്നി. ആരെയെങ്കിലും തൊടണം. വലതുകൈകൊണ്ട് റോസിയെ തൊടണ്ട. അത് ആത്മനിയന്ത്രണം നഷ്ടപ്പെടലാകും. 'ആത്മനിയന്ത്രണം സാദ്ധ്യമല്ലെങ്കിൽ അവർ വിവാഹം കഴിക്കണം. കാരണം, കാമംകൊണ്ട് എരിയുന്നതിനെക്കാൾ വിവാഹം കഴിക്കുന്നതാണ് ഉത്തമം.' കോറിന്തോസുകാർക്ക് പൗലോസ് എഴുതിയ ഒന്നാം ലേഖനം. ജോളി തന്റെ ഇടതുകൈ നീട്ടി എൽദോയെ തൊട്ടു.

ആ സ്പർശത്തിലൂടെ താനവന് എന്തോ കൊടുത്തതുപോലെയും അവൻ തിരിച്ച് എന്തോ തന്നതുപോലെയും ജോളിക്കു തോന്നി. എൽദോയുടെ വിസ്തൃതമായ നെഞ്ചിലാണ് ജോളിയുടെ കൈ കിടന്നത്.

"നമ്മുടെ കെട്ടിന് സമ്മതം എൽദോക്കായിരുന്നോ?" റോസി ചോദിച്ചു കൊണ്ടിരുന്നു.

പത്താംക്ലാസിനുശേഷം ജോളി പഠിച്ചിടത്തുതന്നെയാണ് എൽദോയും പഠിച്ചത്. ഹോസ്റ്റലിൽ ഒരേ മുറി. ചുവരിൽ റോസിയുടെ പടം തൂക്കിയിട്ട് അവൻ പറഞ്ഞു. ഡാ ജോളിയേ, നിന്റെ ഭാഗ്യവാടാ ഈ തൂങ്ങുന്നത്. പക്ഷേ, ചുവരിലേക്ക് ജോളിയുടെ കണ്ണുകൾ ചെന്നില്ല.

ഉറങ്ങാൻ കിടന്നപ്പോൾ ആ മുറിയിൽ ഒന്നും കുറവുള്ളതായി ജോളിക്കു തോന്നിയില്ല. കട്ടിലിന്റെ വീതിക്കുറവുപോലും അങ്ങനെതന്നെയാണ് വേണ്ടതെന്നാണ് തോന്നിച്ചത്. ജോളിയും എൽദോയും കിടന്നാൽ ബ്രാക്കറ്റ് നിറയും. വലത്ത് ഒന്നിനുംകൂടി ഇടമില്ല. എൽദോയുടെ ചന്ദനത്തുടകൾ തന്റേതിൽനിന്ന് എടുത്തുമാറ്റിക്കൊണ്ടും അവന്റെ കരങ്ങൾ തന്റെ തലയെ അമർത്തിപ്പൊതിഞ്ഞിരുന്നിടത്തുനിന്ന് ഇളക്കിക്കൊണ്ടും അവന്റെ തുറന്ന വായിൽനിന്ന് തന്റെ കവിളിലേക്ക് ഇഴഞ്ഞുകിടന്ന ഉമി

നീർവിരയെ മുറിച്ചുകൊണ്ടും പിറ്റേന്ന് ഉണരുമ്പോഴാണ് ജോളി റോസിയുടെ ആ പടം കണ്ടത്. പടത്തിലാണേൽ കട്ടുറുമ്പ് സ്വർഗ്ഗത്തിലുമായാലെന്ത്?

ജോളി ഓർത്തു.

"നമ്മുടെ കെട്ടിന് സമ്മതം എൽദോക്കായിരുന്നോ?" റോസി ഒരിക്കൽ കൂടി ചോദിച്ചു.

'അതിനാൽ തന്റെ മാതാവിനെയും പിതാവിനെയും വിട്ട് പുരുഷൻ സ്വന്തം ഭാര്യയോട് ചേരും. അവർ ഇരുവരും ഒരു ശരീരമായിത്തീരും.' എഫേസോസുകാർക്ക് പൗലോസ് എഴുതിയ ലേഖനം. രതി നല്കിയാൽ റോസിക്ക് അത് ഒരു ഉത്തരമായേക്കാം. ജോളി അതിനുള്ള നീക്കങ്ങളിലാണ്. ചോദ്യചിഹ്നത്തിന്റെ ആകൃതിയിൽ കിടന്ന റോസിയുടെ ഇടതുവശം ജോളി കിടന്നു. പക്ഷേ, തനിക്കിടത്ത് എന്തോ ഉണ്ടാകേണ്ടതായി ജോളിക്കു തോന്നി. അങ്ങോട്ടു നോക്കിയപ്പോൾ ജനലിനപ്പുറം ഇരുട്ടിൽ എൽദോയുടെ മുഖം നിന്നു.

എന്താടാ ജോളിയേ മിഴിച്ചു നിക്കണേ? എല്ലാം ഞാൻ നെനക്ക് പഠിപ്പിച്ചു തന്നിട്ടൊള്ളതല്ലിയോടാ?

അവന്റെ കണ്ണുകളിലെ തീക്ഷ്ണത ജോളിയുടെ അടിവയറ്റിൽ തണുത്ത ഗോലികൾ നിറച്ചു ആരോ ഇന്ദ്രിയങ്ങളുടെ കാറ്റഴിച്ചു വിട്ടു.

എനിക്ക് നിനക്ക് രതി തരാനാകുന്നില്ലല്ലോ റോസീ. ജോളി നനഞ്ഞ പഞ്ഞിപോലത്തെ തന്റെ മദ്ധ്യഭാഗത്തേക്കു നോക്കി മുഖം കുനിച്ചു പറഞ്ഞു.

"നമ്മുടെ കെട്ടിന് സമ്മതം എൽദോക്കായിരുന്നോ?"

ഇനി ജോളിക്ക് വേറെ ഉത്തരമില്ല. "ആണ് റോസീ. നമ്മുടെ കെട്ടിന് സമ്മതം എൽദോക്കായിരുന്നു."

വികാരമോ വിചാരമോ ഇല്ലാത്ത ഒരു രാത്രി അവർക്കിടയിൽ മനുഷ്യന് പകരമായി വെക്കാൻ കഴിയാത്ത സാന്നിദ്ധ്യമായി കുമിഞ്ഞുകിടന്നു. ശ്വസിച്ചു തീർക്കാനുള്ള ഒരു മുറി. നോക്കിനിറയ്ക്കേണ്ട ഇരുട്ട്. ഉത്തരങ്ങൾക്കായി ചോദ്യങ്ങളുടെ പേറ്റുനോവ്.

അതിന്റെ പിറ്റേന്നാണ് തെരഞ്ഞെടുക്കാൻ ജീവിതം ബാക്കിയില്ലെന്ന് ജോളി തീരുമാനിച്ചത്. ജീവിതത്തിലെ തന്റെ എല്ലാ തീരുമാനങ്ങളും എൽദോ എടുത്തു കഴിഞ്ഞിരുന്നു. മരണത്തിലെങ്കിലും അയാൾ സ്വന്തം തീരുമാനത്തിന്റെ അടയാളം ആഗ്രഹിച്ചു. അങ്ങനെ ജോളി ജോസഫ് മഞ്ഞക്കാരൻ തെരഞ്ഞെടുത്ത മരണത്തിന്റെ ഉടമയാകാൻ പോവുകയാണ്.

പക്ഷേ, ഒരു കട്ടുറുമ്പ് കടന്നുവന്നാൽപ്പോലും മരണം സംശയിച്ചു നില്ക്കുമെന്ന് ജോളി തിരിച്ചറിഞ്ഞത് റോസി മുറിയിലേക്ക് അപ്രതീക്ഷിതമായി കടന്നു വന്നപ്പോഴാണ്. പതിഞ്ഞ കാലടികളോടെ റോസി എത്തിയപ്പോൾ അട്ടകളും തേളുകളും തേരട്ടകളും ജോലി നിർത്തിനിന്നു പരുങ്ങി. റോസി എന്തിനാണ് വന്നത്. ജോളിക്ക് ഒരു രൂപവുമുണ്ടായില്ല.

താൻ ഉറങ്ങുന്നുവെന്ന് ഉറപ്പുവരുത്തി ഉപേക്ഷിച്ചു പോകാനാണോ? താൻ മരണത്തിന് ക്ഷണക്കത്തയച്ച് കാത്തിരിക്കുകയാണെന്ന് ഒരിക്കലും അവൾ അറിഞ്ഞില്ല.

കട്ടിലിൽ വന്നിരുന്ന് റോസി സംസാരിച്ചു തുടങ്ങി.

"ജോളിച്ചാ, കട്ടുറുമ്പാന്ന് പറയുവാരുന്നേലും എൽദോ ജോളിച്ചന്റെ നല്ല കൂട്ടുകാരനായിരുന്നു. അല്ലിയോ?"

വല്ലാത്തൊരു ചോദ്യമായിരുന്നു റോസിയുടേത്.

"ജോളിച്ചന് വേണ്ടിയ തീരുമാനങ്ങളല്ലാരുന്നോ എൽദോ എടുത്തത്?"

റോസി പറഞ്ഞു.

"പക്ഷേ, ജോളിച്ചാ. എന്റെ കട്ടുറുമ്പ് അങ്ങനെ ആയിരുന്നില്ല കേട്ടോ. എന്റെ കട്ടുറുമ്പ് എന്നെ തീരുമാനമൊന്നും എടുത്ത് സഹായിച്ചില്ല. അയാളെന്നെ കെട്ടി."

റോസി പറഞ്ഞു.

ജോളി ജോസഫ് മഞ്ഞക്കാരന്റെ മൂടൽമഞ്ഞ് പരന്ന ബോധചക്രവാളത്തിൽ പുതിയ ചേരുംപടിയുടെ വെള്ളിടിസഞ്ചാരങ്ങൾ മിന്നി. ഇടത്തുനിന്ന് വലത്തേക്ക് തന്നെ മറികടന്ന് വെള്ളിടികൾ പോയരാത്രികളിൽ താൻ ബ്രാക്കറ്റിന്റെ ചക്രവാളങ്ങൾക്കിടയിൽ ബോധംകെട്ടുറങ്ങുകയായിരുന്നുവെന്ന് അയാൾക്ക് മനസ്സിലായി.

"പക്ഷേ, ജോളിച്ചാ, എനിക്ക് വലിയ തീരുമാനമൊന്നും എടുക്കാനില്ല. ഉള്ളത് ഒരു ചെറിയ തീരുമാനം. ഞാനത് എടുത്തു. ഒരു കട്ടുറുമ്പിനെ കൊല്ലുംപോലൊരു തീരുമാനം."

അടുത്ത നിമിഷത്തിൽ റോസിയുടെ കൈയിലിരുന്ന കറിക്കത്തി ജോളിയുടെ അടിവയറ്റിലേക്ക് ഇറങ്ങി.

ജോളി ജോസഫ് മഞ്ഞക്കാരന്റെ ശരീരം രണ്ടു മരണങ്ങളെ ഒരേ സമയം വഹിച്ചു. ഉടൽ തെരഞ്ഞെടുത്തെഴുതേണ്ട ഉത്തരങ്ങളായി അവ ഒരു ബ്രാക്കറ്റിന് ഇടംവലം പരിചകൾക്കുള്ളിൽ ജീവിച്ചു. അട്ടകളും കരിന്തേളും ആഞ്ഞിലി മുള്ളും തേരട്ടകളും കുറേശ്ശെ അയാൾക്ക് അവ അല്ലാതാകാൻ തുടങ്ങി.

വിനോദിന്റെയും അരവിന്ദന്റെയും മകൾ

കെ ദിലീപ്കുമാർ

കഥ പറയാൻ തുടങ്ങുമ്പോൾ തെളിമയുള്ള ആകാശം മുകളിൽ പ്രത്യക്ഷപ്പെടുന്നു. ഒന്നോ രണ്ടോ വെൺമേഘത്തുണ്ടുകൾ കാറ്റിൽ ഒഴുകുന്നുണ്ട്. ഞാൻ ഇന്നോളം കണ്ടിട്ടില്ലാത്ത ഏതോ ഒരു പുഴയും പുഴയരികിലെ ചെറിയ വീടും വീടിനെ വലംവെച്ചു കടന്നുപോകുന്ന കാറ്റുമൊക്കെയുണ്ട്.

ഞാൻ സ്വന്തം ജീവിതകഥ പറയുകയാണ്. ചുറ്റും യൂണിഫോമണിഞ്ഞ കുട്ടികളുണ്ട്. ടോഫികളുടെ സുഗന്ധം നിറഞ്ഞ വർണ്ണക്കടലാസുകളുണ്ട്. ടി വി യിലെ കാർട്ടൂൺ കഥാപാത്രങ്ങളുണ്ട്.

നീ കഥ പറയാനുള്ള പ്രായമൊന്നും ആയിട്ടില്ല, ഇപ്പോഴും വെറും കുട്ടിയാണ് എന്ന് ഏതോ ഒരാൾ എന്നുള്ളിലിരുന്ന് പറയുന്നു.

പതിനേഴ് വയസ്സുള്ള ഒരു പെണ്ണാണ് ഞാൻ. കൗമാരത്തിലാണ് ജീവിതം ഏറ്റവും സൂക്ഷ്മവും തീവ്രവുമാകുന്നത്. അതിനാൽ ഒരാൾക്ക് സ്വന്തം ജീവിതത്തെക്കുറിച്ച് ഓർമ്മിക്കാൻ ഏറ്റവും നല്ലത് ഈ കാലം തന്നെയാണ്. ഇങ്ങനെ ചിലത് ഞാൻ മറുപടിയായി പറയുന്നു.

പിന്നെയും മറ്റേയാൾ തടസ്സങ്ങൾ ഉന്നയിക്കുന്നുണ്ട്.

ഇതിനൊക്കെ മറുപടി പറഞ്ഞ് കഥ പറയാൻ യോഗ്യയാണെന്ന് ഞാൻ സമർത്ഥിച്ചുറപ്പിക്കുന്നു.

തെളിമയുള്ള ആകാശത്തിനുവേണ്ടി ഞാൻ പിന്നെയും ധ്യാനിക്കുന്നു. വേഗതയുടെ കോലാഹലവുമായി ഒരുകൂട്ടം ബൈക്കുകൾ കടന്നുവരുന്നു. വളവുകളിലൂടെ, നിലത്ത് തൊട്ടുതൊട്ടില്ലെന്ന മട്ടിൽ അവ ചീറിപ്പായുന്നു. പുക തുപ്പികൊണ്ട് പിന്നെയും വാഹനങ്ങൾ ചീറിപ്പായുന്നുണ്ട്. മരച്ചില്ലയിൽനിന്ന് ഒരു പക്ഷി പറന്നുയർന്ന് വൈദ്യുതിക്കമ്പിയിൽ കുടുങ്ങി മരിക്കുന്നതോടെ കഥയ്ക്ക് പശ്ചാത്തലമായെന്ന തോന്നലോടെ ഞാൻ എഴുതിത്തുടങ്ങുന്നു.

കൂമന്മാരുടെ വീട്

എന്റെ വീട്ടിലേക്കുള്ള വഴി ഇടുങ്ങിയതും ഏകാന്തവുമാണ്.

കരിയിലകളിൽ പതുങ്ങി നടക്കുന്ന കാറ്റ്. ചവിട്ടുപാത മുറിച്ചു കടന്നുപോകുന്ന മഞ്ഞച്ചേരകളുടെ യാദൃച്ഛികത. ഇങ്ങനെ ചിലതൊക്കെയുള്ളവഴി.

എന്റെ വീട്ടിലെ ജാലകങ്ങൾ ചെറുതും ഏറക്കുറെ ജീർണ്ണിച്ചതുമാണ്. അവ എപ്പോഴും അടഞ്ഞുകിടക്കുന്നു. കൂമന്മാരുടെ വീട് എന്നാണ് ഞാൻ ഈ വീടിനെ വിളിക്കാനാഗ്രഹിക്കുന്നത്.

എന്റെ പേര് ഡയാന എന്നാണ്. ആ പേര് കേൾക്കുമ്പോൾ പലർക്കും ബ്രിട്ടനിലെ രാജകുമാരിയായിരുന്ന ഡയാനയെ ഓർമ്മ വരുന്നുണ്ടാകാം. അവരുടെ മനോഹരമായ മുഖവും അതിൽ സദാ കത്തിച്ചുവച്ചിരുന്ന പ്രകാശവുമൊക്കെ ആർക്കാണ് ഓർമ്മ വരാത്തത്! പാപ്പരാസികളാണോ, പ്രണയമാണോ, അതോ മറ്റാരെങ്കിലുമാണോ ഡയാനയുടെ മരണത്തിനുത്തരവാദി?

അതൊക്കെ ചിന്തിച്ച് എന്റെ കഥയിൽനിന്ന് ഞാൻ വ്യതിചലിക്കുന്നില്ല.

എന്നെക്കൂടാതെ വീട്ടിലുള്ളത് അമ്മയും അച്ഛനും പിന്നെ ഒരു പൂച്ചക്കുട്ടിയുമാണ്. പൂച്ചക്കുട്ടിയെന്ന് ഞാൻ പറഞ്ഞെങ്കിലും സത്യത്തിൽ അതൊരു മുതിർന്ന പൂച്ചയാണ്. എന്നാൽ ഞാനും അമ്മയും അച്ഛനുമൊക്കെ അതിനെ പൂച്ചക്കുട്ടിയെന്നാണ് പറയുക. അങ്ങനെ പറയാനാണ് ഞങ്ങൾക്ക് ഇഷ്ടം. ഞങ്ങളുടെ പൂച്ചക്കുട്ടിയുടെ പേര് ദിദോ എന്നാണ്.

എന്റെ അച്ഛന്റെ പേര് വിനോദ്. അമ്മ അച്ഛനെ വിളിക്കുന്നത് വിനു എന്നാണ്. ഞാനും മിക്കപ്പോഴും അച്ഛനെ വിനു എന്നുതന്നെ വിളിക്കും. എങ്കിലും ഇടയ്ക്കിടെ അച്ഛനെന്നും വിളിക്കാറുണ്ട്.

അച്ഛൻ ഒരു നാടകനടനാണ്. പലപ്പോഴും അച്ഛൻ രാത്രികളിൽ വീട്ടിലുണ്ടാകാറില്ല. അങ്ങനെയുള്ള രാത്രികളിൽ അമ്മയുടെ കൂട്ടുകാരിയായ സബിത എന്ന സ്ത്രീ ഞങ്ങൾക്ക് കൂട്ടായി വീട്ടിൽ തങ്ങാറുണ്ട്.

അമ്മയുടെ പേര് അരവിന്ദൻ എന്നാണ്. അരവി എന്നാണ് അച്ഛൻ അമ്മയെ വിളിക്കുക. ഞാൻ അമ്മയെ അരവി എന്ന് വിളിക്കാറുണ്ടായിരുന്നു. എന്നാൽ ഈയിടെയായി അങ്ങനെ വിളിക്കുന്നതിന് അമ്മ വിലക്കേർപ്പെടുത്തിയിരിക്കുന്നു. അതിനാൽ ഞാൻ അമ്മയെന്ന് മാത്രമേ വിളിക്കാറുള്ളു.

രഹസ്യസ്ഥലം

ഞങ്ങളുടെ വീട് ഒരു രഹസ്യസ്ഥലമാണെന്ന് എനിക്ക് തോന്നാറുണ്ട്.

എല്ലാ വീടുകളും രഹസ്യസ്ഥലങ്ങൾ തന്നെ. ഒരു വീട് മറ്റൊന്നിൽ നിന്ന് വിഭിന്നമാണ്. മാത്രമല്ല ഓരോരോ വിഭിന്നതയെയും രഹസ്യത്തിന്റെ

ഒരു അവ്യക്തസ്തരം എപ്പോഴും ബന്ധനസ്ഥമാക്കുകയും ചെയ്യുന്നു.

വീടുകൾ മാത്രമല്ല, ഈ ഭൂമിയിലെ ഓരോ ഇടവും രഹസ്യങ്ങൾ ഒളിപ്പിച്ചുവെക്കുന്നു. ഒരു തരത്തിലല്ലെങ്കിൽ മറ്റൊരു തരത്തിൽ. ചിന്തിക്കാനും പ്രവർത്തിക്കാനും നമുക്ക് സ്വാതന്ത്ര്യമുള്ളപോലെ, ഭൂമിയിലെ ഓരോ ഇടത്തിനും അതിന്റേതായ രഹസ്യങ്ങൾ സൂക്ഷിപ്പാനവകാശമുണ്ട്.

സ്ഥലം സ്വയം രഹസ്യം സൂക്ഷിക്കുകയാണോ, അതോ സ്ഥലത്തിന്റെ ഉടമയാണോ രഹസ്യത്തിന്റെ സൂക്ഷിപ്പുകാരൻ എന്നൊക്കെ ചോദ്യങ്ങളുയരുന്നുണ്ടാവാം. രഹസ്യങ്ങളെക്കുറിച്ചുള്ള ഇത്തരം ചോദ്യങ്ങൾ അപ്രസക്തമാണ്. കാരണം ഇതിന്റെയൊക്കെ ഉത്തരങ്ങൾ രഹസ്യങ്ങളാണെന്നുതന്നെ!

ഇത്രയൊന്നും കടന്നുചിന്തിക്കാതെ ചെറിയ അർത്ഥത്തിലാണ് ഞാൻ പറഞ്ഞത്, ഞങ്ങളുടെ വീടൊരു രഹസ്യസ്ഥലമാണെന്ന്. കാരണം ഞാൻ പറയാതെ തന്നെ നിങ്ങൾ ഊഹിച്ചിട്ടുണ്ടാകും.

അമ്മയ്ക്കും അച്ഛനും ബന്ധുക്കളാരെങ്കിലും ഉള്ളതായി എനിക്ക് തോന്നിയിട്ടില്ല. അങ്ങനെ ഏതെങ്കിലുമൊരു ബന്ധു ഞങ്ങളുടെ വീട്ടിൽ വന്നതായും ഓർമ്മയില്ല.

അമ്മൂമ്മ, അപ്പൂപ്പൻ, വലിയമ്മ, കുഞ്ഞമ്മ, മാമന്മാർ, അപ്പച്ചിമാർ തുടങ്ങിയ വർഗ്ഗങ്ങളെക്കുറിച്ചൊക്കെ സ്കൂളിലെ കൂട്ടുകാരികളിൽനിന്നാണ് ഞാൻ അറിഞ്ഞത്. സത്യത്തിൽ ബന്ധുക്കൾ എന്നൊരു വർഗ്ഗം ഉണ്ടെന്നുപോലും എനിക്ക് അറിയാമായിരുന്നില്ല.

മറ്റുള്ളവർ കടന്നുവരാത്ത വീടായിരുന്നു ഞങ്ങളുടേത്. അതിനാൽ ഈ വീടിന്റെ രഹസ്യസ്വഭാവത്തിന് സാന്ദ്രതയേറുന്നു. പഴകിയതും പൊടിപിടിച്ചതുമായ ഒരു ചിത്രംപോലെ വിഭിന്നമായ ഒരു ലോകം.

പത്രക്കാരൻ, പാൽക്കാരൻ, പോസ്റ്റ്മാൻ തുടങ്ങിയുള്ള സാധാരണ മനുഷ്യ പരിസരങ്ങളൊക്കെ ഈ വീടിനുണ്ട്. അണ്ണാൻകുഞ്ഞ്, പൂച്ച, അലഞ്ഞുതിരിയുന്ന പട്ടികൾ, പക്ഷികൾ തുടങ്ങിയവയ്ക്ക് മുന്നിൽ ഞങ്ങൾക്ക് രഹസ്യങ്ങളൊന്നുമില്ല എന്നുതന്നെ ഞാൻ പറയും.

മറ്റു വീടുകളിൽ സാധാരണ കാണപ്പെടുന്നതിൽ നിന്ന് വിഭിന്നം എന്ന് ഞാൻ കരുതുന്ന ഒരു കാര്യം ഞങ്ങളുടെ വീട്ടിലെ വസ്ത്രധാരണരീതിയാണ്. അതായത് വീട്ടിനുള്ളിൽ മിക്കപ്പോഴും അമ്മയും അച്ഛനും നഗ്നരാണ്.

കനത്ത വാതിൽ കർട്ടനുകളായിരുന്നു പുറംലോകത്തിൽനിന്ന് അവരുടെ നഗ്നതയെ മറച്ചുപിടിച്ചിരുന്നത്. എന്നാൽ വസ്ത്രം ധരിക്കാതിരിക്കുക എന്ന കാര്യത്തിൽ അമ്മയ്ക്കോ അച്ഛനോ പിടിവാശിയൊന്നും ഉണ്ടായിരുന്നില്ല. മറ്റുള്ളവർക്ക് മുന്നിൽ തികച്ചും മാന്യമായ വസ്തധാരണരീതി തന്നെയായിരുന്നു അവർ അവലംബിച്ചിരുന്നത്.

പാന്റും ഷർട്ടുമാണ് വീട്ടിന് പുറത്ത് പോകുമ്പോൾ അമ്മയും അച്ഛനും ഉപയോഗിക്കാറുള്ള വേഷം. അച്ഛൻ ഇളംനിറങ്ങൾ ഉപയോഗിച്ചു. കടുത്ത നിറത്തിലുള്ള വസ്ത്രങ്ങളോടാണ് അമ്മയ്ക്ക് പ്രിയം.

ചെറിയ കുട്ടിയായിരുന്നപ്പോൾ വസ്ത്രങ്ങൾ ധരിക്കുക എന്നത് എന്റെ സ്വഭാവമായിരുന്നില്ല. എന്നാൽ ക്രമേണ അത് മാറി. വസ്ത്രങ്ങൾ ധരിക്കുക എന്റെ സ്വഭാവമായി. വളരുന്ന ഒരു കുട്ടി വീട്ടിന് പുറത്തുനിന്നും പല ശീലങ്ങളെയും സ്വാംശീകരിക്കും. അത് തികച്ചും സ്വാഭാവികമായ ഒരു കാര്യമാണല്ലോ.

ഇതിനൊക്കെ ഇടയിൽ അമ്മയുടെ സഹായിയായ സബിത എന്ന സ്ത്രീയും ഉണ്ട്. എല്ലാ അസാധാരണത്വങ്ങളെയും ഉൾക്കൊള്ളാൻ പാകത്തിലുള്ള ഒരു മനസ്സായിരുന്നു സബിതചേച്ചിയുടേത്. ചിലപ്പോൾ വീട്ടിനുള്ളിൽ അവർ നഗ്നയായിരുന്നു. ചിലപ്പോൾ വസ്ത്രങ്ങൾ ധരിച്ചു.

ഒഴിക്കുന്ന പാത്രത്തിനനുസരിച്ച് ആകൃതി മാറുന്ന വെറും ദ്രാവകമായിരുന്നു സബിതചേച്ചി. അവരെ ദ്രാവകമായി കണക്കാക്കുമ്പോൾ അച്ഛനെയും അമ്മയേയും ഖരപദാർത്ഥങ്ങളായി കണക്കാക്കാൻ കഴിയുമോ? അതോ വാതകമായി പരിഗണിക്കുന്നതാവുമോ കൂടുതൽ ശരി.

അല്ലെങ്കിൽ എന്തിന് ഇത്തരം വർഗ്ഗീകരണങ്ങൾ? ഖരത്തിന് ദ്രാവകമായും വാതകമായും മാറാൻ താപനിലയുടേയും മർദ്ദത്തിന്റേയും ചില വ്യതിയാനങ്ങൾ മാത്രം മതിയല്ലോ.

സബിത എന്ന സ്ത്രീ

സബിത എന്ന സ്ത്രീക്ക് ഞങ്ങളുടെ വീട്ടിൽ സവിശേഷമായ ഒരു സ്ഥാനമാണുള്ളതെന്ന് തോന്നുന്നു. വെറും വീട്ടുജോലിക്കാരി എന്ന മട്ടിലല്ല, സബിതചേച്ചിയുടെ പെരുമാറ്റം. പലപ്പോഴും പല കാര്യങ്ങളിലും അവരാണ് തീരുമാനമെടുക്കുക.

അച്ഛനില്ലാത്ത അവസരങ്ങളിൽ എല്ലാ കാര്യങ്ങളും അവരുടെ വരുതിയിലാണ്.

അച്ഛനെ അവർ സാറെന്നാണ് വിളിക്കുന്നത്. അച്ഛനുണ്ടെങ്കിൽ സബിതചേച്ചിയുടെ പെരുമാറ്റം തന്നെ മറ്റൊരു തരത്തിലാണ്.

അച്ഛനില്ലാത്തപ്പോൾ, അമ്മയെ അരവിന്ദ് എന്ന് അവർ മടികൂടാതെ വിളിക്കും. അമ്മ ആ വിളി കേട്ട് ചൂളി, പേടിച്ചരണ്ട മട്ടിൽ അവർക്ക് നേരെ ഓടിച്ചെല്ലുന്നത് പരിഹാസ്യമായ ഒരു കാഴ്ചയാണ്. ചിലപ്പോൾ അത് കാണുമ്പോൾ എനിക്ക് വിഷമം തോന്നാറുണ്ട്.

അമ്മ എന്തിനാണ് സബിതച്ചേച്ചിയെ പേടിക്കുന്നതെന്ന് ഒരുതവണ ഞാൻ ചോദിച്ചു. അങ്ങനെയൊന്നുമില്ലെന്ന് അമ്മ ഒഴിഞ്ഞുമാറി. അപ്പോൾ അമ്മയുടെ മുഖത്ത് മിന്നിമറഞ്ഞ ഭാവങ്ങൾ എന്തൊക്കെയെന്ന് എനിക്കറിയില്ല. ഏതായാലും അമ്മയുടെ മുഖത്തെ ഭാവങ്ങൾ വിചിത്രമായിരുന്നു എന്നതിൽ സംശയമില്ല.

സബിതച്ചേച്ചിയും അമ്മയും തമ്മിൽ ഒരു ദിവസം വഴക്കുണ്ടായി. അച്ഛനില്ലാത്ത ഒരു ദിവസം. നാലഞ്ചു ദിവസം കഴിഞ്ഞേ അച്ഛൻ മടങ്ങി വരൂ എന്ന് അറിയാമായിരുന്നു.

അമ്മയും സബിതയും തമ്മിൽ വഴക്കുണ്ടായതിന്റെ കാരണമെന്തെന്ന്

എനിക്കറിയില്ല. ഏതായാലും അമ്മ അന്ന് കുറച്ചേറെ കരഞ്ഞു. സബിത ച്ചേച്ചിയും കരഞ്ഞു. എന്നാൽ സബിതയുടെ കരച്ചിൽ വെറും അഭിനയം പോലെ തോന്നിച്ചു.

വൈകുന്നേരം അമ്മയും സബിതയും ഷോപ്പിങ്ങിന് പോകാൻ ഒരുങ്ങുമ്പോഴായിരുന്നു വഴക്കും കരച്ചിലും മറ്റും. ഒന്നും രണ്ടും പറഞ്ഞ് സബിതച്ചേച്ചി പിണങ്ങി പുറത്തേക്ക് പോകാൻ തുടങ്ങി. അപ്പോൾ അമ്മ എല്ലാം നഷ്ടപ്പെട്ട മട്ടിൽ അവരുടെ പിന്നാലെ ചെന്നു.

"ഞാൻ നിന്റെ കാലു പിടിക്കാം. എന്റെ സബിതക്കുട്ടി പോവല്ലേ എന്നും മറ്റും," അമ്മ ഒരു നാണവുമില്ലാതെ പുലമ്പി. അമ്മയെ സബിത ച്ചേച്ചി തെറിവാക്കുകൾ വിളിച്ചു. അമ്മ അതൊക്കെ കേട്ടുനിന്നു. എനിക്ക് വല്ലാത്ത ജാള്യം തോന്നി.

അന്ന് ഞങ്ങളുടെ വീട്ടിൽ ആരും ഭക്ഷണം കഴിച്ചില്ല. ആ രാത്രിയിൽ സബിതച്ചേച്ചി അമ്മയുടെ മുറിയിൽ ഉറങ്ങിയതുമില്ല. എന്റെ മുറിയിലെ വെറും നിലത്ത് അവർ കോസടി വിരിച്ചു.

ഞാൻ പഠിക്കുകയായിരുന്നു. സാധാരണയായി പത്തു മണിയോടെ ലൈറ്റണച്ചു ഉറങ്ങാൻ കിടക്കും. എന്നാൽ അന്ന് രാത്രി അവരെ ശല്യപ്പെടുത്താൻ മാത്രം ഞാൻ ഏറെനേരം വിളക്കണയ്ക്കാതെ പഠിക്കുന്നതായി അഭിനയിച്ചു. ഒന്നുരണ്ട് തവണ അമ്മ വന്ന് സബിതച്ചേച്ചിയെ വിളിച്ചു. എന്നാൽ സബിത കേട്ട ഭാവം പോലും കാണിച്ചില്ല. അവസാനത്തെ തവണ സബിത വരൂ, എന്ന് പറഞ്ഞ് അമ്മ കോസടിയിൽ ഇരിക്കുക പോലും ചെയ്തു. അപ്പോൾ അവർ ഒരു നികൃഷ്ടജീവിയെ എന്നപോലെ അമ്മയെ തള്ളിമാറ്റി. അപമാനിക്കപ്പെട്ട അമ്മ തലകുനിച്ച് ഇറങ്ങിപ്പോകുമ്പോൾ സബിത ഒരു തെറിവാക്ക് പറഞ്ഞു.

ആ രാത്രിയിൽ ഞാൻ ഉറപ്പാക്കി, സബിത ഒരു ചീത്ത സ്ത്രീയാണെന്ന്. സബിതയെ ഒരിക്കലും വിശ്വസിക്കാൻ പാടില്ലെന്നും മാരകമായ വിഷത്തിന്റെ വിത്തുകൾ അവർക്കുള്ളിലുണ്ടെന്നും ഞാൻ മനസ്സിലാക്കി.

ആ രാത്രിയിൽ ഞാൻ ഉറങ്ങിയില്ല.

അമ്മ

അമ്മയുടെ പേര് അരവിന്ദൻ എന്നാണെന്ന് ഞാൻ നേരത്തെ പറഞ്ഞപ്പോൾ തന്നെ വായനക്കാർക്ക് കാര്യം മനസ്സിലായിരിക്കുമല്ലോ. നിങ്ങളുടെയൊക്കെ അമ്മയെപ്പോലെ ഒരു സ്ത്രീയല്ല എന്റെ അമ്മ. എന്റെ അമ്മ ഒരു പുരുഷനാണ്.

ഇത് വ്യത്യസ്തമായ ഒരു കാര്യമാണെന്ന് ആദ്യമൊന്നും എനിക്ക് അറിയില്ലായിരുന്നു. സ്കൂളിൽ വെച്ച് ക്രമേണ ഞാൻ ആ കാര്യം മനസ്സിലാക്കി. എല്ലാവരുടെയും അച്ഛന്മാർ പുരുഷന്മാരാണ്. അമ്മമാർ സ്ത്രീകളും. എന്റെ ജീവിതപരിസരം മറ്റു കുട്ടികളുടേതിൽനിന്ന് വളരെ വളരെ ഭിന്നമാണെന്ന് ബോധിപ്പിക്കുന്ന ഇത്തരം അറിവുകൾ ഒരിക്കലും ആഹ്ലാദകരമായിരുന്നില്ല.

പക്ഷേ, അതൊരു യാഥാർത്ഥ്യമായിരുന്നു. തളർത്തുന്ന ആ അറിവ് അടുത്ത കൂട്ടുകാരോടു പോലും പങ്കുവെക്കാനാവാതെ ഞാൻ വിഷമിച്ചു.

മറ്റുള്ളവരിൽനിന്ന് വ്യത്യസ്തരാകുവാൻ എല്ലാവരും വലിയൊരള വോളം ആഗ്രഹിക്കാറുണ്ട്. എന്നാൽ ഒഴിവാക്കാനാവാത്ത വ്യത്യസ്തത എന്നത് നമ്മെ വിഷമിപ്പിക്കുകയാണ് ചെയ്യുക. പുരുഷനായ അച്ഛൻ, സ്ത്രീയായ അമ്മ, ഇതൊക്കെയാണ് ഒരു മകൾക്ക് ആവശ്യമായുള്ളത്. പക്ഷേ, ഇതൊക്കെ ആരോട് പറയാൻ?

ഞാൻ ആരാണെന്ന ചോദ്യം എന്നെ ആദ്യമായി സന്ധിക്കുന്ന വിഷ മകരമായ ഒരു കാലമായിരുന്നു അത്. മരിക്കുവാൻ ഞാൻ ആശിച്ചു. പക്ഷേ, ജീവിതത്തെ സ്നേഹിക്കുകയും ചെയ്തു. മനുഷ്യജീവിതം ദുര ന്തമാണെന്നുള്ള കറുത്ത വിശ്വാസത്തിൽ അഭയം തേടുകയല്ലാതെ മറ്റൊരു വഴി എനിക്കില്ലായിരുന്നു.

ആരേയും സ്നേഹിക്കാനോ ആരാലും സ്നേഹിക്കപ്പെടുവാനോ കഴി യാത്ത ഒരുതരം വരണ്ട ലോകത്തിലായിരുന്നു ഞാൻ. നന്നായി പഠിക്കു കയും പരീക്ഷയെഴുതുകയും ചെയ്യുക എന്നതായിരുന്നു എന്റെ മനസ്സിൽ തെളിഞ്ഞ ഒരേയൊരു വഴി. നല്ല മാർക്കു വാങ്ങിച്ചെങ്കിലും എനിക്ക് സംതൃപ്തി തോന്നിയില്ല.

ക്ലാസിലെ ഒരു കുട്ടിയും എന്നെ സ്നേഹിക്കുന്നില്ലെന്നും ടീച്ചേഴ്സ് എന്നെ ശ്രദ്ധിക്കാറില്ലെന്നും ഞാൻ വിശ്വസിച്ചു.

എല്ലാവരേയും സ്നേഹിക്കണമെന്നും എല്ലാവരാലും സ്നേഹിക്ക പ്പെടണമെന്നുമുള്ള ഉൽക്കടമായ ആഗ്രഹം എന്നെ മഥിച്ചു. പക്ഷേ, സ്നേഹം എപ്പോഴും എന്നിൽനിന്ന് വഴുതിമാറി.

പെൺകുട്ടികളും അമ്മമാരും തമ്മിൽ സവിശേഷമായ ഒരു സ്നേഹ ബന്ധമുള്ളതായി പറയാറുണ്ട്. പക്ഷേ, എന്റെ അമ്മയുമായി അത്തരമൊരു ബന്ധം എനിക്കുണ്ടെന്ന് തോന്നുന്നില്ല.

അമ്മ എന്നെ സ്നേഹത്തോടെ സ്പർശിക്കാറില്ല. ലാളിക്കാറില്ല. ഒന്നുമില്ല. ഒരുപക്ഷേ, എന്റെ അമ്മ ഒരു പുരുഷനാണെന്ന യാഥാർത്ഥ്യ മായിരിക്കാം ഇതിനൊക്കെ അടിയിൽ തിളങ്ങുന്ന വസ്തുത.

എന്നാൽ എന്റെ അമ്മ ഒരു യഥാർത്ഥ സ്ത്രീയേക്കാൾ സ്ത്രൈണ തയാർന്നവളാണെന്നതാണ് സത്യം. തൊട്ടാവാടി. അച്ഛന്റെ ലാളനയിൽ അലിയുന്നവൾ. സ്വന്തമായി തീരുമാനമെടുക്കാൻ കഴിയാത്തവൾ. അച്ഛ നാണ് അമ്മയുടെ ലോകം.

സ്ത്രീയായ സബിതച്ചേച്ചിയുടെ മുന്നിൽ പോലും ഒരു പുരുഷനായി മാറാൻ കഴിയുന്നില്ല എന്നതാണ് അമ്മയിലെ യാഥാർഥ്യം. അമ്മയും സബിതയും അഭിമുഖീകരിക്കുമ്പോൾ അമ്മ സ്ത്രീയുടേയും സബിത പുരുഷന്റേയും റോളുകളാണ് അഭിനയിക്കുന്നതെന്ന് എനിക്ക് തോന്നാ റുണ്ട്.

ഇതൊക്കെ എന്റെ വെറും തോന്നലുകൾ മാത്രമാവാം. അമ്മയിലെ പുരുഷൻ പുറത്തേക്ക് വരുന്ന സന്ദർഭങ്ങൾ ഉണ്ടായിരിക്കാം? പക്ഷേ,

ഞാൻ ആ പുരുഷനെ കണ്ടിട്ടില്ല!

ഞാൻ ഒരു പെൺകുട്ടി

അമ്മയും അച്ഛനും പുരുഷന്മാരാണെന്നതിന്റെ ദയനീയമായ പരിമിതി ഞാൻ മനസ്സിലാക്കിയത് ആ ദിവസത്തിൽ ആയിരുന്നു. ഞാൻ ഋതുമതിയായ ദിവസം.

തുടർന്നുള്ള എന്റെ കാര്യങ്ങളൊക്കെ ശ്രദ്ധിച്ചത് സബിതച്ചേച്ചി ആയിരുന്നു. സബിതയെ ഞാൻ വെറുത്തിരുന്നെങ്കിലും എനിക്കവരെ ആശ്രയിക്കേണ്ടതായി വന്നു. എന്റെ ശരീരത്തിലെ ഏകാന്തമായ പ്രദേശങ്ങൾ പോലും അവർക്ക് പരിചിതമായി മാറി.

ഞാൻ നിർവ്വികാരമായ ഒരു പുഴയായിരുന്നു. സബിത ആ പുഴയിലെ തോണിക്കാരിയായിരുന്നോ? അതോ പുഴക്കരയിൽ കുളിക്കാൻ വന്ന അനേകരിൽ ഒരുവളോ? നിറയെ ചുവന്ന പൂക്കളോടെ പുഴക്കരയിൽ പൂത്തുലഞ്ഞുനിന്ന ഒരു വൃക്ഷമായിരുന്നോ അവർ? അതിൽനിന്നും പൂവിതളുകളും പരാഗങ്ങളും പുഴയിലേക്ക് ചിതറിവീണിരുന്നോ?

ഏതായാലും സബിതച്ചേച്ചിയെ എനിക്ക് പഴയപോലെ വെറുക്കുവാൻ വയ്യ. അതിനുള്ള അധികാരം എനിക്കില്ലല്ലോ.

ഒരു പെൺകുട്ടി ഋതുമതിയാകുന്നതോടെ ചുറ്റും തെളിയുന്നത് പുതിയൊരു ലോകമാണ്. പുതിയ വെളിച്ചങ്ങൾ എന്നെ കൂടുതൽ കൂടുതൽ ഏകാകിനിയാക്കി.

സബിതച്ചേച്ചി പറയാറുണ്ട്, കുട്ടിയെക്കുറിച്ച് ഓർക്കുമ്പോൾ എനിക്ക് വിഷമം തോന്നുന്നു എന്ന്.

ഞാൻ വെറുതെ ചിരിക്കുക മാത്രം ചെയ്യും.

സബിതച്ചേച്ചി പിന്നെയും പറയും."കുട്ടി സുന്ദരിയാണ്. എനിക്കെന്റെ മകളെപ്പോലെ തോന്നുന്നു."

അപ്പോഴും ഞാൻ വെറുതെ ചിരിക്കും. എന്നെ പാട്ടിലാക്കി അപായപ്പെടുത്താനുള്ള അവരുടെ സൂത്രവിദ്യയാണിതൊക്കെയെന്ന് ഞാൻ മനസ്സിൽ കരുതി.

ദീപാവലി

ഒരു ദീപാവലി ദിവസമായിരുന്നു അത്. സാധാരണയായി ഞങ്ങളുടെ വീട്ടിൽ ഇത്തരം ആഘോഷങ്ങൾ നടത്താറില്ല. അതുകൊണ്ട് എന്നത്തേയുംപോലെ ഞങ്ങളുടെ വീട് സാധാരണമട്ടിൽത്തന്നെ കിടന്നു. പ്രകാശത്തിന്റെ ആക്രമണങ്ങളൊന്നും അവിടെ ഉണ്ടായിരുന്നില്ല.

മറ്റൊരു കാര്യംകൂടി. അന്ന് ഞങ്ങളുടെ വിട്ടിലേക്കുള്ള വൈദ്യുതി ബന്ധം വിച്ഛേദിതമായിരുന്നു. എന്തെങ്കിലും തകരാറ് പറ്റിയതാണോ അതോ ആരെങ്കിലും തകരാറിലാക്കിയതാണോ എന്ന് വ്യക്തമല്ല. തൊട്ടടുത്ത വീടുകളിലൊക്കെ വൈദ്യുതി ഉണ്ടായിരുന്നു എന്ന കാര്യം ഞാൻ വ്യക്തമായി ഓർമ്മിക്കുന്നു.

പെട്ടെന്ന് മഴപെയ്യുവാൻ തുടങ്ങി. ആ മഴ ഞങ്ങളുടെ വീടിനു ചുറ്റും മാത്രമായിരുന്നെന്ന് ഞാൻ വിചാരിക്കുന്നു. എനിക്ക് പേടിതോന്നി. എന്റെ മുറിക്കുള്ളിൽ കടന്ന് ഞാൻ സാക്ഷയിട്ടു.

അച്ഛനും അമ്മയും സബിതച്ചേച്ചിയുമൊക്കെ ഉച്ചത്തിൽ വഴക്കുവെക്കുന്നതിന്റെ ശബ്ദങ്ങൾ ഞാൻ കേട്ടു. ഒരിക്കൽ വാതിൽപ്പഴുതിലൂടെ നോക്കുമ്പോൾ മിന്നൽവെളിച്ചത്തിൽ അവരെ മൂവരേയും കണ്ടു. ഏതോ പ്രേതസിനിമയുടെ സീനിലേക്കു നോക്കുന്നതുപോലെയാണ് എനിക്ക് തോന്നിയത്.

പിറ്റേന്ന് രാവിലെ സൂര്യനുദിച്ചശേഷമാണ് ഞാൻ ഉണർന്നത്. മഴ പെയ്തൊഴിഞ്ഞുകഴിഞ്ഞിരുന്നു. വെളിയിലെങ്ങും പുതിയതും ശാന്തവുമായ ഒരു ദിവസം ആരംഭിക്കുകയായി.

അമ്മ പാചകംചെയ്യുന്നു. അച്ഛൻ പത്രം വായിക്കുന്നു. എല്ലാം പതിവുപോലെ.

പിന്നെ ഒരിക്കലും ഞാൻ സബിതച്ചേച്ചിയെ കണ്ടിട്ടേയില്ല.

ഒരു സ്വവർഗ്ഗാനുരാഗിയോട് ചെയ്തു കൂടാത്തത്

മിനി പി സി

"റെപ്പ്റൈറ്റർ നിനക്കൊരുഗ്രൻ സർപ്രൈസുണ്ട്! വേഗം ഛായാ കൃഷ്ണന്റെ വീട്ടിലേക്ക് പോര്."

സുമേജസ് ഫാർമ്മയിലെ ധനുമഹേഷിന്റെ വിളി വരുമ്പോൾ മെഡിസിൻ ബാഗുമായി ടൂവീലറിൽ സിലിൻ സക്കറിയ അന്നത്തെ യുദ്ധത്തിന് ഇറങ്ങിയിരുന്നു. ഗവൺമെന്റ് ഹോസ്പിറ്റലിൽ എത്തുംമുമ്പേ വിളിവന്നതുകൊണ്ട് ട്രാഫിക്കിൽ പെടാതെ ഡിയോയുടെ പാത ഛായയുടെ വീട്ടിലേക്ക് ഇടവഴിയിലൂടെ എളുപ്പത്തിൽ തിരിക്കാൻ അവൾക്കായി. ദേശീയ പാത രണ്ടായിപ്പിരിയുന്നിടത്ത് വലതുവശത്തായി എപ്പോൾ വേണമെങ്കിലും മൂക്കുകുത്തി വീഴാവുന്ന വമ്പൻ കാറ്റാടിമരത്തിനടുത്തുള്ള ഇടവഴിയിലൂടെയാണ് ഛായയുടെ വീട്ടിലേക്ക് പോവുക.

ആകെ തകർന്നു നിലംപൊത്തിയ ഛായയുടെ ജീവിതത്തിൽ ഇനിയെന്ത് സർപ്രൈസ് എന്ന് സിലിന് ആദ്യം തോന്നി. പക്ഷേ, സർപ്രൈസ് എന്നു ധനു പറഞ്ഞാൽ മുന്നുംപിന്നും നോക്കാതെ അതിലേക്ക് എടുത്തു ചാടിക്കൊള്ളണമെന്ന് അനുഭവങ്ങൾ പഠിപ്പിച്ചിട്ടുള്ളതുകൊണ്ട് ലീവെടുത്ത് ആ സർപ്രൈസിലേയ്ക്ക് ചാടിക്കൊടുക്കാൻ അവൾ തിടുക്കപ്പെട്ടു.

പ്രധാനപാതയിൽനിന്നും ഏറെ അകലെയല്ലാതെ ഒരുപോഷ് ഹൗസിങ് കോളനിയിലാണ് ഛായ താമസിക്കുന്നത്. കുറേ വർഷങ്ങൾ അവൾ ധനുവിനൊപ്പം സുമേജസ് ഫാർമ്മയിൽ റെപ്പായി ജോലിനോക്കിയിരുന്നു. രണ്ടാമത്തെ കുഞ്ഞ് ഉണ്ടായതോടെ ജോലി ഉപേക്ഷിച്ചു. ഭർത്താവ് കൃഷ്ണകാന്ത് തുകൽ ബിസിനസ് നടത്തുന്നു.

ഛായയുടെ വീട്ടിലേക്ക് ആകെ മൂന്നു തവണയേ സിലിൻ സക്കറിയ പോയിട്ടുള്ളൂ. പോകുമ്പോഴൊക്കെ വീടിനു മുമ്പുള്ള നൂറു മീറ്റർ ദൂരം അവളെ ഹരംകൊള്ളിക്കും. ടാർ ചെയ്ത ആ ഇടവഴിക്കിരുവശവും

നിറയെ വെള്ള ചെമ്പക മരങ്ങളാണ്! അധികം പൊക്കമില്ലാത്ത നിറയെ പൂത്തുനില്ക്കുന്ന ചെമ്പകമരങ്ങൾ! അവൾ വണ്ടി ഒതുക്കി നിർത്തി ഹെൽമറ്റൂരി അല്പനേരം ആ മദിപ്പിക്കുന്ന ഗന്ധം നുകരാനുറച്ചു. ചൂടുപിടിച്ചു തുടങ്ങിയ ടാർവഴിയിൽ പൊതിഞ്ഞുകിടക്കുന്ന ചെമ്പക പൂക്കൾ തന്റെ നിറം കുറഞ്ഞ കൈകളിലെടുത്ത് പൂക്കളും താനും തമ്മിലുള്ള അന്തരം നോക്കി കുസൃതിയിൽ അവൾ ചിരിച്ചു.

ഒന്നരവർഷം മുമ്പ് ഏറ്റവും ഒടുവിൽ ധനുവിനൊപ്പം ഇങ്ങോട്ടുവന്നപ്പോൾ ഇതുപോലെ ഗന്ധം ആസ്വദിക്കാവുന്ന മൂഡിലല്ലായിരുന്നു താൻ. ഓ... അന്ന് എന്തായിരുന്നു ഛായയുടെ അവസ്ഥ! സിലിൻ ആ ദിവസം ഓർത്തെടുത്തു.

"തുകൽ ബിസിനസ് പൊളിഞ്ഞ് കൃഷ്ണകാന്ത് ആത്മഹത്യ ചെയ്തു എന്നു കേട്ടിരുന്നെങ്കിൽ നമുക്കതിലും ആശ്വസിക്കാമായിരുന്നു." എന്നാണ് ആ സംഭവത്തെപ്പറ്റി ധനുമഹേഷ് മടക്കയാത്രയിൽ അവളോടു പറഞ്ഞത്.

ഛായയുടെ ക്ഷണപ്രകാരമാണ് അന്ന് ധനുവിനൊപ്പം സിലിൻ സക്കറിയ അവിടെ ചെന്നത്. ഏറെ നാളുകളായി കൃഷ്ണകാന്ത് കിടക്കറയിൽ ഭർത്തൃധർമ്മം നിറവേറ്റാൻ വിമുഖത കാണിക്കുന്നതിനെക്കുറിച്ച് ചിന്തിച്ച് മനസ്സ് ദ്രവിപ്പിക്കുകയായിരുന്നു ഛായ. പതിനൊന്നും അഞ്ചും വയസ്സു പ്രായമുള്ള ആൺകുട്ടികളുടെ അമ്മയായതോടെ തന്റെ അഴകും ആരോഗ്യവും കുറഞ്ഞതാണോ അതോ ബിസിനസ് ചൂടിൽ അയാൾക്കു വല്ല ശേഷിക്കുറവും? അവൾ ദിവസത്തിൽ രണ്ടുനേരവും പ്രാർത്ഥനാമുറിയിൽ മുരുകന് വിളക്ക് വെച്ചും കർത്താവിന് മുമ്പിൽ തിരി കത്തിച്ചും പ്രാർത്ഥിച്ചു. പക്ഷേ, ഒരു കരണത്തടിച്ചവർക്ക് മറുകരണം കാണിച്ചു കൊടുക്കുന്ന തിരക്കിൽ കർത്താവും ഇടത്തും വലത്തും ഇരിക്കുന്ന വള്ളി – ദേവയാനിമാരുടെ കുശുകുശുക്കൽ കേൾക്കുന്ന തിരക്കിൽ മുരുക ഭഗവാനും ഛായാകൃഷ്ണനെ കൈവിട്ടു. അധികം വൈകാതെ അവളുടെ വീടിന്റെ ഒന്നാം നിലയിലെ മൂന്നു കിടക്കറകളിലൊന്നിൽ കൃഷ്ണകാന്ത് തന്റെ ബിസിനസ് എക്സിക്യൂട്ടീവായ ഇരുപത്താറുകാരൻ പഞ്ചാബി പയ്യൻ പരംജിത് സിങ്ങിനെ കൊണ്ടുവന്നു പാർപ്പിച്ചു. ഊണും ഉറക്കവും ഉദ്യോഗവും ഒരുമിച്ച്! പുതുകല്യാണം കഴിച്ചവരെപ്പോലെ പ്രണയതീവ്രതയിൽ അവർ കാട്ടിക്കൂട്ടുന്ന ചേഷ്ടകൾ കണ്ട് ഛായ "കൺട്രാവി കർമ്മം" എന്ന് ശപിച്ചുകൊണ്ട് ഒരു തുറന്ന യുദ്ധത്തിന് തുടക്കമിട്ടു. പൊട്ടലും ചീറ്റലും അയൽക്കാർ അറിയാതിരിക്കാൻ കൃഷ്ണകാന്ത് തത്രപ്പെടുന്നതിനിടെ ഛായ ഒരു സന്ധ്യക്ക് പരംജിത്തിന്റെ തലയിൽ മീൻചട്ടി കൊണ്ട് അടിച്ചു. തലയുടെ കടുപ്പമോ മീൻചട്ടിയുടെ ദുർബ്ബലതയോ ആവണം അത് മൂടുപൊട്ടി മാലപോലെ അവന്റെ വെളുത്ത കഴുത്തിൽ വളഞ്ഞു കിടന്നു. സോഫയിൽ അവന്റെ മടിയിൽ തലവെച്ചു കിടന്ന കൃഷ്ണകാന്തിന്റെ മുഖത്തും ദേഹത്തും കഷണങ്ങൾ ചിതറി. ആ വീട്ടിലെ മീൻ ചട്ടിയിൽ അത്രയും കരി പുരളാറുണ്ടെന്ന് അന്നാണ് പതി

മൂന്ന് വർഷങ്ങൾക്കുള്ളിൽ കൃഷ്ണകാന്ത് അറിഞ്ഞത്. മേലാകെ കരിയിൽ കുളിച്ച് പരംജിത്തും കൃഷ്ണകാന്തും കണ്ണോടുകൺ നോക്കി.

"എടാ ചെക്കാ വേഗം സ്ഥലം വിട്ടോളണം. ഇല്ലെങ്കിൽ എന്റെ അനുജന്റെ പ്രായമേ ഉള്ളൂ എന്നൊന്നും ഓർക്കില്ല. ഭക്ഷണത്തിൽ വിഷം ചേർത്തുതന്ന് നിന്നെ ഞാൻ കൊല്ലും."

ഛായ പരംജിത്തിനെ നോക്കി അലറി. മലയാളമറിയില്ലെങ്കിലും ഛായയുടെ ചേഷ്ടകൾ കണ്ട് അടിമുടി വിറച്ചുകൊണ്ട് പരംജിത് കൃഷ്ണകാന്തിന്റെ നെഞ്ചിൽ പതുങ്ങി. ആ നിമിഷം കൃഷ്ണകാന്ത് ചാടിയെണീറ്റ് ഛായയുടെ മുടിക്കുത്തിൽ പിടിച്ചുകറക്കി അവളെ 'അമ്മേ' എന്നുവിളിച്ചു കരയുന്ന ആൺമക്കളുടെ മുമ്പിലേക്ക് എറിഞ്ഞുകൊണ്ട് ഘോര സ്വരത്തിൽ ആജ്ഞാപിച്ചു. "നാളെത്തന്നെ വേണ്ടപ്പെട്ടവരെ വിളിച്ചോ ഇതിനൊരു തീരുമാനം ഉണ്ടാക്കണം." ഛായ രാവുമുഴുവൻ മുഖം കഴുകാതെ, മുടികെട്ടാതെ, കുഞ്ഞുങ്ങളുമൊത്ത് മുറിയടച്ചിരുന്നു.

ഏറ്റവുമടുത്ത ബന്ധുക്കളായി ഛായയ്ക്ക് ആരും ഉണ്ടായിരുന്നില്ല. അച്ഛനും അമ്മയ്ക്കും ഒറ്റക്കുട്ടിയായിരുന്നു അവൾ. അവർ മരിച്ചതോടെ അവളൊറ്റപ്പെട്ടു. ഇതുപോലൊരു പ്രശ്നത്തിൽ ഇടപെടാൻ എത്ര ആലോചിച്ചിട്ടും ഒരു സ്വന്തക്കാരെയും അവൾക്ക് കണ്ടെത്താനായില്ല. ഒടുവിൽ അവൾ ധനുവിനെ വിളിക്കുകയായിരുന്നു. ധനുവിന്റെയും സിലിന്റെയും മദ്ധ്യസ്ഥതയിൽ കൃഷ്ണകാന്ത് മനസ്സ് തുറന്നു.

"ഛായാ, നിനക്കിവിടെ മര്യാദയ്ക്ക് ജീവിക്കാൻ പറ്റില്ലെങ്കിൽ പോയിത്തരണം. ഒരു ഭാര്യ എന്ന നിലയിൽ എനിക്കിനി നിന്നെ വേണ്ട. എന്ത് കോംപ്രമൈസിനും ഞാൻ റെഡി. കുട്ടികളെ ഓർത്ത് നീ വറീഡാവണ്ട. അവരെ നീ കൊണ്ടുപോയാലും ഇല്ലെങ്കിലും അവർക്കുള്ളതാണ് എന്റെ സമ്പാദ്യമെല്ലാം. നിനക്ക് ഫ്രീഡമുണ്ട്. ഡിസൈഡ്. പിന്നെ ഈ വീട്ടിൽ നില്ക്കാനുറച്ചാൽ ഒരു കാലത്തും ഇവിടുത്തെ ഒരു കാര്യവും പുറംലോകം അറിയരുത്. അതെനിക്ക് നിർബ്ബന്ധമാണ്." കൃഷ്ണകാന്തിന്റെ ധാർഷ്ട്യവും താക്കീതും കലർന്ന സ്വരം സിലിൻ സക്കറിയയെ ഞെട്ടിച്ചു. അവൾ അതിശയത്തോടെ അവരെ വീക്ഷിച്ചു.

ജീവിതത്തിൽ ആദ്യമായാണ് സിലിൻ സ്വവർഗ്ഗാനുരാഗികളെ നേരിൽ കാണുന്നത്. ആ കൗതുകത്തോടെ പരംജിത്തിന്റെ കണ്ണുകളിലേക്ക് അവൾ നോക്കി. അയാൾ ചെറു ലജ്ജയോടെ മുഖം വെട്ടിച്ച് കീഴ്ച്ചുണ്ട് കടിച്ച് സിലിന്റെ കാൽപെരുവിരലിൽ ദൃഷ്ടി വെച്ചിരുന്നു.

സംസാരിക്കുമ്പോഴെല്ലാം കൃഷ്ണകാന്തിന്റെ തടിയൻ കൈകൾക്കുള്ളിൽ പരംജിത്തിന്റെ വെളുത്തുനീണ്ട കൈവിരലുകൾ ഒട്ടിച്ചേർന്നിരുന്നു. സോഫയിൽ കൃഷ്ണകാന്തിന്റെ നെഞ്ചോടു തല ചേർത്താണ് പരംജിത്ത് ഇരുന്നിരുന്നത്. ഈ ഇരിപ്പിൽ ടീപ്പോയ്ക്കു കീഴേക്ക് നീണ്ട അവരുടെ കാലുകൾ പരസ്പരം കൊരുത്തു വെച്ചിരുന്നു.

കൃഷ്ണകാന്തിന്റെയും പരംജിത്തിന്റെയും ആ ഇരുപ്പ് സുഖിക്കാത്ത വിധം ധനുവിന്റെ മുഖം കോപം കൊണ്ട് വക്രിച്ചിരുന്നു. ഇടയ്ക്കിടെ

അവൾ ശബ്ദം താഴ്ത്തി "ശവങ്ങൾ" എന്ന് പിറുപിറുക്കുന്നുണ്ടായിരുന്നു. ഛായ കരഞ്ഞു വീർത്ത കണ്ണുകൾ ആയാസപ്പെട്ട് തുറന്നുവെച്ച് കൃഷ്ണ കാന്തിനെ നോക്കി നെഞ്ചിൽത്തല്ലി എന്തൊക്കെയോ പുലമ്പി. തലേന്ന് കൃഷ്ണകാന്ത് ചുറ്റിക്കറക്കിയ ഇടുപ്പോളം എത്തുന്ന കോലൻ മുടി അവൾ കെട്ടിവെച്ചിരുന്നില്ല. അവൾ ആകെ തകർന്നു പോയിരുന്നു.

സിലിൻ സക്കറിയ ആ പഴയ ഛായയെ ഓർത്തെടുത്തു. സദാപ്രസന്നവതിയായ, നിറയെ സംസാരിക്കുന്ന, പൊട്ടിപ്പൊട്ടിച്ചിരിക്കുന്ന ഛായാകൃഷ്ണനെ! അന്ന് ഡോക്ടർമാർക്കായുള്ള കാത്തിരിപ്പുവേളകളിൽ പൊങ്ങച്ചമോ, ഏഷണിയോ, പാരവെയ്പ്പോ തൊട്ടുതീണ്ടിയിട്ടില്ലാത്ത ഒരു ചിരിക്കൂട്ടായ്മ സൃഷ്ടിക്കാൻ അവർക്ക് മൂവർക്കും കഴിഞ്ഞിരുന്നു.

അഞ്ചേകാലടി ഉയരം, ഇരുനിറം, വലിയ കണ്ണുകൾ, ഇടുപ്പറ്റം വെട്ടിയിട്ട സിൽക്ക് പോലുള്ള കോലൻമുടി, അല്പം തടിച്ച ദേഹം. ചുണ്ടുകൾക്ക് മറച്ചുപിടിക്കാവുന്ന വെളുപ്പധികമായ പല്ലുകൾ. ഇതാണ് ഛായാകൃഷ്ണൻ! ആകാരഭംഗിയും, സ്വഭാവ നൈർമ്മല്യവുമുള്ള ഒരു ഭാര്യ ഊർജ്ജ്വസ്വലയായിങ്ങനെ നില്ക്കുമ്പോൾ എന്തിനീ മനുഷ്യൻ പുരുഷസ്നേഹിയായി?

സിലിന്റെ തലച്ചോറിൽ ആറടി പൊക്കവും അതിനൊത്ത വണ്ണവുമുള്ള ഇരുണ്ട നിറക്കാരൻ ബുൾഗാൻ കൃഷ്ണകാന്തും ചെറിയ കണ്ണുകളും ഗോതമ്പിന്റെ നിറവുമുള്ള തലപ്പാവു ധരിക്കാത്ത മെലിഞ്ഞുനീണ്ട സിഖുപയ്യൻ പരംജിത്സിങ്ങും തമ്മിലുള്ള സ്വവർഗ്ഗപ്രേമം അതിന്റെ എല്ലാ മാനസിക ശാരീരിക സാദ്ധ്യതകളിലേക്കും മാർച്ച് പാസ്റ്റ് നടത്തുകയായിരുന്നു. അവളുടെ ഭാവനയെ രണ്ട് ആൺ ഉടലുകൾ വന്നുമൂടി.

"എടീ... ഇപ്പഴാ സ്വപ്നം കാണണെ?"

ധനു ശാസനയോടെ അവളുടെ തുടയിൽ നുള്ളി. നഗ്നമായ ഉൾക്കാഴ്ചകളിലേക്കുള്ള മാർച്ച് പാസ്റ്റ് പൊടുന്നനെ അലങ്കോലപ്പെട്ട ഞെട്ടലോടെ സിലിൻ ചുറ്റിലും നോക്കി. ഒലീവ് ഗ്രീൻ കാർപെറ്റിൽ അമർന്നു ചേർന്ന പാദങ്ങൾക്കിടയിൽ കിരുകിരുക്കുന്ന സ്വവർഗ്ഗാനുരാഗികളുടെ രതികാമനകളെക്കുറിച്ചുള്ള ജിജ്ഞാസയെ കാർപെറ്റിനോട് ചേർത്തരച്ച് അവൾ അവിടുത്തെ സംഭാഷണത്തിന് ചെവിയോർത്തു.

ഛായ വെപ്രാളപ്പെടാതെ, കരയാതെ വാക്കുകൾ ശ്രദ്ധാപൂർവ്വം പെറുക്കിവെക്കുകയായിരുന്നു. "ഇവിടംവിട്ട് ഞാനെങ്ങോട്ടുമില്ല. ഒരു കോണിൽ ആർക്കും ശല്യമാകാതെ കഴിഞ്ഞോളാം. ഇവിടെ നടക്കുന്നതൊന്നും പുറംലോകം അറിയില്ല. അതെന്റെ ഉറപ്പാണ്. അതോർത്ത് നിങ്ങൾ പേടിക്കേണ്ട. ഒരപേക്ഷയുണ്ട് കുട്ടികൾ ഇരുവരേയും നല്ലൊരു ബോർഡിങ് സ്കൂളിലാക്കണം. ഇവിടുത്തെ അന്തരീക്ഷത്തിൽ നിന്നാൽ..."

ഛായ വാക്കുകൾ വിഴുങ്ങി നിയന്ത്രണം വിട്ട് പൊട്ടിക്കരഞ്ഞു.

രാജകൊട്ടാരത്തിലെ ദർബാർ ഹാൾപോലെ വിശാലമായ ആ നടുത്തളത്തിലെ മലേഷ്യൻ മാതൃകയിലുള്ള ഇന്റീരിയർ ഡിസൈനും പൊങ്ങച്ചങ്ങളും അവയ്ക്കിടയിലേക്ക് കോർത്തുവെച്ച രണ്ട് ആൺപാദങ്ങളും

അതിലേക്ക് ഉതിർന്നുവീഴുന്ന ഛായയുടെ കണ്ണീരും ധനുവിനെ വേദനിപ്പിച്ചു.

"ഛെ! നീയെന്തൊക്കെയാണീ പറയുന്നത്? നിനക്കിവിടെ നിന്നാൽ ഭ്രാന്തുപിടിക്കും."

ധനു ഛായയുടെ ചുമൽ ഉലച്ചു. ഛായ അനങ്ങിയില്ല. അവളുടെ നോട്ടം കൃഷ്ണകാന്തിൽ തറച്ചുനിന്നു. അയാൾ ബിസിനസ് മാസികകൾ മറിച്ചു നോക്കുകയായിരുന്ന പരംജിത്തിനോട് തന്റെ വളർന്നു വരുന്ന കുംഭ തടവിക്കൊണ്ട് അല്പനേരം പഞ്ചാബിയിലെന്തൊക്കെയോ സംസാരിച്ചു.

"എഗ്രീഡ്."

ഒടുവിൽ പരംജിത്ത് തന്റെ ചുവന്ന ചുണ്ടുകൾ തുറന്നു.

മടക്കയാത്രയിൽ ധനു രോഷത്തോടെ ഛായയെ കുറ്റപ്പെടുത്തി.

"അവൾക്ക് ഭ്രാന്താണ്! ആൺപ്രേമികൾക്കിടയിൽക്കിടന്ന് ശ്വാസം മുട്ടി ഇഞ്ചിഞ്ചായവൾ മരിക്കും. വിഡ്ഢി!"

ഛായയെക്കുറിച്ചുള്ള സഹതാപത്തിൽ ധനുവിന്റെ കണ്ണുകൾ നിറഞ്ഞു.

"എങ്ങനെ മനുഷ്യർക്കിതു കഴിയുന്നു. രണ്ടിന്റെയും ശൃംഗാരം കണ്ടിട്ട് എനിക്ക് അറച്ചു. ഛർദ്ദിക്കാൻ വരുന്നു." എന്ന് പുലമ്പിക്കൊണ്ട് വണ്ടി നിർത്തി വഴിയരികിലെ ചെമ്പകച്ചോട്ടിലിരുന്ന് ധനു ഓക്കാനിച്ചു.

"എന്തുപറ്റി?"

ധനുവിന്റെ പുറം തടവി സിലി ആരാഞ്ഞു.

"ഓരോന്ന് ഓർക്കുമ്പോൾത്തന്നെ..."

അവൾ പറഞ്ഞത് പൂർത്തിയാക്കാതെ ബോട്ടിലിലെ വെള്ളം കൊണ്ട് മുഖം കഴുകി.

"സത്യത്തിൽ ഈ സ്വവർഗ്ഗക്കാരുടെ മറ്റേ ലൈഫ് ഒക്കെ എങ്ങനെയായിരിക്കും? ഞാനിന്ന് അതേക്കുറിച്ചാ കൂടുതൽ ചിന്തിച്ചത്. നിനക്ക് എനി ഐഡിയാ?" സിലിന്റെ കുസൃതി നിറഞ്ഞ ചോദ്യം കേട്ട് ധനു ചാടിയെഴുന്നേറ്റ് ബോട്ടിൽ കൊണ്ട് അവളുടെ ഷോൾഡറിൽ ഒരടി!

"പോടി അസത്തെ... എനിക്ക് അതന്വേഷിക്കലല്ല പണി. അത്ര സംശയമുണ്ടെങ്കിൽ നീ ഗൂഗിളിൽ സെർച്ച് ചെയ്യ്."

ധനു ചിരിയോടെ കാർ സ്റ്റാർട്ട് ചെയ്തു. സിലിന് ഷോൾഡർ വല്ലാതെ വേദനിച്ചു. അന്നു രാത്രി ആദ്യമായി എല്ലാവരും ഉറങ്ങിക്കഴിഞ്ഞ് വീട്ടിലെ സിസ്റ്റത്തിനു മുമ്പിൽ അവൾ ഇരുന്നു. പക്ഷേ, പെട്ടെന്ന് കറണ്ട് പോയതുകൊണ്ട് ഉദ്ദേശ്യം നടക്കാത്ത വൈഷമ്യത്തോടെ ക്ഷീണത്തോടെ കിടക്കയിലേക്ക് വീണ അവളെ പിറ്റേന്ന് വെളുപ്പിന് ഉണർത്തി സക്കറിയ ശാസിച്ചു.

"നിനക്ക് എന്നാത്തിന്റെ ഏനക്കേടാ? നീ എന്തൊക്കെയാ സെർച്ച് ചെയ്തിരിക്കുന്നേ? പരിശുദ്ധാത്മാവ് പോണ പണികളൊന്നും ചെയ്യണ്ട കേട്ടോ. ഞാൻ പറഞ്ഞില്ലെന്നു വേണ്ട." അന്ന് ബ്രെയ്ക്ക്ഫാസ്റ്റിനിടെ

സിലിൻ മുഖമുയർത്താതെ നാണിച്ച് ചൂളിയിരുന്നു. പരിശുദ്ധാത്മ നിറവോടെ മാത്രം ലൈംഗികവിഷയങ്ങളെ സമീപിക്കുന്ന സക്കറിയയോട് ചോദിക്കാനാവാതെ വിവാഹം കഴിഞ്ഞ് ഇന്നാൾ വരെ തന്റെ മനസ്സിൽ ത്തോന്നിയ മുപ്പത്തിമുക്കോടി സംശയങ്ങൾക്കൊപ്പം അതും അങ്ങനെ തേഞ്ഞില്ലാതെയായി. പിന്നെയും കുറേനാൾ ആ സംശയം ഇടയ്ക്കിടെ വീണ്ടും അസ്വസ്ഥതപ്പെടുത്തിയെങ്കിലും ജോലിത്തിരക്കുകളിൽപ്പെട്ട് അവ ളത് മറന്നു.

ആ സംഭവം കഴിഞ്ഞ് നീണ്ട ആറുമാസങ്ങൾക്കുശേഷം ധനുവിന്റെ വീട്ടുജോലിക്കായി.... ഗോകുലറാണി വന്നപ്പോഴാണ് ഛായയും സ്വവർഗ്ഗ പ്രേമവുമൊക്കെ വീണ്ടും ചർച്ചാവിഷയമായത്.

ഗോകുലറാണി വന്നതിന്റെ ആദ്യ ഞായർ സിലിൻ സക്കറിയയ്ക്ക് ധനുവിന്റെ വിളി വന്നു.

"റെപ്പ് റൈറ്റർ ഇന്നെന്താ പരിപാടി?

പറ്റുമെങ്കിൽ എന്റെ വീടുവരെ വാ ഒരു സർപ്രൈസ്."

സിലിനപ്പോൾ ഒരാഴ്ചയിലെ മുഴുവൻ അഴുക്കുതുണികളും മെഷീനിലിട്ട് കറക്കി അതെടുത്തൊരു വിധേന ടെറസിൽ വിടർത്തിയിട്ട് കിതയ്ക്കുകയായിരുന്നു. സർപ്രൈസ് എന്ന് കേട്ടതും കിതപ്പുമാറ്റി അവൾ ധനുവിന്റെ വീട്ടിലേക്കു പാഞ്ഞു. സിലിനല്പം എഴുത്തുകിറുക്കുള്ളതു കൊണ്ടാവും പുത്തൻ അനുഭവങ്ങൾ സമ്മാനിക്കാൻ ധനു എപ്പോഴും ശ്രമിക്കുന്നത്. ഞായറാഴ്ച കോലാഹലമുള്ള ധനുവിന്റെ വീടിന് സൈക്കിൾ ബ്രാന്റ് അഗർബത്തി വാസന. മെല്ലിച്ചു വെളുത്ത ധനു പീച്ച് നിറ മാക്സിയിട്ട് ചുരുണ്ടമുടി ഉച്ചിയിൽ കെട്ടി വെച്ച് നീളൻ മുഖത്ത് സസ്പെൻസ് ഒതുക്കിപ്പിടിച്ച് ഒരു ചോദ്യം.

"നിനക്ക് ട്രാൻസ്ജന്ററിനെ തൊട്ടടുത്ത് കാണണോ? ഇതുവരെ കണ്ടിട്ടില്ലെന്ന് അന്നെന്നോടു പറഞ്ഞില്ലേ?"

''ഉം... കാണണം.'' സിലിൻ ആകാംക്ഷയോടെ ധൃതികൂട്ടി. സ്ക്രീനിലും മാസികയിലുമല്ലാതെ നേരിൽ, തൊട്ടടുത്ത് ട്രാൻസ്ജന്ററിനെ അവൾ കണ്ടിരുന്നില്ല.

"കാണിച്ചുതരാം.... പക്ഷേ, മുഴുവനായി ഐ മീൻ നേക്കഡായി കാണണമെന്ന് പറയരുത്... നിന്റെ ക്യൂരിയോസിറ്റി അറിയാവുന്നതു കൊണ്ടാ പറയുന്നേ."

ധനു അവലിൽ തേങ്ങയും ശർക്കരയും ചേർത്ത് കുഴയ്ക്കുന്നതിനിടെ ചിരിയോടെ താക്കീതു ചെയ്തു.

ധനു വിളിക്കുമ്പോൾ ഗോകുലറാണി നിലം തുടയ്ക്കുകയായിരുന്നു. ഒരു കൈയിൽ നിലം തുടയ്ക്കുന്ന ചപ്പതുണിയും മറുകൈയിൽ പ്ലാസ്റ്റിക് ബക്കറ്റുമായാണ് അവൾ വന്നത്. സിലിൻ കണ്ണുകൾ മാക്സിമം വിടർത്തി അവളെ നോക്കി. അഴകുള്ള കറുപ്പുനിറം... മൂക്കിൽ രണ്ടു വലിയ മൂക്കുത്തികൾ, ഷേവു ചെയ്ത മേൽചുണ്ടിനു മുകൾവശം, പുരുഷമൂക്ക്, മഷിയെഴുതിയ കണ്ണുകൾ, ചുവന്ന റിബ്ബൺകൊണ്ട് പിന്നിക്കെട്ടിയ ചകിരി

പോലുള്ള മുടി, കരിനീലയിൽ ചുവന്ന ബോർഡറുള്ള ചേല, ഷേവു ചെയ്ത ആൺപാദങ്ങളും അതിനു യോജിക്കാത്ത വലിയ മുത്തുകളുള്ള കൊലുസും!

"അയ്യോ... എന്നാ പാർവ്വൈ!"

ഗോകുലറാണി ലജ്ജയോടെ ചേല തന്റെ മാറിന് മുകളിലേക്ക് വലിച്ചിട്ടു.

"അക്കാ എനക്ക് വെക്കമാക്ത് പോകട്ടുമാ."

അവൾ നാണത്തിൽ മുങ്ങിയ പരുപരുത്ത ശബ്ദത്തോടെ അരയന്നത്താളത്തിൽ ഇടുപ്പ് വെട്ടിച്ചുകൊണ്ട് അടുത്ത മുറിയിലേക്ക് നീങ്ങി.

"കൊഴിഞ്ഞാമ്പാറ എങ്ങോ ആണ് ഇവളുടെ വീട്. അഞ്ചു വയസ്സുള്ളപ്പോ വേളാങ്കണ്ണിയിൽ കൊണ്ടുപോയി വീട്ടുകാർ ഉപേക്ഷിച്ചതാണ്. കുറേനാൾ മുമ്പ് തപ്പിപ്പിടിച്ച് ഇവൾ വീട്ടിൽചെന്ന് ചെന്നൈയിൽ പണിയെടുത്തുണ്ടാക്കിയ എട്ടുലക്ഷത്തോളം രൂപ സഹോദരിയെ കെട്ടിക്കാൻ കൊടുത്തു. കേരളത്തിൽ ഇവർക്ക് ഇപ്പോൾ ആനുകൂല്യങ്ങൾ ഒക്കെ ആയ സ്ഥിതിക്ക് പിന്നീട് ചെന്നൈയിലേക്ക് തിരിച്ചുപോയില്ല. ഇനി രണ്ട് അനിയത്തിമാർ കൂടിയുണ്ട് ഇവൾക്ക്. അവർക്കുവേണ്ടി ഈ കോളനീലെ അഞ്ചുവീടുകളിൽ കൂടി മരിച്ചു പണിയുന്നുണ്ട് മിടുക്കി... വളരെ സത്യസന്ധയും കൂടിയാണ്."

ധനു ദീർഘനിശ്വാസത്തോടെ പറഞ്ഞുനിർത്തിക്കൊണ്ട് ഓപ്പലിന്റെ ചതുരൻ പിഞ്ഞാണിയിൽ സിലിന് അവൽ വിളമ്പി.

"പാവം!"

സിലിൻ ദീർഘനിശ്വാസമുതിർത്തുകൊണ്ട് അവൽപാത്രവുമായി ഗോകുലറാണിക്കു പുറകെ നടന്നു. നിലം തുടയ്ക്കലിനുശേഷം മുഷിഞ്ഞ തുണികൾ നിറച്ച ബക്കറ്റുകളുമായി ഗോകുലറാണി പുഴയിലേക്കു നടന്നു. നടപ്പിൽ അവളുടെ കൈയിൽ അടുക്കിയ ചുവന്ന കുപ്പിവളകൾ കിലുങ്ങി. ധനുവിന്റെ വീടിനു പുറകിലൂടെയാണ് പെരിയാർ ഒഴുകുന്നത്. സിലിൻ ധനുവിന് പുറകെ പുഴയിലേക്ക് നടന്നു. തൊടിയിൽ കെട്ടിക്കിടക്കുന്ന പുഴ വെള്ളത്തിൽനിന്നും തൊണ്ട് ചീഞ്ഞ വാട! സിലിൻ ഒരു എടണയില പറിച്ചു തിരുമ്മി മൂക്കിനോട് ചേർത്ത് വാസനിച്ചുകൊണ്ട് ഹിജഡയുടെ കുളിസീൻ കാണാനുള്ള കൗതുകത്തോടെ ഒരു കവുങ്ങിൽച്ചാരി നിന്നു.

ഗോകുലറാണി തന്റെ ഇടുപ്പിലേക്ക് സാരി പൊക്കിക്കുത്തി രോമം വടിച്ച ആൺകാലുകൾ വെള്ളത്തിലിറക്കി തുണിയലക്കൽ ആരംഭിച്ചു. കുമിഞ്ഞു കൂടിക്കിടക്കുന്ന അഴുക്കുതുണികൾ കണ്ട് സിലിൻ ആത്മഗതം ചെയ്തു.

"ഇനിയെത്രനേരം കാത്തിരുന്നാലാണ് ഒന്നു കാണാനാവുക?"

"എന്ത്?"

വാഴക്കുടപ്പന്റെ ആവരണങ്ങളുരിഞ്ഞ് അല്ലികൾ സിലിന് നീട്ടിക്കൊണ്ട് ധനു ചോദിച്ചു.

"ഇവളുടെ കുളി കാണാൻ?"

"അയ്യട... നീയിനി എത്രനേരം നിന്നാലും അതു നടക്കൂല. ഇവള് ബാത്ത്റൂമിലേ കുളിക്കൂ. കണ്ടില്ലേ അവളുടെ ഒരു ഒടുക്കത്തെ ക്യൂരിയോസിറ്റി."

ധനു സിലിനെ കളിയാക്കി ചിരിച്ചുകൊണ്ട് തേൻ നുകർന്നു. ധനുവിന്റെ ചിരികേട്ട് ഗോകുലറാണി അവരെ നോക്കി ലജ്ജയോടെ മുഖം തുടച്ചു. ധനു പെട്ടെന്ന് ചിരി നിർത്തി വിഷമത്തോടെ പറഞ്ഞു.

"എടീ, ഗോകുലറാണിയെപ്പോലുള്ളവരെ നമ്മൾ ആദരിക്കണം. പക്ഷേ, ആ കൃഷ്ണകാന്തിനെപ്പോലുള്ള സ്വവർഗ്ഗ ഭ്രാന്തന്മാരെയുണ്ടല്ലോ അവരെ കല്ലെറിഞ്ഞു കൊല്ലുകയാ വേണ്ടത്.... ത്ഫൂ."

അവൾ ഒഴിഞ്ഞ അല്ലികൾ പുഴയിലേക്ക് എറിഞ്ഞുകൊണ്ട് തുടർന്നു,

"സ്ത്രീയും പുരുഷനും തമ്മിലുള്ള വേഴ്ചയേക്കാൾ മധുരതരമെന്ന് പറയുന്ന വൈകൃതങ്ങളെല്ലാം അടിച്ചമർത്തപ്പെടേണ്ടതുതന്നെയാണ്. പാവം ഛായ. അവളുടെ അവസ്ഥ നോക്കൂ... ഇപ്പോൾ ഞാൻ വിളിച്ചാൽപോലും അവൾ ഫോണെടുക്കാറില്ല. എന്തായോ ആവോ?"

ധനു കലിപ്പോടെ പിന്നെയും എന്തൊക്കെയോ പറഞ്ഞുകൊണ്ടിരുന്നു.

"ആരെയും കല്ലെറിഞ്ഞു കൊല്ലാനും കുറ്റം വിധിക്കാനുമൊന്നും നീ നീക്കണ്ട, മറ്റുള്ളവരുടെ സ്വാതന്ത്ര്യത്തിൽ കൈകടത്തുകയും വേണ്ട. ഇതൊക്കെ അവർ കേട്ടാലുണ്ടല്ലോ നിന്നെ കല്ലെറിഞ്ഞു കൊല്ലും. ഇപ്പോ അവർക്കും സംഘബലമൊക്കെയുണ്ട്."

സിലിൻ ചിരിയോടെ ധനുവിനെ താക്കീതു ചെയ്ത് വീട്ടിലേക്കു തിരിച്ചു. ആ രാത്രി അവളുടെ സ്വപ്നത്തിൽ ഗോകുലറാണിയും കൃഷ്ണകാന്തും നേർക്കുനേർനിന്ന് പൊരുതി. ഇടയ്ക്ക് കൃഷ്ണകാന്തിന്റെ ചുരിക മുറിഞ്ഞു പോയതുകൊണ്ട് അങ്കത്തിൽ കൃഷ്ണകാന്ത് തോറ്റു. വെളുപ്പിന് രണ്ടുമണിക്ക് എഴുന്നേറ്റിരുന്ന് സ്വപ്നത്തിന്റെ അർത്ഥതലങ്ങളിലേക്ക് വെറുതെ കണ്ണും മിഴിച്ച് സിലിൻ നോക്കിയിരുന്നു.

"എന്താ വണ്ടി കേടായോ? കുറെ നേരമായല്ലോ ഇവിടെ നില്ക്കുന്നു."

സിലിനെ കടന്നുപോയ ഒരു വൃദ്ധൻ പാതിരി ചോദിച്ചു. ഇല്ലെന്ന് ശിരസ്സിളക്കിക്കൊണ്ട് ചെമ്പകപുഷ്പ സുവാസിയായ ഇടവഴിയിൽ നിർത്തിയിട്ട വണ്ടി അവൾ സ്റ്റാർട്ട് ചെയ്തു. ഛായയുടെ വീടിന്റെ ഗെയിറ്റിങ്കൽത്തന്നെ ധനു നിന്നിരുന്നു.

ധനുവിനെ കണ്ടില്ലായിരുന്നെങ്കിൽ സിലിന് ആകെ ആശയക്കുഴപ്പമായേനെ. റോഡിനിരുവശങ്ങളിലുമായി ഒരേ രൂപഭാവത്തോടെ തലയുയർത്തി നില്ക്കുന്ന ആഡംബര ഭവനങ്ങൾ! ലാവൻഡറും വെള്ളയും പൂശിയ ഛായയുടെ വീടിനു മുമ്പിലും ലോണും ജലധാരയും ശില്പങ്ങളുമുണ്ട്. പോർച്ചിൽ ഓഡിയും ഫോർച്ച്യൂണറും കിടക്കുന്നതുകണ്ട് കൃഷ്ണകാന്ത് വീട്ടിലുണ്ടാകുമെന്ന് അവൾ ഊഹിച്ചു.

സിലിന്റെ മുഖം വെയിൽ കൊണ്ട് ബബ്ലൂസ് നാരങ്ങയുടെ ഉൾവശം

പോലെ തുടുത്തിരുന്നു.

"നേരത്തെ എത്തീലോ ഇന്ന്" ധനു ചിരിയോടെ ഒതുങ്ങിനിന്നു. സിലിൻ വണ്ടി പോർച്ചിനരികിൽ പാർക്ക് ചെയ്ത് ഹെൽമറ്റൂരി.

"ഓ വെയിലുകൊണ്ട് മുഖോക്കെ ചുവന്നു തിണർത്തു."

ധനു അവളുടെ കർച്ചീഫുകൊണ്ട് സിലിന്റെ മുഖത്തെ വിയർപ്പൊപ്പി.

"എന്താ സർപ്രൈസ് പറയൂ."

സിലിൻ അലങ്കോലപ്പെട്ട മുടി കോതിയൊതുക്കിക്കൊണ്ട് ധനുവിനെ പിന്തുടർന്നു.

"വാ... അതൊക്കെയുണ്ട്!"

അവൾ ചാരിയിട്ടിരുന്ന മുൻവാതിൽ തുറന്ന് അകത്തേക്കു നടന്നു. ഔത്സുക്യത്തോടെ അവിടെയെല്ലാം സിലിൻ കണ്ണോടിച്ചു. ആരുമില്ല.

ധനു മുകളിലേക്കുള്ള സ്റ്റെപ്പ് കയറി. മുകളിലേക്കുള്ള സ്റ്റെയർ കെയ്സിന്റെ നീല ഗ്രാനൈറ്റ് പടികളിലൂടെ കയറുമ്പോൾ തെന്നാതിരിക്കാൻ സിലിൻ ഹാൻഡ് റെയിലിൽ ബലം കൊടുത്തു.

ധനു ആദ്യം കണ്ട മുറിക്കു മുമ്പിൽനിന്ന് സിലിനെ ചെരിഞ്ഞു നോക്കി കണ്ണിറുക്കിക്കൊണ്ട് പാതി തുറന്ന വാതിലിൽ ഉപചാരപൂർവ്വം ഒന്നു തട്ടി.

സിലിൻ വെള്ളക്കുർത്തിയും കഴിഞ്ഞ് പച്ച ജീൻസിന്റെ മുട്ടോളമെത്തുന്ന തന്റെ കറുത്ത മുത്തുമാല ചൂണ്ടുവിരലിൽ കോർത്ത് കറക്കുന്നതിനിടെ പരംജിത്ത് സിങ് വാതിൽക്കലെത്തി. ഗോൾഡൻ നിറമുള്ള പൈജാമയും റൂബിറെഡ് സിൽക്ക് കുർത്തിയുമണിഞ്ഞ് സുന്ദരനായ പരംജിത്ത് സിങ് അവരെ നോക്കിചിരിച്ചു.

എന്താവും സർപ്രൈസെന്ന തിരച്ചിലിൽ സിലിന്റെ കണ്ണുകൾ ആർത്തിയോടെ മുറിക്കുള്ളിലാകമാനം പാഞ്ഞു.

മുറിയിൽ വെള്ളവിരിയിട്ട ഡബിൾകോട്ട് കട്ടിലിൽ അംബ്രല്ല ഷെയ്പ്പുള്ള മൊസ്കിറ്റോ നെറ്റിനകത്ത് വെളുത്ത വെൽവെറ്റ് തുണിയിൽ പൊതിഞ്ഞ റോസ് നിറമുള്ള ഒരു കുഞ്ഞ് മയങ്ങുന്നു. വളകളണിഞ്ഞ അതിന്റെ വലതുകൈയിലെ വിരലുകളിലൊന്ന് തുടുത്ത ചുണ്ടുകൾക്കുള്ളിലാണ്. ഇടതുകൈ ചുരുണ്ട ചെമ്പൻ തലമുടിക്കുള്ളിൽ പൂഴ്ത്തി ഇടത്തോട്ട് ചെരിഞ്ഞാണ് അത് കിടക്കുന്നത്.

സിലിൻ അതിശയം പുരണ്ട ചോദ്യഭാവത്തോടെ പരംജിത്ത് സിങ്ങിനെ നോക്കി.

"ഈശ്വരാ, പരംജിത് സിങ് പ്രസവിച്ചോ? കൃഷ്ണകാന്ത്?" ശാസ്ത്രം അതിന്റെ പുത്തൻ സാദ്ധ്യതകളിലേക്ക് കടന്നുകയറിക്കാണില്ലെന്ന് ആരറിഞ്ഞു! അല്ലെങ്കിലും താനൊന്നും അറിയുന്നില്ല. സ്വയം നെയ്ത മനോരാജ്യത്തിന്റെ സുവർണ്ണസഞ്ചിക്കുള്ളിൽ മയങ്ങുന്ന വെറും സ്വപ്നാടകയല്ലേ താൻ. സ്വവർഗ്ഗാനുരാഗത്തിലെ രതി കാമനകളെക്കുറിച്ച് ചിന്തിച്ചുകൂട്ടിയതിൽ ഈ സാദ്ധ്യതയുണ്ടായില്ല. അവൾ അമ്പരപ്പോടെ പരംജിത് സിങ്ങിനെ പറിച്ചുവെച്ച കുഞ്ഞിന്റെ മുഖം പലവട്ടം പല ആംഗിളിൽ

നോക്കിനിന്നു.

"ഇരിക്കെടി."

ധനു അവളെ കട്ടിലിൽ പിടിച്ചിരുത്തി.

"ഇതാരുടെ കുഞ്ഞാണെന്നു പറ."

മൊസ്കിറ്റോനെറ്റ് മാറ്റിവെച്ച് തന്റെ വിളറിയ മുഖം കുഞ്ഞിനരികിലേക്ക് താഴ്ത്തിക്കൊണ്ട് ധനു സിലിനോട് ചോദിച്ചു. സിലിൻ പ്രസവിച്ചുകിടക്കുന്ന കൃഷ്ണകാന്തിനെ ബാലിശമായി തിരഞ്ഞു. തിരച്ചിലിനൊടുവിൽ നോട്ടം വീണ്ടും പരംജിത്തിൽ തറഞ്ഞു. തങ്ങളെ കണ്ടതുമുതൽ അവന്റെ മുഖത്ത് പൊട്ടിയ പുഞ്ചിരി ഇപ്പോൾ നീണ്ടു നീണ്ട് ഇരുചെവിയുടെയും വക്കോളമെത്തിയിരിക്കുന്നതു കണ്ട് അവൾ അന്തിച്ചു നിന്നു. സിലിന്റെ അന്തംവിട്ട നോട്ടം കണ്ട് ധനു ഉറക്കെയുറക്കെച്ചിരിച്ചു. പിന്നെ കുസൃതിയോടെ സിലിന്റെ മൂക്കിൻതുമ്പ് പിടിച്ചുലച്ചുകൊണ്ട് മുറിയിലെ അലമാരയ്ക്ക് പുറകിൽ ഒളിച്ചുനിന്നിരുന്ന ഛായയെ വലിച്ച് മുന്നോട്ട് നിർത്തി. ഛായയെ സിലിൻ രണ്ടാമതേ കണ്ടുള്ളൂ. ആദ്യം അവളുടെ കണ്ണിലുടക്കിയത് ഛായ ഉടുത്ത റൂബിറെഡ് സിൽക്ക് സാരിയുടെ പളപളപ്പാണ്. സിലിനെ കണ്ട ആഹ്ലാദത്തിൽ ഛായയുടെ കണ്ണുകൾ വിടർന്നു. അവളുടേതിനെക്കാൾ സിലിന്റെ കണ്ണുകളാവും കൂടുതൽ വിടർന്നിരിക്കുക. സ്വവർഗ്ഗാനുരാഗിയായ ഭർത്താവിന്റെ ചെയ്തികളിൽ മനം നൊന്ത് ആകെത്തകർന്നൊരു ഛായയെയാണ് അവൾ പ്രതീക്ഷിച്ചതെങ്കിൽ ഇതെന്തത്ഭുതമാണ്, പഴയ ഛായയുടെ പത്തുവയസ്സിളപ്പുള്ള കുഞ്ഞനുജത്തി! തോളറ്റം മുറിച്ചിട്ട അവളുടെ സിൽക്ക്പോലുള്ള മുടിയിൽനിന്നും പ്രസരിക്കുന്ന ഹെർബൽ ഷാംപൂവിന്റെ സുഗന്ധം സിലിൻ രഹസ്യമായി സിരകളിലേക്കുവലിച്ചു കയറ്റി. ഛായ സിലിനെ കെട്ടിപ്പിടിച്ചുകൊണ്ട് തുടുത്ത കവിളുകളിൽ നാണം പുരട്ടി പറഞ്ഞു,

"നീ ഇവനെ നോക്കണ്ട. ഇവനല്ല പ്രസവിച്ചത് ഞാനാ, കുട്ടി ഇവന്റെയാ!"

"ങേ..?"

സിലിന്റെ ഞെട്ടൽ മുറിയെ പ്രകമ്പനംകൊള്ളിച്ചു. മൂവർക്കും അത് കേട്ട് ചിരിപൊട്ടി.

ഛായ പരംജിത്തിന്റെ ഇടുപ്പിലൂടെ കൈകൾ കോർത്തുപിടിച്ചിരുന്നുകൊണ്ട് ഉറക്കെ പറഞ്ഞു.

"ഞെട്ടിക്കോ... ശരിക്കും ഞെട്ടിക്കോ. ഇങ്ങനെ കനലുപോലെ പഴുത്ത എന്നെ നിർദ്ദയം ഉപേക്ഷിച്ച് സ്വവർഗ്ഗം കളിച്ച അങ്ങേരോട് ഇത്രയെങ്കിലും ചെയ്തില്ലെങ്കിൽ ഞാനൊരു പെണ്ണാണോ?"

കൃഷ്ണകാന്തിനെ പാഠം പഠിപ്പിച്ച സന്തോഷത്തിൽ അവൾ ഉറക്കെയുറക്കെച്ചിരിച്ചു. ആ ചിരി കേട്ട് കുഞ്ഞുണർന്ന് ചുണ്ടു നുണഞ്ഞ് കരച്ചിൽ തുടങ്ങി. ഛായയുടെ മാറിടത്തിൽനിന്നും താഴേക്കൂർന്ന സാരിക്കുമുകളിൽ ബ്ലൗസിൽ രണ്ടു കണ്ണുകൾ നനഞ്ഞു.

"ഓ... പ്യാരീ..."

പരംജിത്ത് കുഞ്ഞിനെയെടുത്ത് ഛായയുടെ മടിയിൽവെച്ചു. അവൾ ലജ്ജയില്ലാതെ ബ്ലൗസിന്റെ കൊളുത്തുകൾ വിടുവിച്ച് കുഞ്ഞിനെ മാറോടു ചേർത്തു. കുഞ്ഞ് ആർത്തിയോടെ മുലഞെട്ട് ചുണ്ടുകൾക്കുള്ളിലൊതുക്കെ പരംജിത് സിങ് കുഞ്ഞിന്റെ മുഖത്ത് ഉരസുന്ന ബ്ലൗസിന്റെ അരികുമുകളിലേക്ക് പൊക്കിപ്പിടിച്ച് അതിന്റെ ശിരസ്സിൽ അരുമയോടെ തടവി. ആ കാഴ്ചകണ്ട് സിലിൻ നാണിച്ച് ചൂളി. അവളുടെ ഭാവംകണ്ട് ചിരിയോടെ ധനു ശാസിച്ചു.

"എന്തോന്നാടി അവന്റെ കുഞ്ഞല്ലേ, പിന്നെന്താ?"

സിലിൻ നാണം മാറ്റാൻ ചുവരിലെ പെയിന്റിങ്ങുകളിലൂടെ കണ്ണോടിച്ചു. അവളുടെ നാണം ഇരട്ടിച്ചു. കൃത്യം ആ നേരമാണ് കൃഷ്ണകാന്ത് അവിടേക്ക് കയറിവന്നത്. അത് കൃഷ്ണകാന്തെന്ന് രണ്ടുവട്ടം നോക്കിയാണ് അവളുറപ്പിച്ചത്. ഒന്നരവർഷം മുമ്പുകണ്ട പരമ ജെന്റിൽമാനു പകരം ആകെ ചടച്ചു കോലം തിരിഞ്ഞ പ്രാകൃതരൂപി!

കൈയുള്ള വെള്ള ഇന്നർ ബനിയനും കാവി നിറമുള്ള കൈലിയും! ഷേവു ചെയ്യാത്ത മുഖത്ത് പൊരുതി ജയിച്ച വെളുപ്പും കറുപ്പും രോമയോദ്ധാക്കൾ, ചീപ്പുകാണാത്ത പരുക്കൻ മുടി. കൈയിലെ ജ്യൂസ് ട്രേ ടീപ്പോയിൽ വെച്ച് അയാൾ മുരടനക്കി.

"ഞാൻ നിങ്ങളെ വിളിച്ചു വരുത്തിയത് അന്നത്തെപ്പോലെ ചില സുപ്രധാന തീരുമാനങ്ങളെടുക്കാനാണ്. നിങ്ങൾ താഴേക്കു വരണം." നേരിയ ക്ഷോഭത്തോടെ കൈകൾ പിരിച്ച് നെഞ്ചു തടവി പതറിയ ശബ്ദം ക്രമീകരിക്കാൻ പാടുപെട്ട് കൃഷ്ണകാന്ത് അവരെ നോക്കി.

ധനുവും സിലിനും കൈയിലെടുത്ത ജ്യൂസ് ഗ്ലാസ് ചുണ്ടോടു ചേർക്കണോ വേണ്ടയോ എന്ന സങ്കോചത്തിൽ മുഖാമുഖം നോക്കെ പരംജിത്ത് മുലയൂട്ടുന്ന ഛായയുടെ ചുണ്ടോട് തന്റെ ജ്യൂസ് ഗ്ലാസ് ചേർത്തു.

"കണ്ടോ... നിങ്ങളിതു കണ്ടോ. ഈ യക്ഷി ഇവനെ എന്നിൽനിന്നു മടർത്തു മാറ്റി... ഇവളോട് ഒന്നുകിൽ ഇവനെ ഇറക്കിവിട്ട് എന്നോടൊപ്പം ജീവിക്കാൻ പറയണം. അല്ലെങ്കിൽ ഇവനെ കാര്യങ്ങൾ പറഞ്ഞു മനസ്സിലാക്കി എനിക്കു തിരിച്ചുതരാൻ പറയൂ..."

കൃഷ്ണകാന്ത് ഹിസ്റ്റീരിയ ബാധിച്ചവനെപോലെ പുലമ്പി. അതു കേട്ട് ഛായ ചിരിച്ചു... കൃഷ്ണകാന്തിന് പുല്ലുവിലപോലും കല്പിക്കാത്ത തറഞ്ഞ ചിരി.

"ബോർഡിങ്ങിൽ പഠിക്കുന്ന രണ്ട് മക്കളെ ഓർത്തെങ്കിലും ഇവളോട് ഇവനെ ഉപേക്ഷിക്കാൻ പറയൂ." കൃഷ്ണകാന്ത് യാചിച്ചു.

"പൂയ്..... പൂയ്....."

കുഞ്ഞിനെ പരംജിത്തിനെ ഏല്പിച്ച് ബ്ലൗസിന്റെ കൊളുത്തുകളിടുന്നതിനിടെ ഒന്നരവർഷം മുമ്പനുഭവിച്ച സകല പരിഹാസങ്ങളും അവഗണനയും കൂട്ടിക്കലർത്തി കൃഷ്ണകാന്തിനെ നോക്കി ഛായ കൂവി.

"നിങ്ങൾ പുതിയ ആണിനെ തിരയണം മിസ്റ്റർ. ഇനി നിങ്ങളെത്ര പേരെ കൊണ്ടുവന്നാലും അവരെയൊക്കെ ഞാനിതുപോലെ കൈയിലൊ

തുക്കും. എന്നെ പുറത്തിറക്കിവിട്ടാൽ ഇവിടത്തെ സകല കാര്യങ്ങളും നാട്ടുകാരറിയും. ഓർത്തോ."

ഛായ കൃഷ്ണകാന്തിനെ നോക്കി കൊഞ്ഞനം കുത്തി. പരംജിത്ത് അവളുടെ മുഖത്തേക്കു പാറിയ മുടി ഒതുക്കിവെക്കുന്നതുകണ്ട് കൃഷ്ണകാന്ത് ക്രോധത്തോടെ "കൺട്രാവി കർമ്മങ്ങൾ. നശിച്ചുപോകും നീയൊക്കെ."

എന്ന് പിറുപിറുത്തുകൊണ്ട് മുറിവിട്ട് താഴേക്കുള്ള പടികളിറങ്ങി.

ധനു ആവേശത്തോടെ ഛായയുടെ കൈകൾ കവർന്ന് അഭിനന്ദനങ്ങൾകൊണ്ട് അവളെ മൂടി.

"നന്നായി... വളരെ നന്നായെടി. അങ്ങേർക്കിങ്ങനെതന്നെ കിട്ടണം."

പക്ഷേ, സിലിനൊന്നും പറയാൻ കഴിഞ്ഞില്ല. അവൾ താൻ കണ്ട സ്വപ്നത്തെക്കുറിച്ചോർത്തു. അല്പനേരത്തെ സംസാരത്തിനുശേഷം ഛായയോടും പരംജിത്തിനോടും യാത്ര പറഞ്ഞ് അവർ പടികളിറങ്ങി. താഴെ അവരെ കാത്ത് കൃഷ്ണകാന്ത് നിന്നിരുന്നു.

"ഷീ ഈസ് ക്രൂവൽ... അവനും എന്നെ വഞ്ചിച്ചു."

അയാൾ സെറ്റിയിൽ ചുരുണ്ടുകൂടി.

"അവരെ ഇനി നോക്കണ്ട... പുതിയ പെയറിനെ കണ്ടെത്തൂ.. വേണ്ട ഫ്രീഡമുണ്ടല്ലോ."

ധനു വാക്കുകൾ കൊണ്ടയാളെ കുത്തിപരിക്കേല്പിച്ചു. കൃഷ്ണകാന്ത് കൈക്കുമ്പിളിൽ മുഖം താങ്ങി. നിരാശയോടെ പിറുപിറുത്തു.

"ഇനി ആരും വേണ്ട... ആരെയും എനിക്ക് വിശ്വാസമില്ല."

അതുകേട്ട് ധനു പൊട്ടിച്ചിരിച്ചു. അവളുടെ ചിരിക്കുമേൽ മുഴങ്ങിയ ഛായയുടെയും പരംജിത്തിന്റെയും അട്ടഹാസചിരിയലകൾ അയൽപക്കങ്ങളിലേക്ക് പകരുന്ന വ്യഥയിൽ കൃഷ്ണകാന്ത് 'കൺട്രാവി കർമ്മം' എന്നു പുലമ്പി ഹാളിലൂടെ അസ്വസ്ഥനായി ഓടിനടന്നു. അതുകണ്ട് സിലിൻ സക്കറിയ തന്റെ നഗ്നമായ ഉടൽക്കാഴ്ചകളുടെ ത്രിശങ്കുവിൽ കൊരുത്തുവെച്ച ആൺകാലുകൾക്കിടെ ഞെരുങ്ങുന്ന താരാട്ടീണത്തിന്റെ അപരാഹ്നതയിലേക്ക് പടർന്ന ഒരു നീണ്ട ചിരി ചിന്തയോടൊപ്പം കടിച്ചൊതുക്കി തന്റെ ഡിയോ സ്റ്റാർട്ടു ചെയ്തു.

പരിണാമം

നിഷ അനിൽകുമാർ

"യുക്തിബോധവും ഭാവനാശേഷിയുള്ള ഒരു മൃഗം മാത്രമാണോ മനുഷ്യൻ. ആ മൃഗത്തിൽനിന്നും അവനിലേക്കും അവളിലേക്കുമുള്ള പരിണാമത്തിന്റെ ദൂരത്തെ ചിന്താശേഷികൊണ്ടോ, സ്വഭാവ സവിശേഷത കൊണ്ടാണോ വിലയിരുത്തേണ്ടത്. മനുഷ്യന്റെ സങ്കീർണ്ണമായ മാനസികനിലകളെ, അവന്റെ ഒളിപ്രവൃത്തികളെ ഒരിക്കലെങ്കിലും വെളിവായിപോയാൽ അതേ വിഭാഗത്തിൽ പെട്ട ഓരോ ഹോമോസാപിയൻസുമാരും എന്തു ചെയ്യും? ഞെട്ടുമോ...

അതോ...

തന്റെ ഉള്ളിലെ ഇരുളിന്റെ വന്യത കണ്ട് നടുങ്ങിത്തെറിച്ചുപോകുമോ."

വൈകുന്നേരം നാലുമണിയോടെയാണ് അവർ നഗരത്തിലെ ലോഡ്ജിലെ 23–ാം നമ്പർ മുറി കരസ്ഥമാക്കിയത്. മുറിയിലെത്തിയതും രണ്ടുപേരിൽ ഒരാൾ ടോയ്‌ലറ്റിലേക്കും ഒരാൾ കിടക്കയിലേക്കും പ്രവേശിച്ചു. കിടക്കയിലേക്കുള്ള ആ കിടപ്പുതന്നെ ഒരൊന്നാന്തരം വീഴ്ചയായിരുന്നു. കമിഴ്ന്നടിച്ച് ഒരൊറ്റ വീഴ്ച. വീട്ടിലും അവൻ ഇങ്ങനെ തന്നെയായിരുന്നു. ക്ലാസുകഴിഞ്ഞാൽ ഓടി കയറിവന്ന് ഒറ്റക്കിടപ്പാണ്. പലപ്പോഴും കിടന്ന കിടപ്പിൽ ഉറങ്ങിപ്പോകും. രാത്രിയിലെപ്പോഴോ മമ്മി വന്ന് തട്ടിവിളിച്ച് ചോറുകഴിക്കാൻ ക്ഷണിക്കുമ്പോഴാണ് വെളിവു വീഴുക.

ചോറുവിളമ്പുമ്പോൾ തുടങ്ങി കഴിച്ചു തീരുന്നതുവരെ മമ്മി ശകാരം തുടർന്നു കൊണ്ടിരിക്കും. "ഒന്നിനൊന്നോണം വളർന്ന ചെക്കനാണ്. എപ്പോ നോക്കിയാലും കിടപ്പു തന്നെ കിടപ്പ്. എന്താടാ നിനക്കിവിടെ പണി. വന്നിരുന്ന് നാലക്ഷരം പഠിക്കരുതോ? അവന്റെ നോട്ടം കണ്ടില്ലേ. എന്താടാ മിഴിച്ചു നോക്കുന്നെ? കണ്ണു ഞാൻ കുത്തിപൊട്ടിക്കും.

അസത്ത്."

അവൻ അതേ സമയം ചോറിലേക്ക് മീൻ പൊരിച്ചത് എടുത്തു വയ്ക്കുന്നു.

മമ്മി വീണ്ടും തുടങ്ങുന്നു.

"തിന്നോ തിന്നോ നല്ലോണം വെട്ടിവിഴുങ്ങ്. പൊരിച്ചതും വറുത്തതും മാത്രം തിന്നാ മതി. വേറൊന്നും എറങ്ങൂല്ലല്ലോ." അവൻ ഗ്ലാസിൽ വെള്ള മൊഴിക്കുന്നു.

"ഹും! കുടിക്ക് കുടിക്ക്. വന്നിട്ട് പച്ചവെള്ളം കുടിച്ചിട്ടുണ്ടോ. മഴ ക്കാലമാണെന്നുവച്ച്. വെള്ളം കുടിക്കാതെ നടന്നോണം."

അവൻ ഭാവഭേദമൊന്നുമില്ലാതെ ചോറുവച്ചു കഴിച്ചുകൊണ്ടിരുന്നു.

"എന്താ നിങ്ങക്കൊന്നും വേണ്ടേ." മമ്മി അകത്തേക്കു നോക്കി ഉറക്കെ വിളിച്ചു ചോദിച്ചു. "നിന്റെ പടപ്പുറപ്പാട് കഴിഞ്ഞോ?" അകത്തു നിന്നും അശരീരി.

"ഓ ഞാൻ പറയുന്നതാണ് തന്തയ്ക്കും മോനും പിടിക്കാത്തത്. തന്തയ്ക്ക് കമ്പ്യൂട്ടറും മോന് കളീം ഉറക്കോം. നല്ല കൂത്ത്. നടക്കട്ടെ ഞാനൊരുത്തി വായിട്ടലച്ചിട്ടെന്തിന്." പറയുന്നതിനൊപ്പം മമ്മി കുറെ ചോറെടുത്ത് പ്ലേറ്റിലേക്കിട്ടു. മോരുചാറും, മീൻ പൊരിച്ചതും എടുത്തു വച്ച് കസേര വലിച്ചിട്ടിരുന്നു. വീണ്ടും അകത്തേക്കു നോക്കി വിളിക്കുന്നു. "ദേ, ഞാൻ കഴിക്കാൻ പോകുന്നു. വേണെങ്കി വന്നിരിക്ക്. എനിക്കിതെ ല്ലാമെടുത്ത് വച്ചിട്ട് ഒന്നു നടു നിവർത്തണം."

അവന് വീട്ടിലെ കാര്യങ്ങൾ ഓർക്കുമ്പോൾ ആ നിമിഷം എന്തു കൊണ്ടോ ചിരിവന്നു. ചിരി അമർത്തി കണ്ണുകൾ ഇറുക്കിയടച്ച് അവൻ കമിഴ്ന്നുതന്നെ കിടന്നു.

ടോയ്‌ലറ്റിന്റെ വാതിൽ തുറന്ന് അവനേക്കാൾ നാലു വയസ്സിനെ ങ്കിലും മൂപ്പു തോന്നിക്കുന്ന ഒരു യുവാവ് പുറത്തേക്ക് വന്നു.

ഉറങ്ങിയോ ബേബി? യുവാവ് അവന്റെ അരികിലിരുന്നു തല തടവി.

അവൻ ഉറങ്ങിയിട്ടില്ലായിരുന്നു. എങ്കിലും ഉറക്കം നടിച്ചു കിടന്നു. ആ തഴുകൽ അവന് വളരെ ഇഷ്ടമാണ്. തഴുകി തഴുകി തലയിലൂടെ ശരീരമാസകലം അരിച്ചിറങ്ങുന്ന സ്നേഹത്തിന്റെ ഊഷ്മളത... ആ മായിക ലോകം. ആ നിമിഷം അവനാഗ്രഹിച്ചു.

യുവാവ് അവന്റെ അരികിലായി കിടന്നു. എന്നിട്ട് തന്റെ കാലെടുത്ത് അവന്റെ മേൽവച്ചു. രാവിലെ ആദ്യം ഉറക്കമുണർന്നതും അവനാണ്. എഴു ന്നേറ്റതും ബാഗു തുറന്ന് ബ്രഷും പേസ്റ്റുമെടുത്ത് ടോയ്‌ലറ്റിൽ പോയി. അര മണിക്കൂർക്കൊണ്ട് പല്ലുതേപ്പ്, കുളി ഇവയെല്ലാം കഴിഞ്ഞ് ഇറങ്ങി വരുമ്പോഴും യുവാവ് എഴുന്നേറ്റിട്ടില്ല. അവൻ ഒരു പുതപ്പെടുത്ത് അയാ ളുടെ ശരീരം മറച്ചു. പിന്നീട് ഫോണെടുത്ത് റിസപ്ഷനിലേക്ക് വിളിച്ച് ചായ പറഞ്ഞു. എല്ലാം പഴയതുപോലെ തന്നെ. അവനോർത്തു, കഴി ഞ്ഞതവണ 14-ാം നമ്പർ മുറിയാണ് അവർക്ക് കിട്ടിയത്. അന്നത്തെ

പോലെ തന്നെ ഒരു കാര്യത്തിൽ അവന് ബുദ്ധിമുട്ടനുഭവപ്പെട്ടു. ഇന്ത്യൻ ക്ലോസറ്റിന് പകരം യൂറോപ്യൻ. കാര്യം നടക്കാതിരുന്നതുകൊണ്ട് വയറിന് അസ്വസ്ഥത. എന്തായാലും ഒരു ചായ കുടിച്ചുനോക്കാം. കഴിഞ്ഞ തവണ ഇങ്ങനെ വന്നപ്പോഴും അതു തന്നെയാണ് ഗുണം ചെയ്തത്. അച്ഛന്റെ പതിവ് അതാണ്. വെറുംവയറ്റിൽ ഇളംചൂടോടെ നല്ലൊരു കട്ടൻചായ. പിന്നെ കാര്യങ്ങൾക്ക് ഒരു ബുദ്ധിമുട്ടുമില്ല. 14-ാം നമ്പർ മുറിക്ക് ജനലരികിൽ മറ്റൊരു കെട്ടിടമായതിനാൽ ജനൽ തുറന്നിടാൻ പറ്റുമായിരുന്നില്ല. ആ മുറിക്ക് കുറെ കൂടി വിശാലതയുണ്ടെന്ന് അവന് തോന്നി. അവൻ ജനാലയ്ക്കരികിൽ ചെന്ന് അതു തുറന്നിട്ടു. പുറത്തേക്ക് നോക്കിയപ്പോൾ കണ്ടത് മാർക്കറ്റിന്റെ പിൻവശമാണ്. നിറയെ പട്ടികളും പൂച്ചകളും ബഹളം വയ്ക്കുന്നു. ചീഞ്ഞളിഞ്ഞ പച്ചക്കറികളിൽനിന്നും അവിഞ്ഞ ദുർഗ്ഗന്ധം മൂക്കിലേക്കടിച്ചു കയറി. അവൻ വേഗം ജനലടച്ചു കളഞ്ഞു.

വാതിലിൽ അതേ സമയം ആരോ മുട്ടി. ലോഡ്ജിലെ ജോലിക്കാരൻ ചായയും കൊണ്ട് വന്നിരിക്കുന്നു. ചായ കൊടുത്തിട്ട് അയാൾ അവനേയും കിടക്കുന്ന യുവാവിനെയും മാറി മാറി നോക്കി.

ആ നിമിഷം അയാളുടെ നോട്ടത്തെ നേരിടുവാനുള്ള മനോധൈര്യം അവനില്ലായിരുന്നു. അവൻ തന്റെ ശിരസ്സ് താഴ്ത്തി നഖങ്ങളിലേക്ക് നോട്ടമുറപ്പിച്ചു നിന്നു.

അയാൾ അവനെ നോക്കി അർത്ഥം വച്ചൊരു ചിരി ചിരിച്ചിട്ട് ഇറങ്ങി പോകുകയും ചെയ്തു. തന്റെ നെഞ്ച് ആ നിമിഷം പടാപടാമിടിച്ചു. അവൻ വേഗം യുവാവിനെ വിളിച്ചെഴുന്നേല്പിച്ചു. "എഴുന്നേല്ക്ക്, എഴുന്നേല്ക്ക് ദാ ചായ." ആ നിമിഷം അവനിൽ ഒരല്പം ശൃംഗാരഭാവം അവനറിയാതെ ഉടലെടുക്കുകയും ചെയ്തു.

യുവാവ് കണ്ണുതുറന്ന് അവനേയും കൈയിലിരിക്കുന്ന ചായയേയും നോക്കി പറഞ്ഞു. "നല്ല കുട്ടി."

"അയാൾക്കെന്തോ സംശയമുണ്ട്."

"ആർക്ക്?" യുവാവ് നെറ്റിചുളിച്ചു.

"ലോഡ്ജിലെ ജോലിക്കാരന്"

"സാരമില്ല." യുവാവ് അവന്റെ പുറത്ത് തട്ടി ആശ്വസിപ്പിച്ചു. "ഇതൊക്കെ ഇവിടെ പതിവാണ്. കാര്യമാക്കണ്ട. ഏതായാലും നീ വീട്ടിലേക്കു വിളിക്ക്. കൂട്ടുകാരന്റെ വീട്ടിൽ സുഖമായെത്തിയെന്ന് തട്ടിയേക്ക്." പറഞ്ഞിട്ട് അയാൾ അവന്റെ കവിളിൽ ഉമ്മവെച്ചു.

"നാളെ തന്നെ മടങ്ങണോ?" അവൻ നിരാശയിൽ ചോദിച്ചു.

"പിന്നെ. നിന്റെ ആശ കൊള്ളാമല്ലോ. അല്ലെങ്കിൽ ആളുകൾ സംശയിക്കും. ഇന്നു നമുക്ക് പുറത്ത് കറങ്ങാം. സിനിമയ്ക്കും പോവാം. ഇത്രയൊക്കെ പോരേ ചക്കരക്കുട്ടാ."

"ശരി" അവന്റെ മുഖം പ്രകാശിച്ചു. യുവാവ് ലാപ്ടോപ്പെടുത്ത് അവന് കൊടുത്തു. "ഇന്നാ. നീ മതിയാവോളം കാണ്. ഞാനൊന്നു കുളിക്കട്ടെ."

പകൽ ഒരു സിനിമയും കണ്ട് ഹോട്ടലിൽ കയറി ഭക്ഷണവും കഴിച്ച് വൈകുന്നേരം അവരിരുവരും മറൈൻഡ്രൈവിൽ പോയിരുന്ന് കാറ്റു കൊണ്ടു. കായലിനരികിൽ ടൂറിസ്റ്റുബോട്ടുകൾ യാത്രക്കാരുമായി തയ്യാറായി കിടക്കുന്നു. യാത്രക്കാർ തികഞ്ഞിട്ടില്ലാത്തതിനാൽ പുറപ്പെടാൻ വൈകുന്നതിന്റെ അക്ഷമ പലരുടെയും മുഖത്ത്. അവരിരുവരും നിരത്തിയിട്ടിരിക്കുന്ന കസേരകളിലൊന്നിൽ മുട്ടിയുരുമ്മിയിരുന്നു. പൂക്കൾ വിടർന്നു നില്ക്കുന്ന മരങ്ങൾക്കു കീഴിലൂടെ അനേകം യുവതീയുവാക്കൾ കൈപിടിച്ചു നടന്നുപൊയ്ക്കൊണ്ടിരുന്നു. യുവാവ് തന്റെ മൊബൈലിൽ ചിത്രങ്ങൾ പകർത്തിയെടുത്തുകൊണ്ടിരുന്നു. അവനാകട്ടെ, കാഴ്ചകൾ കണ്ടാസ്വദിക്കുന്നതായിരുന്നു ഇഷ്ടം. ഒരു പുതുക്കക്കാരന്റെ ആവേശത്തോടെയും കൗതുകത്തോടെയും അവൻ എല്ലാത്തിനേയും മാറി മാറി നോക്കി കൊണ്ടിരുന്നു. അവരുടെ മുന്നിലായി രണ്ടു വിദേശിയുവതികൾ തങ്ങളുടെ നഗ്നമായ കണങ്കാലുകൾ പ്രദർശിപ്പിച്ചുകൊണ്ട് ഇരുന്നിരുന്നു. ഒരുത്തി തന്റെ സുതാര്യമായ മേൽക്കുപ്പായം സ്ഥാനം തെറ്റി കിടന്നത് ശ്രദ്ധിച്ച മട്ടില്ലാതെ ക്യാമറയിൽ വിഷ്വലുകൾ പകർത്തുന്നു. അവന്റെ നോട്ടം ഓരോ തവണയും അവരിൽ പാറി വീണു. യുവാവ് അവനെ ചിലതെല്ലാം ചൂണ്ടി കാട്ടി ഇടയ്ക്ക് അടക്കി ചിരിച്ചു. അവനും എല്ലാം ആസ്വദിക്കുകയായിരുന്നു. വീണുകിട്ടിയ സ്വാതന്ത്ര്യത്തിന്റെ നിമിഷങ്ങളെ ആരെയെല്ലാമോ പറ്റിച്ച നിർവൃതിയുമായി അവരിരുവരും പൊട്ടിച്ചിരിച്ചുകൊണ്ട് ഇരിക്കെ കപ്പലണ്ടി വില്പനക്കാരൻ പയ്യൻ അവർക്കരികിലായി വന്നു നിന്നു.

"ചൂടുള്ള കപ്പലണ്ടി, ചൂടുള്ള കപ്പലണ്ടി."

"നിനക്ക് വേണോ?"

"ഉം." അവൻ തലയാട്ടി

"രണ്ട് പൊതി."

പയ്യൻ കപ്പലണ്ടി ഭംഗിയായി കുമ്പിളുകുത്തി അവർക്ക് നേരെ നീട്ടി.

അവൻ മുഖമുയർത്തി പയ്യന്റെ നേർക്ക് നോക്കി ഒരു നിമിഷം അവൻ അനിയനെ ഓർത്തു. ഏതാണ്ട് അവന്റെ പ്രായം, എട്ടോ, ഒമ്പതോ. അവന്റെ ഉള്ളിലൂടെ ഒരു മിന്നൽ കടന്നുപോയി. ആ നിമിഷം അവൻ മമ്മിയേയും അനിയനേയും പപ്പയേയും ഓർത്തു. അവൻ തന്റെ കൈയിൽ പിടിച്ചിരുന്ന ചൂടുള്ള കപ്പലണ്ടിയിലേക്ക് വെറുതെ നോക്കിയിരുന്നു. യുവാവ് ഒന്നും ശ്രദ്ധിക്കാതെ അലക്ഷ്യമായി കപ്പലണ്ടി ചവച്ചു കൊണ്ടിരുന്നു.

അവൻ ആദ്യം കാണുംപോലെ കായലിലേക്കും ആകാശത്തേക്കും മാറി മാറി നോക്കി. ദൂരെ വെള്ളിമേഘങ്ങൾ പറന്നുനടക്കുന്ന നീലാകാശം, ഇടയ്ക്ക് കുറെ കൊറ്റികൾ അതുവഴി പറന്നു പോയി, കായലിലൂടെ സഞ്ചരിക്കുന്ന ബോട്ടുകൾ, അതിൽ നിറയെ ആഹ്ലാദം നിറയ്ക്കുന്ന ആൾക്കൂട്ടം, ഓരോ മരത്തിനുകീഴിലും മുട്ടിമുട്ടിയിരിക്കുന്ന കമിതാക്കൾ, സായാഹ്ന സവാരിക്കിറങ്ങിയ വൃദ്ധന്മാരും വൃദ്ധകളും, മദ്ധ്യവയസ്കരും. ചിലർ ആവേശത്തോടെയും വെപ്രാളത്തോടെയും ഐസ്ക്രീം വാങ്ങി കഴിക്കു

ന്നു. വൃദ്ധന്മാർ ഐസ്ക്രീമിന്റെ രുചി ആസ്വദിച്ച് പരസ്പരം പുഞ്ചിരി തൂകുന്നു. ഇടയ്ക്ക് പരിചയക്കാരാരെങ്കിലും കണ്ടോ എന്ന ഭാവത്തിൽ പരിസരത്ത് നിരീക്ഷണം നടത്തുന്നു. അവന് വായിൽ കയ്പു നിറയുന്ന തുപോലെ അനുഭവപ്പെട്ടു. നെഞ്ചിനുള്ളിൽ എന്തോ ഭാരമിരിക്കുന്നു. അവൻ യുവാവിന്റെ തോളിലേക്ക് തന്റെ തല ചായ്ച്ചു വച്ചു.

എന്തുപറ്റി? യുവാവ് അവനെ തലോടികൊണ്ടു ചോദിച്ചു.

അവന്റെ കണ്ണുകൾ ഈ നിമിഷം എന്തിനെന്നറിയാതെ നിറഞ്ഞു തൂവുകയും ചെയ്തു.

രാത്രി ഒമ്പതു മണിയോടെയാണ് അവർ തിരികെ മുറിയിലെത്തി യത്. ആ സമയം അവരെ കാത്ത് കാക്കി ധരിച്ച ഒരു പൊലീസുദ്യോഗ സ്ഥനും ലോഡ്ജിലെ മാനേജരും ഉണ്ടായിരുന്നു. തങ്ങളുടെ അസ്ഥിക ളിലൂടെ ഒരു ഐസ്കട്ട കയറിയിറങ്ങിയതുപോലെയാണ് ഓരോ നിമി ഷവും യുവാവിനും അവനും അനുഭവപ്പെട്ടത്. അവരെ കണ്ടതും മാനേ ജർ ആശ്വാസഭാവത്തിൽ ഒന്നു ചിരിച്ചു. രണ്ടുപേരും വാതിലിനു മുന്നിൽ എന്തുചെയ്യണമെന്നറിയാതെ നിന്നു. യുവാവിന് തന്റെ ബോധം മറയു ന്നതുപോലെയും അവന് തന്റെ കാലുകളിലൂടെ ചൂടുള്ള ദ്രാവകം ഒഴു കുന്നതുപോലെയും ഒരനുഭവമുണ്ടായി.

"കയറിവരൂ." പൊലീസുകാരൻ ശാന്തനായി പറഞ്ഞു.

അവർ രണ്ടുപേരും ഒരേ താളത്തിലും, ഒരേ അളവുകോലിലും ഓരോ പട്ടാളക്യാമ്പിലകപ്പെട്ടതുപോലെ അടിവച്ചടിവെച്ചു ചെന്നു.

"എവിടെ പോയിരുന്നു?"

"പുറത്ത്"

യുവാവ് പതർച്ചയോടെ പറഞ്ഞു.

"എന്താ നിന്റെ പേര്"

"അരുൺ."

യുവാവ് മൊഴിഞ്ഞു.

"ഇത് നിന്റെ ആരാ?"

"അനിയൻ."

യുവാവ് ധൈര്യം സംഭരിച്ചുകൊണ്ടായിരുന്നു മറുപടി പറഞ്ഞത്.

"അനിയൻ?" പൊലീസുകാരൻ പുച്ഛത്തിൽ ഊന്നി ചോദിച്ചു.

"എവിടെ താമസിക്കുന്നു?"

"തൃശ്ശൂർ"

"ഇവിടെ?"

"ഒരു ബന്ധുവിനെ കാണാൻ..." യുവാവ് വിക്കി വിക്കി അത്രയും പറഞ്ഞു.

പൊലീസുകാരൻ അവന്റെ അടുത്തെത്തി. കണ്ണുകളിലേക്ക് സൂക്ഷി ച്ചുനോക്കി. ഈ ലാപ് നിന്റെയാണോ.

ആ നിമിഷം അവൻ ബോധമറ്റ് നിലത്തുവീഴുകയും യുവാവ് ഉറക്കെ

കരയാൻ തുടങ്ങുകയും ചെയ്തു.

തിളച്ചുമറിയുന്ന കോപത്തോടെയാണ് അയാൾ എസ് ഐയുടെ മുറിയിലേക്ക് കയറി പോയത്. ആ മുറിയിൽ അയാളുടെ മകനും അരുണും നിന്നിരുന്നു. അയാൾ കോപത്തിൽ അരുണിന്റെ മുന്നിൽ ചെന്നലറി. "എടാ, വൃത്തികെട്ടവനേ... നിന്നെ ഞാൻ കൊല്ലും. ഒന്നുമറിയാത്ത എന്റെ കൊച്ചിനെ...." അയാൾ രോഷംകൊണ്ട് കിതയ്ക്കുകയും ബാക്കി പറയാനാവാതെ കസേരയിലേക്ക് വീഴുകയും ഒപ്പം ചെയ്തു.

"മിസ്റ്റർ." എസ് ഐ അയാളുടെ അടുത്തേക്ക് ചെന്നു അമർഷത്തോടെ പറഞ്ഞു. "ഇത് ചന്തയല്ല."

"സർ ഞാൻ, എന്റെ മാനസികാവസ്ഥ സാറിന് മനസ്സിലാവില്ല."

"നല്ലതു പോലെ"

എസ് ഐ പരിഹാസത്തോടെ അയാളെ നോക്കി പറഞ്ഞു.

എന്നിട്ട് കോൺസ്റ്റബിളിനോട് പറഞ്ഞു. "അവരെ രണ്ടുപേരെയും കൊണ്ടുപോയി കഴിക്കാൻ എന്തെങ്കിലും കൊടുക്ക്."

അയാൾ എസ് ഐയുടെ നേർക്ക് മിഴിച്ചു നോക്കി.

"മിസ്റ്റർ...?"

"രമേഷ്"

"രമേഷ് ഞാൻ ചോദിക്കുന്നതിന് കൃത്യമായി ഉത്തരം തരണം"

"സർ"

എസ് ഐ മേശപ്പുറത്തേക്ക് ഒരു ലാപ്ടോപ്പെടുത്ത് വച്ചു. "ഇത് നിങ്ങളുടേതാണോ?"

അയാൾ പരിഭ്രമത്തോടെ അതിലേക്ക് തുറിച്ചു നോക്കിയിരുന്നു.

"പറയൂ"

"അതെ." മരിക്കും പോലെ അയാൾ ഉത്തരം പറഞ്ഞു.

"ഇത് കാണാതായിരുന്നോ?"

"ഉവ്വ്"

"എന്ന്?"

"രണ്ടു ദിവസമായി"

"അന്വേഷിച്ചില്ലേ?"

"തിരഞ്ഞു"

"ഇതെവിടുന്ന് കിട്ടിയെന്നറിയാമോ?"

"ഇല്ല." അയാൾ തളർച്ചയോടെ തല ചലിപ്പിച്ചു.

"നിങ്ങളുടെ മകന്റെ പക്കൽനിന്നും. ലോഡ്ജുകാർക്ക് സംശയം തോന്നി വിളിച്ചു പറഞ്ഞതുകൊണ്ട് ഞങ്ങൾ ആ മുറി പരിശോധിച്ചിരുന്നു.

ആ മുറിയിൽനിന്നുമാണ് ഇത് ലഭിച്ചത്." അയാൾ വിയർത്തു കുളിച്ചു.

"രമേഷ് നിങ്ങൾക്ക് എന്താണ് ജോലി?"

"പെയിന്റിങ്"

"ആർട്ടിസ്റ്റാണോ?"

"അല്ല. വീടൊക്കെ പെയിന്റു ചെയ്യുന്ന..."

ഹഹഹ! പൊലീസുദ്യോഗസ്ഥൻ പൊട്ടിച്ചിരിച്ചു. "കൊള്ളാം. നാല്പത്തി അയ്യായിരത്തിന്റെ ലാപ്. ജോലി പെയിന്റിങ്. നിങ്ങളുടെ ജോലിക്ക് ഇതത്യാവശ്യം തന്നെ. അല്ലേ രമേഷ്, നിങ്ങൾക്ക് നാണമില്ലേ?"

അയാൾ ഒന്നും മിണ്ടിയില്ല. അയാളുടെ ഭാര്യ ആ സമയം തന്റെ മകനെക്കുറിച്ച് വായിൽ കൊള്ളാവുന്ന വഴക്കുകൾ തന്നോടുതന്നെ പറഞ്ഞുകൊണ്ട് പുറത്തിരിക്കുകയായിരുന്നു.

പെണ്ണടയാളങ്ങൾ

നിഷ അനിൽകുമാർ

ആ രാത്രിയിൽ ലജ്ജയില്ലാതെ ഞാനയാളോടൊപ്പം ശരീരം പങ്കുവച്ചു. എന്റെ ഭർത്താവിന്റെ ഗേ സുഹൃത്തിനോടൊപ്പം. അയാളെ ആ സമയത്ത് വീട്ടിലെത്തിക്കാൻ വളരെ ദിവസത്തെ ചിന്തകളും ആസൂത്രണവും വേണ്ടി വന്നു എനിക്ക്. എങ്കിലും എനിക്കറിയാമായിരുന്നു അയാൾ വരുമെന്ന്. കഴിഞ്ഞ കുറെ ദിവസങ്ങളായി ഇങ്ങനെയൊരു സമാഗമത്തിന് വേണ്ടിയാണ് ഞാൻ കാത്തിരുന്നതും. അതിനു വേണ്ടി ഞാനെന്റെ ശരീരത്തിനെയും മനസ്സിനെയും ഒരുക്കിവച്ചു. ശരീരം സുഗന്ധദ്രവ്യങ്ങൾ പൂശി. ക്രീം പുരട്ടി മർദ്ദവം വരുത്തി. കാലടികളും നഖവും വൃത്തിയാക്കി തേച്ചുകഴുകി വാസ്‌ലീൻ പുരട്ടി . മുടി ഷാമ്പൂ ഉപയോഗിച്ച് കഴുകി വിടർത്തിയിട്ടു. ഒരു ടിപ്പിക്കൽ പ്രണയിനിയുടെ ലുക്ക് കിട്ടാൻ കണ്ണുകൾ കറുപ്പിച്ചെഴുതി. പൊതുവേ സാരി ധരിക്കാറില്ലങ്കിലും അന്ന് ഞാൻ അഗ്നിക്കളറുള്ള ഒരു സാരിയും ബ്ലാക് മെറ്റലിന്റെ ആഭരണങ്ങളും അണിഞ്ഞു. ഇന്നത്തെ ദിവസം ഒരു പിഴവും പറ്റരുതെന്ന് നെഞ്ചിടിപ്പോടെ ഓർത്തു കൊണ്ടിരുന്നു. ഇത്തരം കാര്യങ്ങളിൽ ബുദ്ധിപൂർവ്വമായ കരുനീക്കമാണ് വേണ്ടതെന്ന് എനിക്കറിയാം.

തലേദിവസം ഊണ് കഴിഞ്ഞു സ്വന്തം മുറിയിലേക്ക് ഉറങ്ങാൻ പോയ അനുരാഗിനോട് ഞാൻ പറഞ്ഞു.

“കുറച്ചു സംസാരിക്കാനുണ്ട്.”

വളരെ നാളുകൾക്ക് ശേഷമാണ് ഞങ്ങൾ തമ്മിൽ സ്വകാര്യമായ ഒരാവശ്യത്തിനായി മിണ്ടുന്നത്. അവന് അമ്പരപ്പായിരുന്നു. ഞങ്ങൾ പരസ്പരം സംസാരിക്കാതെയായിട്ടു മാസങ്ങൾ കഴിഞ്ഞിരുന്നു. ഒരു അപ്പാർട്ട്മെന്റിൽ ഒരുമിച്ച് കഴിയുന്ന പരിചയക്കാർ മാത്രമായി തീർന്നിരുന്നു ഞങ്ങളിരുവരും. ഒരു ടേബിളിൽ അഭിമുഖമിരുന്ന് ഭക്ഷണം കഴിക്കുമ്പോൾ

അപരിചിതത്വം കൊണ്ട് കൃത്യമായി ടേബിൾ മാനേഴ്സ് പുലർത്തുന്നവർ. രണ്ടു പത്രം, രണ്ടു ഫോൺ, രണ്ടു ലാപ്ടോപ്പ്, ഇതൊക്കെ പോലെ രണ്ടു ശരീരവും, രണ്ടു മനസ്സും. ആദ്യരാത്രിയിലേ തെറ്റുപറ്റിപ്പോയ രതി. ആ ഓർമ്മ എന്നിൽ വേദനയും ഓക്കാനവും സൃഷ്ടിക്കും. ഓരോ വിവാഹവും ഓരോ കുടുക്കാണ്. അനുരാഗും ഞാനുമായുള്ള വിവാഹം സ്വയം തെരഞ്ഞെടുത്തതുകൊണ്ടുതന്നെ ആരെയും കുറ്റപ്പെടുത്താൻ എനിക്കർഹതയും ഇല്ല.

ഞങ്ങളുടെ പ്രണയം തീവ്രവും ഉന്മാദം നിറഞ്ഞതുമായിരുന്നു. അവന്റെ വിളികൾക്കും സാമീപ്യത്തിനുമായി ഞാനും, എന്റെ സന്ദേശങ്ങൾക്കായി അയാളും കൊതിച്ചിരുന്നു.

സാം അലക്സ് ഞങ്ങളുടെ ജീവിതത്തിലേക്ക് കടന്നുവരുംവരെ മാത്രം.

ഞങ്ങളുടെ വിവാഹത്തിന് രണ്ടു മാസങ്ങൾക്ക് മുമ്പാണ് സാം വീണ്ടും അനുരാഗിന്റെ മുറിയിലേക്ക് താമസത്തിനെത്തിയത്.

അനുരാഗിന് അങ്ങനെയൊരു സുഹൃത്തുണ്ട് എന്നു അതുവരെ എനിക്കറിയില്ലായിരുന്നു. പലരെക്കുറിച്ചും പറഞ്ഞിട്ടുണ്ട്, പലരെയും എനിക്കുമറിയാം. എന്നാൽ ഇയാളെക്കുറിച്ച് അതുവരെ കേട്ടിട്ടില്ല. പെട്ടെന്നു ഒരു ദിവസം ഞങ്ങളുടെ ജീവിതത്തിലേക്ക് കടന്നുവന്ന് തികഞ്ഞ സ്വാതന്ത്ര്യത്തോടും അവകാശത്തോടും എല്ലാറ്റിലും അയാൾ കൈ കടത്താൻ തുടങ്ങിയപ്പോഴാണ് സാം എനിക്കു ശത്രുവായി മാറിയത്.

എന്നും പുലർച്ചെ എന്റെ പ്രഭാത വന്ദനത്തിന് മാറുവാക്ക് പറഞ്ഞു അനുരാഗ് അയക്കാറുള്ള സന്ദേശങ്ങൾ പലപ്പോഴും കിട്ടാതായി. ചിലപ്പോൾ എഴുന്നേല്ക്കാൻ വൈകിയതാവാം എന്നു ഞാൻ സമാധാനിക്കാൻ ശ്രമിച്ചുകൊണ്ടിരുന്നു.

പക്ഷേ, ഈ മറവികൾ പണ്ടുണ്ടായിരുന്നില്ല. പുലർകാലത്ത് തനിയെ നഗരവീഥികളിലൂടെ നടക്കാനിറങ്ങുമ്പോൾ നേർത്ത മഞ്ഞിൻ കണങ്ങൾ വീണുനനഞ്ഞ മണ്ണിൽ കാല്പാടുകൾ വീഴവെ അതൊരു പ്രണയിനിയുടെ ഉറച്ച കാൽവയ്പ്പുകളാണെന്ന് ആത്മവിശ്വാസം കൊള്ളുമായിരുന്നു ഞാൻ.

എന്നാൽ അയാളുടെ വരവ് എന്നെ കൂടുതൽ കൂടുതൽ ഏകാന്തമാക്കാൻ തുടങ്ങി. കൊഴിഞ്ഞ ഇലകളെയും വാടിയ പൂക്കളെയും നോക്കി ഞാൻ സങ്കടപ്പെട്ടു. ഞങ്ങളുടെ പ്രണയത്തിൽ, വിവാഹത്തിൽ എന്നു വേണ്ട അനുരാഗ് എന്നെ കാണാൻ വരുന്ന സമയത്തിന് പോലും അയാൾ നിർബ്ബന്ധിത ചാർട്ട് ഉണ്ടാക്കി. പലപ്പോഴും എന്റെ സമനില തെറ്റാൻ തുടങ്ങി.

ഒരേ നഗരത്തിൽ സ്ഥിതി ചെയുന്ന രണ്ടു കമ്പനികളിലാണ് ഞങ്ങൾ ജോലി ചെയ്തിരുന്നത്. ഞങ്ങളുടെ കമ്പനികൾ പങ്കെടുത്ത ഒരു ബിസിനസ് കോൺഫറൻസിൽ വച്ചാണ് അനുരാഗിനെ ഞാൻ പരിചയപ്പെ

ടുന്നത്.

അന്ന് രാത്രിയിൽ എന്റെ വാട്സ് ആപ്പിലേക്ക് 'സ്വാഗതം പ്രിയദർശിനി നന്ദഗോപൻ' എന്നൊരു സന്ദേശം വന്നു. തൊപ്പികൊണ്ടു പാതി മുഖം മറച്ച യുവാവിന്റെ ചിത്രമായിരുന്നു പ്രൊഫൈലിൽ.

ഹലോ പ്രിയാ ഞാൻ അനുരാഗ് ആണ്.

ഓ എനിക്കു മനസ്സിലായില്ലാട്ടോ. പ്രൊഫൈൽ ക്ലിയർ അല്ലല്ലോ. സോറി ഞാൻ മറുപടിയെഴുതി. പിന്നീട് ദിനവും ഗുഡ് മോർണിങ് ഗുഡ് നൈറ്റ് മെസേജുകൾ പതിവായി. ഏതാണ്ട് ഒരു മാസത്തിനുള്ളിൽ ഒരു കോൺഫറൻസിൽ കൂടി ഞങ്ങൾക്ക് ഒരുമിച്ച് പങ്കെടുക്കേണ്ടി വന്നു. അതിനു ശേഷമാണ് അടുപ്പം കൂടുതൽ ഊഷ്മളമായത്. പിന്നീട് മെസേജുകൾ വിളികളിലേക്ക് ചുവടു മാറ്റം നടത്തി. ആ വിളി മറ്റൊരു തലത്തിലേക്ക് മാറിയതിന്റെ ആദ്യ സൂചന ആ സന്ദേശമായിരുന്നു.

ഉടയാടകളില്ലാത്ത, തികച്ചും അനാവൃതമായ നിന്റെ നഗ്നമായ കഴുത്തിൽ ഞാൻ ചുണ്ടുരസട്ടെ.

ആ മെസേജ് ഒരു കിടിലമാണ് ആദ്യമുണ്ടാക്കിയത്. പ്രണയത്തിൽ സെക്സിന് അത്രയധികം സ്ഥാനമുണ്ടെന്ന് അത്രയും നാൾ ഞാൻ വിചാരിച്ചിരുന്നില്ല. എന്നാൽ അനുരാഗിന്റെ സന്ദേശങ്ങൾ എന്നെ ഉണർത്താൻ മാത്രം പര്യാപ്തമായിരുന്നു. ഫോണിന്റെ മറുതലയ്ക്കൽ പലപ്പോഴും അനുരാഗിന്റെ ശബ്ദം എന്നെ ഉന്മാദത്തിന്റെ കൊടുമുടികൾ കയറ്റിയിറക്കി.

നിന്റെ ചുവന്ന കാലടികളിൽ ഞാനാദ്യം ചുംബിക്കും. പിന്നീട് നിന്റെ നനുത്ത വയറിൽ. അതൊരു ആപ്പിളാണെങ്കിൽ അതിന്റെ ഏറ്റവും സുന്ദരമായ പൊക്കിൾ ചുഴിയിൽ. കൺപീലികൾ കൊണ്ട് ഉമ്മവയ്ക്കുന്നത് എങ്ങനെയെന്നറിയുമോ പ്രിയാ.... അനുരാഗ് പ്രണയത്തിന്റെ ഭാഷയിൽ പറഞ്ഞുകൊണ്ടേയിരിക്കും.

ആ സന്ദേശങ്ങൾ എന്റെ ഉടലിൽ തീപടർത്തി. അത്തരം അവസ്ഥയിലൂടെ കടന്നുപോകുന്നത് എന്റെ ആദ്യത്തെ അനുഭവമായിരുന്നു. ആദ്യത്തെ ഉന്മാദം, ആദ്യത്തെ ഭ്രാന്ത്, ആദ്യത്തെ അഭിനിവേശം. എന്നാൽ പരസ്പരം കാണുമ്പോഴുള്ള അനുരാഗ് വ്യത്യസ്തനായിരുന്നു. രാത്രികളിൽ പ്രണയത്തിന്റെ നൂറു സന്ദേശങ്ങൾ അയക്കുന്ന, വിളിക്കുമ്പോൾ വാതോരാതെ സംസാരിക്കുന്ന അതേ ആൾ നേരിട്ടു കാണുമ്പോൾ തികച്ചും മറ്റൊരാളായി മാറും. അനുരാഗ് വെറുമൊരു സി എക്കാരൻ മാത്രമല്ലായിരുന്നു. കണക്കിന്റെ ചതുരംഗ കളത്തിനപ്പുറത്ത് അയാൾക്ക് ചിന്തകളും സ്വപ്നങ്ങളും കാഴ്ചപ്പാടുകളും ഉണ്ടായിരുന്നു. അന്നന്നത്തെ പത്രവാർത്തയെക്കുറിച്ച്, ഓഫീസിലെ ടെൻഷനുകളെക്കുറിച്ച്, കണ്ട സിനിമയെക്കുറിച്ച്, വായിച്ച പുസ്തകത്തെക്കുറിച്ചൊക്കെ അനായാസം സംസാരിക്കുകയും വീറോടെ തർക്കിക്കുകയും ചെയ്യുന്നയാൾ. എനിക്കയാളെ കേൾക്കാനായിരുന്നു ഇഷ്ടം. എന്നാൽ രാത്രികളിലെ സന്ദേശങ്ങളിലും വിളികളിലും രതിയുടെ ഉന്മാദങ്ങൾ ഉണ്ടാവും. ഞാനും അതി

ഷ്ടപ്പെട്ടിരുന്നു. എങ്കിലും ഒരിക്കൽപ്പോലും നേരിൽ കാണുമ്പോ തലേന്ന് നടന്നതിനെക്കുറിച്ച് ഒരു വാക്ക് പോലും പറയില്ല. തികച്ചും ഗൗരവം. എനിക്കമ്പരപ്പായിരുന്നു. സിനിമ തിയേറ്ററിൽ അടുത്തടുത്തിരിക്കുമ്പോഴും അയാളെന്നെ സ്പർശിച്ചില്ല. എന്നാൽ ഞാൻ ചുംബിക്കാനും ചുംബിക്കപ്പെടാനും ആഗ്രഹിച്ചിരുന്നു.

പലപ്പോഴും എനിക്കു തോന്നി ഞങ്ങളുടെ ബന്ധത്തിൽ എന്തോ കുറവനുഭവപ്പെടുന്നുണ്ടോ എന്ന്. കാരണമെന്തെന്ന് നിർവ്വചിക്കാൻ കഴിയാത്ത ഒരു ശൂന്യത.

ഞാൻ കിടക്കയിൽ 'റ' കാരം പോലെ കിടന്നും, ചോദ്യ ചിഹ്നം പോലെ വളഞ്ഞും എന്റേതു മാത്രമായ നീലകണ്ണാടിക്ക് മുന്നിൽ നഗ്നയായി നിന്നു എന്റെ തന്നെ ശരീരത്തെ വിലയിരുത്തി. അയാളെ ആകർഷിക്കാത്തതായ ഒന്നുമില്ലേ എന്നിൽ. സായാഹ്ന വെയിലിന്റെ സ്വർണ്ണ വർണ്ണമുള്ള വെയിൽ ജനൽ ഗ്ലാസിലൂടെ നിഴൽ വീശി എന്റെ ശരീരത്തിൽ പതിക്കുന്നു. ഉടലിന് സ്വർണ്ണ വർണ്ണം. ആരും തൊട്ടുലയ്ക്കാത്ത പൂവ് തന്നെയാണ് ഞാനിപ്പോഴും. അനുരാഗ് സമീപത്തിരിക്കുമ്പോഴും കണ്ടില്ലെന്നു നടിക്കുന്ന ഒരു വസ്തു മാത്രം അതിപ്പോൾ.

എങ്കിലും ഇതെല്ലാം അനുരാഗിന്റെ സൽസ്വഭാവങ്ങളായി കാണാനായിരുന്നു എനിക്കിഷ്ടം. ഹൃദയത്തിന്റെ ആഴങ്ങളെ അനുസ്മരിപ്പിക്കുന്ന എന്തോ ഉണ്ടായിരുന്നു അനുരാഗിന്റെ കണ്ണുകളിൽ. എന്നാൽ അത് മറ്റുള്ളവരുടെ കണ്ണിൽ കാണുംപോലെ തെളിഞ്ഞ ജലാശയമോ, ഇരുളടഞ്ഞ ഗർത്തമോ ഒന്നുമല്ലായിരുന്നു. മറ്റെന്തോ, എനിക്കു മനസ്സിലാകാത്ത മറ്റെന്തോ.

വലിയ ഒച്ചപ്പാടുകളോ അഭിപ്രായ വ്യത്യാസങ്ങളോ ഇല്ലാതെ ദിവസങ്ങൾക്കുള്ളിൽ ഞങ്ങളുടെ വിവാഹം തീരുമാനിക്കപ്പെട്ടു. ആ സമയത്താണ് സാം അലക്സ് അനുരാഗിന്റെ ജീവിതത്തിലേക്ക് വീണ്ടും മടങ്ങിയെത്തുന്നത്. എന്റെ ജീവിതം മാറ്റിമറിക്കാനുള്ള ഒരാളാണ് അതെന്ന് അന്നെനിക്ക് മനസ്സിലായതുമില്ല.

എന്റെയും അനുരാഗിന്റെയും ജീവിതത്തിലെ ഓരോ കൊച്ചു കാര്യങ്ങളും സാം അലക്സിന്റെ തീരുമാനങ്ങൾ അനുസരിച്ചായി നടപ്പിലാകുന്നത്. ആദ്യ രാത്രിയിൽ അനുരാഗ് എന്നെ തൊട്ടില്ല. പകരം വാട്സ് ആപ്പിൽ ആർക്കോ സന്ദേശം അയക്കുന്നതിൽനിന്നും എന്റെ നേരെ മുഖമുയർത്താതെ പറഞ്ഞു.

"പ്രിയ കിടന്നോളൂ ഞാനിത്തിരി ലേറ്റാവും."

ആ രാത്രിയിൽ ഉറക്കം വരാതെ തീ പോലുള്ള മനസ്സും ശരീരവുമായി ഞാനുരുകി. ഒരു പെരും പാമ്പ് എന്റെ നേർക്ക് സീൽക്കാരശബ്ദവുമായി ആഞ്ഞു കൊത്താൻ വരുന്ന സ്വപ്നം കണ്ടുകൊണ്ട് ഇത്തിരി മയക്കത്തിൽനിന്നും ഞെട്ടിയെഴുന്നേറ്റ് നോക്കുമ്പോൾ കിടക്കയുടെ പാതിയരികിൽ പൂർണ്ണ നഗ്നനായ പുരുഷൻ. ബെഡ് ലാമ്പിന്റെ ചുവന്ന വെളിച്ചത്തിൽ ആ കാഴ്ച എന്നെ നടുക്കി. അയാളുടെ ശ്വാസഗതിയുടെ ആരോ

ഹണാവരോഹണങ്ങളിലേക്ക് ഞാൻ പകച്ചു നോക്കിയിരുന്നു.

അനുരാഗ്!

പാതി ചത്ത ഏതോ ജന്തുവിനെ അനുസ്മരിപ്പിക്കും വിധത്തിലുള്ള അയാളുടെ നഗ്നതയും, മിനിറ്റുകൾക്ക് മുമ്പെപ്പോഴോ നടന്നുവെന്ന് തോന്നിപ്പിക്കുന്ന ആത്മരതിയുടെ അവശേഷിപ്പുകളിലേക്കും ഓക്കാനത്തോടെ മുഖം തിരിച്ചുകൊണ്ടു ഞാൻ ടോയിലറ്റിലേക്ക് ഓടി.

തിരിച്ചു വന്നു സ്വയം വിലകുറഞ്ഞവളെന്ന് ലജ്ജയില്ലാതെ മുദ്രകുത്തികൊണ്ട് ഞാനയാളുടെ മൊബൈൽ ഫോൺ പരിശോധിച്ചു. വാട്സ് ആപ്പിൽ ഞാനല്ലാതെ വേറെ സ്ത്രീ സുഹൃത്തുക്കൾ ഇല്ല. പിന്നെ ആർക്കാവും അയാൾ സന്ദേശം അയച്ചിട്ടുണ്ടാവുക. എന്റെ കണ്ണുകൾ നീറി, നെഞ്ചിൽ കനമുള്ളതെന്തോ തടഞ്ഞു. ഉടൽ വിറച്ചു, സംശയം, പലപ്പോഴും ഉള്ളിന്റെയുള്ളിൽ ഇരുന്നു മുൻകരുതൽ തന്ന വെറും സംശയം. സാം അലക്സിന്റെ ചാറ്റിങ് എടുത്തുനോക്കാൻ ആരോ ഉള്ളിലിരുന്നു മുറവിളി കൂട്ടുന്നു.

അല്പം മുൻപ് അനുരാഗ് അയച്ച സന്ദേശങ്ങൾ അയാളുടെ മറുപടികൾ. വായിക്കാൻ അറപ്പു തോന്നുന്ന അക്ഷരങ്ങളിലേക്ക് നോക്കി ഹിമത്തിന്റെ മരവിപ്പ് വീണുറഞ്ഞുപോയ മനസ്സുമായി വെളുക്കുവോളം ഞാനിരുന്നു.

'നിന്റെ നഗ്നമായ കഴുത്തിൽ ഞാൻ ചുണ്ടുരസട്ടെ' അനുരാഗ് എനിക്കെഴുതിയ വരികളോർത്ത് ഹൃദയം വേദനിച്ചു. ആവശ്യത്തിലുമധികം സ്നേഹം ലഭിച്ചു വളർന്ന ഒരു കുട്ടിയുടെ ലോക പരിജ്ഞാനമില്ലായ്മ ഉണ്ടായിരുന്നു എനിക്കു പലപ്പോഴും. എടുക്കുന്ന തീരുമാനങ്ങൾ വൈകാരിക സമീപനങ്ങളെ ആശ്രയിച്ചാണ് എന്നുമുണ്ടായിട്ടുള്ളത്. പ്രായോഗിക വാദങ്ങളെ വികാരപരമായ ചിന്തയിൽനിന്നും നോക്കികൊണ്ട് വിലയിരുത്തുന്നതിന്റെ ദൂഷ്യഫലങ്ങൾ പലപ്പോഴും എന്നെ ആശയക്കുഴപ്പത്തിലാക്കിയിട്ടുണ്ട്. അത് തന്നെയാണ് അനുരാഗുമായുള്ള വിവാഹത്തിലും സംഭവിച്ചത്.

ഞാനവന്റെ ഇളം മഞ്ഞ ദേഹത്തെയും, തവിട്ടു നിറമുള്ള കണ്ണുകളെയും, നീണ്ട കൈകളെയും, ഉയർന്ന നാസികത്തുമ്പിനേയും പ്രണയിച്ചിരുന്നപ്പോലെയത്ര തന്നെ അയാളുടെ ഒറ്റയ്ക്കുള്ള ജീവിതത്തെയും പ്രണയിച്ചിരുന്നു . ഏകപക്ഷീയമായ തീരുമാനങ്ങൾ ഞങ്ങളുടെ പ്രണയത്തിൽ സംഭവിച്ചപ്പോഴും അതെന്നിൽ ആഹ്ലാദമാണ് ജനിപ്പിച്ചത്. അയാളെ പൂർണ്ണമായും മനസ്സിലാക്കേണ്ടവളാണു ഞാനെന്നു സ്വയം ഉരുവിട്ടു കൊണ്ടിരുന്നു.

****

പ്രണയം കേവലം ഒരു വർഷം മാത്രം നീണ്ടു നില്ക്കുന്ന ഉന്മാദമാണെന്ന വരികൾ വായിച്ചതിന് ശേഷമാണ് ഞാൻ സാം അലക്സിനോട് ഇന്ന് നമുക്ക് കോഫീ ഷോപ്പിൽ വച്ച് കാണാൻ സൗകര്യം ഉണ്ടാകുമോ എന്നൊരു മെസേജ് അയച്ചത്. സാം വരുമോ എന്ന കാര്യത്തിൽ

ആശങ്കയുണ്ടായിരുന്നു. എങ്കിലും എന്റെ ആസൂത്രണങ്ങളിൽ പിഴവ് വരില്ലെന്ന ശുഭാപ്തി വിശ്വാസത്തിൽ ഒരുങ്ങിയിറങ്ങി.

എന്താണ് ഞാൻ ചെയ്യാൻ പോകുന്നത് എന്നോർത്തു ഒരേസമയം ആശങ്കയും പ്രതികാരവും എന്നിൽ നിറഞ്ഞു. എന്നിട്ടും അനുരാഗ് മാസങ്ങൾക്ക് മുമ്പു ദർബാർ ഹാളിൽനിന്നും വാങ്ങിത്തന്ന മെറൂൺ കുർത്തയും നീല ജീൻസും തന്നെ ധരിച്ചു.. അതിനു ചേരുന്ന വലിയ ഇയർറിങ് ഹൈദ്രാബാദിൽ പോയപ്പോൾ അവൻ തന്നെ വാങ്ങി തന്നതാണ്. എനിക്കു പകയും വേദനയും വീണ്ടുമുണ്ടായി. എങ്കിലും കണ്ണാടിയിൽ നോക്കി സ്വയം വിലയിരുത്തി. ആത്മവഞ്ചനയോടെ പുഞ്ചിരിക്കാൻ ശ്രമിച്ചു.

ഇതൊരു കളിയാണ്, തുറന്ന യുദ്ധമല്ല, ആയോധനകലയിൽ വൈദഗ്ദ്ധ്യം നേടാത്ത ഒരുവളുടെ കൗശലപൂർണ്ണമായ ഒളിപ്പോര്. പക്ഷേ സാം വന്നില്ലെങ്കിൽ....

കഴിഞ്ഞ ഏതാനും മാസങ്ങളായി അയാളുടെ കിടക്ക പങ്കുവച്ച ശേഷമാണ് അനുരാഗ് വീട്ടിലേക്ക് വരുന്നത്.

അതറിഞ്ഞപ്പോൾ ഞാനാദ്യം എന്നെ വെറുത്തു, എന്റെ ശരീരത്തിനെ വെറുത്തു. അയാൾ എനിക്കു പകരം മറ്റൊരു സ്ത്രീയെ തേടിപ്പോയിരുന്നെങ്കിൽ സഹിക്കാനായേനെ. പകരം അയാളൊരു പുരുഷനെ തേടിപ്പോയി. എന്നിട്ടും എന്നോടു സ്നേഹം കാണിച്ചു, എനിക്കു വേണ്ടി പാചകം ചെയ്തു, ചോറ് വാരിത്തന്നു, വസ്ത്രങ്ങളും ആഭരണങ്ങളും വാങ്ങിയണിയിച്ചു, പാടിയുറക്കി, ഓരോ കൊച്ചുകാര്യങ്ങളും ശ്രദ്ധയോടെ നോക്കി നടത്തി.

എനിക്കു മടുത്തു. ഒരിക്കൽ പൊട്ടിത്തെറിച്ചു കൊണ്ട് ഞാൻ പറഞ്ഞു. കുറ്റബോധമുള്ള ഭർത്താക്കന്മാർ ഭാര്യമാരെ തൃപ്തിപ്പെടുത്താൻ കിണഞ്ഞു പരിശ്രമിക്കും.

അനുരാഗിന്റെ തകർന്നുപോയ മുഖഭാവം കാണാൻ നില്ക്കാതെ മുറിയിൽക്കയറി വാതിലടച്ചിരുന്നു ആർത്തലച്ചു കരഞ്ഞു. പിന്നീട് അനുരാഗിൽ ഞാനോ എന്നിൽ അനുരാഗോ ആശ്രയം കണ്ടെത്താൻ ശ്രമിച്ചില്ല.

എന്റെയുള്ളിൽ പക മാത്രമായിരുന്നു, ആരോടെന്നില്ലാത്ത പക.

സാം അലക്സ് കോഫീ ഷോപ്പിന്റെ പടി കടന്നു വരുന്നത് എനിക്കകത്ത് നിന്നേ കാണാൻ കഴിഞ്ഞു. ദീർഘമായൊന്ന് ശ്വസിച്ചുകൊണ്ടു മനസ്സിനെ അയവു വരുത്തി ഞാൻ കൈയുയർത്തിക്കാട്ടി.

അഭിമുഖമായി കസേരയിൽ വന്നിരുന്നപ്പോൾ അയാളുടെ കണ്ണുകളിലേക്ക് നോക്കാൻ ആദ്യമെന്നിലെ പെരുങ്കള്ളിക്ക് സാധിച്ചില്ല. എങ്കിലും രണ്ടു നിമിഷാർദ്ധം കൊണ്ട് സ്വയമേവ പരുവപ്പെടുത്തി ഞാനൊന്നു പുഞ്ചിരിച്ചു.

"എന്തിനാണ് എന്നെ കാണണമെന്ന് പറഞ്ഞത്?"

സാം എന്റെ കണ്ണുകളിൽ നോക്കാതെയാണ് ചോദിച്ചത്.

"ഞാൻ ഗർഭിണിയാണ്." അപ്പോഴേക്കും എന്റെയുള്ളിലെ കളിക്കാരി

ഊർജ്ജസ്വലയായികഴിഞ്ഞിരുന്നു.

സാം അലക്സ് ഒന്നു ഞെട്ടിയത് ഞാനാസ്വദിച്ചു.

"അതിന്?" അസ്വാഭാവികമായതെന്തോ കേട്ടതുപോലെയുള്ള ഒരു വാക്ക് മാത്രമേ അയാളിൽനിന്നും പുറത്തേക്ക് വന്നുള്ളു.

"അനുരാഗ് അല്ല ഇതിനുത്തരവാദി." ഞാൻ കൂസലില്ലായ്മയോടെ അയാളെ നോക്കി തെളിഞ്ഞു പുഞ്ചിരിച്ചു.

"പിന്നെ?"

"അത് രഹസ്യം. ബട്ട് എനിക്കീ കുഞ്ഞിനെ പ്രസവിക്കാനും വയ്യ. അനുരാഗ് അറിയാനും പാടില്ല."

"സാം." ഞാനയാളുടെ തോളിൽ മൃദുവായി പിടിച്ചു. "എന്നെയൊന്ന് സഹായിക്കൂ."

അങ്ങനെയാണ് ആ സമാഗമത്തിന് ആരംഭം കുറിച്ചത്. അയാളുടെ യുള്ളിൽ ഞാനൊരു കൊളുത്തിട്ടു. തീരെ ചെറിയ ഒരിരകൊണ്ടു മുഴുത്ത മത്സ്യത്തെ കുടുക്കുന്ന ജാലവിദ്യ.

പിറ്റേന്നു അനുരാഗിന് നൈറ്റ് ഷിഫ്റ്റ് ഇല്ല എന്നറിഞ്ഞുകൊണ്ടു സാമിനെ വീട്ടിലേക്ക് ക്ഷണിച്ചു. മെയിൻ ഡോറിന്റെ ഒരു താക്കോൽ അനുരാഗിന്റെ കൈവശം ഉണ്ട്. പക്ഷേ, സാമിനെ കിടക്കയിലെത്തിക്കാമെന്ന പദ്ധതി നടപ്പിലാകുമോ എന്നെനിക്ക് ഉറപ്പുണ്ടായിരുന്നില്ല. അതൊരു ഞാണിൻമേൽ കളിയാണ്. പുരുഷനിൽനിന്നും സ്ത്രീയിലേക്കുള്ള ദൂരമായിരുന്നു അതിലെ വെല്ലുവിളിയും. സാം അലക്സ് വെറും വിടനാണെന്ന് എനിക്കറിയാം. അയാൾക്ക് സ്ത്രീയും പുരുഷനും വെറും ശരീരങ്ങൾ മാത്രമാണെന്ന് മനസ്സിലാക്കാനും ഏതാനും നിമിഷങ്ങളേ വേണ്ടിവന്നുള്ളൂ. ഒരുമിച്ച് കട്ടിലിലേക്ക് വീഴുമ്പോൾ കിടപ്പറയുടെ വാതിൽ പാതിയോളം തുറന്നിടാൻ ഞാൻ മറന്നില്ല.

പ്രാചീനമായ വിശപ്പിന്റെ രോദനങ്ങൾ എന്നിൽ ഉയരാൻ തുടങ്ങിയ നേരത്തെപ്പോഴോ വാതിലിൽ താക്കോൽ തിരിയുന്ന ടിക്ക് ശബ്ദം ഉൾക്കാതിൽ ഞാനറിഞ്ഞു. ഇപ്പോൾ..... ഇപ്പോൾ..... ഞാനുള്ളിൽ ചിരിച്ചു കൊണ്ടു മെയ്വഴക്കമുള്ള അഭ്യാസിയുടേതുപോലെ അയാളെ ആക്രമിച്ചു കീഴടക്കാൻ ശ്രമിച്ചുകൊണ്ടിരുന്നു .

സാം അലക്സ് തികച്ചും ഉന്മാദാവസ്ഥയിൽ എത്തിയ നേരം കിടപ്പറയുടെ പാതി തുറക്കുന്നത് ഞാനറിഞ്ഞു. കണ്ണുകൾ അടച്ചുപിടിച്ചു കൊണ്ട് കിടക്കുമ്പോൾ ഉള്ളിൽ അടിയേറ്റ ഒരു പാമ്പിന്റെ പകവീട്ടലിന്റെ സുഖം. അടഞ്ഞ കണ്ണുകൾക്കൊണ്ടുതന്നെ അനുരാഗിന്റെ വിളർത്ത് കോടിപ്പോയ മുഖം ഞാൻ കണ്ടു.

അതേ നിമിഷം സാമിനെ തള്ളിയെറിഞ്ഞു കൊണ്ടു ഞാൻ ചാടിയെഴുന്നേല്ക്കുകയും ചെയ്തു.

അതായിരുന്നു കണക്കിൽ കൃത്യമായത്. പകിട കളത്തിൽ അവസാന കരുവും നഷ്ടമായപ്പോൾ യുധിഷ്ഠരന് പാഞ്ചാലിയെ പണയം വയ്ക്കേണ്ടി വന്ന കഥ മുത്തശ്ശി പറഞ്ഞതാണ് ആ നിമിഷം ഞാനോർത്തത്.

സാം അലക്സിന്റെ വിളർത്ത മുഖം ചുവന്നു പഴുക്കുന്നത് അനായാസം മുഖത്ത് വരുത്തിയെടുത്ത പരിഭ്രമത്തിലൂടെ നോക്കിക്കണ്ടു കൊണ്ട് ഞാനെന്നെ തന്നെ ഉള്ളിലൊന്ന് വിലയിരുത്തി. "മിടുക്കി"

അവർ പരസ്പരം പോരുകോഴികളെപ്പോലെ നോക്കിനില്ക്കുന്നത് കണ്ടുകൊണ്ടു ഞാൻ കുളിമുറിയിൽ കയറി വാതിലടച്ചു. ഏറ്റവും തീവ്രമായ പ്രണയം ഏറ്റവും തീവ്രമായ വെറുപ്പിലേക്ക് എത്തിച്ചേരും. കരഞ്ഞുകൊണ്ടു ടാപ്പ് തുറന്നിട്ടു.

കുളിമുറിയിലെ ടൈൽ പതിപ്പിച്ച ചുമരിൽ എന്റെ നിലവിളി ചുറ്റിത്തിരിഞ്ഞു. ജലം, ജലം മാത്രം. ജലത്തിലൂടെ എന്റെ കണ്ണുനീരൊഴുകിപ്പോയി. എനിക്കു കുറ്റബോധം തോന്നിയില്ല. എന്നാൽ വേദന കൊണ്ടു ഹൃദയം നീറിപ്പുകഞ്ഞു.

മനോഹരമായ വാക്കുകൾ കൊണ്ടാണ് അനുരാഗ് എന്നെ തടവിലാക്കിയിരുന്നത്. ഞാനിതാ വാക്കുകൾ പൊളിച്ചെഴുതിയിരിക്കുന്നു.

ആ രാത്രി അനുരാഗ് വീട്ടിൽനിന്നും ഇറങ്ങിപ്പോയി. അയാൾ എന്നിലേക്കോ സാമിലേക്കോ മടങ്ങി വന്നില്ല. ഒടുവിൽ മാൻ മിസിങ് എന്നൊരു പരാതിയെഴുതി അതിനു കീഴെ ഭാര്യ എന്നെഴുതി ഒപ്പിടുമ്പോൾ എന്റെ കൈകൾ വിറച്ചില്ല. കാരണം ഞാനപ്പോൾ പ്രണയിനി അല്ലായിരുന്നു.

പൊലീസ് സ്റ്റേഷനിൽനിന്നും ഇറങ്ങി നടക്കുമ്പോൾ എന്റെ മുന്നിലൂടെ സ്ത്രീയെ പോലെ മുടി വളർത്തിയ ഒരു യുവാവും മറ്റൊരാളും തോളുരുമ്മി പോകുന്നത് കണ്ടു. അവർ ഉറക്കെ തമാശ പറയുകയും പൊട്ടിച്ചിരിക്കുകയും ചെയ്യുന്നത് ആളുകൾ അസഹ്യതയോടെ നോക്കുന്നത് കണ്ടപ്പോൾ വീണ്ടും എന്റെ നെഞ്ച് നീറി.

പക്ഷേ, ഈ ഭൂമിയിൽ എവിടെയോ ഹൃദയത്തിൽ എന്നെയും ശരീരത്തിൽ സാമിനെയും വഹിച്ചുകൊണ്ട് അനുരാഗ് അലഞ്ഞു നടക്കുന്നുണ്ടാകും എന്നോർത്തപ്പോൾ തെറ്റിന്റെയും ശരിയുടെയും കണക്കുപുസ്തകത്തിൽ എവിടെയാണ് ഞാൻ എന്നെ അടയാളപ്പെടുത്തേണ്ടത് എന്നോർത്ത് ആ പെരുവഴിയിൽ ദിശയറിയാതെ ഞാൻ നിന്നു.

കുണ്ടൻ

ഷാഹിന ഇ കെ

I

വർഷങ്ങൾക്കു മുമ്പൊരു നട്ടുച്ചയ്ക്ക് പെൺകുട്ടി അയാളോടു പറഞ്ഞു: 'വെറുപ്പാണെനിക്കിപ്പോൾ. ഒന്നുമറിയാതെയായിരുന്നു ഞാൻ നിന്നെയിഷ്ടപ്പെട്ടത്.'

അയാളൊന്നും പറഞ്ഞില്ല.

കടലിന്റെ നീലഞൊറിവുകളിലേക്ക് സൂര്യവെളിച്ചം പൗരുഷത്തോടാണ്ടിറങ്ങുകയായിരുന്നു. തിരമാലകൾക്ക് തീപടർന്നു തുടങ്ങിയിരുന്നു. ചില്ലു കുപ്പികളിൽ ഉപ്പിലിട്ടതുമായി ഏതോ ഒരാൺകുട്ടി കടൽക്കാഴ്ചക്കാരേയും കാത്തുനിന്നിരുന്നു. കാറ്റാടിമരക്കൂട്ടങ്ങൾക്കു കീഴെ ഇരുണ്ടു തഴമ്പിച്ച കൈവെള്ള നോട്ടക്കാരനു നീട്ടി, നല്ലതെന്തോ കാത്തുകൊണ്ടിരുന്ന പ്രായം ചെന്നൊരാൾ മാത്രം വെറുതേയെന്തിനോ അവരെയൊന്നു തിരിഞ്ഞുനോക്കി.

'നീയൊരു *കുണ്ടനാണ്. വൃത്തികെട്ടവൻ.'

മടങ്ങുമ്പോൾ അവളുടെ ഇളംപച്ച ദുപ്പട്ട ഇനിയില്ല തിരികെയെന്ന് യാത്ര പറഞ്ഞു പിടഞ്ഞു. വെറുപ്പോടെ അയാളിൽ നിന്നോടിയകലുമ്പോൾ കടലും വിളച്ചു. 'കുണ്ടൻ'

നനഞ്ഞ മണലിൽ കൊത്തിപ്പെറുക്കി നടന്ന കാക്കളൊക്കെയും കൂട്ടത്തോടെ പ്രാകി. 'നീയൊരു..."

II

ഒടുക്കത്തെയിടപാടുകാരന്റെ സമ്മാനമായിരുന്ന തവിട്ടു നിറമുള്ള

ടീഷർട്ടും നീല ജീൻസുമിട്ട്, കുറച്ചുരൂപയും ബാഗിൽ തിരുകി അയാൾ മുറി പൂട്ടിയിറങ്ങി.

'പോവ്വാ?'

കാവൽചെക്കൻ മഞ്ഞച്ചിരി ചിരിച്ചു. താക്കോൽക്കൂട്ടം അവന്റെ കൈയിലേക്കെറിഞ്ഞ് പടിയിറങ്ങേ അവൻ വീണ്ടും ചോദ്യമായിപ്പിറകെ ക്കൂടി.

"വീട്ടിൽക്ക്യാ? അമീർക്കാ വന്നാ എന്തു പറയണം? ആരെങ്കിലും വിളി ച്ചാൽ?'

അയാൾ ഒന്നും പറഞ്ഞില്ല.

നിരത്തിലൂടെ നടക്കുമ്പോൾ ചുറ്റും ശരീരങ്ങൾ പെരുകി നിറയുന്ന തായി അയാൾക്കു തോന്നി. പെരുകിക്കൊണ്ടേയിരിക്കുന്ന ശരീരങ്ങൾ. കടന്നുപോകുന്ന ഓരോ ശരീരവും കാറ്റിൽ പടർത്തുന്ന അജ്ഞാതഗന്ധ ങ്ങൾ. പഴകിയ വിയർപ്പിന്റെ മറ്റേതൊക്കെയോ സ്രവങ്ങളുടെ മടുപ്പിക്കുന്ന മണങ്ങൾ.

'കുണ്ടൻ'

എങ്ങുനിന്നെന്നില്ലാതെ കാറ്റിലലച്ചെത്തിയൊരു വിളിയിൽ അയാൾ വല്ലാതെ ഞെട്ടിത്തരിച്ചു. തിരിഞ്ഞുനോക്കേ, ആരുമില്ല. കൃത്യതയോടെ ചുവടുവെക്കുന്ന നഗരത്തെ അതിവേഗം പിന്നിലാക്കിക്കൊണ്ട് അയാൾ ധൃതിപ്പെട്ട് നടന്നു.

III

തിരക്കു കുറഞ്ഞൊരിടത്ത് ബസു നിലച്ചു. ഒടുക്കത്തെ സ്റ്റോപ്പ്. വഴി യോരത്തൊതുക്കിയിടുന്ന ബസ്. ഇനിയൊട്ടിടയാകും മടങ്ങാൻ. നടക്കാ നുള്ള വഴികളാണ് ഇനി. കശുമാങ്ങാക്കറയുടെ മണംപറ്റി നിന്ന ഊടുവ ഴിയിൽ മാങ്ങയണ്ടി പെറുക്കുന്ന കുട്ടിക്കൂട്ടം പരസ്പരം എണ്ണം പറഞ്ഞു തർക്കിച്ചുകൊണ്ടിരുന്നു. വഴിയൊടുക്കം ആകാശത്തുനിന്ന് അദൃശ്യമാ യൊരു ചരടിൽ തൂക്കിയിട്ടെന്നപോലെ ഒരുപാടുയരെ വീട് ഞാന്നുകിട ന്നു. വിണ്ടടർന്ന ചുവരുകൾക്കുള്ളിൽ കെട്ടിക്കിടക്കുന്ന പഴകിയ കുഴമ്പു മണം.

അമ്മ.

"നീ വന്നോടാ..?"

പതിവുകൾ. ഇനി ആരെയൊക്കെയോ ശപിച്ചുകൊണ്ടിരിക്കും. വെറുതേ പതംപറഞ്ഞ്, ഒടുക്കം കരച്ചിലാകും.

'വേറെന്തെങ്കിലും ജോലി... നിത്യോം വന്നുപോകാമ്പറ്റണത്. നീയി വിടെണ്ടെങ്കി ന്റെ ദീനോം ഭേദാവും...'

അസത്യങ്ങളുടെ പെരുമഴകൾ... ചില ചോദ്യങ്ങൾ മാത്രം നീരാളി ക്കൈകളും നീട്ടി പിറകെയള്ളിപ്പിടിച്ചു വരും. ഒരു രക്ഷപ്പെടുത്തൽ പോലെ യപ്പോൾ പാലില്ലാത്ത ചായയുടെ ഇളംകറുപ്പിലേക്ക് ചെറുനാരങ്ങ പിഴി

ഞ്ഞൊഴിച്ച് പെങ്ങൾ വരും. അവൾക്ക് ഒന്നും ചോദിക്കാനുണ്ടാവില്ല. പറയാനും. പഴയ പാത്രങ്ങളെന്തെങ്കിലും തുറന്ന് ഉപ്പ് ചുവയ്ക്കുന്നൊരു തണുത്ത ബിസ്ക്കറ്റ്, കർപ്പൂരവല്ലരിപ്പഴം.

'ഇവിടെയെവിടേലും ഒരു ചെറു ജോലി. അതു മതിയായിരുന്നു.'

അമ്മയുടെ പിറുപിറുപ്പുകൾ നിർത്താതെ തുടരും. തികട്ടിവരുന്ന കരച്ചിലുകളെ തൊണ്ടയിലേക്കാഴ്ത്തിപ്പിടിച്ചു നില്ക്കുമ്പോൾ സെൽഫോണിൽ കിതച്ചെത്തുന്നൊരു സന്ദേശം ആസക്തിയോടെ ശരീരം തിരഞ്ഞു വരുന്നു.

ശേഷിക്കുന്ന നോട്ടുകൾ അമ്മയുടെ ചുളുങ്ങിയ വിരലുകൾക്കിടയിൽ തിരുകി മടങ്ങാൻ തുടങ്ങുമ്പോൾ മറുപടി കാണാഞ്ഞ് അമീർക്കയുടെ വിളി ധൃതിപിടിച്ചു വരും.

'നല്ലൊരു പാർട്ടിയെക്കിട്ടിയിട്ടുണ്ടെടാ. നീയെവിടെപ്പോയി കെടക്കുന്നു? സമയത്തിന്റേം സന്ദർഭത്തിന്റേം വെല നീ മറക്കണ്ട..'

ശരീരം കൊണ്ടു മാത്രമുള്ള ചില കൊടുക്കൽ വാങ്ങലുകൾ, കച്ചവടങ്ങൾ, ലാഭം, പകുത്തെടുപ്പുകൾ, അജ്ഞാതമായ ഏതോ ശരീരത്തിന്റെ ഉഷ്ണത്തിലേക്ക് വാക്കുറപ്പിക്കപ്പെട്ടു കഴിഞ്ഞിരിക്കും.

പുറപ്പെട്ടു വരാനിരിക്കുന്ന ചോദ്യങ്ങളെ ഭയന്ന് തിടുക്കപ്പെട്ടിറങ്ങും. അല്ലെങ്കിലറിയാം നുണകൾക്കു പുറകേ നുണകളുതിർത്ത് ഒടുക്കം പിടിച്ചു നില്ക്കാനാവാതെ ഒരുവലിയ സത്യത്തിലെത്തിച്ചേരും. പിന്നെ...

ഭീതിയോടെ പടിയിറങ്ങുമ്പോൾ തൊലി തുളച്ച്, ആത്മാവു തുളച്ച്, ഒരു തളർന്ന നോട്ടം. പിടിച്ചുനില്ക്കാനാവാതെ ഓട്ടങ്ങൾ.

IV

വീശിയടിച്ചുകൊണ്ടിരിക്കുന്ന കാറ്റ്, വീണ്ടും അതേ ഗന്ധം പടർത്തുന്നതായി അയാൾക്കു തോന്നി. എവിടെയൊക്കെയോ ഉറഞ്ഞുകിടക്കുന്ന ചിലത് ഉരുകുകയാണ്. പഴകിയ രേതസ്സുപോലെ ദുർഗ്ഗന്ധം വമിപ്പിക്കുന്നൊരൊഴുക്ക് ദേഹമാസകലം ഒലിച്ചിറങ്ങുന്നു. സർപ്പത്തെപ്പോലെയിഴഞ്ഞുനടക്കുന്ന കൈവിരലിൽ തിളക്കം മായാതെ മോതിരം വീണ്ടും വീണ്ടും അവളുടെ പേരു പറയുമ്പോൾ ഉള്ളിലൂടെ എന്തിനെന്നില്ലാത്തൊരു വിറയൽ പാഞ്ഞുപോകുന്നു.

തെറ്റ്.

തെറ്റ്.

എന്നിട്ടും..

ഇളംപച്ച ദുപ്പട്ട ഒരിലയായി കാറ്റിലുലയുന്നു. ഓർമ്മകളുടെ വൃശ്ചികക്കാറ്റ് പിന്നെയും മഞ്ഞച്ചെമ്പകങ്ങളുടെയിതൽ കൊഴിക്കുന്നു. ക്രൂരമായൊരാത്മ സംതൃപ്തിയോടെ ഇടയ്ക്കയാളെ മുറുകെ പുണരുന്നു.

'കുണ്ടൻ'

തിളയ്ക്കുന്ന കടൽജലം കുറുകലോടെ വന്ന് കാൽപ്പാദം തൊടുന്നു.

തെറ്റുകളുടെ മാത്രം വഴികൾ

V

കടൽമണമുള്ളൊരു കാറ്റ് ഇടയ്ക്ക് ജാലകങ്ങളെ തുറന്നിട്ടു ദൂരെ നിന്നെങ്ങോ ഒരു മഴ വരുന്നുണ്ടെന്ന് അതു നുണ പറഞ്ഞു മാഞ്ഞു. ഉറക്കം ഞെട്ടുമ്പോൾ അച്ഛന്റെ ഗന്ധം പേറുന്നൊരാൾ അയാളോടൊട്ടിച്ചേർന്നു കിടന്നിരുന്നു. ഇടയ്ക്കുണരുമ്പോൾ ഉള്ളംകൈയിന്റെ വെളുപ്പിൽ നനഞ്ഞു പടരുന്ന നാരങ്ങായല്ലി മിഠായികളുടെ മഞ്ഞയും ഓറഞ്ചും.

ഇടമയക്കങ്ങളിൽ പേടിപ്പെടുത്തുന്നൊരു മഴക്കാലം. അച്ഛനെ വെള്ളപ്പുതപ്പിക്കുന്ന സ്വപ്നം.

അനാദിയിലേക്ക്, മേഘങ്ങൾക്കിടയിലൂടെ ആർക്കും കാണാനാവാത്തൊരു ദൂരത്തേക്ക്...

ജാലകത്തുള്ളികളിൽ കണ്ണുനട്ട് ഇരുട്ടും മണ്ണിന്റെ ഗന്ധമുള്ള തണുപ്പും ശ്വാസകോശങ്ങളിൽ നിറച്ച്, കുട്ടിക്കണ്ണുകളിൽ വിസ്മയവുമായി മിന്നാമിന്നികളെയെണ്ണുമ്പോൾ, കിതപ്പു കലർന്ന ശബ്ദം പതുക്കെപ്പറയുന്നു. 'മോളില് വന്നാ നെനക്ക് ചെറ്യച്ഛൻ മുട്ടായി തരാം.'

കൊതിച്ചു പായുന്നു.

അറ്റമില്ലാത്ത ഇരുട്ടിലൂടെ കിതപ്പുകൾക്കിടയിലൂടെ, വിയർപ്പിന്റെ പുകയിലച്ചൂരിൽ കുതിർന്ന്, വേദനിച്ചു പിളർന്ന്...

മടങ്ങുമ്പോൾ പോക്കറ്റിൽ തിരുകിത്തന്ന ചോക്കലേറ്റ് തുണ്ടുകൾ വെറുപ്പോടെ മഴയിലേക്കെറിയുമ്പോൾ, ചേച്ചി വിസ്മയപ്പെടുന്നു.. 'എന്തു പറ്റി ഈ മുട്ടായിക്കൊതിയന്?"

മഴ കുതിർന്ന ചോക്കലേറ്റ് തുണ്ടുകൾ സൂക്ഷ്മതയോടെ പെറുക്കിയെടുത്ത് അവൾ പറയുന്നു:

"തിന്നെടാ നല്ലരസംണ്ട്..."

കരിമ്പനക്കൂട്ടങ്ങളിൽ ഒച്ചവെച്ചു വീഴുന്ന മഴയ്ക്കിപ്പോൾ കുതിർന്ന ഉണക്കോലകളുടെ ഗന്ധം.

"ഞാൻ ചെയ്തത് നീയാരോടെങ്കിലും പറയ്യോടാ?" ചുണ്ടുകൾക്കിടയിൽ വീണ്ടും വീണ്ടും ചോക്കലേറ്റ് തുണ്ടുകൾ.

ഒരു പത്തു രൂപാ നോട്ട്.

'ഇനീം തരാം.."

മനം പുരട്ടിക്കുന്ന പുകയിലച്ചൂര് പിൻമടങ്ങാതെ ശ്വാസകോശങ്ങളിൽ ചുറ്റിത്തിരിയുന്നു.

'ആരോടും പറയരുത്. പറഞ്ഞാൽ...'

ശബ്ദത്തിനന്നേരം പേടിപ്പെടത്തുന്ന മുഴക്കം. പനിച്ചൂടിൽ പൊള്ളി വിറയ്ക്കുമ്പോൾ നെറ്റിയിൽ കൈത്തലമമർത്തി, ചൂടുതൊട്ടെടുത്ത് അമ്മ ചോദിക്കുന്നു 'ഇങ്ങനെ ഒറക്കം ഞെട്ടിക്കരയാൻ എന്ത് പേട്യാ നിനക്ക്

തട്ടീത്?"

വർഷങ്ങൾ.

എവിടെയൊക്കെയോ എത്തിച്ചേർന്ന യാത്രകൾ. ഒരു കാലത്തെ ദുസ്വപ്നങ്ങളെ ഭയങ്ങളെ, ജീവിക്കുവാനുള്ള വഴിയാക്കാമെന്നു പഠിപ്പിച്ച ശരീരവില്പനക്കാരൻ അമീർക്കാ.

പുതിയ നഗരങ്ങൾ.

ശരീരങ്ങൾ

ചിലപ്പോഴൊക്കെ ഒരിക്കൽമാത്രം കണ്ടു മറന്നുപോകുന്നവ.

വിട്ടുപോകാതെ വീണ്ടും തിരക്കിയെത്തുന്നവ.

VI

കത്തുന്ന മണലിൽ അയാളൊറ്റയ്ക്കു കിടന്നു. തീരാത്താരോ പണിതൊരു മണൽവീട് തകർത്തുമായുന്നൊരൂക്കൻ തിര. തിരയിൽ പടരുന്ന വെയിൽച്ചീളുകൾ.

'നിങ്ങക്കെന്താ പ്രാന്തായേട്ടാ നട്ടുച്ചക്കിവിടെ വെയിലുകായാൻ?'

സ്ഫടികഭരണി തുറന്ന് ഒരുപ്പുനെല്ലിക്ക അയാൾക്കു നേരേ നീട്ടി കുട്ടി അത്ഭുതത്തോടെ ചോദിച്ചു. മരിച്ച ഭ്രൂണങ്ങൾപോലെ അവന്റെ ഭരണിക്കകത്ത് വിറ്റുതീരാത്ത ഒരുപാടു നെല്ലിക്കകൾ ഞെരുങ്ങിക്കിടന്നു.

'ഒരു രൂപ.'

വിവശതയോടെ കൈനീട്ടി നില്ക്കുന്ന അവന്റെ കറുത്ത കുറുതായ ദേഹം അയാളുടെ വെയിൽമഞ്ഞക്കാഴ്ചകളിലേക്ക് പതിയേ തെളിഞ്ഞു വന്നു.

ഉന്മാദിയായൊരു തിര പൊടുന്നനേ അയാളെ പുണർന്ന്, നിഗൂഢമായൊരാനന്ദത്തോടെ, സീൽക്കാരത്തോടെ കടലിൽ മാഞ്ഞുപോയി.

അമ്പരന്നുനിന്ന ചെക്കന്റെ കീശയിലേക്ക് നോട്ടുകൾ തിരുകിവെച്ച് അയാൾ ചോദിച്ചു:

"നീയാരോടേലും പറയോടാ?"

"എന്ത്?"

അവൻ വിസ്മയത്തോടെ കൺമിഴിച്ചു. ദുർബ്ബലമായ എതിർപ്പുകളെ നിശ്ശബ്ദമാക്കി അവനിലേക്കാണ്ടിറങ്ങിത്തുടങ്ങേ, പകയോടെ അയാൾ പറഞ്ഞു:

"നീയൊരു കുണ്ടനാണ്."

ഉച്ചവെയിലിൽ ഏകാന്തമായിക്കിടന്ന കടൽ ഒച്ചവെച്ചുകൊണ്ടു അതേറ്റുപറഞ്ഞു.

ഒരു മുല്ലപ്പൂ യാത്ര

ഷാഹിന ഇ കെ

ഷൊർണ്ണൂരിലേക്കുള്ള പാസഞ്ചർ ട്രെയിൻ വരുവോളമുള്ള സമയംപോക്കാനാണ് ഞാനന്ന് സിനിമയ്ക്കു കയറിയത്. രണ്ടു ഭൂലോക തോൽവിക്കാരായ ഞാനും അഹിനേഷും ഇടയ്ക്കിങ്ങനെ അഹിനേഷിന്റെ നാടായ തൃശൂര് കണ്ടുമുട്ടുകയും എല്ലാവർക്കും വേണ്ടി പരന്നു പരന്നു കിടക്കുന്ന തേക്കിൻകാട് മൈതാനത്തിലെ മരച്ചോടുകളിലൊന്നിൽ ദീർഘനേരം തമ്പടിക്കുകയും ചെയ്യാറുമുണ്ടായിരുന്നു. ഞങ്ങളെ പ്രതി വലിയൊരു ആശ്വാസമായിരുന്നു ആ കൂടിക്കാഴ്ചകൾ. തോറ്റുപോയ, ഇനിയും എഴുതിയെടുക്കാൻ സാധിച്ചിട്ടില്ലാത്ത പരീക്ഷകളെ കുറിച്ചുള്ള ആധികൾ. അത് എഴുതിയെടുക്കേണ്ട പദ്ധതി തയ്യാറാക്കൽ, അതുമിതും പറഞ്ഞിരിക്കൽ, ക്യാംപസ് ഗൃഹാതുരത അയവിറയ്ക്കൽ, കൈയിലെ തുട്ടുവല്ലതുമുണ്ടെങ്കിൽ വല്ലതും കഴിയ്ക്കൽ, പഠിപ്പിച്ചു പൈസ കളഞ്ഞതിന്റെ കണക്കു പറഞ്ഞു സദാ പ്രാകുന്ന വീട്ടുകാരെ തിരികെ പ്രാകൽ ഒക്കെ കഴിച്ചു പുറത്തിറക്കുമ്പോൾ എല്ലാ പ്രാവശ്യവും നേരമിതുപോലെ കറുത്തിരുണ്ട മുഖവുമായി വന്നുനില്ക്കുന്നുണ്ടാകും. അഹിനേഷപ്പോൾ വെപ്രാളപ്പെട്ട് വീട്ടിലേക്ക് പായാൻ തുടങ്ങും. അവന്റെ കാര്യം എന്നേക്കാൾ പരഗതിയാണ്. നിത്യപ്രാക്കും ഉപദേശവും കൂടാതെ കർഫ്യൂവുമുണ്ട്. സന്ധ്യക്ക് മുന്നേ വീട്ടിൽ കയറണം. അല്ലെങ്കിൽ വീട്, വാതിൽ തുറക്കില്ല. എങ്ങാനും ഇരുട്ടിക്കയറിച്ചെന്നാൽ അവരുടെ മൂത്ത പട്ടിയെ അങ്ങ് തുറന്നുവിടാൻ പോലും മടിയ്ക്കില്ല അവന്റെ കലിപ്പമ്മച്ചി. കണ്ണിൽ ചോരയില്ലാത്ത വർഗ്ഗം. ഇങ്ങനെയൊക്കെ പറയുന്നു എന്നേയുള്ളൂ. തോറ്റ് വീട്ടിൽ വന്നശേഷം എന്റെ കാര്യവും വലിയ മെച്ചമൊന്നുമല്ല. എന്നാലും ഞാനിത്രയങ്ങ് കുനിഞ്ഞു കൊടുത്തിട്ടൊന്നുമില്ല. സത്യത്തിൽ പത്തുപതിനെട്ടു ബാക്ക് പേപ്പർ വന്നതിനേക്കാൾ, അത് കോഴ്സ് തീരുംവരെ

യുള്ള കാലം വിദഗ്ദ്ധമായി ഒളിപ്പിച്ചുവച്ചതിനാണ് അച്ഛന് എന്നോട് കടും ദേഷ്യം. ആദ്യമൊക്കെ എന്റെ കാര്യത്തിൽ ചില നിയന്ത്രണങ്ങളൊക്കെ കൊണ്ടുവരാൻ അങ്ങേരും കൊണ്ടുപിടിച്ചു ശ്രമിച്ചതാണ്. അഹിനേഷിനെപ്പോലെ ഞാൻ പക്ഷേ വിട്ടുകൊടുത്തില്ല. ഓരോ നിയന്ത്രണവും അപ്പോളപ്പോൾ തന്നെ പൊളിച്ചടുക്കിക്കൊടുത്തു. സ്വാതന്ത്ര്യം എന്റെയും ജന്മാവകാശമായതിനാൽ ഇപ്പോളിങ്ങനെയൊക്കെയാണ്; തോന്നുമ്പോൾ എണീയ്ക്കുക, ഉറങ്ങുക, ഇറങ്ങുക, കയറുക, ചോദിക്കാനും പറയാനും ആരെങ്കിലും മുതിരുന്നുവെങ്കിൽ അങ്ങോട്ട് കയറി ആക്രമിച്ചു പരിശാക്കുക.

ബിടെക് കോഴ്സ് തോറ്റവർക്കും ഇവിടെ മനുഷ്യരെപ്പോലെ ജീവിക്കണമല്ലോ.

ഒന്ന് നേരം പോക്കാനുള്ള പൈസയും പെറുക്കിയെടുത്ത് കണ്ടതും ഏതായാലും നല്ലൊരു സിനിമയായിരുന്നു. കുറേ നാളുകൾക്കുശേഷം കാണുന്ന സിനിമ. സിനിമ കാണാൻ എനിക്കിഷ്ടമൊക്കെത്തന്നെയാണ്. അത് കണ്ടിറങ്ങൽ പക്ഷേ, ഒരുതരം അസ്വസ്ഥതയും. സിനിമകൾ കണ്ടു പുറത്തേക്കിറങ്ങുമ്പോഴുള്ള അകംപുറം പൊരുത്തക്കേട്, അതായത്– സിനിമയിലെ വെളിച്ചം പോലെയല്ലാത്ത പകൽവെളിച്ചം, മിനുസവും തിളക്കവും ഭംഗിയുമില്ലാത്ത ആളുകൾ, പശ്ചാത്തല സംഗീതമില്ലാത്ത സീനുകൾ അതിലൊക്കെയും പണ്ടെന്നപോലെ ഇപ്പോഴും ചെറുതായെങ്കിലും അസ്വാസ്ഥ്യപ്പെടുത്തുന്ന ഒരുത്തനായിപ്പോയി ഞാൻ. മുമ്പൊക്കെ അമ്മയ്ക്കും അച്ഛനും ചേച്ചിയ്ക്കും ചേട്ടനുമൊപ്പം സിനിമ കഴിഞ്ഞു വന്നാൽ ഒരു കാരണവുമില്ലാതെ ഞാൻ വീട്ടിൽ വഴക്കടിക്കാറുണ്ടായിരുന്നു. ഏറ്റവും പ്രശ്നം അമ്മയോടായിരുന്നു. 'മോനെ' എന്ന് സ്നേഹത്തിന്റെ മൃദുവൊച്ചയിൽ വിളിയ്ക്കുന്ന സിനിമയിലെ അമ്മമാരും 'ടാ... ടാ" എന്ന് സദാ കാറി വിളിച്ചുകൊണ്ടിരിക്കുന്ന സ്വന്തം അമ്മയുമായിരുന്നു അകംപുറം സംഘർഷത്തിനു ഹേതുവായിരുന്ന പ്രധാന ഘടകം. സിനിമാന്തരം വീട്ടിലെത്തി കണ്ണാടി നോക്കുമ്പോഴായിരുന്നു ഏറ്റവും വിഷമം. മുഖത്തിന്റെ വിളർപ്പും കരുവാളിച്ച ചുണ്ടുകളും മെല്ലിച്ച ശരീരവും ഒക്കെക്കൂടി കാണുമ്പോൾ അതുവരെയുണ്ടായ നായകനിലേക്കുള്ള പരകാര പ്രവേശം അപ്പോൾ തീർന്നുകിട്ടുമായിരുന്നു.

ഓർമ്മ, ഒരു ചെറിയ ചിരിവര എന്റെ മുഖത്ത് വരച്ചിരിക്കണം; തിയേറ്ററിൽ നിന്നും പുറത്തേക്കുള്ള ആളൊഴുക്കിൽ കൂടെ നടന്നിരുന്നയാൾ ഒരു മറുചിരി തന്നു. 'ആരാപ്പാ ഇത്' എന്ന് സംശയിച്ചു നില്ക്കാൻ ഒരു ഞൊടിയെ ഉണ്ടായുള്ളൂ.'

"സ്റ്റേഷനിൽ വച്ച്, മുൻപ്."

അയാൾ പരിചയത്തിന്റെ ഇടം രേഖപ്പെടുത്തി.

എനിയ്ക്കുള്ളിൽ ഓർമ്മയുടെ ഒരു മിന്നാമിന്നിയും മിന്നിയില്ല. അല്ലെങ്കിലും എന്റെ തലയിലെ ആ മിന്നാമിന്നിയെക്കുറിച്ച് പണ്ടേ എനിക്കത്ര മതിപ്പ് പോരാതാനും.

"ഇയാളെപ്പോലെ ഞാനും ഷൊർണൂർക്ക് തന്നെയാ."

പോകുന്ന ഇടമൊന്നായതോടെ ഞങ്ങളുടെ നടത്തവും പതിയെ ഒരുമിച്ചായി.

"നല്ല സിനിമ. അല്ലേ?"

അയാൾ ആവേശത്തോടെ പറഞ്ഞു പുത്യേ കുട്ട്യോളൊക്കെ അല്ലെങ്കിലും മിടുക്കരാ. ഞാനിവന്മാരുടെ എല്ലാ പടവും കാണുംട്ടോ.

ഇയാള് കൊള്ളാലോ എന്നെനിയ്ക്ക് രസം പിടിച്ചു. വയസ്സ് ഒരു അൻപത്തഞ്ചോ ശകലം മേലോട്ടോ കാണും. പൊതുവേ ആ പ്രായക്കാരിൽ കാണുന്ന 'കൊക്കെത്ര കുളം കണ്ടതാ' എന്ന ഭാവമോ ചോദ്യം ചെയ്യൽ നോട്ടമോ മസ്സിലു പിടുത്തമോ ഒട്ടുമേയില്ലാത്ത ഒരാൾ.

സിനിമയെക്കുറിച്ച് അഭിപ്രായം പറയുന്നതിനിടെ വെളുത്തു പരന്ന ശരീരവും വലിയ ചുണ്ടുകളും ചെറിയ കണ്ണും മൂക്കുമുള്ള അങ്ങേരുമായി ബന്ധപ്പെട്ട ഓർമ്മകളുടെ വല്ല വിത്തുകളുമുണ്ടോയെന്ന് ഞാൻ പിന്നെയും ഒന്നുകൂടി തലയ്ക്കുള്ളിൽ പരതി നോക്കി.

"ആയ്. ഓർമ്മയില്ലെങ്കിൽ വിട്. ഇപ്പൊ പരിചയപ്പെട്ടുകളയാം."

ആ മനസ്സു വായന എന്നെ ഞെട്ടിച്ചു. അതെന്റെ മുഖത്ത് വരികയും ചെയ്തു. അതൊട്ടും ശ്രദ്ധിക്കാതെ അടുത്ത ചോദ്യം പോന്നു.

"താൻ എന്തെടുക്കാ?"

അതെനിക്ക് ഇഷ്ടപ്പെട്ടില്ല. ഒട്ടും ഇഷ്ടപ്പെട്ടില്ല. തോറ്റവരും പണിയൊന്നുമില്ലാത്തവരുമായ ചെറുപ്പക്കാരെ മാനസികമായി തകർക്കാനുദ്ദേശിച്ച് നാട്ടകാരും ബന്ധുക്കളും നിരന്തരം വീശുന്ന കറുകണ്ണികളുള്ള ചോദ്യവല. ഞാനൊന്നും മിണ്ടാനുദ്ദേശിച്ചില്ലെങ്കിലും ആ ചോദ്യത്തിനൊപ്പം പരന്ന മുല്ലപ്പൂ പെർഫ്യൂമിന്റെ മണം അറിയാതെ എന്റെ മൂക്ക് വലിച്ചെടുത്തു. കാർന്നോരുടെ മുല്ലപ്പൂ ഗന്ധം എനിക്കുള്ളിൽ ദേഷ്യത്തിനിടയിലും ഒരു ചിരി പൊക്കി.

കടുത്ത സൈനസൈറ്റിസ് ബാധ കൊല്ലങ്ങളോളം അടച്ചിട്ടിരുന്ന മണങ്ങളെ എനിക്ക് വീണ്ടും തുറന്നു കിട്ടിയത് ആയിടെയായിരുന്നു.

അതുവരേയ്ക്കും മണ്ണെണ്ണ പോലും മണക്കാനാവാത്ത ഒരു നിർഗുണ മൂക്കനായിരുന്നു ഞാൻ. ഏതാണ്ട് ഒരെട്ടു കൊല്ലത്തോളം കടുത്ത മൂക്കടപ്പുകാരനാകയാൽ മുടിഞ്ഞ കൂർക്കംവലിക്കാരനും കൂർക്കം വലിക്കാരനായതിനാൽ ഹോസ്റ്റലിലെ പാർശ്വവൽകൃതനുമായിരുന്നു ഞാൻ.

മണങ്ങൾ തിരികെ വന്ന ശേഷമുള്ള ഒരു രസം. ഞാൻ അവയെ ഇങ്ങനെ കൊതിയോടെ സൂക്ഷ്മമായി പിന്തുടരാറുണ്ടെന്നതാണ് നല്ല മണങ്ങളെ മാത്രമല്ല, കെട്ട മണങ്ങളെയും.

കുപ്പായം മൊത്തം മുല്ലപ്പൂവിൽ മുക്കിയ കാരണവർ ശ്രദ്ധയോടെ എന്റെ ഉത്തരം കാത്തുനില്ക്കുന്നത് കണ്ടപ്പോൾ പക്ഷേ, എനിക്ക് മണത്തിന്റെ രസം കെട്ടു.

"ഞാൻ... എഞ്ചിനീയറിങ്ങു കഴിഞ്ഞു നില്ക്കുവാ."

ഇഷ്ടക്കേട് മോശമാക്കിയ ഒച്ചയിൽ ഞാൻ പറഞ്ഞു.

"അതിനെന്തിനാ താൻ പരുങ്ങുന്നെ? തോറ്റിട്ട് തന്നെയാ ജയിക്കു ന്നെ." അങ്ങേർ വലിയ ചുണ്ടു പിളർത്തിച്ചിരിച്ചു. തോറ്റ കാര്യം ഞാൻ പറഞ്ഞില്ലല്ലോ എന്നമ്പരക്കവേ മനസ്സുവായനക്കാരൻ തുടർന്നു.

"ഇനിയിപ്പോ പഠിച്ചത് ചെയ്യാൻ ഒത്തില്ലെന്നു വയ്ക്കുക. ഈ നാട്ടിൽ ജോലിക്ക് പഞ്ഞൊന്നും ഇല്ല. താൻ ജീവിയ്ക്കും നന്നായിട്ടു തന്നെ. തന്നെ കണ്ടാലറിയാം താനൊരു മിടുക്കനാണെന്ന്."

എനിക്ക് പെട്ടെന്നൊരൂർജ്ജം തോന്നി. കുറച്ചായി ആരും പറയാത്ത കാര്യം. ഫ്യൂസായി കിടന്നിരുന്ന എന്റെയാ എനർജി പെട്ടെന്ന് തിരികെ വന്നത് പോലെ എനിക്ക് തോന്നി. പിന്നെ ഞങ്ങൾക്കിടയിൽ വാക്കുകൾ പറക്കാൻ തുടങ്ങി. എന്തുപറഞ്ഞാലും ഇരട്ടി തൂക്കത്തിലായിരുന്നു മറുപടി.

തമാശകളും തത്വചിന്തകളും സിനിമയും നൊസ്റ്റാൾജിയയും സൈക്കോളജിയും കൺകെട്ടും എല്ലാമുള്ള ഒരു അപൂർവ്വ ചേരുവ. അതായിരുന്നു അങ്ങേർ. ജീവിക്കാൻ പലകാലങ്ങളിലായി പലമട്ട് പണികളും ചെയ്തിട്ടുണ്ട്. ക്ലീനർ പണി, മരം വെട്ട്, ലോട്ടറി, ബ്രോക്കർ, വയ്പ് പണി, കൺകെട്ട്...

ഓരോ കാലത്തിന്റേതുമായി എമ്പിടി അനുഭവങ്ങളുമുണ്ട്. ചുറ്റിക്കളികൾ, ചില്ലറ പറ്റിപ്പുകൾ, പാറി നടന്നിരുന്ന ബസ്സിലെ കിളിക്കാലം. കഥകൾ കേട്ട് പലപ്പോഴും എനിക്ക് ചിരിയടക്കാൻ വയ്യാതായി.

തമാശകളിൽ നിന്ന് തമാശകളിലേക്ക് നൂലേണിയിട്ടാടിപ്പോകുന്ന ഒരസ്സൽ സർക്കസ്സുകാരൻ. ഇടയ്ക്ക് സംസാരം ഗൗരവത്തിലേക്ക് വരും. രാഷ്ട്രീയച്ചൂടാൽ തിളയ്ക്കും. മനുഷ്യരുടെ മനോനില സൂക്ഷ്മം വിലയിരുത്തലാകും.

ഒരു കഥാസരിത് സാഗരം. ഞാനെന്റെ ഒരിയ്ക്കലും എഴുതിയെടുക്കാനിടയില്ലാത്ത പരീക്ഷകളെയും തിരികെ ചെല്ലുമ്പോളുള്ള വീടിന്റെ കൂർത്ത നോട്ടങ്ങളെയും മറന്ന് ആളുടെ കഥകലിൽ തൂങ്ങി ഊയലാടിക്കൊണ്ടിരുന്നു.

"ഗോപി, പേരിലൊന്നും ഒരു കാര്യവുമില്ലെങ്കിലും എനിക്ക് അങ്ങനൊരു പേരുണ്ട് കേട്ടോ. താൻ ഗോപിച്ചേട്ടാന്നുവിളിച്ചോ.' കഥ പറച്ചിലിനിടയിൽ ഇടയ്ക്കപ്പോഴോ ആൾ പറഞ്ഞു.

"ഉം... ഞാൻ നിധിനും.

ഞാനെന്റേപേരു പറഞ്ഞു. ഞങ്ങളുടെ വർത്തമാനം മുറുകി. തീവണ്ടിമുറിയിൽ ചുറ്റുമുള്ളവരിൽ ചിലരും അതിൽ പങ്കു ചേർന്നു.

"അപ്പോൾ അങ്ങനെയൊക്കെയാണ് കാര്യങ്ങൾ."

ഓരോ കഥയും തീരുമ്പോൾ ഇങ്ങനെയൊരു സ്ഥിരവാചകം കൊണ്ട് ആ കഥയൊടുങ്ങിയതായും അടയാളപ്പെടുത്തി. ഞാനെന്റെ തോറ്റ എഞ്ചിനീയറിങ്ങിനെക്കുറിച്ച് പറഞ്ഞപ്പോൾ കഥ ഇടയ്ക്കൊന്ന് ടെക്നോളജിയിലേക്ക് കാടുകയറി. സംഗതി പഠിച്ചിട്ടുണ്ടെങ്കിലും എനിക്കതിനെപ്പറ്റി വലിയ ധാരണയൊന്നുമില്ലെന്ന് മനസ്സിലായപ്പോൾ അതേപോലെ നയ

ത്തിൽ തിരിച്ചിറങ്ങി. ആ ഇടവേളയിൽ എന്റെ ഫോൺ നമ്പർ വാങ്ങി. പകരം എനിയ്ക്കൊരു മിസ്ഡ് കാൾ തന്നു.

"വെശക്കുന്നെടോ?"

പായുന്ന ഇരുട്ടിലേക്ക് നോക്കി ഇടയ്ക്കിടെ അങ്ങേരു പറഞ്ഞു.

"തനിയ്ക്കില്ലേടോ?" എന്ന് അപ്പോഴൊക്കെ എന്നോടും ചോദ്യമായി.

"ചോറ്റു പാത്രത്തിലേയ്ക്കങ്ങു വീഴാനായി വിശന്നു കണ്ണും തുറിച്ചിരിപ്പായിരുന്ന ഞാൻ. "പിന്നില്ലേ"യെന്ന് ഓരോ കുറിയും മറുപടിയായി, "ഈ പ്രായത്തി നല്ലോണം വെശക്കണം. അത് അപ്പപ്പോ തീർക്കണം. തിന്നാൻ പറ്റുന്നതിനെയൊക്കെ തിന്നണം. അത് ആരോഗ്യത്തിന്റെ ലക്ഷണാ. താൻ വല്ല ജിമ്മിലും പോക്കുണ്ടോ?"

"ഏയ്... ഇല്ല."

അത് കണ്ടിട്ടാണോ ഈ ചോദ്യമെന്നു തെറ്റിദ്ധരിച്ച്, ഞാനെന്റെ മൂന്നു മടക്കു വയറ് ഒന്നുള്ളിലേക്ക് ഞെക്കി ശ്വാസം വലിച്ചു പിടിച്ചു നിന്നു.

"നീയൊരു അസ്സല് മടിയനാ."

എന്റെ, കഷ്ടപ്പെട്ട് ഉള്ളിലേക്ക് വലിച്ചുപിടിച്ച വയറ്റത്തൊരു കുഞ്ഞിടിയിടിച്ച് ഗോപിയേട്ടൻ ചിരിച്ചു. "വിട്ടോ ശ്വാസം പിടിച്ചൊളിപ്പിച്ചത് പുറത്തേക്ക് വിട്ടോ. ടാ, മോനേ എന്റെ അഭിപ്രായത്തിൽ ആണുങ്ങള് ഒരിത്തിരി വയറൊക്കെ വേണം. അതാ ഒരെടുപ്പ്. എന്നാലെ ഒരു പളപളപ്പും ഒരന്തസ്സും ഒക്കെണ്ടാവൂ കാണാൻ. പണ്ടൊക്കെ ഉള്ളോനെ തിരിച്ചരിയുക തടീം കുമ്പേമൊക്കെ നോക്കീട്ടാ. ഇതിപ്പൊ എല്ലാ ചെക്കന്മാരും ഒരുപോലെ. ജിമ്മിപ്പോയി കട്ടി പിടിച്ച ഓരോന്ന്..'

"അത് ട്രെൻഡാ"

ഞാൻ പറഞ്ഞു.

എന്ത് ട്രെൻഡാ? അവനോന്റെ ജീവിതമാ അവനോൻ ജീവിക്കണ്ടേ. മറ്റുള്ളോരെ കണ്ടിട്ടല്ല. ഉം... എന്തൊക്കെ പറഞ്ഞാലും എനിക്കുണ്ടല്ലോ നിന്നെപ്പോലുള്ള കൊച്ചന്മാരെ വലിയ ഇഷ്ടാ. നിങ്ങളാ ജീവിക്കണോര്. ഞങ്ങളെപ്പോലെ അച്ഛനേം അമ്മേം ചേട്ടന്മാരേം നാട്ടാരേം പേടിച്ചല്ലാതെ. അവനോന്റെ മനസ്സ് പറയുന്നോടത്തേക്ക് പോകലാ ശരിക്കും ജീവിതം. അത് പണ്ടത്തെ ആൾക്കാർക്ക് അറിയില്ലാരുന്നു. അവർക്കത് പറ്റുകേം ഇല്ലായിരുന്നു." അത്രയും പറഞ്ഞ് ഗോപിച്ചേട്ടൻ പുറത്തേക്ക് നോക്കിക്കൊണ്ട് എന്തോ ആലോചനയിൽ വീണു. ജനലിലൂടെ വന്ന ചൂടൻ കാറ്റ് ആലുടെ ദേഹത്തു കൊണ്ടപ്പോൾ ചുറ്റും മുഷിഞ്ഞ മുല്ലപ്പൂമണം പരന്നു. ഗോപിച്ചേട്ടൻ ചിന്തിക്കുന്നതെന്തായാലും മുടക്കേണ്ടെന്ന് കരുതി ഞാൻ ഉരിയാട്ടം നിർത്തി.

ശരിയ്ക്കും പറഞ്ഞാൽ ആദ്യമായിട്ടാണ് ഇങ്ങനെയൊരാളെ ഞാൻ കണ്ടുമുട്ടുന്നത്. ഇതു തുറന്നിടപെടുന്ന, നിലപാടുകളുള്ള രണ്ടു തലമുറകളെ കൃത്യമായി കൂട്ടിച്ചേർക്കുന്ന, ഒന്നിനെക്കുറിച്ചും ആകുലപ്പെടാത്ത വളരെ വഴക്കമുള്ള ഒരാൾ. എനിയ്ക്കന്നേരം എന്റെ ചുറ്റിക്കെട്ടി ബാന്റിട്ടു വച്ച മുടി നോക്കി സദാ പിറുപിറുക്കുന്ന വേണ്ടതിനെയും വേണ്ടാത്തതി

നെയും അതിനോട് പിണച്ചു കെട്ടുന്ന അച്ഛനെ ഓർമ്മവന്നു.

നിത്യം തോറ്റു തോറ്റു എന്നോർമ്മിപ്പിക്കുന്ന അമ്മയെയും.

അഞ്ചാറ് സ്റ്റേഷനുകൾ കൂടി ബാക്കിയാകവേ തീവണ്ടി ഒരു ക്ഷീണിച്ച നീളനൊച്ച പുറപ്പെടുവിച്ചു. ആളൊഴിഞ്ഞൊഴിഞ്ഞ്, തീവണ്ടി മുറിയിൽ ഞങ്ങൾ രണ്ടുപേർ മാത്രമായി. സ്റ്റേഷനടുത്തപ്പോൾ ജനാലയ്ക്കു പുറത്തു നിന്ന് പുതിയ ചില മണങ്ങൾ പെട്ടെന്ന് കയറിവരികയും അതുപോലിറങ്ങിപ്പോവുകയും ചെയ്തു.

വാതില്ക്കൽ രണ്ടുപേർ ബീഡി കൊളുത്തി നില്പ്പുണ്ടായിരുന്നു.

ഒരു പെൺകുട്ടി അവൾക്ക് താങ്ങാത്ത ഒരുബാഗും ചുമന്നുകൊണ്ടും അവൾക്കു പിന്നിലായി കുഴലപ്പക്കാരൻ തന്റെ കൊട്ട താഴെയിറക്കി വെച്ചും നിന്നിരുന്നു. ബീഡി വലിക്കാർ, വണ്ടി മുഴുവനായി നില്ക്കും മുൻപേ ഇറങ്ങി പിന്നോട്ട് പാഞ്ഞുപോയി. പെൺകുട്ടിയുടെ അച്ഛനാകണം, ദൂരെ നിന്നും അവൾക്കരികിലേക്ക് ധൃതിയിൽ നടന്നു വരുന്നുണ്ടായിരുന്നു.

ഞങ്ങളിറങ്ങി.

ഞങ്ങൾക്കിടയിൽ പെട്ടെന്നൊരു നിശ്ശബ്ദത വന്നു. എനിക്കുള്ളിൽ ചെറിയൊരസ്വസ്ഥത നിറയാൻ തുടങ്ങി.

"നിധിന് ഞാനൊരു ബിരിയാണി വാങ്ങിത്തരട്ടെ?

ഒരു ഷേക്ക് ഹാൻഡ് കൊടുത്ത് പിരിയാൻ കരുതുമ്പോൾ ആദ്യമായി പേര് വിളിച്ചു കൊണ്ടും പെട്ടെന്നും ഗോപിച്ചേട്ടൻ ചോദിച്ചു.

"നമുക്ക് രണ്ടുപേർക്കും വിശക്കുന്നുണ്ടല്ലോ. രാത്രി ചുറ്റിത്തിരിഞ്ഞു നടന്നതിന് ഇനി വീട്ടുകാരുടെ ദേഷ്യം കാണണ്ട. വഴക്കു കേട്ട് ഉണ്ണുന്ന ചോറ് ശരിക്കും വിഷം തന്നെയാ. താൻ വാടോ."

ഞങ്ങൾ ബിരിയാണിപ്പാത്രങ്ങൾക്ക് മുന്നിലെത്തി. അതിനു മുന്നിൽ ഞാൻ പതിവുപോലെ മൃഗമായി. ഗോപിയേട്ടൻ സ്വന്തം പ്ലേറ്റിൽ നിന്നൊരു വലിയ ഇറച്ചിക്കഷണം കൂടി എന്റെ പാത്രത്തിലേയ്ക്കിട്ടു കൊണ്ട് പതിയെ രസിച്ചുണ്ണാൻ തുടങ്ങി.

ബിരിയാണിയുടെ അകച്ചൂടിലും വേനലിന്റെ പുറം ചൂടിലുമായി വിയർത്തു കളിച്ചുനിന്ന എന്നെ നോക്കി ബില്ല് കൊടുത്തിറങ്ങുമ്പോൾ ഗോപിച്ചേട്ടൻ പറഞ്ഞു. "പതുക്കെ പതുക്കെ രുചിച്ചു രസിച്ചു തിന്നണം. ഓരോ ചേരുവകളും കൂട്ടം അറിഞ്ഞ്."

ഗോപിച്ചേട്ടന്റെ വലിയ വായ അന്നേരമെന്നെ ജീരകവും മസാലകളും ഉള്ളിയും മണപ്പിച്ചു. ഞങ്ങൾ പ്ലാറ്റ്ഫോമന്റെ അറ്റത്തെത്തി. കനം തൂങ്ങിയ ഇരുട്ടിൽ ഒന്നുരണ്ട് നായ്ക്കൾ കറങ്ങിത്തിരിഞ്ഞു നടക്കുന്നതൊഴിച്ചാൽ അവിടം മിക്കവാറും ശൂന്യമായിരുന്നു. ഒന്നാം പാളം മുറിച്ചു കടന്നാൽ ലിങ്ക് റോഡുവഴി ഒന്നാഞ്ഞു നടന്നാൽ എനിക്ക് വേഗം വീടുപിടിയ്ക്കാം. കേൾക്കാനുള്ള ചീത്തയും കേട്ട് ഉറങ്ങാൻ പോകാം. അങ്ങനെ ഓരോന്നാലോചിച്ച്" കാണാം ചേട്ടായെന്ന് ഞാൻ ഗോപിച്ചേട്ടന് നേരെ കൈ നീട്ടി. എന്റെ കൈ പിടിച്ച് യാത്ര പറയാൻ തുടങ്ങുന്നതിന്റെ തൊട്ട് മുൻപ്. ഗോപിച്ചേട്ടൻ എനിക്ക് നേരെ തിരിഞ്ഞു പതിയെ ചോദിച്ചു.

"നമുക്കൊന്ന് പോയാലോ"

ക്ഷണവേഗത്തിൽ എന്റെ തുടയിലമർത്തപ്പെട്ട ഗോപിച്ചേട്ടന്റെ കൈ മേലോട്ട് തെന്നി സിബ്ബിനു മീതെയൊന്നു മർദ്ദമുണ്ടാക്കിത്തടവി.

"മുറി അവിടാ."

ആളനക്കമില്ലാത്ത, അകലത്തെ ഇരുട്ടിലേക്ക് അയാളുടെ വിറപൂണ്ട ചുണ്ടുവിരൽ നീണ്ടു.

ഇറച്ചിമണവുമായിടകലർന്ന മുല്ലപ്പൂഗന്ധം, എന്നെ പതിയെ പിടിച്ചു വലിയ്ക്കാൻ തുടങ്ങി. ഞെട്ടലിൽ, ഉള്ളിലെ മുറിവ് നീറ്റലിൽ ഞാൻ ഗോപിച്ചേട്ടന്റെ കരണത്ത് ഒന്നാഞ്ഞടിച്ചു. പിന്നെ അതിന്റെ തുടർച്ചപോലെ അവിടം വിട്ടോടാൻ തുടങ്ങി. കുറച്ചു ദൂരെ കിതച്ചു നില്ക്കുമ്പോൾ ഒരു വേള ഞാനെന്റെ ആണത്തം ഉറപ്പിച്ചതായി എനിയ്ക്കഭിമാനം തോന്നി. അതേ നിമിഷം തന്നെ പക്ഷേ, അതികഠിനമായ ഒരു സങ്കടം എന്നെ മഥിക്കാൻ തുടങ്ങി.

തിരിഞ്ഞുനോക്കുമ്പോൾ ഞാൻ പിന്നിട്ടുപോന്ന ഇരുട്ടിലേയ്ക്ക് നോക്കിക്കൊണ്ട് ഗോപിച്ചേട്ടൻ അപ്പോഴും അവിടെ നില്പ്പുണ്ടായിരുന്നു. കുടഞ്ഞെറിയിക്കാനാവാത്ത ആ മുല്ലപ്പൂ മണം എനിയ്ക്കൊപ്പം തന്നുവിട്ടുകൊണ്ട്.

ഭാഗം മൂന്ന്

പഠനം

വിമതലൈംഗികതയുടെ രാഷ്ട്രീയ ഭൂപടങ്ങൾ

അതിപ്രാചീന കാലത്തുതന്നെ പുരുഷ സ്വവർഗ്ഗാനുരാഗം ജനസമൂഹങ്ങൾക്കിടയിലുണ്ടായിരുന്നു. പ്രാചീന ഗ്രീക്ക്- റോമൻ സംസ്കാരങ്ങളിൽ സ്വവർഗ്ഗാനുരാഗബന്ധങ്ങൾ യഥേഷ്ടം നിർവ്വഹിക്കപ്പെട്ടിരുന്നു. സീയൂസ്, അക്കിലസ്, ഹെർക്കുലീസ്, പെസിഡോൺ തുടങ്ങിയ യവന ദേവൻമാരൊക്കെ സ്വവർഗ്ഗാനുരാഗികളായിരുന്നു. ഗ്രീക്ക്- റോമൻ കാലഘട്ടത്തിൽ അടിമകൾ ധാരാളമായി ഉണ്ടായിരുന്നതുകൊണ്ടുതന്നെ വ്യാപകമായി അടിമകളെ സ്വവർഗ്ഗരതിക്കായി ഉപയോഗിച്ചിരുന്നു. പ്രാചീന കാലഘട്ടത്തിൽനിന്നും മദ്ധ്യകാലഘട്ടത്തിലേക്ക് എത്തുമ്പോൾ സ്വവർഗ്ഗാനുരാഗം സംബന്ധിച്ച നിലപാടുകളിൽ ആഗോളതലത്തിൽ വ്യാപകമായ മാറ്റങ്ങളുണ്ടായി. പ്രാചീന കാലത്ത് സ്വവർഗ്ഗരതി സ്വാഭാവികമായിരുന്നുവെങ്കിൽ മദ്ധ്യകാലഘട്ടം എത്തുമ്പോൾ സ്വവർഗ്ഗരതി മ്ലേച്ഛവും വികൃതവുമായി വിലയിരുത്തപ്പെട്ടു. പ്രാകൃതമായ ശിക്ഷാരീതികളിലൂടെ പുരുഷ സ്വവർഗ്ഗാനുരാഗികളെ (സ്ത്രീ സ്വവർഗ്ഗാനുരാഗികളെയും) അതി ക്രൂരമായി ഇല്ലായ്മ ചെയ്തിരുന്നു. ജൂത ചിത്രകാരനായ സിമിയൽ സോളമ നടക്കം പലരും നിയമപരമായ ശിക്ഷകൾക്കു വിധേയരായിരുന്നു. കലാസാഹിത്യ സാമൂഹ്യ രംഗങ്ങളിൽ പ്രശസ്തരായിരുന്ന പല വ്യക്തികളും പുരുഷ സ്വവർഗ്ഗാനുരാഗികളായിരുന്നുവെന്നു ചരിത്രം തെളിയിക്കുന്നു. പുരുഷ സൗന്ദര്യം ശില്പങ്ങളിലും ചിത്രങ്ങളിലും ആവാഹിച്ച ഇറ്റാലിയൻ കലാകാരൻ മൈക്കൽ ആഞ്ചലോ (1475–1564), കവിയും നിരൂപകനുമായിരുന്ന ഓസ്കാർ വൈൽഡ് എന്നിവർ സ്വർഗ്ഗപ്രേമിയായിരുന്നു.

ഇന്ത്യൻ സമൂഹത്തിൽ വിക്ടോറിയൻ മൊറാലിറ്റി ഇടപെടുവാൻ തുടങ്ങിയതോടുകൂടി സ്വവർഗ്ഗാനുരാഗികൾ മ്ലേച്ഛരും ക്രിമിനലുകളുമായി മാറി. ഗേ/ലെസ്ബിയനുകളെ കേന്ദ്രീകരിച്ച് കലാസാഹിത്യാദി സൃഷ്ടികൾ ഉണ്ടായി എന്നതു ശ്രദ്ധേയമാണ്. മലയാള സാഹിത്യ ശാഖയെ

സംബന്ധിച്ചിടത്തോളം പുരുഷ സ്വവർഗ്ഗാനുരാഗത്തെ (ഗേ – കഥകൾ) കേന്ദ്രീകരിച്ചുള്ള ഒരു പിടി കഥകൾ എഴുതപ്പെടുകയുണ്ടായി. ഫ്യൂഡൽ ആൺ അധികാര സദാചാര ഭാവനകൾ ആധിപത്യം പുലർത്തുന്ന കേരളീയ സമൂഹത്തിൽ സ്വവർഗ്ഗാനുരാഗത്തെ അടിസ്ഥാനപ്പെടുത്തിയുള്ള കഥകൾ എഴുതപ്പെട്ടത് അങ്ങേയറ്റം വിപ്ലവകരമായ ഒരു ഇടപെടലായിരുന്നു.

ഗ്രാമീണതയുടെ ഉൾത്തുടിപ്പുകളെ അതിതീവ്രമായി ആവിഷ്കരിച്ച തകഴി ശിവശങ്കരപ്പിള്ളയുടെ അസാധാരണ കഥകളിലൊന്നാണ് സാഹോദര്യം. സ്വവർഗ്ഗ ലൈംഗികതയെക്കുറിച്ചു കേരളീയ സമൂഹം തുറന്ന ചർച്ചകൾ പോലും ആലോചിക്കാതിരുന്ന കാലയളവിലാണ് തകഴി സാഹോദര്യം എഴുതിയത്. സ്വവർഗ്ഗരതി സാധ്യമാകുന്ന ഇടങ്ങളിലൊന്നായി വിലയിരുത്തപ്പെടുന്ന ജയിലിനുള്ളിലാണ് 'കുട്ടനും' 'അണ്ണനും' മെന്നു പരസ്പരം സംബോധന ചെയ്യുന്ന മദ്ധ്യവയസ്കനും യുവാവും പ്രണയിക്കുന്നത്. ജയിലറയ്ക്കുള്ളിലെ മടുപ്പിക്കുന്ന അന്തരീക്ഷത്തിൽ ഇരുവരും പരസ്പരം മനസ്സിലാക്കി സ്നേഹബന്ധത്തിലേർപ്പെടുന്നു. സ്വവർഗ്ഗാനുരാഗത്തിന്റെ അന്യൂനമായ കാഴ്ചകളിലൊന്നാണ് സാഹോദര്യത്തിലെ പ്രണയ ബന്ധം. മുൻവിധികളില്ലാതെ, മനുഷ്യർക്കിടയിൽ ഇത്തരം ബന്ധങ്ങൾ സാധ്യമാണെന്നു അതീവ സമർത്ഥമായി തകഴി ആവിഷ്കരിക്കുകയായിരുന്നു.

ലെസ്ബിയൻ പ്രണയത്തിന്റെ തുറന്നെഴുത്തുകൾ നിർവ്വഹിച്ച മാധവിക്കുട്ടിയുടെ ഗേ പ്രണയ കഥകളാണ് 'ചന്ദ്രരശ്മികൾ', 'രാജവീഥികൾ' എന്നിവ. ഇക്ബാലും രമേഷും തമ്മിലുള്ള സ്വവർഗ്ഗ പ്രണയത്തെ രമേഷിന്റെ ഭാര്യയുടെ കണ്ണുകളിലൂടെ വിലയിരുത്തുന്ന കഥയാണ് ചന്ദ്രരശ്മികൾ. ആത്മഹത്യാശ്രമത്തിൽ പരാജയപ്പെട്ടു ആശുപത്രിയിൽ ചികിത്സയിലിരിക്കുന്ന ഇക്ബാലിനോട് രമേഷിന്റെ ഭാര്യ "ഞാൻ ഗർഭം ധരിച്ചിരിക്കുന്നു. നിങ്ങൾക്ക് ആ കഴിവില്ലല്ലോ, അതുകൊണ്ടാണ് നിങ്ങൾ ആത്മഹത്യയ്ക്ക് ശ്രമിച്ചത്" എന്നു പറയുന്ന സന്ദർഭത്തിലാണ് ആൺ സ്വവർഗ്ഗ പ്രണയത്തിന്റെ ആഴവും പരപ്പും ബോധ്യപ്പെടുന്നത്. അതിലളിതമായ ഭാഷയിലൂടെ രണ്ടു സുഹൃത്തുക്കൾക്കിടയിലുണ്ടാകുന്ന പ്രണയത്തെ ചിത്രീകരിച്ച മാധവിക്കുട്ടി അവർക്കിടയിലൊരു സ്ത്രീ കടന്നുവരുന്നതിന്റെ അസ്വസ്ഥതകളെക്കൂടി ആവിഷ്കരിക്കുന്നു. മോഡലിംഗ് രംഗത്തു പ്രവർത്തിക്കുന്ന മനോരമ കൊളംബോ നഗരത്തിൽ ഫാഷൻ പരേഡിനായി എത്തുമ്പോൾ നടക്കുന്ന സംഭവ പരമ്പരകളാണ് രാജവീഥികൾ എന്ന കഥയുടെ അടിസ്ഥാന പ്രമേയം. തന്റെ ബോസ് നിക്കലസ് കൊടുത്തയച്ച പെട്ടി ഫ്ളെച്ചർ എന്ന വ്യക്തിയെ ഏല്പിക്കാനെത്തുന്ന മനോരമ ഫ്ളെച്ചറും സഹായി ജെറിയും തമ്മിലുള്ള സ്വവർഗ്ഗ പ്രണയത്തെ തിരിച്ചറിയുന്നു. അനാഥനായ ജെറിയെ ഏറ്റെടുത്ത് സംരക്ഷിക്കുന്ന ഫ്ളെച്ചർ തന്റെ സ്വവർഗ്ഗ പ്രണയത്തിനായി അവനെ ഉപയോഗപ്പെടുത്തുകയായിരുന്നു. സ്വവർഗ്ഗാനുരാഗിയല്ലാത്ത ജെറി മനോരമയുമായി അടുപ്പത്തിലാകുകയും അവളോടൊപ്പം പാരീസിലേക്കു രക്ഷപ്പെടാൻ താല്പര്യം പ്രകടിപ്പിക്കുകയും ചെയ്തു. ജെറിയുടെ വൈകാരിക അടുപ്പം

തിരിച്ചറിയുന്ന ഫ്‌ളെച്ചർ അവനെ കൊലപ്പെടുത്തുകയും അത് തീവ്രവാദികളുടെ ആക്രമണത്തിന്റെ ഫലമാണെന്നു വരുത്തിത്തീർക്കുകയും ചെയ്യുന്നതിന്റെ സൂചനകൾ കഥയിൽനിന്നു ലഭ്യമാണ്. ഫ്ളെച്ചർ – ജെറി സ്വവർഗ്ഗ പ്രണയത്തിൽ ജെറി ഒരു ലൈംഗിക അടിമയായിരുന്നതിനാലാണ് മനോരമയുമായുള്ള അടുപ്പത്തിലൂടെ രക്ഷപ്പെടുവാൻ ശ്രമിക്കുന്നത്. യഥാർത്ഥത്തിൽ ജെറിയുടെ ഐഡന്റിറ്റി ഭിന്നവർഗ്ഗ ലൈംഗികതയുടേതായിരുന്നു. സ്വവർഗ്ഗ – ഭിന്നവർഗ്ഗ പ്രണയബന്ധങ്ങളുടെ സങ്കീർണ്ണതകളിലേയ്ക്കു തൂലിക ചലിപ്പിച്ചിട്ടുള്ള മാധവിക്കുട്ടിയുടെ വേറിട്ട രചനകളിലൊന്നാണ് രാജവീഥികൾ. പ്രണയ സംഘർഷങ്ങളുടെ ഭാവനാലോകത്തിലൂടെ സഞ്ചരിച്ചുകൊണ്ട് കഥയിൽ ചില കൂട്ടിച്ചേർക്കലുകൾക്കുള്ള അവസരങ്ങൾ അനുവാചകനു നല്കുകയെന്ന രീതിശാസ്ത്രം മാധവിക്കുട്ടി പ്രകടിപ്പിച്ച കഥ കൂടിയാണ് രാജവീഥികൾ.

കഥ, കഥാപാത്രം, കഥാകൃത്ത് എന്ന കഥയിലൂടെ കെ പി രാമനുണ്ണി വടക്കൻ കേരളത്തിൽ പ്രചരിക്കുന്ന 'കുണ്ടൻ' കഥകളിലൊന്നിനെ വിശകലന വിധേയമാക്കുന്നു. മദ്ധ്യവയസ്കനും വിവാഹിതനും മുസ്ലീം വിഭാഗത്തിൽ ഉൾപ്പെടുന്ന ആളുമായ കുഞ്ഞാലി കൗമാരക്കാരനായ മധുവുമൊത്ത് സ്വവർഗ്ഗരതിയിലേർപ്പെടുന്നതും ഭാര്യ ആയിഷ അതു കണ്ടുപിടിച്ച് ആട്ടിയോടിക്കുന്നതുമായ കാര്യങ്ങളാണ് ഈ കഥയുടെ പ്രമേയം. സ്വവർഗ്ഗപ്രണയത്തെ സംബന്ധിച്ച് പൊതുസമൂഹത്തിനുള്ള കാഴ്ചപ്പാടുകൾ, സാഹിത്യകാരന്മാരുടെ നിലപാടുകൾ എന്നിവയെയെല്ലാം ആക്ഷേപഹാസ്യ രീതിയിൽ അവതരിപ്പിക്കുന്ന കഥ കൂടിയാണ് കഥ, കഥാപാത്രം, കഥാകൃത്ത്.

ജി ആർ ഇന്ദുഗോപന്റെ *ഉറങ്ങാതിരിക്കുക കള്ളനെപ്പിടിക്കാം* വീട്ടിൽ കയറുന്ന കള്ളനെ സ്വവർഗ്ഗരതിക്ക് ഉപയോഗിക്കുവാൻ ശ്രമിക്കുന്ന വീട്ടുടമസ്ഥന്റെ കഥയാണ്. മോഷണത്തിനു കയറിയവനെ പിടികൂടുന്ന ഗൃഹനാഥൻ പ്രണയാതുരനായി മാറി തന്റെ സ്വവർഗ്ഗരതി താല്പര്യത്തെ വെളിപ്പെടുത്തുമ്പോൾ അതിനു വഴങ്ങാതെ 'കള്ളൻ' രക്ഷപ്പെടുന്നു. ഇന്ദുഗോപൻ ഈ കഥയിൽ പുരുഷ സ്വവർഗ്ഗരതിക്കാരെ ആക്രമണോത്സുക ലൈംഗികതയുടെ വക്താവായി അവതരിപ്പിക്കുന്നു. ലൈംഗിക സദാചാര മര്യാദകളുടെ(?) ഭാഗമായി നില്ക്കുന്ന കള്ളൻ സ്വവർഗ്ഗരതിക്കാരനെ 'നായിന്റെമോൻ' എന്നു വിളിച്ച് കല്ലും മണ്ണും വാരിയെറിഞ്ഞ് രക്ഷപ്പെടുമ്പോൾ സ്വവർഗ്ഗരതി മ്ലേച്ഛമാണ് അത് അടിച്ചമർത്തപ്പെടേണ്ടതാണ് എന്ന നിലപാട് കഥയിൽ സ്ഥാപിതമായിരിക്കുന്നു. ഒരുവേള ഭിന്നവർഗ്ഗ ലൈംഗികതയുടെ ഭാഗമായി നില്ക്കുന്ന കള്ളനെ സംബന്ധിച്ചിടത്തോളം ഗൃഹനാഥൻ ലൈംഗിക അരാജകത്വത്തിന്റെ വക്താവ് മാത്രമാണ്. അത് അയാളുടെ വാക്കുകളിൽനിന്ന് വ്യക്തമാണ്. പത്തുമണി മുതൽ പന്ത്രണ്ടുമണി വരെ എറണാകുളം മൊത്തം തപ്പിയിട്ടും ആരേയും കിട്ടിയില്ലായെന്നു വിലപിക്കുന്ന ഗൃഹനാഥൻ അനിയന്ത്രിതമായ ലൈംഗികാസക്തിയുടെ ആളായും മാനസിക രോഗിയായും വിലയിരുത്തപ്പെടുന്നു.

കള്ളന്റെ അധമ–കീഴാള ബോധം ഗൃഹനാഥൻ തന്റെ ശരീരത്തിൽ തപ്പുമ്പോൾ പ്രകടമാണ്. കേവലം ഒരു കള്ളന്റെ കാഴ്ചകളിലൂടെ ലൈംഗിക അസംതൃപ്തിയുള്ള ഒരു മനുഷ്യന്റെ പരാക്രമങ്ങളെ അവതരിപ്പിച്ച കഥ പുരുഷ സ്വവർഗ്ഗാനുരാഗിയുടെ പ്രശ്നങ്ങളിലേക്ക് ഒന്ന് എത്തിനോക്കുക പോലും ചെയ്യാതെ അവസാനിക്കുന്നു.

എഡ്വിനും പോളും തമ്മിലുള്ള പ്രണയബന്ധത്തെ ആവിഷ്കരിക്കുന്ന സി വി ബാലകൃഷ്ണന്റെ എഡ്വിൻ പോൾ ആൺ സ്വവർഗ്ഗാനുരാഗം കുടുംബബന്ധങ്ങൾക്കിടയിലുണ്ടാക്കുന്ന സംഘർഷങ്ങളിലേയ്ക്കു കൂടി സഞ്ചരിക്കുന്നു. ആൺ – പെൺ പ്രണയ – രതി ബന്ധംപോലെ ആൺ – ആൺ പ്രണയത്തിലേയ്ക്കു പുരുഷന്മാർ സ്വാഭാവികമായി എത്താറുണ്ടെന്ന കാഴ്ചപ്പാടിനെ സി വി ബാലകൃഷ്ണൻ എഡ്വിൻ പോളിലൂടെ പങ്കുവയ്ക്കുന്നുണ്ട്. "പെണ്ണിനെത്തന്നെ കെട്ടണമെന്ന് എന്താ നിർബന്ധം, ഞാൻ കെട്ടാൻ പോകുന്നത് പോളിനെയാ" – എഡ്വിന്റെ ഇത്തരമൊരു മറുപടി അത് തെളിയിക്കുന്നു. പക്ഷേ ആൺ സ്വവർഗ്ഗ പ്രണയത്തിനു അതിജീവനം സാധ്യമല്ല എന്ന് എഡ്വിൻ പോൾ തെളിയിക്കുന്നു.

കെ ആർ മീരയുടെ *കമിങ് ഔട്ട്* ലണ്ടനിലെ നേഴ്സായ സേബയുടെ കാഴ്ചകളിലൂടെ പുരുഷ സ്വവർഗ്ഗാനുരാഗത്തെ അനാവരണം ചെയ്യുന്നു. ശരീരശാസ്ത്രസംബന്ധമായി ഉരുവംകൊണ്ടിരിക്കുന്ന വ്യവസ്ഥാപിത സങ്കല്പങ്ങളെ പാശ്ചാത്യനാഗരികതയുടെ, ക്രൈസ്തവ വിശ്വാസങ്ങളുടെ അടിത്തറകളിൽ ചേർത്തുകൊണ്ട് വിശകലനം ചെയ്യുകയാണ് *കമിങ് ഔട്ട്*. ലണ്ടനിലെ പുതുവർഷരാത്രിയിൽ യാദൃച്ഛികമായി പരിചയപ്പെടുന്ന ജോൺ, ഡേവിഡ് എന്നീ പുരുഷസുഹൃത്തുക്കൾ സ്വവർഗ്ഗരതിക്കാരാണെന്നു സേബ മനസ്സിലാക്കുന്നു. എയ്ഡ്സ് ബാധിതനായ ജോൺ മരിക്കുന്നതു മുതൽ അയാളുടെ ശവസംസ്കാരം കഴിയുന്നതുവരെ ഡേവിഡിന്റെ കൂടെ നില്ക്കുന്ന സേബ ഡേവിഡിന്റെ വാക്കുകളിലൂടെ ഡേവിഡ്–ജോൺ ബന്ധത്തിന്റെ സാഹചര്യങ്ങളറിയുന്നു. പ്രസ്തുത സന്ദർഭത്തിൽ തന്റെ ഭർത്താവിന്റെ പുരുഷസ്വവർഗ്ഗാനുരാഗ താല്പര്യങ്ങൾ ദാമ്പത്യവ്യവസ്ഥിതി തകർത്തുകളഞ്ഞത് സേബ ഓർമ്മിക്കുന്നു. പാശ്ചാത്യവും കേരളീയവുമായ പശ്ചാത്തലങ്ങളിൽ പുരുഷ സ്വവർഗ്ഗരതിയുടെ രാഷ്ട്രീയ–സാംസ്കാരിക സ്ഥാനങ്ങളെ വിശകലനം ചെയ്യുന്ന കെ ആർ മീര പുരുഷ സ്വവർഗ്ഗരതിക്കാരുടെ സ്വത്വ സംഘർഷങ്ങളുടെ ഉള്ളറകളിലേക്കിറങ്ങി ചെല്ലുകയും അനുവാചകനെ അതിലേക്കു നയിക്കുകയും ചെയ്യുന്നു.

*കമിങ് ഔട്ടി*ലെ സേബ ഒരേ സമയം പുരുഷ സ്വവർഗ്ഗരതി ബന്ധത്തെ സ്വന്തം ജീവിതത്തിൽ തിരിച്ചറിഞ്ഞവളും ഡേവിഡ്– ജോൺ ബന്ധത്തെ അടുത്തുനിന്ന് അറിഞ്ഞവളുമാണ്. ലാസറിന്റെ സമ്പത്തിലും സൗന്ദര്യത്തിലും ഭ്രമിച്ച് അയാളെ നിർബ്ബന്ധപൂർവ്വം വിവാഹം കഴിച്ച സേബയുടെ സ്ത്രീ സഹജമായ ആഗ്രഹങ്ങൾ ദാമ്പത്യ സംവിധാനത്തിൽ പ്രാവർത്തികമാകാതെ പുറന്തള്ളപ്പെട്ടു. സ്ത്രീ–പുരുഷ ലൈംഗിക ബന്ധത്തിന്റെ പൂർണ്ണതകൾ തേടിയ സേബയെ നിരാകരിക്കുന്ന ലാസർ തന്റെ

ശാരീരിക ചോദനകൾ മറ്റൊരു പുരുഷന്റെ ബന്ധത്തിൽ അടക്കം ചെയ്യുന്നു. ലാസറിന്റെ ഗേ ബന്ധം ദാമ്പത്യവ്യവസ്ഥയിലെ സ്ത്രീത്വത്തോടുള്ള അവഹേളനമായും പാരമ്പര്യ ക്രൈസ്തവവിശ്വാസത്തോടുള്ള പുറന്തള്ളലായും കാണുന്ന സേബ ലാസറിനെ ഉപേക്ഷിക്കുന്നു. ക്രൈസ്തവ പാരമ്പര്യവിശ്വാസങ്ങളെ പിന്തുടർന്ന് ഗേയെ നിരാകരിച്ച സേബയ്ക്ക് ലണ്ടനിൽ വെച്ച് പുരുഷസ്വവർഗ്ഗരതിക്കാരെ അംഗീകരിക്കേണ്ടതായി വന്നു. സ്വന്തം ജീവിതത്തെക്കുറിച്ചൊരു തിരിച്ചറിവ് സേബയ്ക്കു സമ്മാനിക്കുന്നത് ഡേവിഡ്-ജോൺ സ്വവർഗ്ഗരതിക്കാരാണ്. തന്റെ തെറ്റു തിരിച്ചറിയുന്ന സേബ കല്ലറയുടെ മുമ്പിൽ ചെന്നു നിന്ന് 'ലാസറേ പുറത്തുവരൂ' എന്നു നിലവിളിക്കുന്നു. സേബയെ സംബന്ധിച്ചിടത്തോളം മരിച്ച ലാസറിന്റെ ഉയിർത്തെഴുന്നേല്പ് ഒരു പ്രതീക്ഷയും പശ്ചാത്താപത്തിനുള്ള സന്ദർഭവും ആയിരുന്നു. അതിസങ്കീർണ്ണമായ ജീവിതാവസ്ഥകളിലൂടെ കടന്നുപോയിരുന്ന ഒരു വ്യക്തിയെ തിരിച്ചറിയാതെ അപമാനിച്ചതിന്റെ അടിസ്ഥാനത്തിലാണ് കല്ലറയ്ക്കു മുമ്പിലെത്തി അവൾ നിലവിളിക്കുന്നത്.

സി എസ് ചന്ദ്രികയുടെ *കനി* അഭിജിത്ത് എന്ന പുരുഷസ്വവർഗ്ഗാനുരാഗിയുടെ സാമൂഹ്യ പ്രതിസന്ധികൾ അയാളുടെ ഭാര്യ ജയന്തിയുടെ കാഴ്ചകളിലൂടെ പങ്കുവയ്ക്കുന്നു. സമ്പന്ന കുടുംബാംഗമായ ജയന്തിയെ വീട്ടുകാർ ബ്രോക്കർ വഴി തെരഞ്ഞെടുത്ത അഭിജിത്തെന്ന സോഫ്റ്റ് വെയർ എഞ്ചിനീയർക്കു വിവാഹം കഴിച്ചുകൊടുക്കുന്നു. സ്വാഭാവികമായ ദാമ്പത്യബന്ധം (സ്ത്രീ - പുരുഷബന്ധം) അവർക്കുള്ളിൽ സാദ്ധ്യമാകാതെ വരുമ്പോൾ കുടുംബത്തിന്റെ അന്തസ്സു നിലനിർത്തുന്നതിനായി അഡ്ജസ്റ്റ് ചെയ്ത് ജീവിക്കുവാൻ വീട്ടുകാർ ആവശ്യപ്പെടുന്നു. സൈക്കോ അനലിറ്റിക്കൽ സെന്ററിൽ വെച്ച് ഡോക്ടർമാരിൽനിന്നും അഭിജിത്ത് ഗേ ആണെന്നു തിരിച്ചറിയുന്ന ജയന്തി തന്റെ തകർന്ന ജീവിത സന്ദർഭത്തിലും സ്വവർഗ്ഗരതിക്കാരന്റെ പ്രതിസന്ധികളെ മനസ്സിലാക്കിയെടുക്കുവാൻ ശ്രമിക്കുന്നു. കൗൺസിലിങ്ങിലൂടെ കുടുംബ- ദാമ്പത്യ ബന്ധങ്ങൾ പുനഃസ്ഥാപിക്കുവാൻ കഴിയില്ലെന്ന് തിരിച്ചറിയുന്ന ജയന്തി അഭിജിത്തെന്ന ഗേ യെ അയാളുടെ സ്വാതന്ത്ര്യങ്ങളിലേക്കു തിരിച്ചുവിടുവാനാണ് ഡോക്ടർമാർ താല്പര്യപ്പെടുന്നതെന്ന് മനസ്സിലാക്കുന്നു. അഭിജിത്ത്-ജയന്തിമാരുടെ കുടുംബക്കാർ ബാംഗ്ലൂരിലെ ഒരു സ്ഥാപനത്തിൽ ഗേ കൺവെൻഷൻതെറാപ്പി നടത്തുവാൻ തീരുമാനിക്കുന്നു. അഭിജിത്തിനു സ്വസ്ഥതയുള്ള ജീവിതം നല്കുന്നതിനായി ജയന്തി ആത്മഹത്യ ചെയ്യുന്നു. പുരുഷസ്വവർഗ്ഗാനുരാഗമാണ് അക്കാദമിക് നിലവാരമുള്ള സ്ത്രീയെ ആത്മഹത്യയിലേക്കു നയിക്കുന്നത് എന്നുള്ള രീതിയിൽ കഥ വ്യാഖ്യാനിച്ചാൽ തീർച്ചയായും പുരുഷ സ്വവർഗ്ഗരതിക്കാരൻ പ്രതിസ്ഥാനത്തു നിർത്തപ്പെടും. യഥാർത്ഥത്തിൽ പ്രതിസ്ഥാനത്തു നിർത്തപ്പെടുന്നത് ഇരുവരുടെയും കുടുംബക്കാരാണ്. അഭിജിത്തിന്റെ സ്വവർഗ്ഗരതി താല്പര്യമറിയാതെ അയാളെ ഭിന്നവർഗ്ഗലൈംഗിക ജീവിതത്തിന്റെ ഭാഗമാക്കുവാനുത്സാഹിച്ച, വിവാഹാനന്തരം ദാമ്പത്യ വ്യവസ്ഥിതിയിലേക്കു പൊരു

ത്തപ്പെടുവാൻ കഴിയാത്ത അഭിജിത്തിനെ നിർബ്ബന്ധിത ഗേ-കൺവെൻഷൻ തെറാപ്പിക്കു വിധേയമാക്കുവാൻ ശ്രമിച്ച അഭിജിത്തിന്റെ കുടുംബക്കാർ ഒരേ സമയം അഭിജിത്തിനെയും ജയന്തിയെയും പ്രതിസന്ധിയിലാക്കുന്നു. ജയന്തിയുടെ കുടുംബക്കാർ കുടുംബത്തിന്റെ അന്തസ്സ്, സാമൂഹ്യപദവി എന്നിവയെ മുൻനിർത്തി ഗേ-വ്യക്തിത്വവുമായുള്ള ദാമ്പത്യ സംവിധാനത്തെ പിന്തുടരുവാൻ പ്രേരിപ്പിക്കുന്നു. താനെന്ന സ്ത്രീവ്യക്തിത്വത്തിന്റെ സജീവ സാന്നിദ്ധ്യമാണ് കുടുംബക്കാരെ സമ്മർദ്ദത്തിലാക്കുന്നതെന്നു തിരിച്ചറിയുന്ന ജയന്തി ഒരർത്ഥത്തിൽ സ്വയം ഒഴിവാകുകയാണ് ചെയ്യുന്നത്.

ദാമ്പത്യവ്യവസ്ഥ, കുടുംബഘടന എന്നിവയെ സമ്മർദ്ദോപകരണങ്ങളായി നിലനിർത്തുന്ന *കനി* 'ഗേ'യുടെ സ്വതന്ത്ര വ്യക്തിത്വത്തെ സ്ഥാപിച്ചെടുക്കുന്നതിലുപരി ആ വ്യക്തിത്വത്തിന്റെ സങ്കീർണ്ണതകളെ അയാളുടെ ചുറ്റിലുമുള്ളവരിലൂടെ അവതരിപ്പിക്കുന്നു. അഭിജിത്തിന്റെ ഭാര്യയായ ജയന്തി പരാജയ ദാമ്പത്യത്തിന്റെ ഇരയാണെങ്കിൽത്തന്നെയും 'ഗേ' എന്ന നിലയിൽ അയാളനുഭവിക്കുന്ന സംഘർഷാവസ്ഥകളെ തിരിച്ചറിഞ്ഞ് സഹാനുഭൂതി കാട്ടുമ്പോൾ മാനുഷിക പരിഗണനകൾ അർഹിക്കുന്നവരാണ് അഭിജിത്തിന്റെ കൂട്ടർ എന്ന നിലപാട് പ്രകടമാകുന്നു. ജാതി-മത സ്ഥാപനങ്ങളുടെ നേതൃത്വത്തിലുള്ള ചികിത്സാ കേന്ദ്രത്തിൽ ഇലക്ട്രിക് ഷോക്കുകളിലൂടെ ഗേ-കൺവെൻഷൻ തെറാപ്പി സാദ്ധ്യമാണെന്നു വിളിച്ചു പറയുന്ന സമൂഹത്തിൽ അതിന്റെ അപകട സാദ്ധ്യതകൾ, ഫലമില്ലായ്മകൾ എന്നിവയെ കാര്യകാരണ സഹിതം എഴുത്തുകാരി ചൂണ്ടിക്കാട്ടുന്നു. സാമൂഹ്യ വ്യവസ്ഥിതികളിൽ പരിഹാസ്യനായി പുറന്തള്ളപ്പെടുന്ന 'ഗേ' കളെ തിരിച്ചറിയേണ്ടതിന്റെയും സ്വീകരിക്കേണ്ടതിന്റെയും ആവശ്യകത ഊന്നിപ്പറയുമ്പോൾ ലൈംഗിക ന്യൂനപക്ഷങ്ങളുടെ അവകാശങ്ങൾക്കു വേണ്ടി നിലകൊള്ളുന്ന സാമൂഹ്യപ്രതിബദ്ധതയുള്ള എഴുത്തുകാരിയുടെ കരുത്തുറ്റ നിലപാടുകളാണ് *കനി*യിൽ പ്രകടമാകുന്നത്.

പ്രമോദ് രാമന്റെ *സപുംസകരുടെ പത്ത് പടവുകൾ, ഒരു ബ്രാക്കറ്റിൽ എത്രപേർക്കു ജീവിക്കാം, രതിമാതാവിന്റെ പുത്രൻ* എന്നീ കഥകൾ പുരുഷ സ്വവർഗ്ഗരതിയെ അതിന്റെ സൂക്ഷ്മഘടകങ്ങളിലേക്കിറങ്ങി നിന്നുകൊണ്ട് ആവിഷ്കരിക്കുവാൻ ശ്രമിക്കുന്നവയാണ്. വ്യവസ്ഥാപിത ലൈംഗികരീതികളെ അതിലംഘിക്കുന്നവരെന്നു വിശേഷിപ്പിക്കപ്പെടുന്ന സ്വവർഗ്ഗരതിക്കാർ എങ്ങനെയാണ് സ്വവർഗ്ഗരതി തല്പരരായിത്തീരുന്നതെന്ന് പ്രമോദ് രാമൻ *സപുംസകരുടെ പത്ത് പടവുകളി*ലൂടെ വിശദീകരിക്കുന്നു. ബാല്യകാല സുഹൃത്തുക്കളായ രണ്ട് ആൺകുട്ടികൾ തട്ടിൻപുറത്തുവച്ച് ആണും പെണ്ണുമായി മാറിമാറി അഭിനയിച്ചു കളിക്കുകയും അത് പുതിയൊരു രതിബന്ധത്തിന് തുടക്കമിടുകയും ചെയ്തു. ആൺകുട്ടികളിൽ ഒരാളുടെ പേര് താരാനാഥൻ. കഥ പറയുന്ന മറ്റേ ആളിനു സംബോധനകളൊന്നും നല്കിയിട്ടില്ല. പുരുഷ സ്വവർഗ്ഗബന്ധത്തിന്റെ തുടക്കം ബാല്യകാലത്തായിരുന്നെങ്കിൽ യൗവന കാലത്ത് അതിന്റെ

ആഘോഷങ്ങൾ ഇരുവരും നിർബ്ബാധം തുടരുന്നു. സ്വവർഗ്ഗലൈംഗികതയുടെ അടിത്തറയിലാണ് ഇരുവരും നില്ക്കുന്നതെങ്കിലും രണ്ട് പുരുഷ ശരീരങ്ങളും അതിന്റെ യഥാർത്ഥസത്തയെ, സ്വത്വത്തെത്തേടുന്നുണ്ട്. ഇരുവരുടേയും ബന്ധത്തിൽ താരാനാഥൻ എന്ന നാഥൻ അധികാര മേല്ക്കോയ്മ പുലർത്തി പുരുഷന്റെ സ്ഥാനം, കർത്തൃത്വം ഏറ്റെടുക്കുമ്പോൾ കഥ പറയുന്നയാൾ വിധേയത്വത്തിലൂടെ സ്ത്രീയുടെ നില കൈവരിക്കുന്നു.

താരാനാഥനെയും സുഹൃത്തിനെയും സ്വവർഗ്ഗബന്ധത്തിലേക്കു നയിക്കുന്നത് തറവാട്ടിലുള്ള ദാമുവാണ്. "ഇപ്പോളേ ഇതല്ലാം കൊറച്ച് അറിയണം. ഇല്ലേങ്ക് മംഗലം കയ്ക്കാനാകുമ്പപ്പിന്നെ എന്താകും? ന് ങ്ങ രണ്ടാള്ല്ലേ. ഒരാള് ആണാണം. മറ്റാള് പെണ്ണാണം." ലൈംഗികതയിലെ കൗതുകങ്ങൾ തേടുന്ന ബാല്യ– കൗമാര വ്യക്തിത്വങ്ങൾ അതിന്റെ അനുഭൂതി മണ്ഡലങ്ങളെ പിന്തുടർന്ന് സ്വവർഗ്ഗരതി ബന്ധത്തെ നിലനിർത്തുന്നു. ശാരീരിക വളർച്ചാ ഘട്ടങ്ങളിലെ ലൈംഗിക ശീലങ്ങൾ ഒരു വ്യക്തിയുടെ സ്വഭാവത്തെ സ്വാധീനിക്കുകവഴി ആ വ്യക്തി ഭിന്നവർഗ്ഗലൈംഗികത/ സ്വവർഗ്ഗലൈംഗികതയുടെ ഭാഗമായിത്തീരുകയാണ് പതിവ്. താരാനാഥനും സുഹൃത്തും സ്വവർഗ്ഗ ബന്ധത്തെ യൗവന ഘട്ടത്തിലും രഹസ്യമായി, സജീവമായി നിലനിർത്തിയിരിക്കുന്നു. പേരിൽ സ്ത്രീ വ്യക്തിത്വത്തെ ചുമക്കുന്ന താരയെന്ന താരാനാഥൻ തന്റെ തന്നെ പെൺ അപരത്വത്തെ തന്റെ സുഹൃത്തിൽ കണ്ടെത്തുവാൻ ശ്രമിക്കുന്നു. സുഹൃത്തിനെ രതിബന്ധത്തിന്റെ സുഖാലസ്യത്തിലേക്കു നയിക്കുന്ന താരാനാഥൻ അയാളെ 'താരാ' എന്നു വിളിച്ച് സംബോധന ചെയ്യുന്നത് അതിനു തെളിവാണ്.

ഒരു ബ്രാക്കറ്റിൽ എത്രപേർക്കു ജീവിക്കാം സ്വവർഗ്ഗാനുരാഗത്തിന്റെ അതിനിഗൂഢമായ തലങ്ങളെ അനാവരണം ചെയ്യുന്ന ഒരു കഥയാണ്. ജോളി ജോസഫ്, എൽദോ, റോസി എന്ന മൂവർ സംഘത്തിൽ എൽദോ എപ്പോഴും ഇടതുവശത്തും നടുക്ക് ജോളിയും വലത്ത് റോസിയുമായിരുന്നു. ജോളിയും റോസിയും തമ്മിൽ അടുപ്പത്തിലാണെന്നു വിശ്വസിച്ച നാട്ടുകാർ എൽദോയെ കട്ടുറുമ്പായിട്ടാണ് കണ്ടത്. എൽദോ ഇടത്തും റോസി വലത്തുമായി ഒരു ബ്രാക്കറ്റിനുള്ളിൽ നില്ക്കുമ്പോലെയുള്ള ജീവിതത്തിൽ ജോളിജോസഫ് വലത്തുവശത്തുള്ള ഭിന്നവർഗ്ഗ ലൈംഗിക ജീവിതത്തിലേക്കു പോകാതെ ഇടതുഭാഗത്തുള്ള പുരുഷസ്വവർഗ്ഗ രതിയുടെ ലോകത്തേക്ക് മാറുന്നു. ഭിന്നവർഗ്ഗലൈംഗികതയോടു താല്പര്യമുള്ള ഭൂരിപക്ഷക്കാർക്കിടയിൽ സ്വവർഗ്ഗലൈംഗികതയോടു താല്പര്യമുള്ള ഒരു ചെറു ന്യൂനപക്ഷമുണ്ടാകും. ഭൂരിപക്ഷ വലംകൈയന്മാർക്കിടയിൽ ന്യൂനപക്ഷ ഇടംകൈയന്മാരായ സ്വവർഗ്ഗരതിക്കാരെ പ്രതിനിധാനം ചെയ്യുന്ന എൽദോയെ സ്വീകരിക്കുന്ന ജോളിക്ക് റോസിയുടെ സ്ത്രൈണ ഭാവങ്ങൾ ഒരു പ്രലോഭനങ്ങളും സൃഷ്ടിച്ചില്ല. എല്ലാവരുടെയും നിർബ്ബന്ധത്തിനു വഴങ്ങി റോസിയെ വിവാഹം കഴിക്കേണ്ടിവരുമ്പോൾ ജോളിക്ക് എൽദോയുടെ സമ്മതമായിരുന്നു ആവശ്യം. റോസിയുമായി ലൈംഗിക ബന്ധം സാദ്ധ്യമാകാതെ വരുന്നത് ജോളി എൽദോ ബന്ധത്തിന്റെ,

സ്വവർഗ്ഗാനുരാഗത്തിന്റെ ആധിപത്യ സ്വഭാവം ജോളിയിൽ നിറഞ്ഞു നില്ക്കുന്നതിന്റെ പരിണതഫലമായിരുന്നു. എൽദോ-ജോളി സ്വവർഗ്ഗ ബന്ധം തിരിച്ചറിയുന്ന റോസി ജോളിയെ കൊലപ്പെടുത്തിക്കൊണ്ട് സ്വവർഗ്ഗ ലൈംഗികതയോടുള്ള വിപ്രതിപത്തി പ്രകടമാക്കുന്നു. കുടുംബ-ദാമ്പത്യ ജീവിതത്തിനു പ്രതിബന്ധങ്ങൾ സൃഷ്ടിക്കുന്നവയാണ് സ്വവർഗ്ഗരതി ബന്ധങ്ങൾ എന്ന പൊതുബോധത്തെ വിമർശനാത്മകമായി വിശകലനം ചെയ്യുന്ന കഥകൂടിയാണ് *ഒരു ബ്രാക്കറ്റിൽ എത്ര പേർക്കു ജീവിക്കാം* എന്ന കഥ.

രതിമാതാവിന്റെ പുത്രൻ ജീവൻ, രതി, രത്തൻ എന്നിവർക്കിടയിൽ സാധ്യമാകുന്ന ബന്ധങ്ങളെ ആവിഷ്കരിച്ച കഥയാണ്. ജീവന് ഒരേ സമയം രതിയുടെ ഭർത്താവാകാനും രത്തന്റെ പങ്കാളിയാകാനും കഴിയുന്ന ഉടൽ സവിശേഷതകളുള്ള വ്യക്തിയാണ്. "രതിക്കു മുന്നിൽ വിത്തുകാള, രത്തനു മുന്നിൽ കാമധേനു. രാത്രിയിൽ കൊമ്പുകുലുക്കും. പകൽ പാൽ ചുരത്തും. ഞാൻ വൃഷണങ്ങളും അകിടും ഒന്നിച്ചു വളരുന്ന കാമഋഷഭം" ഭിന്നവർഗ്ഗ ലൈംഗികതയുടെ സ്ഥാപനത്തിലേയ്ക്കു രതിയോടൊപ്പം ചേർന്നുനില്ക്കുന്ന ജീവനു തന്റെ ഉടൽ കടുത്ത സംഘർഷങ്ങളുണ്ടാക്കുന്നു. അതേസമയം രത്തനുമായുള്ള സ്വവർഗ്ഗ പ്രണയബന്ധത്തിൽ ഉടലിന്റെ സംഘർഷങ്ങളിൽ നിന്നു ജീവൻ മോചിതനാകുന്നുമുണ്ട്. ഒരേസമയം സ്വവർഗ്ഗ - ഭിന്നവർഗ്ഗ പ്രണയബന്ധങ്ങളുടെ ഭാഗമാകാൻ കഴിയുന്ന ജീവൻ ഒരു ബൈസെക്ഷ്വൽ ഐഡന്റിറ്റിയാണ്. സങ്കീർണ്ണമായ ശാരീരിക - മാനസിക വ്യാപാരങ്ങളിലൂടെ സഞ്ചരിക്കേണ്ടിവരുന്ന ജീവൻ മരണപ്പെടുമ്പോൾ ജീവന്റെ അടുത്ത തലമുറ പിറന്നിരുന്നു. രതി മാതാവിന്റെ പുത്രനായി ജീവൻ പിറവിയെടുക്കുമ്പോൾ ഏറ്റുവാങ്ങിയത് രത്തനായിരുന്നു. പ്രണയ കാമനകളുടെ നേർരേഖാ സഞ്ചാരത്തെ നിരാകരിക്കുന്ന *രതിമാതാവിന്റെ പുത്രൻ* സങ്കീർണ്ണമായ ഉടലിന്റെ രാഷ്ട്രീയ നിലപാടുകളെക്കൂടി അതിസൂക്ഷ്മമായി അവതരിപ്പിക്കുന്നു.

പ്രമോദ് രാമന്റെ *സപുംസകരുടെ പത്ത് പടവുകൾ, ഒരു ബ്രാക്കറ്റിൽ എത്രപേർക്കു ജീവിക്കാം, രതിമാതാവിന്റെ പുത്രൻ* എന്നീ കഥകൾ പുരുഷ സ്വവർഗ്ഗരതിയെക്കുറിച്ചുള്ള പതിവ് കഥന ശൈലിയിലൂടെയല്ല നീങ്ങുന്നത്. മൂന്ന് കഥകളും സ്വവർഗ്ഗരതിബന്ധങ്ങൾ സ്ത്രീ-പുരുഷ ബന്ധത്തിന്റെ സ്വാഭാവിക താളത്തിനു ഭീഷണിയാണെന്ന വിലാപങ്ങളൊന്നും പങ്കുവയ്ക്കുന്നില്ലെന്നു മാത്രമല്ല ഭിന്നവർഗ്ഗ ലൈംഗികതയുടെ അധീശത്വ വ്യവഹാരമണ്ഡലങ്ങളെ സ്ഥാപിച്ചെടുക്കുവാനും ശ്രമിക്കുന്നില്ല. വ്യവസ്ഥാപിത ലൈംഗിക ശീലങ്ങളിൽനിന്നു ചില 'കുതറിമാറലുകൾ' നിർവ്വഹിക്കുന്ന ലൈംഗികസ്വത്വങ്ങളുടെ യഥാർത്ഥ ഐഡന്റിറ്റി വെളിപ്പെടുത്തുവാൻ ശ്രമിച്ച പ്രമോദ് രാമൻ ലൈംഗികതയിലെ രുചിഭേദങ്ങൾ മാത്രമല്ല ഗേ-ബന്ധങ്ങളെന്നും അതിനുപിന്നിൽ ജീവശാസ്ത്രപരവും സാമൂഹ്യശാസ്ത്രപരവുമായ കാര്യകാരണങ്ങളുണ്ടെന്നു ബോദ്ധ്യപ്പെടുത്തി.

വിനോദിന്റെയും അരവിന്ദന്റെയും മകൾ എന്ന കഥയിലൂടെ കെ ദിലീ

പ്കുമാർ വിനോദും അരവിന്ദും തമ്മിലുള്ള സ്വവർഗ്ഗാനുരാഗത്തിന്റെ സസൂക്ഷ്മതലങ്ങളെ അനാവരണം ചെയ്യുന്നു. പതിനേഴു വയസ്സുള്ള ഡയാന അരവിന്ദന്റെയും വിനോദിന്റെയും ബന്ധങ്ങളെ വിശകലനം ചെയ്തു കൊണ്ട് പുതിയ തിരിച്ചറിവുകളിലേയ്ക്ക് എത്തുന്നു. അമ്മ സ്ത്രീയും അച്ഛൻ പുരുഷനുമായിരിക്കണമെന്ന പാരമ്പര്യധാരണയെ മാറ്റിനിറുത്തിക്കൊണ്ട് തന്റെ അച്ഛനും അമ്മയും രണ്ടു പുരുഷന്മാരാണ് എന്ന യാഥാർത്ഥ്യത്തെ ഡയാന അംഗീകരിക്കുന്നു. രണ്ടു പുരുഷന്മാർക്ക് കുടുംബത്തെ പരിപാലിച്ചു കൊണ്ടുപോകുവാൻ കഴിയുമെന്നു ബോധ്യപ്പെടുത്തുന്ന വിനോദിന്റെയും അരവിന്ദന്റെയും മകൾ സ്വവർഗ്ഗാനുരാഗം കുടുംബബന്ധത്തിനു ഭീഷണിയാണെന്ന പൊതുബോധത്തെ പിന്തുടരുന്നില്ല എന്നതു ശ്രദ്ധേയമാണ്.

നിഷ അനിൽകുമാറിന്റെ *പരിണാമം, പെണ്ണടയാളങ്ങൾ* എന്നീ കഥകൾ പുരുഷ സ്വവർഗ്ഗാനുരാഗത്തെ വ്യത്യസ്ത വീക്ഷണങ്ങളിലൂടെ ആവിഷ്കരിച്ചവയാണ്. നിഷ അനിൽകുമാറിന്റെ *പരിണാമം* ഒരു കൗമാരക്കാരനും അരുൺ എന്ന യുവാവും തമ്മിലുള്ള അടുപ്പത്തെ അവതരിപ്പിച്ചു കൊണ്ട് തകർന്ന കുടുംബ സംവിധാനങ്ങൾ ആൺകുട്ടികളെ വഴിതെറ്റിക്കുമെന്ന് സമർത്ഥിക്കുന്നു. രമേഷിന്റെ കുടുംബത്തിലെ കലഹങ്ങളാണ് അയാളുടെ മകനെ അരുണിനോടടുപ്പിക്കുന്നത്. ഒരു ലോഡ്ജിൽ മുറിയെടുത്ത ഇവരിൽ സംശയം തോന്നിയ ലോഡ്ജുകാർ പൊലീസിനെ വിളിച്ചുവരുത്തി ഇരുവരേയും ഏല്പിക്കുന്നു. അച്ഛനായ രമേഷിന്റെ അസന്മാർഗ്ഗിക ജീവിത ശീലങ്ങളാണ് മകനെ ഒരു 'ഗേ'യാക്കി മാറ്റിയത് എന്നു വെളിപ്പെടുത്തിക്കൊണ്ടാണ് നിഷ അനിൽകുമാറിന്റെ പരിണാമം അവസാനിക്കുന്നത്. സാമൂഹ്യ സദാചാര വ്യവസ്ഥിതികളോടു സമരസപ്പെട്ടുകൊണ്ടുള്ള രചനയായ പരിണാമം പ്രത്യേകിച്ചു തുറന്നെഴുത്തുകൾ ഒന്നും തന്നെയവതരിപ്പിക്കാതെ ചെറുകഥയുടെ പാരമ്പര്യവഴികളിലേക്കു കയറിക്കൂടുന്നു.

*പരിണാമ*ത്തിൽ നിന്നും എഴുത്തുകാരിയുടെ നിലപാടുകൾ കൂടുതൽ വ്യക്തമാകുന്നത് *പെണ്ണടയാള*ങ്ങളിലാണ്. പ്രിയയെന്ന യുവതിയുടെ പ്രണയ – ദാമ്പത്യ പരാജയത്തിന്റെ കാരണങ്ങളെ അന്വേഷിക്കുന്ന *പെണ്ണടയാള*ങ്ങൾ അവളുടെ ഭർത്താവ് അനുരാഗിന്റെ സ്വവർഗ്ഗരതിബന്ധത്തിലാണ് എത്തുന്നത്. അനുരാഗിനും സാമിനുമിടയിൽ അപ്രസക്തയായി ത്തീർന്ന പ്രിയ പ്രണയ പരാജയത്തിന്റെ പകയിൽ സാം അലക്സിനെ കിടക്കയിലെത്തിച്ച് അത് അനുരാഗിനെ ബോധ്യപ്പെടുത്തുന്നു. പ്രിയയുടെ പകവീട്ടലിന്റെ ഇരയായ അനുരാഗിനെ കാണാതാകുമ്പോൾ തെറ്റിന്റെയും ശരിയുടെയും കണക്കെടുപ്പു നടത്താൻ കഴിയാതെ പ്രിയ പരാജയപ്പെടുന്നു.

നിഷ അനിൽകുമാറിന്റെ പെണ്ണടയാളങ്ങൾ പോലെ ആൺ സ്വവർഗ്ഗബന്ധത്തെ വൈരാഗ്യബുദ്ധിയോടുകൂടി സമീപിക്കുന്ന പെണ്ണിന്റെ നിലപാടുകൾ ഉൾക്കൊള്ളുന്ന കഥയാണ് മിനി പി സിയുടെ *ഒരു സ്വവർഗ്ഗാനുഗാരിയോട് ചെയ്തു കൂടാത്തത്*. ഛായാ കൃഷ്ണന്റെ ഭർത്താവ് കൃഷ്ണകാന്ത് ബിസിനസ് എക്സിക്യൂട്ടീവ് പരംജിത് സിങ്ങുമായി

പ്രണയബന്ധത്തിലാകുന്നതിനെ ഛായാ കൃഷ്ണൻ ചോദ്യം ചെയ്യുന്നു. കൃഷ്ണകാന്തിന്റെ കരുത്തിനു മുമ്പിൽ നിശബ്ദയായി ഒതുങ്ങേണ്ടി വരുന്ന ഛായാ കൃഷ്ണൻ തന്ത്രപരമായ നീക്കങ്ങളിലൂടെ അവരുടെ സ്വവർഗ്ഗ പ്രണയബന്ധത്തെ തകർക്കുന്നു. പരംജിത്തുമായി ബന്ധം സ്ഥാപിക്കുന്ന ഛായ അയാളുടെ കുഞ്ഞിനെ പ്രസവിച്ചു വളർത്തിക്കൊണ്ടാണ് കൃഷ്ണകാന്തിനോടു പകരം വീട്ടുന്നത്. സ്വവർഗ്ഗ പ്രണയത്തെ സംബന്ധിച്ച് ഭിന്നവർഗ്ഗലൈംഗികതയുടെ വക്താക്കൾ പുലർത്തുന്ന വീക്ഷണങ്ങളുടെ പ്രതിഫലനം ഒരു സ്വവർഗ്ഗാനുരാഗിയോട് ചെയ്തുകൂടാത്തത് എന്ന കഥയിൽ കാണുവാൻ കഴിയുന്നതാണ്.

ഇ കെ ഷാഹിനയുടെ കുണ്ടൻ, ഒരു മുല്ലപ്പൂയാത്ര എന്നീ കഥകൾ ആൺ സ്വവർഗ്ഗാനുരാഗത്തിന്റെ വേറിട്ട വീക്ഷണങ്ങളെ അവതരിപ്പിക്കുന്നു. വടക്കൻ കേരളത്തിൽ ആൺസ്വവർഗ്ഗാനുരാഗികൾ കുണ്ടനെ എന്ന ഗ്രാമപ്രയോഗത്തിലൂടെയാണ് അറിയപ്പെടുന്നത്. അത്തരമൊരു പദപ്രയോഗം അശ്ലീലമായി പരിഗണിക്കുന്ന കേരളീയ സമൂഹത്തിലാണ് ധൈര്യപൂർവ്വം ശീർഷകമായി ഷാഹിന തിരഞ്ഞെടുത്തത്. അതുവഴി ഇതൊരു സ്വവർഗ്ഗാനുരാഗിയുടെ കഥയാണ് എന്ന് ധ്വനിപ്പിക്കുവാൻ എഴുത്തുകാരിക്കു കഴിഞ്ഞു സ്വവർഗ്ഗാനുരാഗത്തിന്റെ തീക്ഷ്ണമായ തലങ്ങളെയല്ല കുണ്ടൻ അവതരിപ്പിക്കുന്നത്. യാദൃച്ഛികമായി ആൺ വേശ്യ ആകേണ്ടി വന്ന ഒരുവന്റെ സങ്കീർണ്ണമായ മാനസികാവസ്ഥകളെയാണ് കഥ ആവിഷ്ക്കരിക്കുന്നത്. സാമ്പത്തിക പ്രതിസന്ധികളിൽ പെടുന്ന കുടുംബത്തിന്റെ രക്ഷയ്ക്കായി ശരീര വില്പനക്കാരനായി മാറുന്ന കഥാപാത്രം. സ്വവർഗ്ഗാനുരാഗിയായി മുദ്രകുത്തപ്പെടുന്നു. നഗരത്തിന്റെ സുരക്ഷിത താവളങ്ങളിൽ ശരീരവില്പന നടത്തുന്ന ചെറുപ്പക്കാരൻ ഗ്രാമത്തിലെ തന്റെ കുടുംബത്തിൽ നിന്ന് തന്റെ തൊഴിൽ മറച്ചു പിടിക്കുന്നു. കച്ചവടത്തിനൊപ്പം ആനന്ദങ്ങളും ആഗ്രഹിക്കുന്ന ചെറുപ്പക്കാരൻ നിരവധി കസ്റ്റമേഴ്സിനെ സ്വീകരിക്കുന്നു.

ഭിന്നവർഗ്ഗ ലൈംഗികത ഐഡന്റിറ്റിയുള്ള ചെറുപ്പക്കാരൻ എന്തുകൊണ്ട് സ്വവർഗ്ഗാനുരാഗിയായി എന്നതിന്റെ വിശകലനങ്ങൾ കഥ അവതരിപ്പിക്കുന്നുണ്ട്. ബാല്യകാലത്തു ചെറിയച്ഛൻ ലൈംഗിക ചൂഷണങ്ങൾക്ക് നിരന്തരമായി ഉപയോഗിക്കുന്നതുകൊണ്ടാണ് അയാൾ സ്വവർഗ്ഗാനുരാഗിയായി മാറുന്നത്.

ഒരു മുല്ലപ്പൂയാത്ര ബി ടെക് കോഴ്സിൽ പരാജയപ്പെട്ടതിന്റെ സംഘർഷങ്ങളെ അവതരിപ്പിക്കുന്നു. കുടുംബക്കാരുടെ കുറ്റപ്പെടുത്തലുകൾക്കും പരിഹാസങ്ങൾക്കുമിടയിൽ ചൂളിചുരുങ്ങേണ്ടി വരുന്ന നിഥിൻ ചെറിയ ചെറിയ യാത്രകൾ നടത്തി താല്ക്കാലിക സമാധാനം കണ്ടെത്തുന്നു. തൃശൂർ യാത്രയ്ക്കിടയിൽ തിയറ്റർ പരിസരത്തുവെച്ചു പരിചയപ്പെടുന്ന ഗോപിയെന്ന മദ്ധ്യവയസ്കൻ പ്രകടിപ്പിക്കുന്ന സൗഹൃദം നാഥിന് ആശ്വാസമായി മാറുന്നു. ഭക്ഷണശേഷം പിരിയുന്ന സന്ദർഭത്തിലാണ് അയാളൊരു സ്വവർഗ്ഗാനുരാഗിയാണെന്നു നിഥിൻ തിരിച്ചറിയുന്നത്.

സ്വവർഗ്ഗലൈംഗികാഭിമുഖ്യം പ്രകടിപ്പിക്കുന്ന അയാളുടെ കരണത്തടിച്ചിട്ട് അയാളിൽ നിന്നും രക്ഷപ്പെടുന്ന നിഥിൻ അതുവഴി തന്റെ ആണത്തം ഉറപ്പിച്ചതായി അഭിമാനിക്കുന്നു. സ്വവർഗ്ഗാനുരാഗികൾ പല പല രൂപഭാവങ്ങളിൽ തന്ത്രപൂർവ്വമാണ് പ്രത്യക്ഷപ്പെടുന്നത് എന്നു കഥ സമർത്ഥിക്കുന്നു. മാനസിക സമ്മർദ്ദങ്ങൾക്ക് അടിമയായ നിഥിന് ഒരേസമയം സമൂഹത്തും സഹായിയും സംരക്ഷകനുമാകുവാൻ അയാൾക്കു കഴിയുന്നുണ്ട്. തികച്ചും സൗഹാർദ്ദപരമായ സ്വകാര്യമായ ഒരു സന്ദർഭത്തിലാണ് അയാൾ തന്നെ സ്വവർഗ്ഗലൈംഗികാഭിരുചി പ്രകടിപ്പിക്കുന്നതും ഏകാന്തതയും മദ്ധ്യവയസ്സിൽ അഭിമുഖീകരിക്കുന്ന വൈകാരിക പ്രശ്നങ്ങളുമാണ് അയാളെ സ്വവർഗ്ഗരതി തല്പരനാക്കുന്നതെന്ന സൂചനകൾ കഥയിൽ പ്രകടമാണ്.

കുണ്ടൻ, ഒരു മുല്ലപ്പൂയാത്ര എന്നീ കഥകൾ ആൺ സ്വവർഗ്ഗാനുരാഗത്തെ വ്യത്യസ്ത വീക്ഷണ ദിശകളിലൂടെ അവതരിപ്പിച്ച കഥകളാണ്. ഭിന്ന വർഗ്ഗലൈംഗികതയെപ്പോഴും പ്രതിസ്ഥാനത്തു നിറുത്തുന്ന സ്വവർഗ്ഗ ലൈംഗികതയെ സംബന്ധിച്ചുള്ള പൊതുബോധങ്ങൾ സൂക്ഷ്മമായി വിശകലനം ചെയ്യുന്ന ആഖ്യാന ശൈലികൾ ഈ കഥകൾ വേറിട്ടു നില്ക്കുന്നു. സ്വവർഗ്ഗാനുരാഗികളോട് ഇടപെടേണ്ടി വരുന്നവരുടെ നിലപാടുകൾ സ്വവർഗ്ഗാനുരാഗികൾ നേരിടുന്ന പ്രതിസന്ധികൾ എന്നിവയെ താരതമ്യ വിശകലനം ചെയ്യുന്നതിനുള്ള സാദ്ധ്യതകൾ കൂടി ഈ കഥകൾ നൽകുന്നുണ്ട്.

മലയാള ചെറുകഥാ സാഹിത്യത്തിൽ പുരുഷ സ്വവർഗ്ഗാനുരാഗകഥകൾ നടത്തിയ ഇടപെടലുകൾ എന്താണ് എന്ന അന്വേഷണം നടത്തിയാൽ, അവ മലയാള കഥാസാഹിത്യത്തിലെ വരേണ്യ സദാചാര ഭാവനകളെ അതിസമർത്ഥമായി പൊളിച്ചെഴുതി എന്നു വ്യക്തമാകും. ഭിന്നവർഗ്ഗ ലൈംഗികത (Hetero Sexuality) യുടെ രീതിശാസ്ത്രത്തെ അന്ധമായി പിന്തുടർന്ന നമ്മുടെ കലാസാഹിത്യാദി മാധ്യമങ്ങൾ ഭിന്നവർഗ്ഗ ലൈംഗികത പ്രഘോഷിക്കുന്ന സ്ഥാപനങ്ങളെയും അവയുടെ അധികാരവ്യവസ്ഥിതികളെയും അരക്കിട്ടുപ്പുറച്ചു. ഭിന്നവർഗ്ഗ ലൈംഗികതയ്ക്കപ്പുറത്ത് മറ്റൊരു ബന്ധങ്ങളെയും അംഗീകരിക്കുവാൻ ഇന്ത്യൻ ജനസമൂഹം തയ്യാറല്ലായിരുന്നു. അതേ സന്ദർഭത്തിൽ സ്വവർഗ്ഗാനുരാഗവും സ്വവർഗ്ഗരതിയും ഉഭയരതിയുമെല്ലാ സമൂഹത്തിൽ നിലനിന്നിരുന്നു, സ്വകാര്യ ഇടങ്ങളിൽ ആയിരുന്നു അവ പങ്കുവയ്ക്കപ്പെട്ടിരുന്നത്. വിക്ടോറിയൻ മെറാലിറ്റി ക്രിമിനൽ കുറ്റമായി പരിഗണിക്കുന്ന സ്വവർഗ്ഗരതി പൊതുഇടങ്ങളിൽ ദൃശ്യപ്പെട്ടിരുന്നില്ല എന്നതു വാസ്തവമാണ്. വർത്തമാനകാലത്ത് ഉഭയ സമ്മതപ്രകാരമുള്ള സ്വവർഗ്ഗ ലൈംഗികത ക്രിമിനൽ കുറ്റമല്ലെന്ന് സുപ്രീം കോടതി പ്രഖ്യാപിച്ചിരിക്കുന്നു. മലയാളത്തിലെ ഗേ കഥകൾ രണ്ടു കാലയളവിലാണ് എഴുതപ്പെട്ടത് എന്നു നിരീക്ഷിക്കാം. സ്വവർഗ്ഗാനുരാഗികൾ ക്രിമിനൽ കുറ്റവാളികളായി നിലനിർത്തപ്പെട്ട കാലത്തിൽ എഴുതപ്പെട്ട കഥകളുണ്ട്. ഉഭയ സമ്മത പ്രകാരമുള്ള സ്വവർഗ്ഗരതി ക്രിമിനൽ കുറ്റമ

ല്ലായെന്നു കോടതി പ്രഖ്യാപനത്തിനുശേഷം എഴുതപ്പെട്ട കഥകളുമുണ്ട്, ക്രിമിനൽ കുറ്റവാളികൾ ആയിരുന്ന വ്യക്തികൾ ക്രമിനൽ കുറ്റവാളികളല്ലാതായിത്തീർന്ന കാലയളവിൽ രചിക്കപ്പെട്ട ഗേ കഥകൾ പ്രധാനമായും രണ്ടുതരം സമീപനങ്ങളാണ് മുമ്പോട്ടുവെച്ചത്. സ്വവർഗ്ഗലൈംഗികത ഭിന്നവർഗ്ഗ ലൈംഗികതയ്ക്കു ഭീഷണിയാണെന്നു സദാചാരവാദികളുടെ നിലപാടുകളെ പിന്തുടർന്നുകൊണ്ട് സ്വവർഗ്ഗ ലൈംഗികതയെ പ്രതിസ്ഥാനത്തു നിറുത്തുന്ന രചനാശൈലിയാണ് പെണ്ണടയാളങ്ങൾ, ഒരു സ്വവർഗ്ഗാനുരാഗിയോടു ചെയ്തു കൂടാത്തത് എന്നീ കഥകൾ സ്വീകരിച്ചിരിക്കുന്നത്. ദാമ്പത്യബന്ധത്തിനു ഭീഷണിയാകുന്ന ഭർത്താവിന്റെ സ്വവർഗ്ഗാനുരാഗ താല്പര്യത്തെ, അയാളുടെ പങ്കാളിയെത്തന്നെ ഉപയോഗപ്പെടുത്തുന്ന ഭാര്യമാരെ ഇരുകഥകളിലും കാണുവാൻ കഴിയും. അതേസമയം സി വി ബാലകൃഷ്ണന്റെ *എഡ്വിൻ പോൾ*, പ്രമോദ് രാമന്റെ *നപുംസകരുടെ പത്തു പടവുകൾ*, സി എസ് ചന്ദ്രികയുടെ *കനി* തുടങ്ങിയവ സ്വവർഗ്ഗാനുരാഗിയുടെ സാമൂഹ്യ യാഥാർത്ഥ്യങ്ങളെ ആവിഷ്കരിച്ച കഥകളാണ്. ക്വീയർപൊളിറ്റിക്സിന്റെ തീവ്രതലങ്ങളെ പകർത്തിവെയ്ക്കുന്ന കഥകൾ കൂടിയാണിവ.

'കുണ്ടൻ കഥകൾ' എന്നു പറഞ്ഞ് കപട സദാചാരവാദികൾ അശ്ലീലവല്ക്കരിക്കുന്ന വെടിക്കഥകളെ അപ്രസക്തമാക്കിക്കൊണ്ടാണ് പുരുഷ സ്വവർഗ്ഗാനുരാഗ കഥകൾ അവയുടെ തീക്ഷ്ണമായ രാഷ്ട്രീയ നിലപാടുകൾ അനുവാചകനിലേയ്ക്കു സന്നിവേശിപ്പിക്കുന്നത്. ആൺ–പെൺ പ്രണയം പോലെതന്നെ പെൺ–പെൺ പ്രണയവും ആൺ–ആൺ പ്രണയവും സ്വാഭാവികമാണെന്ന യാഥാർത്ഥ്യത്തെ ഗേ കഥകൾ ബോധ്യപ്പെടുത്തുന്നു. പ്രണയം, ലൈംഗികത, പ്രത്യുല്പാദനം, കുടുംബബന്ധങ്ങൾ എന്നിവയെ കേന്ദ്രീകരിച്ചുള്ള യാഥാസ്ഥിതിക ബോധങ്ങളെക്കൂടി പിളർത്തുവാൻ ഇവയ്ക്കു കഴിഞ്ഞു. അതോടൊപ്പം ഭാഷയെ കേന്ദ്രീകരിച്ചു നില്ക്കുന്ന മാന്യതാ ബോധത്തെക്കൂടി പിളർത്തുന്ന ഗേ കഥകൾ, ഭാഷയിൽ ധീരമായ പരീക്ഷണങ്ങൾ നിർവ്വഹിക്കുന്നത് പ്രമോദ് രാമൻ, സി വി ബാലകൃഷ്ണൻ, കെ ആർ മീര എന്നിവരുടെ കഥകളിൽ നിന്നു വ്യക്തമാണ്. ഭിന്നവർഗ്ഗ ലൈംഗികതയുടെ ഏക മാതൃകയെ കണ്ടും അറിഞ്ഞും ശീലിച്ച പൊതുസമൂഹത്തിനു മുമ്പിൽ മറ്റൊരു ജീവിതം സാധ്യമാണ് എന്നു തെളിയിച്ച സ്വവർഗ്ഗാനുരാഗികളുടെ തീക്ഷ്ണമായ അനുഭവങ്ങളെ പകർന്നുവെയ്ക്കുവാൻ കൂടി ഗേ കഥകൾക്കു കഴിയുന്നു.

മാധവിക്കുട്ടിയുടെ സ്വവർഗ്ഗാനുരാഗികൾ

കിഷോർ കുമാർ ഇ

മാധവിക്കുട്ടിയുടെ കൃതികളിലെ സ്വവർഗ്ഗപ്രണയത്തെക്കുറിച്ച് ഒരു സ്വവർഗ്ഗ പ്രണയിയുടെ വീക്ഷണകോണിൽ നിന്നുള്ള പഠനമാണ് ഈ ലേഖനംകൊണ്ട് ഉദ്ദേശിക്കുന്നത്. ഇന്ത്യയ്ക്ക് സ്വാതന്ത്ര്യം കിട്ടുന്നതിനു മുൻപ് വെറും പതിനഞ്ചുവയസ്സിൽ എഴുതിയ 'സ്ത്രീ' എന്ന ചെറുകഥയിൽ തുടങ്ങി മാധവിക്കുട്ടിയുടെ സാഹിത്യജീവിതത്തിലുടനീളം പുരുഷന്മാരുടെയും സ്ത്രീകളുടെയും സ്വവർഗ്ഗ പ്രണയബന്ധങ്ങൾ കഥകളിലും കവിതകളിലും ആത്മകഥാപരമായ എഴുത്തുകളിലും പ്രത്യക്ഷമായിത്തന്നെ പ്രതിപാദിക്കപ്പെട്ടിരിക്കുന്നു. 'സ്വവർഗ്ഗപ്രേമി' എന്ന വാക്ക് മലയാള സാഹിത്യത്തിൽ ആദ്യമായി ഉപയോഗിച്ചതുപോലും മാധവിക്കുട്ടിയാണെന്നാണ് തോന്നുന്നത്.

സ്വവർഗ്ഗപ്രണയം പല സമൂഹങ്ങളിലും ആദ്യമായി സാഹിത്യപരമായ ചർച്ചാവിഷയമാവുന്നത് 'Queering' എന്നറിയപ്പെടുന്ന സ്വവർഗ്ഗ വായനകളിലൂടെയാണ്. ആൺ പെൺ പ്രണയത്തിൽ അധിഷ്ഠിതമായി നിർമ്മിച്ച ഒരു കൃതിയോ സിനിമയോ വർഷങ്ങൾക്കുശേഷം സ്വവർഗ്ഗപ്രണയത്തിന്റെ കാചത്തിലൂടെ നോക്കുമ്പോൾ അതിൽ തെളിയുന്ന മഴവിൽ വർണ്ണങ്ങളാണിത്. പക്ഷേ, ഈ കണ്ടെത്തുന്ന സ്വവർഗ്ഗ പ്രണയവർഗ്ഗങ്ങൾ അതിന്റെ രചയിതാവ് തീരെ ഉദ്ദേശിക്കാത്തതോ എഴുതുന്ന സമയത്ത് അയാളുടെ ഉപബോധ മനസ്സിൽ മാത്രം സ്വാധീനം ചെലുത്തിയതോ ആവാം. ചങ്ങമ്പുഴയുടെ 'രമണ'ന്റെ എഴുപത്തഞ്ചാം വാർഷികത്തിൽ ആ കൃതിയെ ചങ്ങാതിമാരായ രമണൻ, മദനൻ എന്നീ പുരുഷന്മാർ തമ്മിലുള്ള മാംസനിബദ്ധമോ അല്ലാത്തതോ ആയ സ്നേഹത്തിന്റെ കാവ്യമായി എൻ എസ് മാധവൻ വായിച്ചെടുക്കുന്നുണ്ട്[1]. അതുപോലെ മലയാളത്തിന്റെ എക്കാലത്തെയും ജനപ്രിയ ചലച്ചിത്രമായ 'മണിച്ചിത്രത്താഴ്'

പലവിധം സ്വവർഗ്ഗവായനകൾക്ക് വിധേയമായിട്ടുണ്ട്[2]. ഒ വി വിജയന്റെ 'ഖസാക്കിന്റെ ഇതിഹാസം' ഒരുപടി കൂടെ മുന്നോട്ട് പോയി അള്ളാപിച്ചമൊല്ലാക്കയും നൈസാമലിയും തമ്മിലുള്ള സ്വവർഗ്ഗബന്ധം വാക്കുകളിലൂടെ അവ്യക്തമായിട്ടാണെങ്കിലും സൂചിപ്പിക്കുന്നുണ്ട്. എന്നാൽ മാധവിക്കുട്ടി 1940 കളിലും 1950 കളിലും എഴുതിയ ചില ചെറുകഥകൾ പോലും യാതൊരു സ്വവർഗ്ഗ വായനയുടെയും ആവശ്യമില്ലാതെ സ്വവർഗ്ഗ പ്രണയത്തെ കൃത്യമായും ശക്തമായും പ്രത്യക്ഷമായിത്തന്നെ അടയാളപ്പെടുത്തുന്നു.

മനുഷ്യജീവിതത്തിലെ സത്യങ്ങളെക്കുറിച്ച് ഇങ്ങനെ മറയില്ലാത്ത കൃത്യമായ തുറന്നെഴുത്തു തന്നെയാണ് ഒരുപക്ഷേ, കേരളസമൂഹത്തിൽ മാധവിക്കുട്ടി നിക്ഷേപിച്ചുപോയ അമൂല്യമായ സാംസ്കാരിക മൂലധനം. സ്വയം ബലിയർപ്പിച്ചുകൊണ്ട് അവർ തന്റെ ചരിത്രനിയോഗം എഴുത്തിലൂടെയും ജീവിത്തിലൂടെയും അവസാനകാലം വരെ നടപ്പാക്കി. അതിൽ നിന്നുള്ള ഊർജ്ജം വരുംതലമുറകളിലെ ഫെമിനിസ്റ്റ്, സ്വവർഗ്ഗ എഴുത്തുകൾക്ക് എന്നും പ്രചോദനമായിരിക്കും. താത്വിക ഫെമിനിസ്റ്റ് സങ്കേതങ്ങളുടെ കള്ളികളിൽ ഒതുക്കാവുന്നതല്ല ആ കൃതികൾ. സ്വയം ഒരു സ്ത്രീവാദി അല്ല എന്ന് പറയുമ്പോൾപോലും വൈകാരികമായും കുടുംബപരമായും സാമൂഹ്യമായും സ്ത്രീകൾ അനുഭവിക്കുന്ന അടിമത്തത്തെ അവർ തുറന്നുകാട്ടി. സ്ത്രീയുടെ അതുവരെ ആവിഷ്കരിക്കപ്പെട്ടിട്ടില്ലാത്ത വൈകാരിക പ്രപഞ്ചത്തിലൂടെയുള്ള ഒരു പര്യടനമായി മാറി അവരുടെ കൃതികൾ. പ്രണയത്തെയും അതിന്നാധാരമായ ലൈംഗികതയെയും കുറിച്ചുള്ള തുറന്നെഴുത്തുകൾ മലയാളി സമൂഹത്തിന്റെ യാഥാസ്ഥിതികതയിൽനിന്നും ആധുനികതയിലേക്കുള്ള പരിണാമത്തിനാവശ്യമായ ഷോക്ക് ട്രീറ്റ്മെന്റുകളായി മാറി. കൗമാരകാലത്ത് നാട്ടുകാരനായ ഒരു പത്തൊൻപതുകാരനോട് തോന്നിയ അഭിനിവേശത്തെപ്പറ്റി 'എന്റെ കഥ' യിൽ എഴുതിയ "വിപ്ലവകാരി എന്നിൽ പ്രത്യേക താല്പര്യമൊന്നും കാട്ടിയില്ല. പക്ഷേ, ഞാൻ അയാളിൽ അനുരക്തയായി." എന്ന വാചകം ലിംഗരാഷ്ട്രീയപരമായി മാധവിക്കുട്ടി വരുത്തിയ വിപ്ലവത്തെ ഏറ്റവും ശക്തമായി ഉദാഹരിക്കുന്നു. അതുവരെ പുരുഷന്റെ കാമം ഏറ്റുവാങ്ങിയ, അവന് പ്രണയിക്കാനായി നിന്നുകൊടുക്കുന്ന സ്ത്രീ മാതൃകകളെ മാത്രമേ നാം കണ്ടിട്ടുണ്ടായിരുന്നുള്ളൂ. എന്നാൽ മാധവിക്കുട്ടിയാവട്ടെ പുരുഷന് താല്പര്യമില്ലെങ്കിൽപ്പോലും സ്ത്രീക്കും സ്വതന്ത്രമായ ലൈംഗിക മനസ്സും തെരഞ്ഞെടുപ്പുകളും ഉണ്ടെന്ന് ഉറക്കെ പ്രഖ്യാപിച്ചു.

പരമ്പരാഗത ലൈംഗികതാ സങ്കല്പങ്ങൾ ആണിനെ ഭോഗിക്കുന്നവനും പെണ്ണിനെ ഭോഗവസ്തുവും മാത്രമായി വീക്ഷിക്കുമ്പോൾ അവിടെ അടിമത്തവും ഹിംസാത്മകതയും ഒക്കെ ഉൾച്ചേർന്ന ആണും പെണ്ണും തമ്മിലുള്ള എതിർ വർഗ്ഗലൈംഗികതയ്ക്ക് (Hetero sexuality) മാത്രമേ സാദ്ധ്യതയുള്ളൂ. എന്നാൽ പുരുഷൻ ഒരുപോലെ ഭോഗിക്കുന്നവനും ഭോഗവസ്തുവും ആയി മാറുമ്പോൾ അവിടെ പുരുഷ സ്വവർഗ്ഗ ലൈംഗികത

യ്ക്കുള്ള (Gay) സാദ്ധ്യതകൾ ഉണ്ടാവുന്നു. സ്ത്രീ ഒരുപോലെ ഭോഗിക്കുന്നവളും ഭോഗവസ്തുവും ആയി മാറുമ്പോൾ അത് സ്ത്രീ സ്വവർഗ്ഗ ലൈംഗികതയ്ക്കുള്ള (Lesbian) സാദ്ധ്യതകൾ തുറന്നിടുന്നു. ഇവയ്ക്കെല്ലാം പുറമേ ഈ പുതിയ ഭാവുകത്വം സ്ത്രീ പുരുഷബന്ധത്തിലെ ലൈംഗികതയെത്തന്നെ തുല്യതയുള്ള ഒരു ബലതന്ത്രത്തിലേക്ക് പൊളിച്ചെഴുതി അതിൽ കൂടുതൽ ആനന്ദ സാദ്ധ്യതകൾക്ക് വഴിതുറക്കുകയും ചെയ്യുന്നു. ഇങ്ങനെ നോക്കുമ്പോൾ മാധവിക്കുട്ടിയുടെ സ്വവർഗ്ഗപ്രേമം പ്രത്യക്ഷമായി പ്രതിപാദിച്ചിട്ടില്ലാത്ത കൃതികൾപോലും അവയുടെ ലിംഗ സമത്വാധിഷ്ഠിതമായ നിലപാടുകളാൽ സ്വവർഗ്ഗബന്ധങ്ങളെ സാധൂകരിക്കുന്നുണ്ട്.

സ്ത്രീ

വിവാഹത്തിനുമുമ്പ് 'നാലപ്പാട്ട് കമല' എന്ന നാമത്തിൽ എഴുതിയ കഥകളിൽ ഏറ്റവും വിസ്മയിപ്പിക്കുന്നത്. മൂന്നാമതായി പ്രസിദ്ധീകരിച്ച സ്വവർഗ്ഗപ്രേമം കേന്ദ്രപ്രമേയമായി പതിനഞ്ചാം വയസ്സിൽ എഴുതിയ 'സ്ത്രീ' എന്ന ചെറുകഥയാണ്. പാശ്ചാത്യസമൂഹങ്ങൾ സ്വവർഗ്ഗപ്രേമത്തെ ഉദാരമനസ്സോടെ കാണുകയോ വൈദ്യശാസ്ത്രം അതിനെ സ്വാഭാവികമായി അംഗീകരിക്കുകയോ ഒന്നും ചെയ്യാത്ത 1947 ലാണ് കൊച്ചുകമലയുടെ രമ എന്ന ലെസ്ബിയൻ കഥാപാത്രം "സഹോദരാ, ഒരു സ്ത്രീക്ക് മറ്റൊരു സ്ത്രീയെ സ്നേഹിച്ചുകൂടെന്നുണ്ടോ?" എന്ന ശക്തമായ ചോദ്യം സമൂഹത്തിനു നേരെ തൊടുത്തുവിടുന്നതും മാതൃഭൂമി ആഴ്ചപ്പതിപ്പ് അത് പ്രസിദ്ധീകരിക്കുന്നതും. ഈ സ്നേഹം രണ്ട് കൂട്ടുകാരികൾ തമ്മിലുള്ള വെറും സൗഹൃദം മാത്രമല്ലെന്ന് കഥ കൃത്യമായി വ്യക്തമാക്കുന്നുണ്ട്. രമയുടെ കാമുകിയായ പ്രസന്നയെ രവി വിവാഹം കഴിക്കാൻ ആലോചിക്കുമ്പോൾ 'പ്രസന്ന എന്റേതാണ്' എന്ന് രമ വൈകാരികമായി പ്രതിഷേധിക്കുകയും വിവാഹാലോചനയിൽനിന്ന് മാറിപ്പോവാൻ അയാളോട് ആവശ്യപ്പെടുകയും ചെയ്യുന്നു!

ഈ കഥ എഴുതപ്പെട്ട കാലത്തിൽനിന്ന് പ്രധാനമായി ഗ്രഹിക്കേണ്ടത് മാധവിക്കുട്ടി സ്വവർഗ്ഗ സ്നേഹത്തോടെടുക്കുന്ന അനുഭാവപൂർവ്വമായ നിലപാടുകൾ ഇന്നത്തേതുപോലെ പാശ്ചാത്യ കൊളോണിയൽ ചിന്താസരണികളിൽനിന്നുളവായ ഒന്നല്ലെന്നുള്ളതാണ്. സാമൂഹ്യ നിരീക്ഷണത്തിലൂടെ ചെറുപ്പകാലത്തുതന്നെ നേടിയ വളരെ മൗലികമായ ഉൾക്കാഴ്ചകളായിരുന്നു അവരെ നയിച്ചിരുന്നത്. കാമുകിയുടെ വിവാഹം തന്നെ ഭ്രാന്തിയാക്കുമെന്നും അവളെ വിവാഹം ചെയ്യരുതെന്നും രവിയോട് അപേക്ഷിക്കുമ്പോഴെല്ലാം രവിയെ രമ 'സഹോദരാ...' എന്നാണ് അഭിസംബോധന ചെയ്യുന്നത്. അതിനാൽതന്നെ ഈ ത്രികോണ പ്രണയകഥയിൽ ലെസ്ബിയൻ കഥാപാത്രത്തെ പുരുഷ വിദ്വേഷിയായി വായിക്കപ്പെടാതിരിക്കാൻ കഥാകാരി പ്രത്യേകം ശ്രദ്ധ ചെലുത്തിയിട്ടുണ്ടെന്ന് മനസ്സിലാക്കാം. തന്റെ സ്വവർഗ്ഗ പ്രണയത്തെക്കുറിച്ച് കാര്യകാരണ സഹിതം

രവിയോട് വാദിക്കുന്ന രമ ഒരു ആധുനിക എൽ ജി ബി ടി ആക്ടിവിസ്റ്റിനെയാണ് ഓർമ്മപ്പെടുത്തുന്നത്. രമയുടെ ഭ്രാന്തമായ സ്നേഹത്തിൽ ഭയന്ന് പ്രസന്നയുമായുള്ള വിവാഹത്തിൽനിന്ന് രവി പിന്തിരിയുന്നുവെങ്കിലും രമയെ അയാൾ അനുകമ്പ അർഹിക്കുന്ന ഒരു അസാധാരണ യുവതിയായാണ് കാണുന്നത്. വർഷങ്ങൾക്കുശേഷം പ്രസന്ന രോഗിണിയായി മരിക്കുന്നതിനെ തുടർന്ന രമ ആത്മഹത്യ ചെയ്യുന്നതായി ചിത്രീകരിച്ചുകൊണ്ട് കഥാകാരി സ്വവർഗ്ഗ പ്രേമത്തെ പവിത്രതയുടെ ഉന്നതിയിൽ പ്രതിഷ്ഠിക്കുന്നു.

പതിമൂന്ന് വയസ്സായ മകൾ

കൗമാരക്കാരിയായ മകളുടെ വ്യക്തിത്വത്തിലെ അസാധാരണത്വങ്ങളെക്കുറിച്ച് വ്യാകുലപ്പെടുന്ന ഒരു പിതാവിന്റെ മനോവ്യാപാരങ്ങളാണ് 'പതിമൂന്ന് വയസ്സായ മകൾ' (1956) എന്ന ചെറുകഥയിൽ മാധവിക്കുട്ടി വരച്ചിടുന്നത്. മകളുടെ മെലിഞ്ഞ ശരീരവും കറുത്ത നിറവും സൗന്ദര്യമില്ലായ്മയും എല്ലാം സുന്ദരിയായ അമ്മയിൽനിന്ന് അവളെ മാനസികമായി അകറ്റുന്നുണ്ട്. സ്കൂൾ നാടകത്തിൽ അവൾക്ക് ഇഷ്ടികത്തൊഴിലാളിയായ പുരുഷനായി അപ്രധാനമായ ഒരു വേഷം കെട്ടേണ്ടിവരുന്നു. അച്ഛൻ അതിൽ അപമാനിതനായി കോപിഷ്ഠനാവുമ്പോൾ അമ്മ അതിനെ ഒരു തമാശ മാത്രമായാണ് കാണുന്നത്. കണക്കിൽ അവൾ ഒട്ടും ശ്രദ്ധിക്കുന്നില്ലെന്ന് മേരിടീച്ചർ പറഞ്ഞ കാര്യം പിതാവ് മകളെ ഓർമ്മപ്പെടുത്തുന്നു. ഒരു ദിവസം രാത്രി മകൾ ഉറങ്ങിക്കിടക്കുമ്പോൾ അവളുടെ മുറിയിൽ അണയ്ക്കാൻ മറന്നുപോയ വിളക്ക് കെടുത്തുവാനായി വന്ന അച്ഛൻ മകൾ മേരിടീച്ചറെക്കുറിച്ചെഴുതിയ പ്രണയകവിത കാണാനിട വരുന്നു.

"എന്റെ സ്നേഹം ഒരു ഭ്രാന്തൻ
വണ്ടുപോലെയാണ്.
എന്റെ സ്നേഹം ഒരു വണ്ട് പോലെ,
നിങ്ങളുടെ അടുത്തേക്ക് വന്നു.
എന്റെ ഓമനയായ മേരി ടീച്ചർ.
എന്റെ സ്നേഹം ഒരു
മഴപോലെയാണ്. എന്റെ
സ്നേഹം ഒരു ഭ്രാന്തൻ
മഴപോലെയാണ്."

കവിത വായിച്ച് അസ്വസ്ഥനായ പിതാവ് ഉറങ്ങുന്ന മകളുടെ നെറ്റിയിൽ ചുംബിച്ച് ഉറങ്ങാനായി പോവുന്നു. എന്നാൽ അന്ന് രാത്രി അയാൾ പതിവില്ലാതെ ഒരു ചീത്ത സ്വപ്നം കാണുകയാണ്. രണ്ട് വയസ്സുമാത്രം പ്രായംവരുന്ന മകളുമായി താനും ഭാര്യയും തോണിയിൽ യാത്ര ചെയ്യുമ്പോൾ ശിശുവായ മകൾ തോണി മറിച്ചിടാനായി ശ്രമിക്കുന്നു. കഥ ഇവിടെ അവസാനിപ്പിച്ച് സ്വപ്നത്തിന്റെ അപഗ്രഥനം വായനക്കാർക്ക് വിട്ടു

കൊടുക്കുന്ന രചനാതന്ത്രമാണ് കഥാകാരി കൈക്കൊള്ളുന്നത്.

തന്റെ മകളുടെ അസാധാരണപ്രണയത്തെപ്പറ്റി മനസ്സിലാക്കിയതിനു ശേഷം അസ്വസ്ഥനെങ്കിലും മകളെ അയാൾ വാത്സല്യത്തോടെ ചുംബിക്കുന്നുണ്ട്. എന്നാൽ മകളുടെ സ്വവർഗ്ഗാനുരാഗം മൂലം വരാനിരിക്കുന്ന ഭവിഷ്യത്തുക്കൾ തന്റെ കുടുംബംതന്നെ തകർക്കുമെന്ന ഭയം അയാളുടെ ഉപബോധ മനസ്സിലേക്ക് ആഴ്ന്നിറങ്ങി ദുഃസ്വപ്നമായി പുറത്തു വരികയാണ്. ഒരു തരത്തിൽ നോക്കുകയാണെങ്കിൽ ഒരു സ്വവർഗ്ഗാനുരാഗിയെ ഏറ്റവും വലിയ ശത്രുവായി കാണുന്നത് അയാളുടെ/അവളുടെ ലൈംഗികതയെ മനസ്സിലാക്കാനോ അംഗീകരിക്കാനോ കഴിയാത്ത സ്വന്തം കുടുംബംതന്നെയാണ്. സ്വവർഗ്ഗാനുരാഗി എന്ന തന്മ മറ്റ് പാർശ്വവല്ക്കരിക്കപ്പെട്ട തന്മകളായ ദളിതർ, മതന്യൂനപക്ഷങ്ങൾ എന്നിവയിൽനിന്ന് അടിസ്ഥാനപരമായി വ്യത്യാസപ്പെടുന്നതും ഇവിടെയാണ്. നിങ്ങൾ ഒരു ദളിതനാണെങ്കിൽ നിങ്ങളുടെ മാതാപിതാക്കളും സഹോദരങ്ങളും ബന്ധുക്കളും എല്ലാവരും ദളിതരായിരിക്കും. ആ തന്മയിൽ അനുഭവിക്കുന്ന പാർശ്വവല്ക്കരണത്തെ ചെറുത്തുനില്ക്കാൻ നിങ്ങളുടെ കുടുംബവും കൂട്ടിനുണ്ടാകും. എന്നാൽ എതിർവർഗ്ഗ ലൈംഗികത അടിസ്ഥാനമായ കുടുംബത്തെത്തന്നെ തകർക്കാൻ കഴിവുള്ള ഒരു അപഭ്രംശം പോലെയാണ് സ്വവർഗ്ഗ ലൈംഗികതയുള്ള ഒരു മകൻ/മകൾ വീക്ഷിക്കപ്പെടുന്നത്. സമൂഹവും ഭരണകൂടവും എതിർക്കുമ്പോൾ സാന്ത്വനമായി മാറേണ്ട സ്വന്തം കുടുംബംപോലും തന്മ വെളിപ്പെടുത്തിയാൽ ഏറ്റവും വലിയ ശത്രുവായി തന്നെ കണക്കാക്കാം എന്നത് ഓരോ സ്വവർഗ്ഗാനുരാഗിയും പേറുന്ന ഏറ്റവും വലിയ ഭീതിയാണ്. ഈ കഥയെഴുതിയ 1956 ലെ കുടുംബ സാമൂഹ്യ സാഹചര്യങ്ങളിൽനിന്ന് ഇന്നത്തെ കേരളം പുരോഗമിച്ചിരിക്കുന്നു എന്ന് നിസ്സംശയം പറയാം. എന്നാലും സ്വവർഗ്ഗലൈംഗികതയുള്ള മക്കളെ ഡോക്ടർമാർ വഴിയോ ആത്മീയാചാര്യർ വഴിയോ നേരെയാക്കുവാൻ പല മാതാപിതാക്കളും ഇന്നും വൃഥാ തുനിയാറുണ്ട്.

ചതി

സ്വവർഗ്ഗാനുരാഗം കേന്ദ്ര പ്രമേയമല്ലെങ്കിലും 'ചതി' (1959) എന്ന ചെറുകഥയിൽ മധ്യവയസ്കയായ ഒരു ഡോക്ടറുടെ ഭർത്താവിന്റെ കപടസ്നേഹത്തോട് ചേർത്തുവച്ചിരിക്കുന്നത് യുവതിയായ നഴ്സിന് ഡോക്ടറോട് തോന്നുന്ന തീവ്രമായ നിശ്ശബ്ദ പ്രണയമാണ്. എല്ലാ സ്വവർഗ്ഗാനുരാഗികളും ജീവിതത്തിന്റെ ആദ്യ ഘട്ടങ്ങളിലെങ്കിലും കടന്നുപോവുന്ന ഒന്നാണ് പേരെന്തെന്ന് അറിയാത്ത, ശരിയാണോ എന്നറിയാത്ത, പ്രകടിപ്പിക്കാൻ കഴിയാത്ത പ്രണയത്തിന്റെ ആത്മനൊമ്പരം. ആശുപത്രിയിൽ പുതുതായി ചേർന്ന ചെറുപ്പക്കാരിയായ നഴ്സിന് രോഗികളോട് സ്നേഹത്തോടെ പെരുമാറുന്ന മൃദുലഭാവമുള്ള അൻപത് വയസ്സായ ലേഡി ഡോക്ടറോട് തോന്നുന്ന തീവ്രമായ പ്രണയത്തെയും അതുവഴി ഉണ്ടാകുന്ന വേദനാജനകമായ സ്വയംതിരിച്ചറിയലിനെയുംകുറിച്ച് കഥാകാരി

വിവരിക്കുന്നത് വളരെ കൃത്യതയോടെയാണ്.

അവളുടെ മനസ്സിൽ ഒരു കുറ്റബോധമെന്നപോലെ കിടക്കുകയായിരുന്നു ആ സ്നേഹം. അത് വീണ്ടും വീണ്ടും അവളെ വേദനിപ്പിച്ചുകൊണ്ട് പറഞ്ഞു: "നീ സാധാരണ സ്ത്രീയല്ല... നീ ഒരു സ്ത്രീയെ സ്നേഹിക്കുന്നു."

തന്റെ മനസ്സിന്റെ വ്യത്യസ്തമായ അനുരാഗത്തെ ആദ്യമായി തിരിച്ചറിയുന്ന നിമിഷങ്ങൾ ഓരോ സ്വവർഗ്ഗപ്രണയിക്കും മധുരവും വേദനയും ഒരുപോലെ പകരുന്ന നിമിഷങ്ങളായിരിക്കും. സ്വവർഗ്ഗ പ്രേമം ഒരു വ്യക്തിഗതമായ തിരഞ്ഞെടുപ്പ് (Personal Choice) അല്ലെന്ന സത്യം ഈ കഥ പരോക്ഷമായി വെളിവാക്കുന്നുണ്ട്. മിക്ക സ്വവർഗ്ഗാനുരാഗികളുടെയും ആദ്യത്തെ അഭിനിവേശം സ്വവർഗ്ഗാനുരാഗിയല്ലാത്ത ഒരു സാധാരണ വ്യക്തിയുമായിട്ടാവാനാണ് സാധ്യത. അതിനാൽതന്നെ അത് പ്രകടിപ്പിക്കപ്പെടാനോ പ്രകടിപ്പിച്ചാൽത്തന്നെ തിരിച്ച് കിട്ടാനോ ഉള്ള സാധ്യതകൾ വളരെ കുറവാണ്. ഇങ്ങനെ പ്രകടിപ്പിക്കാനാവാത്ത തീവ്രപ്രണയത്തിന്റെ നീറ്റലിൽനിന്നാണ് ഒരാൾ സ്വവർഗ്ഗപ്രേമിയെന്ന തന്റെ തന്മയെ തിരിച്ചറിഞ്ഞ് സ്വയം അംഗീകരിക്കുന്നത്. മറ്റൊരു സ്വവർഗ്ഗപ്രേമിക്കു മാത്രമേ തന്റെ സ്നേഹത്തെ വിലമതിക്കാനും തിരിച്ചുതരാനും കഴിയുകയുള്ളൂ എന്നു മനസ്സിലാക്കുന്നതും.

നഴ്സ് തന്റെ സ്നേഹത്തെപ്പറ്റി കൂട്ടുകാരി ലീലയോട് പറയുമ്പോൾ കിട്ടുന്ന പ്രതികരണങ്ങൾ സ്വവർഗ്ഗ പ്രേമത്തെ സാധാരണ ആളുകൾ എത്ര നിസ്സാരമായി തള്ളിക്കളയുന്നു എന്നതിന്റെ നേർപകർപ്പാണ്.

ഒരു രാത്രിയിൽ തന്റെ കൂട്ടുകാരി ഉറക്കെ ചിരിച്ചു.

"ഇതെന്ത് സ്നേഹമാണ്? പെണ്ണുങ്ങൾക്ക് പെണ്ണുങ്ങളോട് സ്നേഹമോ? എനിക്കീ വിഡ്ഢിത്തമൊന്നും കേൾക്കണ്ട."

"അല്ല ലീലേ, ഇത് സത്യമാണ്. എനിക്ക് അവരെ എപ്പോഴും കണ്ടുകൊണ്ടിരിക്കുവാനാണ് മോഹം. എനിക്ക് അവരെ..."

"അവരെ?"

തൊടാനും ഉമ്മവയ്ക്കുവാനും മറ്റും മോഹമുണ്ട് എന്നു പറയുവാൻ അവൾ മടിച്ചു. അതുകൊണ്ട് അവൾ പറഞ്ഞു: "എപ്പോഴും കാണണം."

"നിനക്ക് കല്യാണമൊന്നും വേണ്ടേ? എപ്പോഴും ആ സ്ത്രീയെ പൂജിച്ചു കഴിഞ്ഞാൽ മതിയോ?"

പ്രത്യക്ഷമായ സ്വവർഗ്ഗഭീതി (Homophobia) യേക്കാൾ കേരളത്തിൽ കൂടുതൽ കണ്ടുവരുന്നത് ബന്ധുക്കളും സുഹൃത്തുക്കളുമെല്ലാം സ്വവർഗ്ഗപ്രണയത്തെ തമാശയോ വിഡ്ഢിത്തമോ ഒക്കെയായ വെറുമൊരു ചാപല്യം മാത്രമായി കാണുന്നതാണ്. പ്രായപൂർത്തിയായി കല്യാണത്തോടെ മാറ്റിവെക്കേണ്ട ഒരു കുട്ടിക്കളിയായാണ് ഭൂരിപക്ഷം വരുന്ന എതിർവർഗ്ഗപ്രേമികൾ സ്വവർഗ്ഗപ്രേമത്തെ വീക്ഷിക്കുന്നത്. കൂട്ടുകാരിയോട് ഡോക്ടറെ തൊടാനും ഉമ്മവയ്ക്കുവാനും മറ്റും മോഹമുണ്ട് എന്ന് പറയുവാൻ നഴ്സിന് കഴിയുന്നില്ല. സ്നേഹത്തെക്കുറിച്ചുമാത്രം പറയാതെ

അതിന്നാധാരമായ ലൈംഗികതയെയും രതിയെയുംക്കുറിച്ച് കൂടി പറയാൻ ധൈര്യപ്പെട്ടാൽ മാത്രമേ തമാശയായി പരിഹസിച്ച് തള്ളിക്കളയുന്ന 'കുട്ടിക്കളി' കാര്യഗൗരവത്തോടെ ആളുകൾ എടുക്കുകയുള്ളൂ എന്നുള്ളത് ലൈംഗിക ന്യൂനപക്ഷങ്ങൾ മനസ്സിലാക്കേണ്ട കാര്യമാണ്.

ചന്ദ്രരശ്മികൾ

പുരുഷ സ്വവർഗ്ഗാനുരാഗം കേന്ദ്രപ്രമേയമായി മാധവിക്കുട്ടി 1969 ൽ എഴുതിയ ചെറുകഥയാണ് 'ചന്ദ്രരശ്മികൾ.' ഒരു യുവതിയുടെ ഭർത്താവിന്റെ ആത്മസുഹൃത്തായ ഇഖ്ബാൽ എന്ന യുവാവ് ആത്മഹത്യാശ്രമം നടത്തുന്നതും ആശുപത്രിയിലായ അയാളെ യുവതി കാണാൻ പോയകുകയും ചെയ്യുന്നിടത്താണ് കഥ തുടങ്ങുന്നത്. ഒന്നേകാൽ പേജിൽ ചുരുങ്ങിയ വാക്കുകൾകൊണ്ട് കോറിയിടുന്നത് ദൽഹിയിലുള്ള ഭർത്താവിന്റെ സഹമുറിയനായിരുന്ന ഇഖ്ബാൽ അയാളുടെ കാമുകൻ കൂടിയാണെന്ന് മധുവിധു നാളിൽത്തന്നെ അറിയാനിടവരുന്ന ഭാര്യയുടെ അസ്വസ്ഥതകളാണ്. ഭർത്താവിന്റെ വിവാഹശേഷം കാമുകൻ പിണങ്ങി മാറിത്താമസിക്കുന്നുണ്ടെങ്കിലും വിവാഹത്തോടൊപ്പം സ്വവർഗ്ഗബന്ധവും തുടരുന്നതായാണ് കഥയിൽ സൂചിപ്പിക്കുന്നത്. താൻ ഗർഭിണിയായതിനാലാണ്, യുവാവിന് പറ്റാത്ത കാര്യം തനിക്ക് ചെയ്യാൻ കഴിയുന്നതിനുള്ള അസൂയകൊണ്ടാണ് അയാൾ ആത്മഹത്യാശ്രമം നടത്തിയതെന്ന് യുവതി അയാളോട് തുറന്നടിച്ച് പറയുന്നു. ആ വെളിപ്പെടുത്തലിൽ മുറിവേറ്റ കാമുകൻ പൊട്ടിക്കരയുമ്പോൾ യുവതി പൈശാചികമായി പൊട്ടിച്ചിരിച്ചുകൊണ്ട് നടന്നകലുന്നിടത്ത് കഥ അവസാനിക്കുന്നു.

ഇഖ്ബാൽ തന്റെ ഭർത്താവിനെഴുതിയ പ്രണയ കവിത കിടക്കയിൽനിന്നും കണ്ടെടുക്കുന്നതിനാണ് അയാളുമായി ഭർത്താവിനുള്ള പ്രണയബന്ധത്തെക്കുറിച്ച് യുവതി മനസ്സിലാക്കുന്നത്. ഇഖ്ബാൽ ഒരു വിചിത്രജീവിയാണെന്നും അവന്റെ അകവും പുറവും ആത്മാവും ശരീരവും തനിക്കുമാത്രമേ മനസ്സിലാക്കാൻ കഴിയൂവെന്നും ഭർത്താവ് ഭാര്യയോട് പറയുന്നു. കാമുകൻ അച്ഛനാകുന്നതോടെ തന്നോടുള്ള ബന്ധം ഇല്ലാതാകുമോ എന്ന വിഷാദം കാരണം ഇഖ്ബാൽ ആത്മഹത്യയ്ക്ക് ശ്രമിക്കുന്നു. ഇങ്ങനെ പുരുഷ സ്വവർഗ്ഗപ്രേമത്തെ സ്ത്രീ പുരുഷ പ്രണയങ്ങളിൽ കാണുന്ന അതേ ആത്മാർത്ഥതയും വൈകാരികതയും ഉള്ളതായി ത്തന്നെയാണ് കഥാകാരി ചിത്രീകരിച്ചിരിക്കുന്നത്. ആധുനികമായ തന്മകളുടെ പരിപ്രേക്ഷ്യത്തിലൂടെ നോക്കിയാൽ ഇഖ്ബാലിനെ സ്വവർഗ്ഗപ്രണയി (Gay) എന്നും ഭർത്താവിനെ ഉഭയവർഗ്ഗപ്രണയി (Bisexual) എന്നും അടയാളപ്പെടുത്താവുന്നതാണ്. സ്വവർഗ്ഗപ്രണയി അവിവാഹിതനായി തുടരുമ്പോൾ ഉഭയവർഗ്ഗപ്രണയി സന്താനോല്പാദനത്തിനായി വിവാഹിതനാവുന്നുവെങ്കിലും അയാൾക്ക് കാമുകനോടുള്ള പ്രേമത്തിൽ കുറവൊന്നും സംഭവിക്കുന്നില്ല. ഈ ത്രികോണബന്ധത്തിൽ ശരിക്കും വീർപ്പുമുട്ടുന്നത് തന്റേതല്ലാത്ത കാരണങ്ങളാൽ അവഗണിക്കപ്പെടുന്ന ഭാര്യയാ

ണ്. എന്നാൽ ഈ കഥയിൽ ഗർഭധാരണത്തിലൂടെ ഭാര്യ ഭർത്താവിനു മേൽ ആധിപത്യം സ്ഥാപിക്കുകയാണ്. യഥാർത്ഥ ജീവിതത്തിൽ പലപ്പോഴും ഉഭയവർഗ്ഗപ്രണയികളായ ആളുടെ ജീവിതപങ്കാളി തന്റെ ഇണയുടെ സവിശേഷ ലൈംഗിക ചായ്‌വിനെക്കുറിച്ച് അറിയാറേയില്ല. എന്നാൽ ഈ കഥയിൽ ഭർത്താവ് തന്റെ ലൈംഗികചായ്‌വിനെക്കുറിച്ചും കാമുകനെക്കുറിച്ചും ഭാര്യയോട് തുറന്നു പറയുന്നത് ശുഭസൂചകമായി കാണാവുന്നതാണ്.

രാജവീഥികൾ

സ്വവർഗ്ഗപ്രേമികളുടെ ദൃശ്യതയും അംഗീകാരവും പാശ്ചാത്യരാജ്യങ്ങളിൽ ഉടലെടുത്തുവന്ന എഴുപതുകൾക്കുശേഷം 1984 ൽ മാധവിക്കുട്ടി എഴുതിയ പുരുഷ സ്വവർഗ്ഗ ലൈംഗികത വിഷയമായി വരുന്ന ചെറുകഥയാണ് 'രാജവീഥികൾ.' പാരീസിൽ ജീവിക്കുന്ന ബോംബെക്കാരിയായ മനോരമ എന്ന ഇരുപത്തിയാറുകാരിയായി മോഡൽ തന്റെ മുതലാളിയായ നിക്കലസിന്റെ ആജ്ഞപ്രകാരം ശ്രീലങ്കയിലെ കൊളംബോ നഗരത്തിൽ ഫാഷൻ പരേഡിനായി വന്നപ്പോഴുണ്ടായ സംഭവപരമ്പരകളാണ് കഥയുടെ ഇതിവൃത്തം. നിക്കലസ് കൊടുത്തയച്ച പെട്ടി കൊളംബോയിൽ താമസിക്കുന്ന എഴുത്തുകാരനും സ്വവർഗ്ഗപ്രേമിയും കോടീശ്വരനുമായ ഫ്ലെച്ചർ എന്ന അറുപത്തഞ്ചുകാരനായ സായിപ്പിനെ ഏല്പിക്കുക എന്നതും അവളുടെ യാത്രാദൗത്യമാണ്. പെട്ടി ഏല്പിക്കാൻ ഫ്ലെച്ചറുടെ വീട്ടിൽ പോയ മനോരമ അയാളുടെ സെക്രട്ടറിയായ ജെറി എന്ന ഇരുപത്തഞ്ചുകാരനായ യുവാവിൽ അനുരക്തയാവുന്നു. താൻ ഒരു തമിഴത്തിക്ക് ഏതോ സായിപ്പിൽ പിറന്ന മകനാണെന്നും വെളുപ്പു നിറം കൊണ്ടുള്ള പരിഹാസം കാരണം അമ്മ തന്നെ അനാഥാലയത്തിലാക്കിയെങ്കിലും അവിടെനിന്ന് തന്നെ പതിനഞ്ചാം വയസ്സിൽ രക്ഷപ്പെടുത്തിയത് ഫ്ലെച്ചർ ആണെന്നും ജെറി മനോരമയെ അറിയിക്കുന്നു. ജെറി ഫ്ലെച്ചറുടെ സെക്രട്ടറി മാത്രമല്ല കിടപ്പറയിലെ കളിപ്പാട്ടമായ പ്രേമഭാജനം കൂടിയാണെന്ന് മനോരമ മനസ്സിലാക്കുന്നു. മനോരമയും ജെറിയും തമ്മിലുള്ള ബന്ധത്തെപ്പറ്റി ഫ്ലെച്ചർ അറിയാനിടവരുന്നു. പിറ്റേന്നത്തെ പ്രഭാതം ഉണർന്നത് നഗരത്തിൽ തമിഴ്സിംഹള വംശീയ ലഹളകൾ തുടങ്ങിയതായും ജെറി തലപിളർന്ന് കൊല്ലപ്പെട്ടതായും ഉള്ള വാർത്തകളുമായാണ്.

ജെറി എന്ന യുവാവ് ഫ്ലെച്ചറുടെ പ്രണയത്തിന് പാത്രമാണെങ്കിലും അയാൾ സ്വവർഗ്ഗപ്രേമി അല്ല എന്നുള്ളത് വ്യക്തമാണ്. കാരണം ഇരുപത്തഞ്ചുകാരനായ ജെറി സുന്ദരിയായ മനോരമയോട് അഭിനിവേശം കാണിക്കുന്നുണ്ട്. അവന് പതിനഞ്ചുവയസ്സ് മാത്രമുള്ളപ്പോൾ അന്ന് അൻപത്തഞ്ചുകാരനായ ഫ്ലെച്ചർ അവനെ അനാഥാലയത്തിൽ നിന്ന് ഏറ്റെടുത്ത് അവന്റെ രക്ഷകനും തൊഴിൽദാതാവുമായതാണ്. യൗവനത്തിലേക്ക് കടന്നപ്പോൾ ഫ്ലെച്ചർ അവനെ ഭോഗവസ്തുവായി ഉപയോഗി

ച്ചിരുന്നു എന്ന് കഥ വ്യക്തമായി പറയുന്നുണ്ട്. തന്നെ ദാരിദ്ര്യത്തിൽനിന്നും അനാഥത്വത്തിൽനിന്നും രക്ഷിച്ച യജമാനനോടുള്ള കടപ്പാടിനാൽ ജെറി അതിന് വഴങ്ങിക്കൊടുത്തിരിക്കാം. അല്ലെങ്കിലും ചെറുപ്പം മുതലേ ഫ്ലെച്ചറുടെ കാരുണ്യത്തിൽ അയാളുടെ കൂടെ ജീവിക്കുന്ന അവന് ഇക്കാര്യത്തിൽ യജമാനനോട് എതിർപ്പ് പ്രകടിപ്പിക്കാൻ കഴിയണമെന്നില്ല. എന്നാൽ മനോരമയുടെ സ്ത്രീ സൗന്ദര്യത്തിനു മുന്നിൽ അവന്റെ യഥാർത്ഥ ലൈംഗികത പുറത്ത് വരുന്നുണ്ട്. അനുഭവങ്ങളിലൂടെ അടിച്ചേല്പിക്കാൻ കഴിയുന്ന ഒന്നല്ല സ്വവർഗ്ഗലൈംഗികത എന്ന് ഇത് പരോക്ഷമായി സൂചിപ്പിക്കുന്നുണ്ട്. മനോരമയുമായി സ്വകാര്യനിമിഷങ്ങൾ പങ്കിട്ടത് ഫ്ലെച്ചർ മനസ്സിലാക്കിയ കാര്യം അറിഞ്ഞനിമിഷം ജെറി അതിയായി പരിഭ്രാന്തനാവുകയും ചിലപ്പോൾ പാരീസിലേക്ക് മനോരമയുടെ കൂടെ താനും വരാനിടയുണ്ട് എന്ന് പറയുകയും ചെയ്യുന്നുണ്ട്. യജമാനനെ ധിക്കരിച്ച ലൈംഗിക അടിമയുടെ വെപ്രാളമായി ഇതിനെ വായിച്ചെടുക്കാം. മനോരമയുമായുള്ള ബന്ധത്തെ ചൊല്ലി ഫ്ലെച്ചറും ജെറിയും കലഹിച്ചിരിക്കാം. വൃദ്ധനായ ഫ്ലെച്ചറുടെ കിടപ്പറയിലെയും ജീവിതത്തിലെയും ഭൃത്യൻ എന്ന അവസ്ഥയിൽനിന്ന് രക്ഷപ്പെടാനായി ജെറി ശ്രമിച്ചിരിക്കാം. അവൻ പണപ്പെട്ടി മോഷ്ടിച്ച് മനോരമയുടെ കൂടെ പാരീസിലേക്ക് രക്ഷപ്പെടാൻ പ്ലാൻ ചെയ്തിരുന്നു എന്നാണ് ഫ്ലെച്ചറുടെ ബട്ലർ മനോരമയോട് മാത്രമായി വെളിവാക്കിയ സത്യം സൂചിപ്പിക്കുന്നത്. കവർച്ച ചെയ്യാൻ ശ്രമിച്ച ജെറിയെ ഫ്ലെച്ചർ കൊന്നിരിക്കാം. ആ കൊലപാതകം മറച്ചുപിടിക്കാനായി അന്ന് രാത്രി അയാൾ തന്റെ അധോലോക സ്വാധീനം ഉപയോഗിച്ച് ശ്രീലങ്കയിൽ വംശീയലഹള സൃഷ്ടിച്ചിരിക്കാം! (ഇതിനുള്ള സൂചനകളും കഥയിൽ മുൻപേ തരുന്നുണ്ട്). ഇങ്ങനെ പലയിടത്തായി ചില സൂചനകൾ മാത്രം നല്കി യാഥാർത്ഥ്യത്തെ വായനക്കാരന്റെ ഭാവനയിൽ വിരിയിച്ചെടുക്കാൻ വിടുന്ന മാധവിക്കുട്ടിയുടെ അപാരമായ ക്രാഫ്റ്റിന് ഉദാഹരണമാണ് ഈ ചെറുകഥ.

ചന്ദനമരങ്ങൾ

സമപ്രായക്കാരും അയൽക്കാരുമായ ഷീലയും കല്യാണിക്കുട്ടിയും തമ്മിൽ ആജീവനാന്തമുള്ള മമതയും പ്രണയവുമാണ് 1988 ൽ മാധവിക്കുട്ടി എഴുതിയ 'ചന്ദനമരങ്ങൾ' എന്ന ചെറുനോവലിന്റെ പ്രമേയം. ഷീലയുമായുള്ള ഗാഢസൗഹൃദത്തെ പ്രണയത്തിലേക്കും രതിയിലേക്കും എത്തിക്കുന്നതിൽ മുൻകൈയെടുക്കുന്ന കല്യാണിക്കുട്ടിയുടെ ലൈംഗികതയെ ലെസ്ബിയൻ എന്നുതന്നെ വിശേഷിപ്പിക്കാവുന്നതാണ്. യൗവനാരംഭത്തിൽ കുളക്കടവിൽ വച്ച് നടക്കുന്ന അവർ തമ്മിലുള്ള ആദ്യരതിയുടെ വിവരണങ്ങൾ മലയാളത്തിൽ എഴുതപ്പെട്ട രതിവർണ്ണനകളിൽ അദ്വിതീയമായ സ്ഥാനത്ത് നിലയുറപ്പിക്കുന്നു. കല്യാണിക്കുട്ടിയുടെ നിയന്ത്രണാതീതമായ കാമപ്രകടനങ്ങളിൽ അപമാനത്തോടെയും ലജ്ജയോടെയും വഴങ്ങിക്കൊടുക്കുന്ന ഷീലയെയാണ് നാം കാണുന്നത്. കല്യാ

ണിക്കുട്ടി ജന്മനാ സ്വവർഗ്ഗപ്രണയിനി (Lesbian) ആയ യുവതിയാണെങ്കിൽ ഷീല കല്യാണിക്കുട്ടിയുമായുള്ള അനുഭവങ്ങളാൽ ഉഭയവർഗ്ഗപ്രണയി (Bisexual) ആയി മാറിയ യുവതിയാണ്. കല്യാണിക്കുട്ടിയുമായുള്ള മകളുടെ ബന്ധം വേർപിരിക്കാൻ വേണ്ടിമാത്രമാണ് ഷീലയുടെ അമ്മ അവളെക്കാൾ ഇരുപത്തൊന്ന് വയസ്സ് പ്രായക്കൂടുതലുള്ള ഒരു അകന്ന ബന്ധുവുമായി അവളുടെ കല്യാണം ഉറപ്പിച്ചത്. വിവാഹത്തിനു മുമ്പ് ഒളിച്ചോടാനുള്ള കല്യാണിക്കുട്ടിയുടെ പദ്ധതിയെ പ്രായോഗികബുദ്ധിക്കാരിയായ ഷീല നിരസിക്കുന്നു. ഇവിടെയും Lesbian, Bisexual എന്നീ തന്മകൾ തമ്മിലുള്ള വ്യത്യാസം പ്രകടമാണ്. കാരണം ഒരു ഉഭയവർഗ്ഗപ്രണയിക്ക് ആൺ പെൺ ദാമ്പത്യബന്ധത്തിൽ പൊരുത്തപ്പെട്ട് പോകുവാൻ കുറെയൊക്കെ സാധിക്കും. മക്കളുടെ സ്വവർഗ്ഗലൈംഗികത കണ്ടുപിടിക്കപ്പെട്ടാൽ അതിനെ ശരിയായ വഴിയിൽ നേരിടാതെ തിടുക്കപ്പെട്ടുള്ള വിവാഹത്തിലൂടെ പ്രശ്നം ഒന്നുമറിയാത്ത പങ്കാളിയുടെ തലയിൽ കെട്ടിവയ്ക്കാനുള്ള ശ്രമങ്ങൾ ചില മാതാപിതാക്കൾ ഇന്നും നടത്താറുണ്ട്.

കല്യാണിക്കുട്ടിയുമായുള്ള രതിയുമായി താരതമ്യപ്പെടുത്തുമ്പോൾ മധ്യവയസ്കനും സാധാരണക്കാരനുമായ ഭർത്താവുമായുള്ള ശാരീരിക ബന്ധം ഷീലക്ക് മടുപ്പും വെറുപ്പും ഉളവാക്കുന്നതായിരുന്നു. എന്നാലും ഏതൊരു പരമ്പരാഗത ഭാര്യയെയുംപോലെ അവൾ തന്റെ ദാമ്പത്യകടമകൾ അനുഷ്ഠിച്ചു പോരുകയും മെഡിസിന് പഠിച്ച് ഡോക്ടറായി തന്റെ ക്ലിനിക്കും രോഗികളുമൊക്കെയുള്ള ലോകത്തിൽ അർത്ഥം കണ്ടെത്താൻ ശ്രമിക്കുകയും ചെയ്യുന്നു. കല്യാണിക്കുട്ടിയും ഇതേസമയം മറ്റൊരു നഗരത്തിൽ പഠിച്ച് ഡോക്ടറാവുകയും ഒരു യുവഡോക്ടറെ വിവാഹം കഴിക്കുകയും ചെയ്യുന്നു. എന്നാൽ കല്യാണിക്കുട്ടി വിവാഹം ചെയ്ത് സാമൂഹ്യ കീഴ്‌വഴക്കങ്ങൾ പാലിക്കാനും സാമ്പത്തിക സുരക്ഷിതത്വത്തിനുംവേണ്ടി മാത്രമായിരുന്നു. ഭർത്താവിൽ നിന്നുള്ള ഗർഭധാരണം അവൾ രഹസ്യമായി അലസിപ്പിക്കുകയും രണ്ട് വർഷങ്ങൾ കൊണ്ടുതന്നെ ആ ദാമ്പത്യം വിവാഹമോചനത്തിൽ കലാശിക്കുകയും ചെയ്യുന്നു.

ഇന്ത്യയിലെ സ്വവർഗ്ഗപ്രേമികൾ ചിലരെങ്കിലും ദാമ്പത്യം വിവാഹമോചനത്തിൽ കലാശിക്കുമെന്ന് മുൻകൂട്ടി അറിയാമായിരുന്നിട്ടും ഇങ്ങനെ വീട്ടുകാരുടെയും നാട്ടുകാരുടെയും നിർബന്ധത്തിന് വഴങ്ങി വിവാഹം ചെയ്യാറുണ്ട്. വിവാഹമോചനത്തിനുശേഷം ആസ്ത്രേലിയയിലേക്ക് പോകുന്ന കല്യാണിക്കുട്ടി ഷീലയോട് ഭർത്താവിനെ ഉപേക്ഷിച്ച് തന്നോടൊപ്പം വിദേശത്തേക്ക് വരാൻ യാചിക്കുന്നുണ്ട്. ദുസ്സഹമാണ് തന്റെ ദാമ്പത്യമെങ്കിലും ആദ്യകമിതാവായ കല്യാണിക്കുട്ടിയെപ്പോലെ മറ്റാരെയും തനിക്ക് സ്നേഹിക്കാൻ കഴിയില്ല എന്നറിഞ്ഞിട്ടും ഭർത്താവിനെ വിട്ടുപോരാൻ ഷീലയ്ക്ക് കഴിയുന്നില്ല. പൊരുത്തമില്ലാത്ത ദാമ്പത്യം അവസാനിപ്പിക്കാൻ ആഗ്രഹമുണ്ടെങ്കിലും ചിലർക്കെങ്കിലും അതൊരു ആജീവനാന്ത തടവറയായി മാറുന്നു.

ഇരുപത്താറു വർഷത്തിനുശേഷം കല്യാണിക്കുട്ടി ഒരു ആസ്ത്രേ

ലിയക്കാരന്റെ സമ്പന്നയായ വിധവയായി കേരളത്തിൽ തിരിച്ചെത്തുന്നിടത്താണ് കഥ പുനരാരംഭിക്കുന്നത്. കുട്ടികളില്ലാത്ത ഷീല ഭർത്താവിൽനിന്ന് മാനസികമായും ശാരീരികമായും വളരെ അകന്നിട്ടുണ്ടെങ്കിലും അപ്പോഴും നാട്ടുകാരുടെ മുന്നിൽ ആദർശദമ്പതിമാരായി അഭിനയിക്കുകയാണ്. അൻപത് കഴിഞ്ഞ മധ്യവയസ്കയെങ്കിലും ആരോഗ്യവും സൗന്ദര്യവും കാത്തുസൂക്ഷിച്ച കല്യാണിക്കുട്ടി തന്റെ പഴയ ബന്ധങ്ങൾ ഓരോന്നിലും ഇടിച്ചുകയറി പ്രശ്നങ്ങൾ സൃഷ്ടിക്കുന്നതാണ് നാം കാണുന്നത്. കല്യാണിക്കുട്ടി ഷീലയെ മാത്രമേ യഥാർത്ഥത്തിൽ പ്രണയിച്ചിട്ടുള്ളൂ. ഭർത്താവുള്ളിടത്തോളം കാലം ഷീലയെ തനിക്ക് സ്വന്തമാക്കാൻ കഴിയില്ല എന്ന അവൾക്കറിയാം. അവളുടെ വിവാഹവും ഗർഭം അലസിപ്പിക്കലും വിവാഹമോചനവും വിദേശപ്രവാസവും തിരിച്ചുവന്നശേഷം മുൻ ഭർത്താവിന്റെ യുവതിയായ മകളെ വശീകരിക്കലും എല്ലാം ഈ കിട്ടാപ്രണയത്തിന്റെ ദയനീയമായ പാർശ്വഫലങ്ങളാണ്. ഇരുപത്തിരണ്ട് ദിവസം കേരളത്തിൽ ഒഴിവുകാലം ചെലവഴിച്ച് കല്യാണിക്കുട്ടി ആസ്ത്രേലിയയ്ക്ക് മടങ്ങിയെങ്കിലും ഷീല അവളെ സ്നേഹിക്കുന്നിടത്തോളം കാലം അവൾ തിരിച്ചുവന്നു കൊണ്ടേയിരിക്കും എന്ന് ഷീലയുടെ ഭർത്താവ് കഥാന്ത്യത്തിൽ ഗൗരവപൂർവ്വം പ്രവചിക്കുന്നുണ്ട്. സ്വവർഗ്ഗലൈംഗികത വിവാഹത്തോടെ ഇല്ലാതാവും/പരിഹരിക്കപ്പെടും എന്ന് ചിന്തിക്കുന്നവർക്കുള്ള ഒരു പാഠമാണ് ഈ നോവൽ. നോവൽ ഇവിടെ അവസാനിക്കാതെ ഒരു ദശകം കൂടെ നീളുകയാണെങ്കിൽ ഷീല വിധവയായശേഷം കല്യാണിക്കുട്ടി കേരളത്തിൽ തിരിച്ചുവന്ന് അവർ ഒരുമിച്ച് കൊച്ചിയിൽ സസുഖം ജീവിക്കുന്നതായിരിക്കും വായനക്കാർ കാണുക!

ആത്മകഥകൾ സ്മരണകൾ

കമലാ സുരയ്യയുടെ ചെറുകഥകളിൽ പലതും ആത്മകഥാഖണ്ഡങ്ങൾ തന്നെയല്ലേ എന്ന് ഖദീജാ മുംതാസിനെപ്പോലുള്ള ആസ്വാദകർ നിരീക്ഷിച്ചിട്ടുണ്ട്. ചില കഥകൾ സ്വന്തം അനുഭവങ്ങൾ തന്നെയാണെങ്കിൽ മറ്റ് പല കഥകളും സ്വജീവിതത്തിൽ കാണിയായ സംഭവങ്ങളാൽ പ്രചോദിതമാണ്. ലോകത്ത് മറ്റൊരു സാഹിത്യകാരിയും ഇത്ര വിപുലമായി സ്വന്തം ജീവിതകഥ ലോകത്തിനു മുമ്പിൽ തുറന്നുവച്ചിട്ടുണ്ടെന്ന് തോന്നുന്നില്ല.

പതിനഞ്ചു വയസ്സുകാരിയായ നാലപ്പാട്ട് കമല 1947 ൽ ലെസ്ബിയൻ പ്രണയത്തെ സാധൂകരിച്ചുകൊണ്ട് 'സ്ത്രീ' എന്ന കഥയെഴുതി പ്രസിദ്ധീകരിച്ചു എന്നുള്ളത് ഒരുപോലെ വിസ്മയിപ്പിക്കുന്നതും അമ്പരപ്പിക്കുന്നതുമാണ്. ഈ ചെറുകഥയുടെ തായ്വേരുകൾ തേടിപ്പോയാൽ നാം ചെന്നെത്തുന്നത് ആത്മകഥയായ 'എന്റെ കഥ'യിൽ മാധവിക്കുട്ടി വിവരിച്ച, ഒൻപതു വയസ്സുള്ളപ്പോൾ ചേർന്ന തൃശൂരിലെ ക്രിസ്ത്യൻ ബോഡിങ് സ്കൂൾ കാലത്ത് അടുത്തറിയാനിടയായ സ്വവർഗ്ഗപ്രണയിനികളായ വിദ്യാർത്ഥിനികളിലാണ്. തന്റെ റൂംമേറ്റും സുന്ദരിയുമായ 16

കാരി ശാരദയുടെ അനുഭവത്തെക്കുറിച്ച് ഇങ്ങനെ എഴുതുന്നു:

"...ശാരദയെ പ്രേമിക്കാനും ആരാധിക്കുവാനും കോൺവെന്റിലെ സ്വവർഗ്ഗപ്രേമികൾ ഒരുങ്ങിപ്പുറപ്പെട്ടു. പക്ഷേ, ശാരദ അവരെ കഠിനമായി ശകാരിച്ചു. ഒടുവിൽ ഫ്ലോറി എന്നൊരുത്തി ഒഴികെ എല്ലാവരും പിന്മാറി. ഫ്ലോറി ശാരദ റൂമിലില്ലാത്തപ്പോൾ അവളുടെ തലയണ ചുംബിക്കുകയും അവളുടെ തോർത്തുമുണ്ട് മണക്കുകയും മറ്റും ചെയ്തുകൊണ്ടിരുന്നു. ഈ രംഗങ്ങൾക്കൊക്കെ സാക്ഷിയായി ഞാൻ എന്റെ കട്ടിലിൽ ഇരുന്നു. പക്ഷേ, ഫ്ലോറി എന്റെ സാന്നിദ്ധ്യം തീരെ ഗൗനിച്ചില്ല."

'സ്വവർഗ്ഗപ്രേമി' എന്ന വാക്ക് മലയാള സാഹിത്യത്തിൽ ആദ്യമായി ഉപയോഗിച്ചത് ഈ രംഗവർണ്ണനയിൽ ആണെന്ന് തോന്നുന്നു. 'പതിമൂന്ന് വയസ്സായ മകൾ' എന്ന കഥയ്ക്ക് പ്രചോദനമായേക്കാവുന്ന തരത്തിൽ അതിലെ ചില സംഭവങ്ങളോട് സാമ്യമുള്ള അനുഭവങ്ങൾ ആദ്യകാല സ്മരണകളായ 'വർഷങ്ങൾക്കുമുമ്പ്' എന്ന കൃതിയുടെ അവസാന അദ്ധ്യായത്തിൽ പറഞ്ഞിട്ടുണ്ട്. ജ്യേഷ്ഠൻ മദ്രാസ്സിലേക്കും അമ്മ കേരളത്തിലേക്കും താമസം മാറിയപ്പോൾ ജോലിത്തിരക്കുള്ള അച്ഛനുമായി കൽക്കട്ട നഗരത്തിൽ ഒറ്റയ്ക്ക് ജീവിക്കാനിടവന്ന സമയത്തുള്ള ഏകാന്തതയാണ് ഈ അദ്ധ്യായത്തിലെ പ്രതിപാദ്യം. മകൾ വളരുന്നു എന്ന കാരണത്താൽ ഡാൻസ് മാസ്റ്ററെയും ചിത്രകലാദ്ധ്യാപകനെയും അച്ഛൻ പിരിച്ചുവിട്ടപ്പോൾ പൂർണ്ണമായ സ്നേഹരാഹിത്യം അനുഭവിക്കാനിടയായ കമല എന്ന കൗമാരക്കാരി തന്റെ നാല്പത്തിരണ്ട് വയസ്സുകാരിയായ ഇംഗ്ലീഷ് ടീച്ചർ സ്നേഹാലാഹയെ പ്രേമിക്കാൻ തുടങ്ങുകയും അവരോടുള്ള ആരാധന തുളുമ്പിയ കവിതകൾ എഴുതുകയും ചെയ്യുന്നുണ്ട്.

എന്നാൽ പ്രായപൂർത്തിയെത്തിയ കമല ലെസ്ബിയൻ, ബൈസെക്ഷൽ എന്നിങ്ങനെയൊന്നും അടയാളപ്പെടുത്താനാവാത്ത വിധം പുരുഷനെ ആത്മീയമായും ശാരീരികമായും പ്രണയിച്ചിരുന്ന ഹെറ്ററോസെക്ഷൽ യുവതി മാത്രമാണ്. പുരുഷന്റെ രോമാവൃതമായ മാറിടവും ബലിഷ്ഠമായ കരങ്ങളും ശുക്ലത്തിന്റെ ഗന്ധവുമെല്ലാം അവരുടെ കൃതികളിൽ ആവർത്തിച്ചുവരുന്ന ബിംബങ്ങളാണ്. വിവാഹത്തിനുള്ളിൽ ലഭിക്കാത്ത പ്രണയം പുറമേ തേടിയലഞ്ഞ രാധയായിരുന്നു അവർ. പുരുഷന്റെ പ്രണയത്തിനായുള്ള ആ അന്വേഷണത്തിനായി വിധവയായതിനുശേഷം മതം മാറാൻപോലും അവർ തയ്യാറായി. എന്നിരുന്നാലും തന്നെ ആദ്യമായി ചുംബിച്ചത് പതിന്നാലു വയസ്സുള്ള വിദ്യാർത്ഥിനിയായിരിക്കെ ഒരു സ്വവർഗ്ഗപ്രണയിനി ആയിരുന്നുവെന്ന് ആത്മകഥയിൽ പറയുന്നുണ്ട്. പതിനെട്ട് വയസ്സുള്ള വിദ്യാർത്ഥിനിയിൽനിന്ന് നാട്ടിലേക്കുള്ള തീവണ്ടിയാത്രയ്ക്കിടയിൽ അനുഭവിച്ച ആ ആദ്യ ചുംബനത്തെ 'എന്റെ കഥ'യിൽ ഇങ്ങനെ വിവരിക്കുന്നു:

"അർദ്ധരാത്രി ഇരുട്ടിൽ അവൾ എന്റെ അടുത്തുവന്ന് എന്റെ മുഖം ചുംബനങ്ങൾകൊണ്ടു പൊതിഞ്ഞു. 'ഞാൻ നിന്നെ സ്നേഹിക്കുന്നു' എന്ന് അവൾ ആവർത്തിച്ചാവർത്തിച്ചു പറഞ്ഞു. അന്നെനിക്കു പതിന്നാലു

വയസ്സായിരുന്നു. ഞാൻ ആ ചുംബനത്തിനു മുമ്പിൽ കീഴടങ്ങി. ആദ്യ മായി എന്നെ വിലയിരുത്താൻ ഒരുമ്പെട്ട ആ പെൺകുട്ടിയോട് എപ്പോഴും എനിക്കു നന്ദിയുണ്ട്. അവൾ ഉണ്ടാക്കിത്തന്ന ആത്മവിശ്വാസം പിന്നീ ടൊരിക്കലും എന്നെ കൈവിട്ടിട്ടില്ല."

തന്റെ ഈ സാന്ദർഭിക സ്വവർഗ്ഗപ്രേമ (Situatioanl Homosexuality) അനുഭവത്തെ കമല കൃതജ്ഞതയോടെ സ്മരിക്കുന്നതാണ് നാം കാണുന്നത്. എതിർവർഗ്ഗപ്രണയിയെങ്കിലും ഉഭയജിജ്ഞാസി (Bicurious) ആയിരുന്നു കമല എന്ന് വിശേഷിപ്പിക്കാവുന്നതാണ്. തന്റെ വിദ്യാർത്ഥി ജീവിതത്തിൽ അടുത്തറിയാനിടയായ സ്വവർഗ്ഗപ്രണയിനികളിലൂടെയാണ് കമലയുടെ ഈ ജിജ്ഞാസ ഉടലെടുത്തതും സ്ത്രീവർഗ്ഗാനുരാഗത്തെ കൃത്യമായി സാഹിത്യകൃതികളിൽ പ്രതിനിധാനം ചെയ്യാൻ കഴിഞ്ഞതും. എന്നാൽ സ്ത്രീ സ്വവർഗ്ഗാനുരാഗത്തെ കാണിക്കുന്നില്ലെന്ന വസ്തുത റോസ്മേരിയെപ്പോലുള്ള നിരൂപകർ ചൂണ്ടിക്കാണിച്ചിട്ടുണ്ട്. ഇതിന്റെ പൊരുളന്വേഷിച്ച് പോയാൽ നാം ചെന്നെത്തുന്നത് 'എന്റെ കഥ'യിൽ വെളിപ്പെടുത്തിയ തന്റെ ഭർത്താവിന്റെ ഉഭയലൈംഗിക താല്പര്യത്തിലാ ണ്. ആദ്യത്തെ കുട്ടി ജനിച്ചതിനുശേഷം നാട്ടിൽനിന്ന് ബോംബെയിൽ തിരിച്ചെത്തിയപ്പോൾ റെയിൽവേസ്റ്റേഷനിൽ എതിരേറ്റ സ്ത്രൈണഭാ വവും ചെറിയ ശരീരഘടനയുമുള്ള ഭർത്താവിന്റെ സ്നേഹിതനെപ്പറ്റി പറ യുന്നുണ്ട്. പിന്നീട് ഈ ഏറ്റവും പ്രിയപ്പെട്ട സ്നേഹിതൻ അവരുടെ പുതിയ വാടകവീട്ടിൽ അയൽവാസിയാവുകയും ഭർത്താവുമായി കൂടു തൽ അടുക്കുകയും ചെയ്യുന്നു.

"അദ്ദേഹം തന്റെ സ്നേഹിതനുമായി കൂടുതൽ അടുത്തു. അവർ അന്യോന്യം സ്നേഹപ്രകടനങ്ങൾ നടത്തുമ്പോൾ ഞാൻ ആ മുറി വിട്ടു പോന്നു. അവർ കാമുകീകാമുകന്മാരെപ്പോലെ പെരുമാറി. എന്റെ പിറ ന്നാൾ ആഘോഷിക്കുവാനെന്നു പറഞ്ഞ് ഒരു ദിവസം രാവിലെ, അന്ന് ഞായറാഴ്ചയായിരുന്നു. അവർ എന്നെ പുറത്താക്കിയിട്ടു കിടപ്പുമുറിയിൽ കടന്നു വാതിൽ അടച്ചുപൂട്ടി."

'അന്ധകാരത്തിന്റെ ആദ്യത്തെ അദ്ധ്യായം' എന്നാണ് തന്റെ മനോ നില തെറ്റിച്ച ഈ സംഭവങ്ങളെ അവർ വിശേഷിപ്പിക്കുന്നത്. ഭർത്താ വിന്റെ ഇത്തരം വ്യക്തിത്വ സവിശേഷതകളെപ്പറ്റിയും അത് തന്റെ ദാമ്പ ത്യജീവിതത്തെ എങ്ങനെ താറുമാറാക്കിയെന്നും കൂടുതൽ വ്യക്തത യോടെ അവർ മെറിലി വൈസ്ബോർഡ് എന്ന കനേഡിയൻ എഴുത്തു കാരി തയ്യാറാക്കിയ 'Love Queen of Malabar' എന്ന ജീവചരിത്രത്തിൽ പറയുന്നുണ്ട്. ഈ പശ്ചാത്തലത്തിൽ നോക്കുമ്പോൾ 'ചന്ദ്രരശ്മികൾ' എന്ന ചെറുകഥയിലെ നായിക കമല തന്നെയല്ലേ?

മാധവിക്കുട്ടി എന്ന പ്രണയറാണി

ജീവചരിത്രകാരിയായ മെറിലി, മാധവിക്കുട്ടിയെ പ്രണയറാണി (Love Queen) എന്ന് വിശേഷിപ്പിച്ചത് വളരെ അർത്ഥവത്താണ്. പ്രണയത്തിലെ

ആനന്ദവും വിഷാദവും സംശയവും ചതിയും വേർപാടും പുനസ്സമാഗമവും വൈവിദ്ധ്യങ്ങളുമെല്ലാമാണ് അവരുടെ മിക്ക കൃതികളുടെയും പ്രമേയം. സ്വവർഗ്ഗപ്രേമി അല്ലെങ്കിലും പല കാരണങ്ങളാൽ ദാമ്പത്യത്തിനു പുറത്ത് പ്രണയം അന്വേഷിക്കേണ്ടി വന്ന മാധവിക്കുട്ടിയെയും വിശാലമായ അർത്ഥത്തിൽ വിമതലൈംഗികജീവിതം നയിച്ച ഒരു വ്യക്തിയായി കണക്കാക്കാവുന്നതാണ്. പുരുഷനിൽനിന്നുള്ള സ്നേഹം തേടിയലഞ്ഞ അവരുടെ ജീവിതത്തിലെയും കൃതികളിലെയും ധൈര്യപൂർവ്വമായ സത്യസന്ധത മലയാളികളായ പുരുഷ സ്വവർഗ്ഗാനുരാഗികളുടെ ആരാധനാപാത്രമായി അവരെ പ്രതിഷ്ഠിച്ചിട്ടുണ്ട്. സ്നേഹത്തിനായുള്ള യാത്രയിൽ വഴിതെറ്റി 'മദ്യം ശീലിച്ചുവന്ന ഒരാൾ നല്ല മദ്യം കിട്ടാതെയാവുമ്പോൾ വൃത്തികെട്ട പാനീയങ്ങൾ കുടിക്കുന്നതുപോലെയായിരുന്നു എന്റെ സ്നേഹബന്ധങ്ങൾ' എന്ന് മാധവിക്കുട്ടി എഴുതുമ്പോൾ വിസ്മയത്തോടെ അവർ അതിൽ സ്വയം തിരിച്ചറിയുന്നു. പ്രണയം തന്നെയായിരുന്നു മാധവിക്കുട്ടി ഏറ്റവും വില കല്പിച്ച മതം. ആദർശ കാമുകൻ തന്റെ കൺകണ്ട ദൈവവും. വൈധവ്യം അരുളിയ സ്വാതന്ത്ര്യത്തിൽ പ്രണയത്തിനുവേണ്ടി മാത്രം എന്ന പുറംതോട് മാറി ധരിക്കാൻ അവർ തയ്യാറായി.

മാധവിക്കുട്ടി മതം മാറിയത് അറിഞ്ഞപ്പോൾ ആദ്യം ഒരു നീരസം തോന്നിയിരുന്നു. മതം മാറിയതിനാലല്ല, മതത്തിന് മാധവിക്കുട്ടിയെപ്പോലുള്ള ഒരു ഉത്പതിഷ്ണു വ്യക്തിജീവിതത്തിൽ അത്രമാത്രം പ്രാധാന്യം നല്കിയതിനാലാണ് നീരസം തോന്നിയത്. എന്നാൽ പിന്നീട് വർഷങ്ങൾക്കുശേഷം മതംമാറ്റത്തിന്റെ കാരണം വെളിപ്പെടുത്തുകയും വാർദ്ധക്യത്തിലും അവർ പ്രണയാന്വേഷി ആയിരുന്നു എന്ന് അറിയാനിടവരികയും ചെയ്തപ്പോൾ അവരോടുള്ള ബഹുമാനവും ആരാധനയും പതിന്മടങ്ങ് വർദ്ധിക്കുകയാണുണ്ടായത്. പ്രണയത്തെ ഭക്തിയുടെ മുകളിൽ പ്രതിഷ്ഠിക്കുന്ന, മതം എന്നത് ഭക്തിയുടെ പുറംതോടു മാത്രമാണെന്നുള്ള ഈ വീക്ഷണം മതനിഷേധത്തേക്കാൾ റാഡിക്കൽ ആയിട്ടുള്ള ഒന്നാണ്. പർദ്ദയിൽ തന്റെ ജരാനരകൾ ഒളിപ്പിച്ചു വാർദ്ധകൃത്തിലും അവർ സുന്ദരിയായി.

കമല സുരയ്യ അവസാന കാലത്ത് ആത്മീയതയിൽ അഭയം കണ്ടെത്തിയതായുള്ള വായനകളിൽ ഈ സത്യങ്ങളെല്ലാം മുങ്ങിപ്പോയിട്ടുണ്ട്. അറുപത്തഞ്ച് കഴിഞ്ഞ ഒരു വിധവയ്ക്ക് പ്രണയം ആവശ്യമാണെന്നുള്ള പുരോഗമനചിന്തയൊന്നും കേരളത്തിലെ ഹിന്ദുസമൂഹത്തിനില്ല. പൊതുവേ സ്ത്രീവിരുദ്ധമെന്നു വിലയിരുത്തപ്പെടുന്ന, ബഹുഭാര്യത്വം അനുവദനീയമായ ഇസ്ലാമിനു മാത്രമേ ഇന്നത്തെ കേരള സമൂഹത്തിൽ അത് നിറവേറ്റിക്കൊടുക്കാൻ സാധിക്കൂ എന്നുള്ളത് സരസമായ ഒരു വൈരുദ്ധ്യമാണ്. കുടുംബത്തിന്റെയോ സമൂഹത്തിന്റെയോ ആശിർവാദങ്ങളില്ലാതെ സ്ഥിരവും ഭദ്രവുമായ പ്രണയത്തിനുവേണ്ടി ജീവിതകാലം മുഴുവൻ അവർ നടത്തിയ ഏകാന്തമായ അന്വേഷണങ്ങളും പരീക്ഷണങ്ങളും സ്വവർഗ്ഗപ്രേമികൾക്ക് വളരെ സുപരിചിതമായ ജീവിതവഴികളാ

ണ്. സ്വന്തം നാടും ഭാഷയും സംസ്കാരവും ത്യജിച്ച് പാശ്ചാത്യരാജ്യങ്ങളിൽ അഭയം പ്രാപിക്കുന്ന ഇന്ത്യയിലെ സ്വവർഗ്ഗപ്രേമികളും ഒരുതരത്തിൽ നടത്തുന്നത് പ്രണയത്തിനായുള്ള 'മതംമാറ്റം' തന്നെയാണ്. പ്രണയം എന്നുള്ളത് യൗവനത്തിന്റെ മാത്രം ആവശ്യകതയല്ലെന്നും ഇണയുടെ സാമീപ്യവും രതിയും മധ്യവയസ്സിലും വാർധക്യത്തിലും ആവശ്യമായിട്ടുള്ള കാര്യങ്ങളാണെന്നും ഉള്ള വലിയ സത്യമാണ് വിധവയായ മാധവിക്കുട്ടി കേരള സമൂഹത്തെ പഠിപ്പിച്ചത്. ലോകത്തിന് അവർ പ്രണയറാണിയാണെങ്കിൽ സ്വവർഗ്ഗപ്രേമികൾക്ക് അവരൊരു 'ഗേ ഐക്കൺ' (Gay Icon) ആണെന്ന് നിസ്സംശയം പറയാം.

അനുബന്ധം–1

"Why I am A Gay
ഞാൻ എന്തുകൊണ്ട് ഒരു പുരുഷ സ്വവർഗ്ഗാനുരാഗി ആയി"

(കേരള സർവ്വകലാശാല, ഗവേഷകനും പ്രഭാഷകനും ക്വീയർ ആക്ടിവിസ്റ്റുമായ ഒരു മലയാളി 'ഗേ' യുടെ ജീവിതം)

പ്രിജിത്ത് പി കെ/ഡോ. രശ്മി ജി, അനിൽകുമാർ കെ എസ്

'ട്രാൻസ്ജന്റർ' എന്ന പദം അടുത്ത കാലത്താണ് മലയാളിക്കു സുപരിചിതമായതും സ്വീകരിച്ചതും. കേരള സർക്കാരിന്റെ ട്രാൻസ്ജന്റർ പോളിസി അതിനു വലിയൊരു ചാലകശക്തിയായിരുന്നു. ഒമ്പത്, ഹിജഢ, ചാന്തുപൊട്ട്, നപുംസകം എന്നിത്യാദി അവഹേളന പദങ്ങളിലൂടെ അറിയപ്പെട്ടിരുന്ന ട്രാൻസ്ജന്റർ വിഭാഗങ്ങൾ സാമൂഹ്യമാന്യത തേടി. അതേസമയം ഗേ/ലെസ്ബിയനുകൾ എന്ന പദവും അതിനെ പ്രതിനിധാനം ചെയ്യുന്നവരും ഇപ്പോഴും ശരാശരി മലയാളി സമൂഹത്തിന് അപരിചിതരോ അന്യരോ ആണ്. ക്വീയർ പൊളിറ്റിക്സിൽ ലൈംഗിക ന്യൂനപക്ഷങ്ങളായി നില്ക്കുന്നവരാണ് ഗേ/ലെസ്ബിയനുകൾ. പുരുഷനെ പ്രണയിക്കുന്ന പുരുഷനാണ് 'ഗേ' യെങ്കിൽ സ്ത്രീയെ പ്രണയിക്കുന്ന സ്ത്രീയാണ് 'ലെസ്ബിയൻ. ഇവരുടെ ജീവിതങ്ങൾ ചില ചിതറിയ കാഴ്ചകളിലൂടെ ഇന്ത്യൻ സിനിമകൾ ജനസമൂഹത്തിനു മുമ്പാകെ എത്തിക്കുവാൻ ശ്രമിച്ചെങ്കിലും അവ ഫലപ്രദമായിരുന്നില്ല. ഇന്ത്യൻ സമൂഹത്തിന്റെ ലൈംഗിക സദാചാര ഭാവനകൾക്കു തീണ്ടാപ്പാടകലെ നിർത്തപ്പെട്ടിരുന്ന ഗേ/ലെസ്ബിയനുകൾ പൊതുമണ്ഡലത്തിൽ പ്രത്യക്ഷപ്പെട്ടു തുടങ്ങിയിരിക്കുന്നു. ആഗോളതലത്തിലും ദേശീയ – പ്രാദേശികതലത്തിലുമുള്ള ക്വീയർ ഗ്രൂപ്പുകളുടെ മുന്നേറ്റമാണ് അവർക്കുള്ള അടിത്തറയൊരുക്കിയത്. ദൃശ്യത (visibility) യുടെ കാര്യത്തിൽ ട്രാൻസ് വിഭാഗങ്ങൾ മുന്നിട്ടു നില്ക്കുമ്പോൾ ഗേ/ലെസ്ബിയനുകൾക്ക് അത്രയ്ക്കു മുന്നേറുവാൻ കഴിഞ്ഞിട്ടില്ല. ഇത്തരമൊരു പ്രതിസന്ധി ഘട്ടത്തെ മുൻനിറുത്തി ക്വീയർ ആക്ടിവിസ്റ്റും കേരള സർവ്വകലാശാലയിലെ ഗവേഷകനും സ്വവർഗ്ഗാനുരാഗിയുമായ ശ്രീ പ്രിജിത്ത് സംസാരിക്കുന്നു. വ്യവസ്ഥാപിത ലിംഗ സദാചാര വംശശുദ്ധി ബോധങ്ങൾ നിലനിൽക്കുന്ന അക്കാദമിക് പൊതുമണ്ഡലത്തിൽ ഞാൻ ഒരു ഗേ ആണ് എന്നു തുറന്നു പറഞ്ഞ് നിലനി

ല്ക്കുന്ന പ്രിജിത്ത് പുതിയ കാലത്തിന്റെ പോരാളി കൂടിയാണ്.

? ട്രാൻസ്ജന്ററുകൾ വർത്തമാനകാല മലയാളി സമൂഹത്തിനു സുപരിചിതമാണ്. അതേ സമയം ഗേ/ലെസ്ബിയനുകൾ അത്ര സുപരിചിതമല്ല താനും. താങ്കളുടെ ഐഡന്റിറ്റി വ്യക്തമാക്കുമോ.

തിരുവനന്തപുരം വെഞ്ഞാറമൂട് സ്വദേശിയായ ഒരു ക്വീയർ വ്യക്തിയാണ് ഞാൻ. ഒരു സാധാരണ കുടുംബമാണ് എന്റേത്. അച്ഛനും അമ്മയും അനിയത്തിയുമടങ്ങുന്നതാണ് കുടുംബം. ഇംഗ്ലീഷ് സാഹിത്യത്തിൽ ബിരുദാനന്തര ബിരുദം നേടി. കുറച്ചുനാൾ ഗസ്റ്റ് ലക്ചർ ആയി വർക്ക് ചെയ്തിട്ടുണ്ട്. ഇപ്പോൾ കേരള സർവ്വകലാശാലയിൽ യൂണിവേഴ്സിറ്റി കോളേജിലെ ഇംഗ്ലീഷ് വിഭാഗത്തിൽ ഗവേഷണം ചെയ്യുന്നു. ഡോ. ദീപ പ്രസാദാണ് ഗൈഡ്.

പ്രിജിത്ത് പി കെ

? 'ഗേ' ഐഡന്റിറ്റി ഇന്ത്യൻ സമൂഹത്തിൽ വിപ്ലവകരമായ ഒന്നാണ്. എപ്പോഴാണ് പ്രിജിത്ത് ഇത്തരമൊരു ലൈംഗിക സ്വത്വത്തെ തിരിച്ചറിഞ്ഞതും പ്രകടിപ്പിച്ചതും.

കൃത്യമായി പറഞ്ഞാൽ 2015 നു ശേഷമുള്ള കാലയളവിലാണ് ഞാൻ എന്റെ ഐഡന്റിറ്റി തിരിച്ചറിയുന്നത്. അതിനു മുമ്പുള്ള കാലയളവിൽ എന്നെ സംബന്ധിച്ച് എനിക്കുതന്നെ ചില സംശയങ്ങൾ ഉണ്ടായിരുന്നു. ഞാൻ എന്താണ്, എന്റെ അവസ്ഥ എന്താണ് എന്നെല്ലാം. 2015 ൽ മാനവീയം ക്വീയർ ഫെസ്റ്റാണ് ജീവിതത്തിൽ ഒരു വഴിത്തിരിവാകുന്നത്. അതിനുശേഷം സാമൂഹ്യപ്രവർത്തനങ്ങളിൽ സജീവമായി ഇടപെട്ടു. അപ്പോൾ എന്നെ സംബന്ധിച്ചുള്ള പ്രശ്നം എന്നെ എങ്ങിനെ അടയാളപ്പെടുത്തുമെന്നുള്ളതായിരുന്നു. ആ ഒരു ചോദ്യമാണ് എന്നിൽ വലിയ സംഘർഷങ്ങൾ സൃഷ്ടിച്ചത്. ഗേ കമ്യൂണിറ്റിക്കുള്ളിൽ ഭൂരിപക്ഷം പേരും പൊതുസമൂഹത്തിൽ അദൃശ്യരായി നില്ക്കുന്നവരാണ്. അവർ അവരുടേതായ രഹസ്യ ഗ്രൂപ്പുകളിൽ സംസാരിച്ചും ഇടപെട്ടും ആശ്വാസങ്ങൾ കണ്ടെത്തുന്നു. ഇത്തരമൊരു സാഹചര്യത്തെ പൊളിക്കുകയും രാഷ്ട്രീയവല്ക്കരിക്കുകയും പൊതുമണ്ഡലത്തിൽ സജീവമായ ഇടപെടലുകൾ നടത്തുകയും ചെയ്യണമെന്ന ലക്ഷ്യത്തോടെയാണ് ഞാൻ എന്റെ ലൈംഗിക സ്വത്വം വെളിപ്പെടുത്തിയത്.

? കൗമാര കാലഘട്ടത്തിലാണ് ലൈംഗികമായ അഭിരുചികൾ ഭൂരിപക്ഷം പേരും കൂടുതലായി പ്രകടിപ്പിക്കുന്നത്. അത്തരമൊരു കാലഘട്ടത്തിൽ പ്രിജിത്തിന്റെ 'ഹോമോസെക്ഷ്വാലിറ്റി' തിരിച്ചറിയപ്പെട്ടിരുന്നില്ലേ.

ചെറിയ കാലയളവിലേ ഞാനത് തിരിച്ചറിഞ്ഞിരുന്നു. കുട്ടിക്കാലത്തെ കൂട്ടുകാരോടും അടുത്ത പരിചയക്കാരോടും അത്തരത്തിൽ ഇഷ്ടം തോന്നിയിരുന്നു. പക്ഷേ എനിക്കതു പറയുവാനോ പ്രകടിപ്പിക്കുവാനോ കഴിഞ്ഞിരുന്നില്ല. നമ്മുടെ സമൂഹത്തിൽ ഹെട്രോസെക്ഷ്വാലിറ്റിയുടെ പ്രിവിലേജിനുള്ളിലാണ് ഭൂരിപക്ഷം പേരും കഴിഞ്ഞുകൂടുന്നത്. ആ പ്രിവിലേജ് ഞാനും ആഗ്രഹിച്ചിരുന്നു. അതുകൊണ്ടുതന്നെ ഹെട്രോസെക്ഷ്വലായ പ്രണയത്തിനു ശ്രമിച്ചിരുന്നു. പക്ഷേ അതിൽ വേണ്ടത്ര വിജയിക്കുവാൻ കഴിഞ്ഞില്ല. അടുത്തകാലത്ത് ഗേ ആക്ടിവിസ്റ്റായ എന്റെ ഒരു സുഹൃത്ത് എന്നോടു പറഞ്ഞത് വേണമെങ്കിൽ പെൺകുട്ടികളെ പ്രണയിക്കാൻ സാധിക്കും. പക്ഷേ അവരോട് ഒരിക്കലും ലൈംഗികമായ താല്പര്യങ്ങളോ അഭിനിവേശങ്ങളോ ഉണ്ടാകില്ല എന്നാണ്. എന്റെ ഗേ ഐഡന്റിറ്റി ഞാൻ തിരിച്ചറിഞ്ഞുവെങ്കിലും അത് കൃത്യമായ രീതിയിൽ മറ്റുള്ളവരെ അറിയിക്കുവാൻ എനിക്കു കഴിഞ്ഞില്ല. ഇതൊക്കെ പുറത്തു പറയാൻ പാടില്ല. എന്നൊരു ബോധമാണ് ഉണ്ടായിരുന്നത്. എന്നാൽ ഇത്തരത്തിൽ ആളുകൾ സമൂഹത്തിൽ ജീവിക്കുന്നുണ്ടെന്ന് എനിക്ക് അറിയാമായിരുന്നു. ക്വീയർ സമൂഹത്തിന്റെ മുന്നേറ്റങ്ങളാണ് എന്നെ വെളിപ്പെടുത്തലുകളിലേക്കു നയിച്ചത്.

? വീട്ടിലുള്ളവർക്ക് ഇത്തരമൊരു ഐഡന്റിറ്റിയെക്കുറിച്ച് തിരിച്ചറിവുണ്ടോ? അവരുടെ പ്രതികരണങ്ങൾ എന്തായിരുന്നു.

വീട്ടിലെ കാര്യം പറഞ്ഞാൽ രസകരമാണ്. അവർക്ക് എന്റെ ഐഡന്റിറ്റി അറിയില്ല. വീട്ടിൽ ഞാൻ കമിംഗ് ഔട്ട് അല്ല. ഇത്തരം കാര്യങ്ങൾ പറഞ്ഞാൽ അവർക്ക് അത് കൃത്യമായ രീതിയിൽ ഉൾക്കൊള്ളുവാൻ കഴിഞ്ഞെന്നുവരില്ല. ഒരു സാധാരണ കുടുംബ പശ്ചാത്തലത്തിൽ നിന്നാണ് ഞാൻ വരുന്നത്. എന്റെ സാമൂഹ്യമായ ഇടപെടലുകളും പ്രവർത്തനങ്ങളും വീട്ടുകാർക്ക് അറിയാം. എനിക്കു തോന്നുന്നത് ഇപ്പോൾ ഒരുപക്ഷേ അവർക്ക് എന്റെ ഐഡന്റിറ്റിയെക്കുറിച്ച് ചില ധാരണകൾ ഉണ്ടായിട്ടുണ്ട് എന്നാണ്. കൃത്യമായി അവരെ അതിനായി ഞാൻ ഒരുക്കിക്കൊണ്ട് വരികയുമാണ്. കമിംഗ്ഔട്ട് പലരീതിയിൽ നടത്താൻ സാധിക്കും എന്നും ഞാൻ മനസ്സിലാക്കുന്നു. ധൃതിപ്പെടാതെ സാഹചര്യങ്ങൾക്കനുസൃതമായി അത് നടത്തണം.

? വളരെയേറെ സങ്കുചിത മനോഭാവങ്ങളും യാഥാസ്ഥിതികത്വങ്ങളും നിറഞ്ഞതാണ് നമ്മുടെ അക്കാദമിക് മണ്ഡലവും കേരളീയ പൊതുസമൂഹവും. അത്തരം ഇടങ്ങളിൽ താങ്കളുടെ 'ഗേ' ഐഡന്റിറ്റി വെല്ലുവിളികൾ നേരിടുകയുണ്ടായോ.

എന്റെ പി ജി പഠന കാലയളവിലേ എന്റെ ഐഡന്റിറ്റി ഞാൻ സുഹൃത്തുക്കളോട് വെളിപ്പെടുത്തിയിരുന്നു. അവർക്ക് ആർക്കും തന്നെ അത് പ്രശ്നമായിരുന്നില്ല. ഒരു ഗേയാണ് എന്നു പറഞ്ഞ് എന്നെ ആരും മാറ്റി നിർത്തുകയോ അകൽച്ച കാണിക്കുകയോ ചെയ്തിരുന്നില്ല. സ്വാഭാവികമായ രീതിയിൽ തന്നെ അവർ എന്നോട് ഇടപഴകിയിരുന്നു. ഇപ്പോൾ ഞാൻ ഗവേഷണം ചെയ്യുമ്പോൾ എന്റെ ഗൈഡിന് എന്റെ ഐഡന്റിറ്റി അറിയാം. അവർക്ക് അത് ഒരു പ്രശ്നമല്ല. ഞാൻ അധ്യാപകനായി ജോലി ചെയ്തിരുന്ന കാലയളവിൽ എന്റെ വിദ്യാർത്ഥികൾക്കും അത് പ്രശ്നമായിരുന്നില്ല. പിന്നെ ചെറിയ അപസ്വരങ്ങൾ സമൂഹത്തിൽനിന്നും ഉണ്ടായിട്ടുണ്ട്. പത്തുവർഷത്തിലേറെ അടുത്തു പരിചയമുള്ള എന്റെ ഒരു കസിൻ എന്റെ ഐഡന്റിറ്റി അറിഞ്ഞപ്പോൾ അതിൽനിന്നും എന്നെ പിന്തിരിപ്പിക്കാൻ ശ്രമിച്ചിട്ടുണ്ട്. അതുമാത്രമല്ല, അക്കാലയളവിൽ എനിക്കൊരു സ്വവർഗ്ഗാനുരാഗമുണ്ടായിരുന്നു. അവനെ ഈ പറഞ്ഞ കസിൻ ഭീഷണിപ്പെടുത്തുകയും വിരട്ടുകയും ചെയ്തിരുന്നു. നമ്മുടെ സമൂഹത്തിലിപ്പോഴും ഇത് ഒരു രോഗമാണെന്നും ഭ്രാന്താണെന്നും വിശ്വസിക്കുന്ന ആളുകൾ ഉണ്ട് എന്നതാണ് വാസ്തവം. അത്തരം കാഴ്ചപ്പാടുകളിൽ മാറ്റം വരുത്തണമെന്ന ലക്ഷ്യത്തോടെയാണ് ഞാനൊക്കെ പ്രവർത്തിക്കുന്നത്.

? എൽ ജി ബി റ്റി ക്യു ഐയിൽ ഗേ കമ്യൂണിറ്റി പൊതുവിൽ ഒരു 'എലൈറ്റ്' ഗ്രൂപ്പായിട്ടാണ് വിശേഷിപ്പിക്കപ്പെടുന്നത്. അതിനെക്കുറിച്ച് താങ്കൾ എന്തു പറയുന്നു.

ക്ലാസ് കോൺഷ്യസും കാസ്റ്റ് കോൺഷ്യസും നമ്മുടെ സമൂഹത്തിൽ പ്രബലമാണ്. കോട്ടയം ജില്ലയിൽ വിജാതീയ പ്രണയബന്ധത്തിലേർപ്പെട്ട കെവിന്റെ കൊലപാതകം അടക്കമുള്ള കാര്യങ്ങളിൽ നിന്നും അത് വ്യക്തമാണ്. കമ്യൂണിറ്റിയിൽ ക്ലാസ് ബോധം പ്രബലമായി തന്നെയുണ്ട്. ആയതിനാൽ തന്നെ ക്വീയർ ദളിത് രാഷ്ട്രീയത്തിന് പ്രാധാന്യമുണ്ട്. 'ഉന്നത' ജാതിബോധവും അവർക്കായി രഹസ്യഗ്രൂപ്പുകളും മതഭേദ്യമന്യേ സവർണ്ണ വിഭാഗങ്ങളെന്ന് ജാത്യാഭിമാനമുള്ളവർ ചേർന്ന് നടത്തുന്നുണ്ട്. എന്റെ സുഹൃത്തായ മുഹമ്മദ് ഉനൈസ് ഞാനൊരു മുസ്ലീം ഗേയാണ് എന്നു പറഞ്ഞാണ് കമിംഗ് ഔട്ട് നടത്തിയത്. അത്തരമൊരു സാഹചര്യത്തിൽ ക്ലാസ്/കാസ്റ്റ് എന്നിവയെ സംബന്ധിച്ചുള്ള ചർച്ചകൾ കമ്യൂണിറ്റികൾക്കിടയിൽ ഉയർന്നു വന്നിരുന്നു. ചിലയിടങ്ങളിലെങ്കിലും വേർതിരിവുകൾ നിലനില്ക്കുന്നുണ്ട്. ഞങ്ങൾ ക്വീയറിഥം പോലൊരു സംഘടന രൂപപ്പെടുത്തുമ്പോൾ ജാതി മത വർഗ്ഗ വർണ്ണ വേർതിരിവുകൾ കമ്യൂണിറ്റികൾക്കിടയിൽ പാടില്ലായെന്നു നിഷ്കർഷിച്ചിരുന്നു. ഹെട്രോസെക്ഷാലിറ്റിയുടെ പ്രവിലേജിനുള്ളിൽ സുരക്ഷിതരായി നില്ക്കുന്ന ഗേകളും അതിനെ വെല്ലുവിളിച്ചുകൊണ്ടു നില്ക്കുന്നവരും നമ്മുടെ സമൂഹത്തിലുണ്ട്. ട്രാൻസ് വിഭാഗങ്ങളെ അപേക്ഷിച്ച് ഗേ ആയ ആളുകൾക്ക് ഉന്നത വിദ്യാഭ്യാസവും സാമ്പത്തികശേഷിയും ഒരു പരിധിവരെ കൂടു

തൽ ലഭ്യമാണ്. ട്രാൻസുകളോട് ഗേ ആയ ആളുകളോ ഗേ യോട് ട്രാൻസ് വിഭാഗങ്ങളോ അകൽച്ച കാട്ടേണ്ട കാര്യമില്ല. അത്തരം അകൽച്ചകൾ സംഘടിതമായ മുന്നേറ്റങ്ങളെ അസ്ഥിരപ്പെടുത്താൻ മാത്രമേ ഉപകരിക്കൂ. ക്ലാസ് വേർതിരിവുകൾ ഉള്ള ആളുകൾക്ക് ട്രാൻസ്ഫോബിയ, ഹോമോ ഫോബിയ ഉണ്ടായിരിക്കും. ചിലപ്പോ അവർക്കുള്ളിൽ അടിഞ്ഞു കൂടിയ പൊതുബോധങ്ങളുടെ ഫലമായിരിക്കാം അത്. അത്തരം ചിന്തകൾ എല്ലാം മാറ്റിവെച്ച് ലിംഗ ലൈംഗിക ന്യൂനപക്ഷങ്ങൾ എല്ലാംതന്നെ ഒന്നിച്ചു നിന്നാൽ മാത്രമേ അവകാശങ്ങളും അംഗീകാരങ്ങളും നേടിയെടുക്കുവാൻ കഴിയുകയുള്ളൂ.

? കേരളത്തിൽ ലിംഗ ലൈംഗിക ന്യൂനപക്ഷങ്ങളെ ഒരുമിപ്പിച്ചു കൊണ്ടുള്ള ഒരേയൊരു സംഘടന താങ്കൾ നേതൃത്വം നല്കുന്ന ക്വീയറിഥം ആണ്. ഇത്തരമൊരു സംഘടനയുടെ രൂപീകരണം സാധ്യമായത് എങ്ങിനെ യാണ്.

2015 ലാണ് സാമൂഹ്യ പ്രവർത്തനരംഗത്ത് ഞാനെത്തുന്നത്. അക്കാലയളവിൽ കേരളത്തിൽ നിലവിൽ ഉണ്ടായിരുന്ന സംഘടനകൾ ഏതെങ്കിലുമൊരു പ്രത്യേക വിഭാഗത്തെ (ഗേ/ലെസ്ബിയൻ) കേന്ദ്രീകരിച്ചുള്ളതായിരുന്നു. എന്നാൽ മുഴുവൻ ലൈംഗിക/ജന്റർ ന്യൂനപക്ഷങ്ങളെ ഒന്നിച്ചണിനിരത്തുന്ന ഒരു സംഘടന നിലവിലില്ലായിരുന്നു. അങ്ങനെയാണ് ക്വീയറിഥം എന്ന സംഘടനയുടെ ആലോചനകളുണ്ടാകുന്നത്. ക്വീയറിഥത്തിന്റെ സ്ഥാപക അംഗങ്ങളിൽ ഒരാളാണ് ഞാൻ. നിലവിൽ പ്രസിഡന്റായി പ്രവർത്തിക്കുന്നു. ഒപ്പം ശ്യാമ സെക്രട്ടറിയും അഖിൽ ട്രഷററുമായി പ്രവർത്തിക്കുന്നു. ഭരതൻ, ബിൻസി, ഡോ. ഷാലിൻ വർഗ്ഗീസ്, ഡോ. പരശുരാമൻ തുടങ്ങിയവരും ബോർഡ് മെമ്പേഴ്സായുണ്ട്. 2016 ൽ രജിസ്റ്റർ ചെയ്യപ്പെട്ട സംഘടനയാണ് ഞങ്ങളുടേത്. 24 മണിക്കൂറും പ്രവർത്തിക്കുന്ന ഹെൽപ്പ്ലൈൻ സംവിധാനങ്ങൾ നിലവിലുണ്ട്. പ്രശ്നങ്ങൾ നേരിടുന്ന ലിംഗ/ലൈംഗിക ന്യൂനപക്ഷങ്ങൾക്കു ആവശ്യമായ സഹായങ്ങളും മാർഗ്ഗനിർദ്ദേശങ്ങളും പരിഹാരമാർഗ്ഗങ്ങളും നല്കുവാൻ കഴിഞ്ഞിട്ടുണ്ട്. തിരുവനന്തപുരം കോർപ്പറേഷൻ കൗൺസിലർ ബിനു ഐ പി ഉൾപ്പെടെയുള്ളവരുടെ സഹായങ്ങളും വിലമതിക്കാനാവാത്തതാണ്. ഞങ്ങളുടെ പ്രവർത്തനങ്ങൾ ദേശീയ തലത്തിൽ വരെ എത്തിക്കുവാൻ കഴിഞ്ഞതിൽ അഭിമാനമുണ്ട്. ഹെട്രോ സെക്ഷ്വാലിറ്റിയുടെ സ്ഥാപനമായ കുടുംബത്തിനുള്ളിൽ നിന്നാണ് ലിംഗ ലൈംഗിക ന്യൂനപക്ഷങ്ങൾക്ക് കടുത്ത സമ്മർദ്ദങ്ങൾ നേരിടേണ്ടിവരുന്നത്. ഞങ്ങളുടെ ഹെൽപ് ലൈനിൽ വരുന്ന കോളുകളിൽ ഭൂരിപക്ഷവും ആത്മഹത്യയ്ക്ക് നില്ക്കുന്നവരുടെയോ മനസുകൊണ്ട് അതിനു തയ്യാറെടുക്കുന്നവരുടെയോ ആണ്. അവരെയെല്ലാം നല്ല രീതിയിൽ സംസാരിച്ചുകൊണ്ട് ജീവിതത്തിലേക്കു മടക്കികൊണ്ടുവരാൻ കഴിഞ്ഞിട്ടുണ്ട്. ഇത്തരത്തിൽ ആത്മഹത്യാ പ്രവണതകൾ പുലർത്തുന്നവരെക്കുറിച്ച് ഒരു മാധ്യമങ്ങളും അന്വേ

ഷിക്കാറില്ല. യഥാർത്ഥത്തിൽ ലിംഗ ലൈംഗിക ന്യൂനപക്ഷങ്ങളുടെ ജീവിത പശ്ചാത്തലങ്ങൾ, അവർ നേരിടുന്ന ശാരീരികവും മാനസികവുമായ സമ്മർദ്ദങ്ങൾ എന്നിവയെല്ലാം പൊതുസമൂഹം തിരിച്ചറിയേണ്ടതുണ്ട്. സമൂഹത്തിന്റെ അടിസ്ഥാന ധാരണകളെ മാറ്റിമറിക്കമെന്ന ലക്ഷ്യത്തോടുകൂടിയാണ് ഞങ്ങൾ പ്രവർത്തിക്കുന്നത്. ഞങ്ങളുടെ ഹെൽപ് ലൈൻ നമ്പർ 9745545559. പ്രശ്നങ്ങൾ നേരിടുന്നവർക്ക് ഇതിൽ വിളിക്കാവുന്നതാണ്.

? ഹോമോഫോബിയ, ട്രാൻസ്ഫോബിയ തുടങ്ങിയവ പൊതുസമൂഹത്തിലെ വെല്ലുവിളികളാണ്. അത് കമ്യൂണിറ്റി അംഗങ്ങൾക്കിടയിലും പ്രതിഫലിക്കാറുണ്ടോ.

ഞങ്ങൾ ലക്ഷ്യമിടുന്നത് അഡ്വക്കസി പ്രോഗ്രാമുകൾക്കൊപ്പം ഒരു മാസ് മൊബിലൈസേഷനാണ്. കമ്യൂണിറ്റി അംഗങ്ങൾക്കിടയിൽ തന്നെ ഹോമോഫോബിയയും ട്രാൻസ്ഫോബിയയുമുണ്ട്. അതിന്റെ പേരിൽ പരസ്പരം ആക്രമണങ്ങൾ നടത്തിയിട്ടു കാര്യമില്ല. കൃത്യമായ തിരിച്ചറിവുകളും കൂട്ടായ്മകളും സഹകരണങ്ങളുമാണ് വേണ്ടത്. ക്വീയറഥം തുടങ്ങിയ കാലം മുതലേ കൂട്ടായ്മയിലുള്ള ചർച്ചകളും സംവാദങ്ങളും നടത്തിവരുന്നു. അതിനു ഇതുവരെ മുടക്കം വരുത്തിയിട്ടില്ല. എല്ലാ മാസവും ആദ്യത്തെ ശനിയാഴ്ച തിരുവനന്തപുരത്തെ ഫ്രഞ്ച് കൾച്ചറൽ സെന്ററിലാണ് മീറ്റിംഗ് നടക്കുന്നത്. ഇത്തരം പരിപാടികൾ കമ്യൂണിറ്റിക്കുള്ളിലും പൊതുസമൂഹത്തിലും വലിയ ചലനങ്ങൾ സൃഷ്ടിച്ചിട്ടുണ്ട്.

? ചരിത്രത്തിലാദ്യമായി ട്രാൻസ്ജന്റർ പോളിസി അവതരിപ്പിച്ചത് കേരള ഗവൺമെന്റാണ്. ആ സമയത്തും തുടർന്നുള്ള കാലയളവിലും ഉയർന്നുവന്ന ആരോപണം എൽ ജി ബിക്കാർക്ക് (ലെസ്ബിയൻ/ഗേ/ബൈസെക്ഷൽ ആളുകൾ) പരിഗണനകൾ ലഭ്യമാകുന്നില്ല എന്നതാണ്. ഇതിനെ സംബന്ധിച്ച് താങ്കളുടെ അഭിപ്രായം/നിലപാട് എന്താണ്.

എൽ ജി ബിക്ക് അർഹമായ പരിഗണനകൾ ലഭിക്കണമെന്നതാണ് എന്റെ നിലപാട്. നിലവിൽ ട്രാൻസ്ജന്റർ പോളിസിക്ക് പല പരിമിതികളുമുണ്ട്. ഒന്നുകിൽ അതു പരിഷ്കരിക്കുകയോ എക്റ്റെൻഡ് ചെയ്യുകയോ ചെയ്യണം. സ്വവർഗ്ഗാനുരാഗത്തെ ക്രിമിനൽ കുറ്റമായി നിലനിർത്തുന്ന ഐ പി സി 377 കൺകറന്റ് ലിസ്റ്റിൽ ഉൾപ്പെടുന്നതിനാൽ കേരള ഗവൺമെന്റിന് അതു വേണമെങ്കിൽ ഒഴിവാക്കാവുന്നതാണ്. അതിനായി ഞങ്ങൾ ഗവൺമെന്റിൽ സമ്മർദ്ദം ചെലുത്തിക്കൊണ്ടിരിക്കുന്നു. ഗേ/ലെസ്ബിയൻ ആയ ആളുകൾക്ക് ഒന്നിച്ചു ജീവിക്കുവാനും വിവാഹം കഴിക്കുവാനും കഴിയുന്ന സാഹചര്യങ്ങളുണ്ടാകണം. ഒപ്പംതന്നെ ലൈംഗിക ന്യൂനപക്ഷങ്ങളുടെ ഉന്നമനത്തിനും നിലനില്പിനുമായി എൽ ജി ബി ആക്ടോ, എൽ ജി ബി പോളിസിയോ രൂപപ്പെടണം. അതിനുവേണ്ടിയുള്ള ശ്രമങ്ങളാണ് ഞങ്ങൾ നടത്തിക്കൊണ്ടിരിക്കുന്നത്. ട്രാൻസ്ജന്റർ

പോളിസി വന്നത് ഞങ്ങൾക്കും ട്രാൻസ്ജന്റർ വിഭാഗങ്ങൾക്കും ഒരു പോലെ ഗുണകരമായിരുന്നു. പോളിസി വന്നതിലൂടെ ട്രാൻസ്ജന്ററായ ആളുകൾ പൊതുസമൂഹത്തിലുണ്ടെന്നു കേരളീയർ കൂടുതലായി തിരിച്ചറിഞ്ഞു. ഇന്നു പകൽവെളിച്ചത്തിൽ കേരളത്തിലെ നിരത്തുകളിൽ ട്രാൻസ്ജന്ററുകളെ കാണാൻ കഴിയുന്നുവെങ്കിൽ അതിനു കാരണം പോളിസിയാണ്. ജന്റർ പ്രശ്നങ്ങൾ ചർച്ച ചെയ്യപ്പെട്ടതോടുകൂടി സെക്ഷ്വാലിറ്റിയെ ഞങ്ങൾക്കു പ്രശ്നവല്ക്കരിക്കുവാനും പൊതുചർച്ചയിലേക്കു കൊണ്ടുവരാനും കഴിഞ്ഞു. ട്രാൻസ് വിഭാഗങ്ങൾക്ക് സ്വീകാര്യതയും അംഗീകാരവും ലഭിക്കുമ്പോൾ എൽ ജി ബി ആളുകൾ ഒരുതലത്തിൽ മാറ്റിനിറുത്തപ്പെടുന്നുണ്ട്. ഇത്തരം സാഹചര്യങ്ങൾ മാറ്റപ്പെടുന്നതിലേക്കാണ് എൽ ജി ബി പോളിസി കൂടി ഉണ്ടാകണമെന്നു ഞങ്ങൾ ആവശ്യപ്പെടുന്നത്.

? ഇന്ത്യൻ സമൂഹത്തിൽ ഫാസിസം അതിന്റെ ആധിപത്യം സ്ഥാപിച്ചുകൊണ്ടിരിക്കുന്നു. ദളിത് ജനസമൂഹങ്ങൾ, മത ന്യൂനപക്ഷങ്ങൾ എന്നിവർ നിരന്തരമായി ആക്രമിക്കപ്പെടുന്നു. ലിംഗ ലൈംഗിക ന്യൂനപക്ഷങ്ങളുടെ നിലനില്പുതന്നെ അപകടത്തിലാകുന്ന അവസ്ഥ. ഇതിനെതിരെയുള്ള പ്രതിരോധങ്ങൾ ഏതൊക്കെയാണ്.

ഞാനിപ്പോൾ എന്നെ വിലയിരുത്തുന്നത് അംബേദ്കറൈറ്റ് എന്നാണ്. കോളേജ് പഠന കാലയളവിലെ എന്നിലുള്ള ഭക്തി അടക്കമുള്ള കാര്യങ്ങൾ നീക്കം ചെയ്യപ്പെട്ടിരുന്നു. ഫ്രീതിങ്കറായി, ഹ്യൂമനിസ്റ്റായി പല പല ഘട്ടങ്ങളിലൂടെയാണ് ഞാൻ ഇന്നത്തെ അവസ്ഥയിൽ എത്തിയത്. ഒരു ക്യൂർ – ദളിത് ആക്ടിവിസ്റ്റ് എന്ന നിലയിലാണ് ഇന്നു ഞാൻ അറിയപ്പെടാൻ ആഗ്രഹിക്കുന്നത്. സംഘ്പരിവാർ സംഘടനകൾ ഇന്ത്യൻ സമൂഹത്തിൽ ആധിപത്യം പുലർത്തുന്നതുകൊണ്ടുതന്നെ ദളിതർ, മതന്യൂനപക്ഷങ്ങൾ, ലിംഗ ലൈംഗിക ന്യൂനപക്ഷങ്ങൾ എന്നിവരെല്ലാം തന്നെ വെല്ലുവിളികൾ നേരിടുന്നു. സ്വവർഗ്ഗാനുരാഗം അടക്കമുള്ള കാര്യങ്ങൾ പാശ്ചാത്യ അനുകരണവും സ്വാധീനവുമാണെന്നാണ് സംഘ്പരിവാർ അടക്കമുള്ള ഹിന്ദുത്വവാദികൾ വിശ്വസിക്കുന്നത്. യഥാർത്ഥത്തിൽ ഹോമോഫോബിയയെയാണ് പാശ്ചാത്യസമൂഹം സൃഷ്ടിച്ചതും ഇന്ത്യൻ ജനസമൂഹത്തിൽ വളർത്തിയെടുത്തതും. സ്വവർഗ്ഗരതിയെ തള്ളിപ്പറയുന്ന ഇക്കൂട്ടരുടെ ചരിത്ര–പുരാണ–മത ഗ്രന്ഥങ്ങളിലെല്ലാം ഇത്തരം ബന്ധങ്ങളുടെ പ്രതിപാദനങ്ങളുണ്ട്. അതു ചൂണ്ടിക്കാട്ടിക്കൊണ്ടുള്ള പ്രതിരോധങ്ങളാണ് ഞങ്ങൾ നടത്തുന്നത്. സംഘ്പരിവാർ സംഘടനകൾ എല്ലാകാലത്തും ലിംഗ ലൈംഗിക ന്യൂനപക്ഷങ്ങളെ ആക്രമിച്ചിട്ടേയുള്ളൂ. ഫ്യൂഡൽ പുരുഷാധികാര ഘടനകളെ അതേപടി നിലനിർത്തുകയെന്ന അജണ്ട മാത്രമാണ് അവരുടെ ആത്യന്തിക ലക്ഷ്യം. നരേന്ദ്രമോദി ഗവൺമെന്റ് ലിംഗ ലൈംഗിക ന്യൂനപക്ഷങ്ങളെ ഇല്ലായ്മ ചെയ്യുവാൻ ശ്രമിച്ചതിന്റെ തെളിവുകളിലൊന്നാണ് ട്രാൻസ്ജന്ററുകളുടെ നിലനില്പ്

തന്നെ അപകടകരമാക്കുന്ന ട്രാൻസ്ജന്റർ വിരുദ്ധ ബിൽ. അതിനെതിരെയുള്ള പ്രതിഷേധങ്ങൾ ഞങ്ങൾ നടത്തുകയുണ്ടായി. ഞങ്ങളുടെ പ്രശ്നങ്ങൾക്കുള്ള പരിഹാരം ഞങ്ങൾ പൊളിറ്റിക്കലായി അംഗീകരിക്കപ്പെടുകയെന്നുള്ളതാണ്. ശശിതരൂർ അടക്കമുള്ള ആളുകളും സി പി എം തുടങ്ങിയ രാഷ്ട്രീയ പാർട്ടികളും ഞങ്ങളെ പിന്തുണയ്ക്കുന്നുണ്ട്. രാജ്യവ്യാപകമായി സംഘടിത പ്രക്ഷോഭങ്ങൾ നടത്താനുള്ള സംഘടനാശേഷിയിലേക്കു വളരുവാൻ ഞങ്ങൾക്കു കഴിഞ്ഞിട്ടില്ല. എങ്കിലും സാധ്യമാകുന്ന രീതിയിൽ പ്രതിഷേധങ്ങൾ ഞങ്ങൾ നടത്തിവരുന്നു. അതിനു ഫലമുണ്ടാകുക തന്നെ ചെയ്യും.

അനുബന്ധം–2

ആനന്ദം 'ആണനുരാഗം'

(കേരളത്തിലെ ആദ്യ ഗേ വിവാഹിതരെന്നു പ്രഖ്യാപിച്ച നികേഷിന്റെയും സോനുവിന്റെയും ജീവിതം)

അതിശയമായിരുന്നു ചിലർക്ക്. ചിലർക്ക് കൗതുകം. ചിലർക്ക് പരിഹാസം... ആണും ആണും തമ്മിൽ പ്രണയത്തിലാകുകയോ! വിവാഹം കഴിക്കുകയോ!

കേരളത്തിലെ ആദ്യത്തെ സ്വവർഗ്ഗ വിവാഹിതർ ആണ് ഞങ്ങൾ എന്നു പ്രഖ്യാപിച്ച നികേഷും സോനുവും ഏതു പക്ഷക്കാരോടും ഒന്നേ പറഞ്ഞുള്ളൂ... "ഇങ്ങനെയും ഉണ്ട് അനുരാഗം... മനസ്സിലാക്കുക. ജീവിക്കാൻ അനുവദിക്കുക."

പക്ഷേ, എന്തിനേയും ഏതിനെയും വാക്കുകളുടെ വാൾമുന കൊണ്ട് നേരിടുന്ന മലയാളികൾ വെറുതേയിരുന്നില്ല. "എന്നിട്ട് വിശേഷം വല്ലതുമായോ?"

'ഇതൊരു വൈകല്യമാണ്. ചികിത്സിക്കൂ.'

മോശം വാക്കുകൾ പറയുന്നതിനു മുൻപ് എൽ ജി ബി ടി കമ്യൂണിറ്റിയെക്കുറിച്ച് മനസ്സിലാക്കൂ എന്ന് പ്രതികരിച്ചവരും ഉണ്ട് അക്കൂട്ടത്തിൽ എന്നതാണ് ഈ ദമ്പതികളുടെ ആശ്വാസം.

"കുറച്ചു പേരെങ്കിലും മനുഷ്യത്വത്തോടെ പെരുമാറുന്നുണ്ടല്ലോ. ആരെയും ഉപദ്രവിക്കുകയോ ആരോടും മോശമായി പെരുമാറുകയോ ഞങ്ങൾ ചെയ്യുന്നില്ല. ജീവിതത്തിൽ ഒറ്റയ്ക്കായി പോകാതിരിക്കാൻ ചേരാൻ കഴിയുന്ന പങ്കാളിയെ കണ്ടെത്തി എന്നേയുള്ളൂ.' നികേഷ് പുഞ്ചിരിയോടെ പറയുന്നു.

"ഞങ്ങൾ രണ്ടുപേർക്കും ജോലിയും വരുമാനവും ഉണ്ട്. ഞങ്ങളുടെ ഉള്ളിലുമുണ്ട് വാത്സല്യവും സ്നേഹവും. അത് ആരും ഇല്ലാത്ത ഒരു കുഞ്ഞിന് നല്കണം. അതിനായി ഒരു കുഞ്ഞിനെ ദത്തെടുക്കണം. അച്ഛനും അമ്മയും ഉപേക്ഷിച്ച ഒരു കുഞ്ഞ് ആരും ഇല്ലാതെ അനാഥാലയത്തിൽ വളരുന്നതിലും നല്ലതല്ലേ രണ്ട് അച്ഛന്മാരെ ലഭിക്കുന്നത്." സോനു ചോദിക്കുന്നു.

നികേഷ്, സോനു

"ഞങ്ങൾ വളർത്തി എന്നതു കൊണ്ട് ഒരു കുട്ടിയുടെ ലൈംഗിക ആഭിമുഖ്യം മാറില്ല കാരണം അത് ജന്മനാ ഒരാൾക്ക് ലഭിക്കുന്നതാണ്. വിവാഹം, കുട്ടികൾ, കുടുംബം, കൂട്ട് തുടങ്ങിയ ആഗ്രഹങ്ങളും സ്വപ്നങ്ങളൊക്കെ ഞങ്ങൾക്കും ഉണ്ട്. ഭൂരിപക്ഷ ലൈംഗികാഭി മുഖ്യമുള്ളവരുടെ കൂട്ടത്തിൽ അല്ലാതെയായി പോയി ഞങ്ങൾ. എന്നാലും അവരനുഭവിക്കുന്ന അവകാശങ്ങൾ ഞങ്ങൾക്കും ലഭിക്കേണ്ടതാണ്. കോടതി അത് അംഗീകരിച്ചു കഴിഞ്ഞു."

അസമിൽ റസ്റ്റോറന്റ് ബിസിനസിനൊപ്പം ഷെയർ ട്രേഡിങ് കൂടി ചെയ്യുന്നു നികേഷ്. സോനു ഇൻഫോ പാർക്കിൽ ജോലി ചെയ്യുന്നു. 2018 ജൂലൈ അഞ്ചിന് ഗുരുവായൂർ ക്ഷേത്രത്തിനു പുറത്തു നിന്ന് മോതിരം മാറി. വരണമാല്യമണിഞ്ഞ് വിവാഹിതരായി രണ്ടു മാസം കഴിഞ്ഞപ്പോഴാണ് സുപ്രധാന കോടതി വിധി വരുന്നത്.

"നിയമാനുസൃതമായി തന്നെ വിവാഹം കഴിക്കണം എന്ന ആഗ്രഹവും അത് ഞങ്ങളുടെ അവകാശവുമാണെന്ന തോന്നലും ഉണ്ടാകുന്നത് പിന്നീടാണ്. ഇതിന് ഇറങ്ങിത്തിരിച്ചാൽ എതിർപ്പുകൾ നേരിടും എന്നറിയാമായിരുന്നു.

പക്ഷേ, ഞങ്ങളെപ്പോലുള്ളവർക്ക് നാളെ സ്വസ്ഥമായും സമാധാനമായും ജീവിക്കാൻ അവസരമൊരുക്കണം എന്നു തോന്നി." എന്ന് നികേഷും സോനുവും പറയുന്നു.

നഷ്ടപ്രണയം

മറ്റേതൊരു മനുഷ്യരെയും പോലെ തന്നെയുള്ള വികാരങ്ങളാണ് ന്യൂനപക്ഷ ലൈംഗികതയുള്ളവർക്കും ഉള്ളത്, ലൈംഗികാഭിമുഖ്യം ഭൂരിപക്ഷ ലൈംഗികതയിൽ നിന്നു വ്യത്യസ്തമാണെങ്കിലും. പ്രണയവും പ്രണയ പരാജയവും ഇവർക്കുണ്ടെന്ന് നികേഷിന്റെ കഥ പറഞ്ഞുതരും.

"കൗമാര കാലഘട്ടത്തിലാണ് ഞങ്ങളെപ്പോലെയുള്ളവർ സ്വയം തിരിച്ചറിയുന്നത്. 'ഞാനെന്താണ് ഇങ്ങനെ?' എന്ന് ആദ്യമൊക്കെ അതിശയപ്പെട്ടു. പിന്നെ പൊരുത്തപ്പെട്ടു. പത്താം ക്ലാസിൽ പഠിക്കുമ്പോഴാണ് ഞാൻ ആദ്യമായി പ്രണയത്തിലാകുന്നത്. ഒരു പെൺകുട്ടിയെ പ്രണയിച്ചെങ്കിലും മതം വ്യത്യസ്തമായതിനാൽ വിവാഹം കഴിക്കാൻ കഴിയാത്ത ബൈ

സെക്ഷ്വൽ ആയ ഒരു ചെറുപ്പക്കാരനുമായി."

"രാവിലെ ഞാൻ കോളേജിൽ പോകാൻ ഇറങ്ങുമ്പോൾ അവൻ സൈക്കിൾ ചവിട്ടി വന്ന് വഴിയിൽ കാത്തു നില്ക്കും. ഒരു കത്തുമായി അതും വാങ്ങി ബസ്സിൽ കോളേജിലേക്ക് പോകുമ്പോൾ എന്റെ ഹൃദയമിടിപ്പ് കൂടും. കോളേജിലെത്തിയാൽ ഞാൻ ടോയ്‌ലറ്റിലേക്ക് ഓടും. രഹസ്യമായി അവന്റെ കത്ത് വായിക്കാൻ. പിറ്റേന്ന് മറുപടിയെഴുതി കൈയിൽ കരുതും.

രാത്രി ഒൻപത് മണിക്ക് അവൻ എന്റെ വീട്ടിനരികിലെത്തി സൈക്കിളിന്റെ ബെല്ലടിക്കും. ഞാൻ ഉടൻ മുകളിലെ എന്റെ റൂമിലെത്തി. ലൈറ്റ് മൂന്നുവട്ടം ഓൺ ഓഫ് ആക്കും. അത് ഞങ്ങളുടെ പ്രണയ സന്ദേശമായിരുന്നു. ഡിഗ്രി കാലഘട്ടമായപ്പഴേക്കും പരസ്പരം വീടുകൾ സന്ദർശിച്ചു തുടങ്ങി. മനസ്സ് പങ്കുവച്ച ഞങ്ങൾ ശരീരവും പങ്കുവച്ചു തുടങ്ങി. ആണായതിനാൽ ഞങ്ങളുടെ അടുപ്പം വീട്ടുകാർ സംശയിച്ചില്ല.

എം ബി എ പാസായി നല്ലൊരു ജോലി സമ്പാദിച്ച് അവനോടൊപ്പം ജീവിക്കുകയായിരുന്നു ലക്ഷ്യം. പക്ഷേ, നല്ല പേടിയുണ്ടായിരുന്നു. സ്വവർഗ്ഗരതി അന്ന് ക്രിമിനൽ കുറ്റമാണ്. മതം മാറിയും ജാതി മാറിയും പ്രണയിക്കുന്ന ഒരു പുരുഷനും സ്ത്രീയും അനുഭവിക്കുന്നതിന്റെ ഇരട്ടിയായിരുന്നു അക്കാലത്ത് ഞങ്ങൾ അനുഭവിച്ച ടെൻഷൻ. പഠനം പൂർത്തിയാക്കിയ ഞാൻ ദുബായിൽ ജോലി സമ്പാദിച്ചു. തുടർന്ന് അവനും ജോലി തരമാക്കി അവനെയും കൊണ്ടുപോയി. അവിടെ ഒന്നിച്ചു ജീവിച്ചു.

അച്ഛൻ മരിച്ചപ്പോൾ വീട്ടിലെത്തിയ സമയത്താണ് വിവാഹം കഴിക്കാൻ അമ്മയും ചേച്ചിമാരും എന്നെ നിർബ്ബന്ധിച്ചു തുടങ്ങിയത്. ചേച്ചിമാരുടെ വിവാഹം അപ്പോഴേക്ക് കഴിഞ്ഞിരുന്നു. എനിക്ക് വേറെ നിവർത്തിയില്ലാതായതോടെ സത്യങ്ങൾ തുറന്നു പറഞ്ഞു. വീട്ടുകാർക്ക് അതൊരു ഷോക്ക് ആയിരുന്നു.

അതോടെ 'നീ വീട്ടുകാർ പറയുന്നതു പോലെ ഒരു വിവാഹം കഴിക്കൂ' എന്ന് അവനും പറയാൻ തുടങ്ങി. എനിക്കത് സാധിക്കില്ല എന്നത് അവന് ഉൾക്കൊള്ളാൻ കഴിഞ്ഞില്ല. ഒരു പെൺകുട്ടിയെ ചതിക്കാൻ ഞാൻ ഒരുക്കമല്ലായിരുന്നു. ഇക്കാരണത്താൽ പതിനാല് വർഷത്തെ ഞങ്ങളുടെ പ്രണയം തകർന്നടിഞ്ഞു. അവൻ നാട്ടിൽ തിരിച്ചെത്തി വീട്ടുകാർ നിശ്ചയിച്ച പെൺകുട്ടിയെ വിവാഹം കഴിച്ചു." ഇതു പറയുമ്പോൾ നികേഷിന്റെ കണ്ണുകൾ നിറഞ്ഞു തുളുമ്പി.

അമ്മയെന്ന ആശ്വാസം

"വിവരം അറിഞ്ഞതോടെ എല്ലാവരും ഇത് പ്രകൃതിവിരുദ്ധമാണെന്നും കുറ്റമാണെന്നും പറഞ്ഞു. അമ്മ സദാ കരച്ചിലായി. വീട്ടിൽ

നില്ക്കാൻ വയ്യാതെ ഞാൻ എന്റെ നാടായ ഗുരുവായൂരിൽ നിന്നു എറണാകുളത്തേക്കു വന്നു. ഇടയ്ക്ക് വീട്ടിലെത്തുമ്പോൾ എൽജിബിടിയെ കുറിച്ചുള്ള പത്രവാർത്തകളും ഇന്റർനെറ്റ് വിവരങ്ങളും ഞാനമ്മയ്ക്ക് കാണിച്ചു കൊടുത്തു. സാവധാനം അമ്മ യാഥാർത്ഥ്യവുമായി പൊരുത്തപ്പെട്ടു."

സോനുവിന്റെ വീട്ടിലും അപ്പോഴേക്കും ഉരുൾ പൊട്ടിയിരുന്നു. "ഗേ ആണെന്നത് ഒരു കുറ്റബോധമായാണ് ചെറുപ്രായത്തിൽ മുതൽ ഞങ്ങളെപ്പോലുള്ളവരുടെ മനസ്സിലുണ്ടാകുക. സ്കൂൾ കാലം മുഴുവനും അത് പേറിയാണു നടന്നത്. എന്റെ വീട്ടിൽ ഞാനായിരുന്നു മൂത്തത്. നല്ല ജോലി ലഭിച്ചതോടെ എന്റെ കല്യാണം നടത്താനായി അച്ഛനും അമ്മയും തയ്യാറെടുത്തിരിക്കുകയായിരുന്നു. 29 വയസ്സു വരെ ഞാൻ രക്ഷപ്പെട്ടു നടന്നു. പിന്നെ നിവൃത്തിയില്ലാതെ ഞാൻ ഫോണിലൂടെ അമ്മയോട് കാര്യം പറഞ്ഞു.' സോനുവിന്റെ മുഖത്ത് അന്നത്തെ അതേ ആകുലത പടർന്നു.

"കൂത്താട്ടുകുളം എന്ന തനിഗ്രാമത്തിലാണ് എന്റെ വീട്. ഗേ എന്ന് കേട്ടിട്ടുപോലുമില്ല അച്ഛനും അമ്മയും. ഞാനിത് പറഞ്ഞപ്പോൾ അമ്മ തകർന്നുപോയി. 'മോനേ.. നീ ഒരു കല്യാണം കഴിക്ക് എല്ലാം മാറും.' എന്ന് അമ്മ കരഞ്ഞു പറഞ്ഞു. ഒന്നും മാറില്ല എന്ന് എനിക്കറിയമായിരുന്നു. ഒരു പെൺകുട്ടിയെ കണ്ടാൽ ചേച്ചിയായോ അനിയത്തിയായോ മാത്രമേ എനിക്ക് കാണാൻ കഴിയൂ. ലൈംഗികമായ ഒരു ചിന്തയും ഉണർവും തോന്നില്ല. മറിച്ച് ആൺകുട്ടികളോട് അത് തോന്നുന്നുമുണ്ട്. അതുകൊണ്ട് ഞാനവരെ സൈക്യാട്രിസ്റ്റ് ഡോ. സി ജെ ജോണിന്റെ അടുത്ത് കൊണ്ടുപോയി. ഡോക്ടർ പറഞ്ഞപ്പോൾ അവരെന്നെ ഉൾക്കൊണ്ടു ഈ രണ്ട് അമ്മമാരുടെയും ഉപാധികളില്ലാത്ത സ്നേഹമാണ് എന്നെയും നികേഷേട്ടനെയും ഇന്ന് നിലനിർത്തുന്നത്."

ഒളിച്ചു വച്ചിട്ട് എന്തു നേടാൻ

"എൽജിബിടി കമ്യൂണിറ്റിയെക്കുറിച്ച് സമൂഹം മനസ്സിലാക്കുക മാത്രമാണ് യഥാർത്ഥ പോംവഴി. അവരെക്കുറിച്ച് വ്യക്തമായ വിശദീകരണം സർക്കാർ തയ്യാറാക്കിയ ലഘുപുസ്തകത്തിലുണ്ട്. മാനുഷിക പരിഗണന ഇവർക്കും നല്കേണ്ടതാണ്." എൽജിബിടിഐ കമ്മ്യൂണിറ്റി സംഘടനയായ ക്വിയറള ഫൗണ്ടർ മെമ്പറും പ്രസിഡന്റുമായ ജിജോ കുര്യാക്കോസ് പറയുന്നു. കേരളത്തിൽ എൽ ജി ബി ടി ഐ /ക്യൂ കമ്യൂണിറ്റിയെ പ്രതിനിധീകരിക്കുന്ന രണ്ട് പ്രമുഖ സംഘടനകളാണ് ക്വിയറളയും ക്വിയറിഥവും.

"വിവാഹ വിവരമറിഞ്ഞ് സെക്ഷൻ 377 ഡീക്രിമിനലൈസ് ചെയ്യാനുള്ള കേസ് വാദിച്ചു ജയിച്ച, സ്വവർഗ്ഗാനുരാഗികൾ കൂടിയാണെന്ന് അടുത്തയിടെ വെളിപ്പെടുത്തിയ സുപ്രീം കോടതി അഭിഭാഷകരായ മേനക

ഗുരുസ്വാമിയും അരുന്ധതി കട്ജുവും വിളിച്ചു പിന്തുണ അറിയിച്ചിരുന്നു. അത് നല്കുന്ന ആത്മവിശ്വാസവും സന്തോഷവും ചെറുതല്ല." എന്ന് നികേഷും സോനുവും.

രതിക്കപ്പുറം കുടുംബ ബന്ധങ്ങളുടെ കെട്ടുറപ്പോടെയുള്ള ജീവിതം എൽജിബിടി കമ്യൂണിറ്റിയിൽപെട്ടവർക്കും ഉറപ്പാക്കാൻ വേണ്ടി സുപ്രീം കോടതിയിൽ കേസ് ഫയൽ ചെയ്യാനുള്ള ഒരുക്കത്തിലാണ് ഇപ്പോൾ നികേഷും സോനുവും.

തയ്യാറാക്കിയത് – രാഖി റാസ്
(വനിത ഒക്ടോബർ 1–14–2019)

www.ingramcontent.com/pod-product-compliance
Lightning Source LLC
LaVergne TN
LVHW100233051026
849517LV00006B/1872
* 9 7 8 9 3 8 9 4 1 0 7 3 0 *